KINH PHẬT
NGUỒN GỐC VÀ PHÁT TRIỂN

KINH PHẬT - NGUỒN GỐC VÀ PHÁT TRIỂN
- VŨ THẾ NGỌC -

Bìa: Uyên Nguyên Trần Triết
Dàn trang: Đỗ Huỳnh Đăng Ngọc
Nhân Ảnh xuất bản 2025
ISBN: 979-8-3483-6304-8

VŨ THẾ NGỌC

KINH PHẬT
NGUỒN GỐC và PHÁT TRIỂN

Buddhist Sutras: Origin and Development

(Bản 2022 có sửa lỗi)

NHÂN ẢNH

2025

LỜI NÓI ĐẦU

Phật Giáo sau hai mươi sáu thế kỷ truyền bá và phát triển đã trở thành một tôn giáo lớn và quan trọng có nhiều trăm triệu tín đồ có mặt trên khắp địa cầu. Kinh luận Phật giáo xưa nay vẫn được lưu hành khắp nơi. Tuy nhiên thắc mắc về nguồn gốc và phát triển kinh Phật vẫn là một vấn nạn của nhiều người. Đó là những câu hỏi cụ thể như Đức Phật giảng Pháp bằng tiếng gì? Kinh Phật đầu tiên được viết bằng văn tự nào? Các kinh luận nguyên thủy gồm các kinh nào? Các kinh xuất hiện về sau như kinh Phật giáo Đại thừa và kinh Mật tông xuất xứ từ đâu? Có chăng những kinh gọi là kinh giả do người đời sau viết và làm giả với mục đích gì? Những câu hỏi tương tự vẫn tiếp tục là những thắc mắc của nhiều thế hệ tu sĩ cũng như trí thức trong và ngoài Phật giáo.

Trước đây nhiều thảo luận và nhiều giải thích đã được đưa ra nhưng vẫn chưa trả lời trọn vẹn hay chưa được tất cả mọi người đồng thuận. Chúng ta nên hiểu, việc trả lời các loại câu hỏi tương tự về kinh điển tôn giáo chỉ là một phần nhỏ của các câu hỏi về lịch sử. Hiện nay những giải thích trong quá khứ dù chưa hoàn bị nhưng đó là những gì khả tín nhất mà con người đương thời có thể biết được. Hoạt động khách quan và đúng nhất là chúng ta cần tiếp tục truy cứu và bổ khuyết các nghiên cứu này hơn là chỉ trú đóng vào thành trì đức tin hay thoái thác theo chủ thuyết 'bất khả tri'. Cho nên trong thế kỷ vừa qua, chúng ta còn thấy sự tham dự của nhiều nhà nghiên cứu khoa học từ khảo cổ học đến ngôn ngữ học (trong số đó có cả những học giả tu sĩ) đã cung cấp thêm nhiều ánh sáng khiến chúng ta càng ngày càng tiếp cận với sự thực lịch sử về nguồn gốc và phát triển của kinh luận Phật giáo rõ hơn ngày trước hơn là một số người tự nhận là tu sĩ trong thành trì của giáo điều đức tin.

Các thành tựu của các nghiên cứu về lịch sử văn bản kinh điển tôn giáo nói chung, cũng thường không phổ biến sâu rộng trong quần chúng vì phạm vi của chúng khá chuyên sâu và nhiều khi còn có thể mâu thuẫn với sinh hoạt truyền thống chỉ dựa trên sự vâng lời và đức tin. Chúng ta nên hiểu tuyệt đại đa số tín đồ mọi tôn giáo trên thế giới, nói chung, thường chỉ đến và sinh hoạt tôn giáo trong phạm vi đức tin hơn là vì tri thức học thuật. Cụ thể là Phật giáo ở Việt Nam mặc dù giáo lý luôn luôn nói đến trí tuệ trong chánh tín nhưng thực tế hành trì vẫn hướng về hình tướng và nghi lễ của truyền thống lấy đức tin làm căn bản. Cho nên việc tìm hiểu về nguồn gốc và phát triển của kinh luận Phật giáo thường không phải là đề tài tu học quan trọng của giới học Phật. Đây chính là nguyên nhân chính trong những năm vừa qua vì vừa không quan tâm và vừa thiếu kiến thức chuyên sâu, trong không khí *dĩ nghi truyền nghi* chúng ta lại thấy đây đó đã phát sinh ra một số quan điểm gây hoang mang về nguồn gốc kinh điển Phật giáo. Những quan điểm loại này thường chỉ khởi phát ở các vùng đất thiếu thông tin và không được cập nhật với những nghiên cứu khoa học, và cũng là nơi thường có những loan truyền từ một số người có ý đồ không trong sáng và cả từ những tu sĩ thiếu chuyên sâu về Phật học và khoa học, luôn luôn mang mỹ danh tu sĩ làm không khí nghi hoặc phát triển thêm hơn.

Rải rác trong nhiều luận xuất bản trong năm thập niên vừa qua, tôi đã có dịp thảo luận về đề tài này và hôm nay sẽ được thu nhặt lại và khai triển rộng hơn về một chủ đề cần thiết cho những người muốn biết về nguồn gốc và lịch sử phát triển kinh điển Phật giáo cùng với các mâu thuẫn và nhiều dị bản của nguồn kinh luận phong phú nhưng cũng rất phức tạp là kinh luận Phật giáo. Như đã thưa, đây là một đề tài luôn luôn được các bậc trí giả đạo sư tìm hiểu và thảo luận. Nhưng tại nhiều vùng đất xa xôi, sinh hoạt Phật học vẫn tiếp tục đặt trọng tâm vào truyền thống hành trì phục vụ cho nhu cầu đức tin và tín ngưỡng quần chúng hơn là học thuật, cho nên từ xưa chúng ta hầu như ít quan tâm về việc tìm hiểu nguồn gốc và ý nghĩa vi tế của sự phát triển kinh điển Phật giáo mà ngày nay đang là một đề tài nghiên cứu của trí thức thế giới. Trong giảng luận này tôi chỉ giới thiệu phần sơ thảo về một nghiên cứu chuyên sâu về nguồn gốc và lịch sử phát triển kinh Phật qua các thời đại. Mục đích cụ thể là cung cấp tài liệu và thông tin cần thiết giúp người học Phật có tâm đức và thiện chí hơn là nhắm vào mục đích phổ biến trong quần chúng bình dân. Luận văn này chỉ là phác họa của một đề án lớn đã hoàn thành gồm cả thủ thư về các cổ ngữ Phật giáo. Rất mong khi phương tiện cho phép và nhân duyên thích hợp tôi sẽ còng giới thiệu đầy đủ phần nghiên cứu chi tiết.

Trân trọng.

Bát Bất Đường, Hè 2021

Vũ Thế Ngọc

MỤC LỤC

PHẦN THỨ NHẤT

KINH PHẬT

I. Tổng Quan	17
II. Nguồn Gốc Kinh Phật	24
1- Lịch Sử Kinh Luận	24
2- Nguồn Gốc Nguyên Thủy	28
3- Kinh Phật Căn Bản: Nikāya và A-hàm	36
III. Ngôn Ngữ của Kinh Phật	59
1- Đức Phật Nói Tiếng Gì	59
2- Ngôn Ngữ Pháp Thoại	73
3- Sanskrit và Pāli	76
IV. Các Loại Văn Tự	99
1- Kharoṣṭī	106
2- Brāhmī	116
3- Siddhaṃ	123
4- Devanāgarī	132
5- IAST	134
V. Kinh Tạng của Tam Thừa	138
1- Nội Dung Kinh Phật	139
2- Kinh Tạng Phật giáo Tiểu Thừa	142
3- Kinh Tạng Phật giáo Đại Thừa	154
4- Kinh Tạng Phật giáo Kim Cương Thừa	169

PHẦN THỨ HAI

KINH ĐIỂN HÁN TẠNG

VI: Kinh Điển Đại Thừa   187
   1- Phân Loại Kinh Điển   187
   2- Phương Pháp Cách Nghĩa   203
VII: Dịch Kinh   212
   1- Lý Luận Dịch Kinh   212
   2- Tổ Chức Dịch Trường   232
VIII: Viết Kinh và In Kinh   236
   1- Viết Kinh và Khắc kinh   236
   2- In Mộc Bản   243
IX: Quá Trình Hình Thành Đại Tạng Kinh   250
   1- Kinh Lục   250
   2- Từ Kinh Lục đến Đại Tạng Kinh   259
X: Đại Tạng Kinh   267
   1- Hình Thành Đại Tạng   267
   2- Đại Chính Tân Tu Đại Tạng Kinh   286
   3- Đại Chính Tạng Bản Việt Văn   293
XI: Kinh Đại Thừa và Ngụy Kinh   295
   1- Nguồn Gốc Kinh Đại Thừa   295
   2- Kinh Giả: Dị Kinh và Ngụy Kinh   305

Phụ Lục

1- Di Liệu Văn Tự Kharosthi   314
2- Năm Chương Đầu Sách Tự Học Sanskrit   336
3- Cưu Ma La Thập   377
4- Huyền Trang   403

PHẦN THỨ NHẤT
KINH PHẬT

CHƯƠNG I
TỔNG QUAN

Trong những điều kiện và phương tiện giao thông nghèo nàn của ngàn năm trước, chúng ta khó hiểu hết được những động cơ đã khiến người xưa tự nguyện chấp nhận những nguy hiểm đã giết biết bao người trong các chuyến đi cầu pháp, một mình một bóng vượt qua ngàn dặm sa mạc bạt ngàn gió lửa, qua hằng trăm núi tuyết thăm thẳm, hay lênh đênh trong các chuyến hải hành trên một chiếc thuyền nhỏ giữa sóng bão trùng trùng, như đã tường tình trong những ký sự *Phật Quốc Ký* (佛國記), *Đại Đường Tây Vực Ký* (大唐西彧記), *Đại Đường Tây Du Cầu Pháp Cao Tăng Truyện* (大唐西牀求法髙僧傳), *Nam Hải Kí Qui Nội Pháp Truyện* (南海寄歸內法傳). Nhưng những gian nan đó cũng con chưa nói đến lịch sử dịch kinh kéo dài liên tục cả ngàn năm của nhiều thế hệ đạo sư học giả.

Công cuộc dịch kinh từ một ngôn ngữ cổ xưa, từ một văn hóa và lịch sử hoàn toàn khác lạ là Ấn Độ qua ngôn ngữ và văn hóa Á Đông kéo dài hơn một ngàn năm quả thật *khó nghĩ bàn*. Đó không phải là công việc dịch thuật từ một ngôn ngữ này qua một ngôn ngữ khác. Đó cũng không phải là công việc giới thiệu một nền văn hóa xa lạ đến một nền văn hóa bản thổ, mà là mang ý nghĩa truyền bá một giáo thuyết giải thoát nhân sinh của những đạo sư có cả một hạnh nguyện giao truyền chân lý cứu độ chúng sinh. Và chỉ vì lý do này mới giải thích công nghiệp cầu pháp và dịch thuật Phật Pháp đầy gian khổ và kham nhẫn lâu dài như thế. Nhưng chính nhờ sự đóng góp liên tục và kiên trì của nhiều thế hệ đó, cho nên ngày nay chúng ta đã được thừa hưởng cả một rừng kinh điển, gọi chung là *Đại Tạng Kinh*, vô cùng phong phú kỳ vĩ nhưng cũng vô cùng phức tạp hiện còn đang tiếp tục được chuyển dịch qua các ngôn ngữ khác từ phạn ngữ qua Tạng văn hay Hán văn và các ngôn ngữ khác. Trong đó có bộ kinh điển Phật giáo Hán ngữ, một sưu tập được coi là một thành tựu văn hóa lớn nhất của lịch sử nhân loại, làm nồng cốt căn bản cho nhiều đại tạng khác, trong đó có Việt ngữ.

Ngày nay dù chúng ta có thể không ý thức được đầy đủ những gian nan trong lịch sử xây dựng kho tàng kinh điển Phật giáo này, nhưng chúng ta biết rằng động lực thúc đẩy để hoàn thành được công đức vô lượng này đều đến từ những cá thể. Những con người độc lập, tự nguyện và đơn độc. Thật kỳ lạ khi chúng ta thấy rằng tất cả công sức và tâm huyết đóng góp cho sự nghiệp phiên dịch truyền bá giáo pháp vĩ đại kéo dài ngàn năm này hầu như đều là các nỗ lực cá nhân, không hề do một tổ chức môn phái, giáo hội nào chủ trương hay hỗ trợ. Cho nên diễn trình hoằng pháp của Phật giáo, từ thỉnh kinh cầu pháp đến phiên dịch giảng pháp luôn luôn là một diễn trình hòa bình, khác hẳn con đường truyền giáo ngập tràn xương máu và nước mắt đi cùng với chiến tranh của nhiều tôn giáo khác. Hình ảnh một mình một bóng độc hành thỉnh kinh hay truyền giáo, vượt vạn dặm tuyết bão, sa mạc cháy lửa hay cô độc dịch kinh trên núi cao, giữa giữa rừng thiêng nước độc không chỉ là những hành trình cam khổ mà còn luôn luôn là một thực chứng giải thoát. Những hành giả thỉnh kinh dịch kinh và truyền bá giáo pháp đó đã vượt qua muôn ngàn gian nan cũng vì còn có một trái tim của lòng từ ái mong muốn chia sẻ con đường giải thoát mà đức Phật đã truyền giao.

Qua mười một chương rất ngắn trong sách này chúng ta sẽ tìm hiểu nơi xuất phát của kinh Phật nguyên thủy – Đó là kỳ Kết Tập (*saṅgīti*) đầu tiên ở thành Vương Xá ngay sau khi đức Phật nhập Niết-bàn và các kỳ kết tập sau đó trong ý nghĩa là ôn tụng lại những lời dạy của đức Phật, hoàn toàn không phải là ghi chép. Đến đây chúng ta cũng muốn hiểu ngôn ngữ của các kỳ kết tập. Khi hiểu được nội dung kinh điển của các kỳ kết tập chúng ta lại phải tìm hiểu lý do tại sao phải chờ đợi đến 500 năm sau kỳ kết tập thứ nhất, nội dung các kinh điển được tụng đọc đó mới được ghi xuống thành văn tự. Từ đó chúng ta có thể truy tầm về những quyển kinh căn bản và cổ kính nhất – không phải chỉ gồm các bộ kinh Nikāya và Āgama của hai ngôn ngữ Pāli và Sanskrit, mà còn là các thủ bản cổ hơn bằng văn tự *Brāhmī* hay *Kharoṣṭī* viết trên vách đá, vỏ cây hay trên lá trên gỗ, kể cả các bản kinh chứa trong trí nhớ của truyền thống khẩu truyền thời chưa dùng văn tự.

Chúng ta lại cũng muốn truy tầm những ngôn ngữ đã viết trong những kinh điển này qua sự khảo sát về *các* ngôn ngữ *prākrit* của lục địa Ấn Độ. Ngôn ngữ mà chính đức Phật đã giảng pháp trong 49 năm hành đạo (45 năm theo các truyền thống khác). Rồi đến thời phân chia Bộ Phái, đây cũng là thời kỳ giáo đoàn nguyên thủy cũng đã phân chia thành 18 tông môn bộ phái – kết quả là giáo pháp đức Phật mới được viết xuống bằng văn tự. Kinh điển văn tự thành hình và cũng tạo thành hai ngã rẽ lớn Phật giáo Nam Truyền và Phật giáo Bắc truyền. Đây cũng là lúc chúng ta thử tìm hiểu trong hai truyền thống lớn này, nội dung kinh tạng của chúng có gì tương đồng và có gì khác biệt. Từ đây chúng ta cũng bước sâu vào chi tiết của lịch sử phát triển kinh tạng của Tam Thừa.

Phần thứ hai của luận này là phần chuyên khảo sát về lịch sử phát triển kinh tạng của Phật giáo Bắc truyền, cũng gọi là truyền thống Kinh Luận Hán ngữ hay *Hán Tạng* (漢藏) - có nghĩa là

Tam Tạng Kinh bằng Hán tự. Khác với tuyền thống kinh tạng *Pāli*, lịch sử phát triển kinh tạng của Phật giáo Hán tạng Bắc truyền là một lịch sử phức tạp và quan trọng trong lịch sử phát triển Phật giáo. Trong khi kinh tạng Pāli Nam Truyền chỉ là kinh tạng của một bộ phái, kinh luận Hán tạng lại là kinh tạng của hầu hết các tông môn (gồm cả kinh tạng Nam Truyền Pāli và nhiều tông môn đã không còn truyền thừa). Cơ bản của kinh điển Hán tạng là các kinh luận dịch từ kinh điển Phật giáo Ấn Độ, nhưng không phải chỉ dịch từ Sanskrit mà còn được dịch từ nhiều ngôn ngữ văn tự khác – và đặc biệt là các văn bản truyền thống giữ trong trí nhớ. Cho nên khởi đầu là những kinh luận trong truyền thống cổ xưa nhất của Phật giáo, đó là truyền thống truyền khẩu. Rồi đến thời kỳ phân chia bộ phái, thì sự truyền khẩu cũng mới bắt đầu chia ra làm nhiều ngôn ngữ khác nhau, lúc đầu là Sanskrit và *các ngôn ngữ prākrit* (trong đó có Pāli*)*. Chúng ta đều biết rằng Phật giáo được truyền đến Á Đông không phải chỉ từ các đại sư người Ấn Độ (xưa gọi là *Thiên Trúc*) mà còn có các đại sư của các quốc gia giữa Ấn Độ và Á Đông – xưa gọi chung là *Tây Vực*. Những đại sư này nhiều khi không dùng Sanskrit mà nói theo phương ngữ của họ người Trung Hoa thường gọi chung là *Hồ ngữ* (Vu Điền /Khotan, Quy Tư /Koche, Hồi Hột /Uigur, Đột Quyết /Turk …)

Đến khi kinh điển có văn bản, thì chúng ta cũng biết rằng văn tự kinh điển Phật giáo Ấn Độ cũng đã có nhiều giai đoạn viết bằng nhiều văn tự khác biệt – nhiều nhất là ba cổ tự *Kharoṣṭī, Brāhmī, Siddhaṃ*. Nhưng hiểu biết văn tự mới chỉ là việc đầu tiên cần có trong việc dịch kinh. Vì trong những ngày xa xưa đó Ấn Độ và Á Đông còn là hai thế giới hoàn toàn khác biệt. Việc học hay dịch ngôn ngữ trong thời đại này không chỉ giới hạn trong sự khác biệt ngôn ngữ. Việc dịch kinh thời đó, từ một xứ Ấn Độ qua ngôn ngữ Á Đông không phải chỉ là dịch từ một ngôn ngữ này qua một ngôn ngữ khác, mà còn là chuyển dịch toàn bộ văn minh văn hóa của cả một thế giới xa lạ. Cho nên trong phần này chúng ta cũng phải đề cập từ "lý thuyết dịch thuật" của từng cá nhân đến các "dịch trường" được tổ chức như thế nào. Từ những phương pháp dịch thuật rất ưu việt trong một thời như *"Cách Nghĩa"* 格義 - dùng các chuyên từ khái niệm văn hóa bản địa (Nho Lão Trang) để giảng nghĩa kinh Phật. Nhưng lại đến lúc chúng ta cũng thấy hậu quả khôn lường của phương pháp tưởng như là thiện xảo này – Mà hậu quả ngày nay là trong giới trí thức học Phật vẫn thường chỉ hiểu Phật Pháp qua đôi kính mầu là văn tự văn hóa triết học Á Đông (vốn đã rất sâu sắc và có vài phần tương ứng với Phật học). Nhưng nhờ nhân duyên tốt chúng ta lại thấy Cưu Ma La Thập xuất hiện. La Thập ra công tái dịch và tái thẩm định lại những bản dịch cũ. Lấy cơ sở từ giáo lý Long Thọ, giống như Long Thọ đã thống nhất cơ sở triết lý Phật học trong thời kỳ phân liệt của 18 bộ phái, La Thập đặt cơ sở cho một văn tự Hán Phật. Rồi trải qua nhiều cố gắng của nhiều dịch giả tài trí, cho đến Huyền Trang rồi Nghĩa Tịnh, lịch sử văn học Hán tạng mới có thể định hình. Cuối cùng Đại Tạng Kinh Hán ngữ hoàn tất như một thành tựu của một ngàn năm học Phật - trên thì tiếp nối được tinh thần Phật học truyền thống trải dài từ thời đức Phật còn tại thế, dưới thì khế hợp với văn hóa Á Đông bản địa.

Cho nên dù sau đó mặt trời chánh pháp tắt dần ở quê hương đức Phật nhưng vẫn tiếp tục chiếu sáng ở Á Đông chính là nhờ có kho tàng chính pháp được giữ gìn trong kinh luận Hán tạng. Nơi có các tông môn Tam Luận, Thiên Thai, Pháp Tướng, Hoa Nghiêm khởi phát từ kinh luận Phật giáo Ấn Độ, thi nhau nở rộ sát cánh với các tông môn mang nặng tinh thần bản địa như Tịnh Độ tông và Thiền tông. Rõ ràng học phong Phật học đã phát triển và trưởng thành, biến Á Đông trở thành một trung tâm học Phật không những có những lãnh vực không thua kém Ấn Độ, mà còn có những sắc thái đặc thù Á Đông.

Nhưng chiến tranh liên tục ở Trung Hoa cùng lúc với tầng lớp tu sĩ lãnh đạo sống xa hoa với sự tiếp tay của tầng lớp quyền quí đã gia tăng áp lực trên nội bộ những người xuất gia. Ách nạn "Hội Xương Phế Phật" phá hủy 40 ngàn chùa tự, hồi tục 260 ngàn tăng ni, đành rằng là kết quả trực tiếp từ chính sách bách hại Phật giáo của Đường Võ Tông. Nhưng một mình công trình bách hại Phật giáo chỉ có ba năm (845-847) không thể gây ra hậu quả to lớn và lâu dài như thế nếu tự thân Phật giáo không có các vấn đề (mà rất tiếc cho đến ngày nay chúng ta vẫn chưa có các nghiên cứu chi tiết). Vì sau thời gian này cũng là sự tan rã của hầu hết các tông môn, trừ Thiền tông và Tịnh Độ tông là còn tiếp tục phát triển. Chúng ta cũng nên biết rằng trong hai trăm năm (789-982) - trước và sau pháp nạn Hội Xương - các Kinh Lục (經錄) đều không ghi được tên một dịch giả hay thêm một kinh nào được dịch trong suốt hai thế kỷ đó - Nhưng cũng rất may mắn *Đại Tạng Kinh* đã hoàn tất, như một thành trì cuối cùng cho tất cả chúng ta giữa một thời đại mà kinh luận thường gọi là *thời mạt pháp*.

Trong sách này chúng ta sẽ ngược dòng hành trình ngàn năm đó. Từ những tài liệu nghiên cứu của nhiều thế hệ học giả đông tây để tìm về hình ảnh chân thật nhất của các Pháp Thoại của đức Phật từ trên núi Linh Thứu đến ngày nhập Niết-bàn. Từ những kỳ kết tập của hằng ngàn đạo sư đến từ khắp đại lục, từ những năm tháng vượt sa mạc núi rừng Tây du đến những chuyến viễn dương thỉnh kinh trên con thuyền mong manh giữa bão táp phong ba. Từ những con chữ mờ khắc trên tường đá rêu phong đến các vạch nghiêng ngả trên miếng vỏ cây chôn vùi ngàn năm trong động cát sa mạc, từ những trang kinh lạnh lẽo ở một ngôi cổ thất cheo leo trên núi tuyết, để trở thành những dòng chữ nhảy múa trên màn ảnh điện toán giữa đêm vắng trong mưa tuyết ở một quê hương không quê hương, trên các ngón tay bắt đầu run rẩy của một cá nhân người viết này- một lão nhân tóc trắng một mình giữa thư viện lạnh giá. Chỉ để đền ơn tri ngộ của biết bao thiện tri thức trong quá khứ đã để lại dấu vết trên những trang sách sử cần phải được ghi chép tổng kết và tường trình nơi đây.

CHƯƠNG II
NGUỒN GỐC KINH PHẬT

I - LỊCH SỬ KINH LUẬN

Qua hai ngàn sáu trăm năm biết bao thế hệ tăng già đã đi khắp năm châu bốn biển phổ biến Phật Pháp. Giáo pháp căn bản họ truyền đạt chính là những lời giảng của đức Phật trong bốn mươi chín năm hành đạo. Cho nên nói về nguồn gốc của kinh điển Phật giáo chính là nói về các bài Pháp thoại này. Ngay sau khi Đức Phật nhập Niết Bàn, các đệ tử của ngài đã mau chóng tập họp để ôn tập và ghi nhớ lại các lời giáo huấn của ngài. Sử gọi đó là kỳ kết tập (*saṅgīti*) thứ nhất và những lời giáo huấn đó đã được tập hợp trở thành nguồn gốc cơ bản của các Kinh Luận Phật giáo ngày sau. Tuy nhiên bằng những nghiên cứu khoa học khách quan chúng ta cũng cần ghi nhận hai sự kiện. Trước hết là kỳ kết tập thứ nhất và cả những kỳ kết tập sau không thể hoàn toàn thu thập được tất cả những bài pháp Đức Phật đã giảng. Thứ hai là các kỳ kết tập chỉ là ôn tập lại các bài pháp thoại trong trí nhớ và hoàn toàn chưa có văn tự để ghi chép. Cho nên tất cả kinh luận chúng ta hiện đang có, ít nhiều đều mang dấu ấn của người kết tập và các bộ phái Phật giáo.

Ngày nay chúng ta may mắn còn giữ được bộ kinh văn *Pāli*, là bộ kinh cổ kính một bộ phái duy nhất đã liên tục truyền thừa từ hơn hai ngàn năm qua. Cho nên nghiên cứu về nguồn gốc lịch sử kinh Phật, lẽ dĩ nhiên chúng ta phải tôn trọng bộ kinh này như là một nguồn mạch cơ bản. Nhưng để khách quan hơn và hoàn bị hơn chúng ta vẫn cần phải đối chiếu với các nguồn kinh điển khác của các tông môn bộ phái khác. Vì vậy học thuật nghiên cứu đối chiếu văn bản đã ra đời và trong những thập niên vừa qua chúng ta đã có được một số thành quả rất đáng trân trọng - nhưng rất tiếc bình thường chỉ có giới nghiên cứu chuyên sâu mới quan tâm. Sách *Kinh Phật: Nguồn Gốc và Phát Triển* chính là cố gắng đầu tiên quần chúng hóa một ngành học chuyên môn này.

Tổng quát về lịch sử hoằng pháp của Phật giáo, đa số học giả thế giới đều tạm chia thành ba thời kỳ: 1- *Thời kỳ Phật Giáo Nguyên Thủy*, 2- *Thời Kỳ Phật Giáo Bộ Phái* (còn có tên khác là "Phật giáo Tiểu Thừa" vì các bộ phái thời này đều là Tiểu Thừa, hoặc "Phật giáo Abhidharma" vì đây là giai đoạn thành lập và tranh luận về A-tỳ-đạt-ma) và 3- *Thời Kỳ Phật Giáo Đại Thừa*.[1] Điều nên ghi nhận ở đây ta cần nhớ rằng cho đến kỳ kết tập thứ ba dưới triều đại vua A Dục (trị vì năm 272-236 trước Dương lịch) thì nội dung kinh điển vẫn chỉ là những gì chỉ được lưu truyền bằng trí nhớ và chưa bao giờ được ghi xuống bằng văn tự. Nguồn kinh điển nguyên thủy này cũng chỉ chú trọng về những gì Phật đã giảng và chúng tăng đã hành trì, chứ không chú trọng

---

1. *Tiểu Thừa* và *Đại Thừa*. Một lần nữa tôi cần minh thị, cá nhân tôi bắt buộc thỉnh thoảng vẫn phải dùng các danh từ "tiểu thừa" (*hinayāna*), "đại thừa" (*mahānāya*) chỉ là theo văn mạch quen dùng trong sách sử thế giới. Nhưng chúng ta nên biết: (1) Từ thời kỳ Phật giáo Nguyên Thủy cho đến thời kỳ Bộ Phái (sau đức Phật khoảng 300 năm) chưa có danh từ "Tiểu Thừa" hay "Đại Thừa". (2) Danh từ "Tiểu Thừa" và "Đại Thừa" là sáng tác của Đại thừa trong thời "đảng tranh", trong kinh điển Phật giáo Nam truyền hoàn toàn không có hai danh từ này. (3) Sau kỳ kết tập thứ ba thì Phật giáo có hiện tượng phân hóa sử gọi là "Phật Giáo Bộ Phái" thì cả 18 (hay 20) bộ phái này đều là Tiểu Thừa (vì lúc đó chưa hề có bộ phái nào là Đại Thừa). (4) 18 bộ phái đó cho đến ngày nay chỉ còn lại một bộ phái duy nhất gọi là *Theravāda* trong khi Đại Thừa vẫn còn tồn tại nhiều tông môn khác nhau.

đến phần cá nhân đức Phật hay lịch sử thế gian. Hơn nữa giáo lý căn bản của đức Phật giáo là tư tưởng *vô ngã, tự tu, tự chứng* nên trong nhiều thế kỷ, lời dạy của Đức Phật luôn luôn là những gì được tăng đoàn khắp nơi tự động tuân thủ hành trì chứ không dựa trên kinh điển văn tự rõ ràng do một tổ chức giáo hội trung ương có tổ chức thiết định. Câu nói "Như thế tôi nghe" mở đầu cho các kinh, luôn luôn là điều tâm thành tự nguyện của mọi người. Với người xuất gia chân chính, thấy Pháp là thấy Phật. Đức Phật chưa bao giờ vắng mặt trong suốt hành trình tu hành của họ. Trong suốt thời gian này, người tu *sống* trong giáo lý vô ngã vô thường nên cũng không quá bận rộn đến chuyển biến chuyển sinh thành hoại diệt của thế gian. Vì vậy trong nhiều thế kỷ, nhu cầu xây dựng một giáo hội thống nhất có uy quyền hay một bộ kinh luận ghi chép bằng văn tự, hoặc ngay cả xây tạc hình tượng đức Phật như một ngẫu tượng để tôn thờ, chưa bao giờ bức thiết đối với họ.

Cho nên chúng ta đã thấy, dù đã có tranh biện trong các kỳ kết tập kinh điển đầu tiên nhưng chỉ là tranh biện về một số bất đồng về giáo luật hơn là nghi vấn về giáo pháp. Có lẽ chỉ sau lần kết tập thứ ba, vì nội bộ tăng đoàn vì quá rộng lớn, vì có quá nhiều ngôn ngữ khác biệt không hiểu nhau hoặc hiểu đúng, nên mới có những bất đồng về giáo lý để đi đến việc thành lập bộ phái. Nên khi đó người ta mới thấy cần bắt đầu cần văn tự để viết xuống, để tranh luận chính thống, để biện minh và lý giải theo chủ quan cá nhân hay của tông môn bộ phái. Hơn nữa một khi có nhiều tông môn bộ phái thì nhu cầu truyền bá, tuyên truyền, khuyến dụ tín đồ cũng xuất hiện. Đó chính là động cơ chính đã thúc đẩy cho việc ghi chép kinh điển bằng văn tự - Chỉ xẩy vào sau kỳ kết tập tứ ba. Cũng từ đó các công trình viết tiểu sử đức Phật hay xây đắp tượng Phật cũng được thành hình. Hình tượng đức Phật bây giờ không chỉ là sự tưởng nhớ lại giáo pháp của ngài hay là sự nhắn nhủ mọi người qui tập lại dưới chân vị khai sáng nguồn đạo, mà cũng còn là một khẳng định nguồn cội giáo lý chính thống của tông môn bộ phái của mình – Cùng trong cách nhìn này, chúng ta có thể thấy từ đây Phật giáo đã âm thầm trải qua một thời kỳ nội thương từ những cạnh tranh liên tục giữa các bộ phái. Đây cũng là lý do ngài Long Thọ xuất hiện. Sự vi diệu của việc xuất hiện này là Long Thọ không thành lập thêm một tông môn để tham dự vào tham vọng "thống nhất" hoặc cần tranh biện để "nêu cao chính pháp", kể cả việc "hòa giải" hay "triết trung".[2] Nhưng không phải vì thế mà Long Thọ đứng ngoài quan sát, mà ngài đã thực tế đi vào tận căn nguyên của cơn sóng dữ. Bằng phương pháp luận biện chứng "tứ cú phân biệt" (*catuṣkotikā*) và "nhị đế" (*satyadvaya*) của chính giáo pháp căn bản *vô ngã* và *duyên khởi* của Đức Phật,[3] ngài đã không phê phán mà còn chấp nhận phần tích cực trong những tín điều của các tông môn, nhưng đồng thời cũng chỉ ra phần *bất toàn* của các lý thuyết hay quan điểm đó.

Sự hiện diện và giáo lý của Long Thọ vừa là một đòi hỏi của thời đại để chấm dứt các cuộc tranh luận bộ phái, vừa trở nên tư tưởng cơ sở lập cước cho sự thành lập các tông môn phát triển về sau (gọi là Đại Thừa). Giáo pháp Long Thọ cũng là kim chỉ nam cho tài liệu này có tên là *Kinh Phật: Nguồn Gốc và Phát Triển*. Chúng ta đối chiếu phân tích nhưng cũng không hoàn toàn phủ quyết những đức tin truyền thống về nguồn gốc và phát triển kinh điển riêng của các tông môn bộ phái mà còn trân trọng nhìn chúng như *một phần sự thật* mà chúng ta muốn tiếp cận.

---

2. Xin đọc kỹ các bài giảng luận về "trung đạo" của Long Thọ trong các luận của *Tùng Thư Long Thọ và Tính Không* để thấy Trung Đạo của đức Phật cũng như của Long Thọ chưa bao giờ là giáo lý "trung dung" hay "không thái quá không bất cập" của Nho Giáo.

3. Vũ Thế Ngọc, *Triết Học Long Thọ* và các luận trong Tùng Thư.

II – NGUỒN GỐC NGUYÊN THỦY

Nguồn gốc nguyên thủy của kinh là kết quả của các kỳ kết tập (*saṅgīti*) kinh điển. Tạm bỏ qua về sự chính thống của các kỳ kết tập này của người sau hay tranh biện, chúng ta phải biết trong ba kỳ kết tập kinh đầu tiên, chư tăng chỉ tập họp tụng đọc ôn tập lại kinh tạng họ mà đã được khẩu truyền và ghi nhớ mà không hề kết tập kinh điển bằng văn tự. Ngôn ngữ của các kinh điển nguyên thủy ban đầu có thể tin được là ngôn ngữ của Đức Phật đã giảng trong thời còn tại thế. Chỉ sau đó ngôn ngữ này mới được chuyển dịch ra các ngôn ngữ địa phương. Và cứ theo truyền thống và thực tế lịch sử của những di cảo chúng ta còn giữ được thì cho đến kỳ kết tập thứ ba dưới triều đại vua A Dục, kinh điển vẫn chưa được ghi xuống bằng văn tự. Vì vậy để tìm hiểu nguồn gốc nguyên thủy của kinh điển Phật giáo chúng ta trước hết là tìm hiểu về các kỳ kết tập kinh điển - quan trọng nhất là ba kỳ kết tập đầu tiên mà chúng ta dự đoán rằng chưa có những phân hóa tranh biện về giáo lý của thời phân hóa bộ phái về sau. Vì vậy ở đây tôi không để tên các kỳ kết tập theo các tông môn ngày sau người ta gọi là "*kết tập của Đại Chúng Bộ*" hay "*kết tập của Phân Biệt Thuyết Bộ*" hoặc "*kết tập của Độc Tử Bộ*" hay "*kết tập của Nhất Thiết Hữu Bộ*" v.v. Cho nên chúng ta cũng không cần đi vào tranh luận đòi hỏi chính xác tuyệt đối về thành phần tham dự, số người tham dự, ngày tháng và nơi chốn kết tập.

1- KỲ KẾT TẬP THỨ NHẤT

Đại hội kết tập (*saṅgīti*) kinh điển Phật giáo lần thứ nhất được thực hiện ngay vào vào mùa hạ sau khi tổ chức lễ trà tỳ cho Đức Phật (năm 483 trước Dương lịch). Đại hội gồm 500 vị, chỉ là các vị đã đắc quả A-La-Hán mới được tham dự. Như nguyên gốc của chữ *saṅgīti* có nghĩa là "tụ họp để cùng tụng đọc", mục đích của đại hội kết tập là chỉ là tập họp cùng nhau tụng đọc lại những gì họ đã được nghe "như thế tôi nghe", nhằm xác định chính xác và tránh những sai lệch. Người chủ trì lần đại hội thứ nhất là Đại Ca Diếp (*Mahākāśyapa*) một trong các trưởng lão của Tăng-già với chủ trương bảo thủ và cứng rắn "những gì Đức Phật đã dạy thì không có gì được thay đổi".[4] Ưu điểm của quan điểm bảo thủ này là đã giữ cho Phật giáo yên ổn và thống nhất giáo luật ít nhất là cho đến thời kỳ kết tập thứ ba (khoảng năm 244 trước Dương lịch dưới triều vua A Dục *Aśoka*).

Địa điểm kết tập là động Thất Diệp (*Saptaparna-guhā*) núi *Vibhara*, gần thành *Rājgrha* (Vương Xá) của vương quốc Magadha (Ma Kiệt Đà) - gần biên giới Ấn Độ và Nepal ngày nay và cũng là địa phương đức Phật sống và sinh hoạt trong hơn hai mươi năm. Thời gian kết tập là ngay sau khi Phật nhập Niết bàn (năm 283 trước Dương lịch). Đại hội kết tập kéo dài trong 7 tháng (Phật giáo Bắc truyền cho rằng chỉ có 3 tháng). Người hướng dẫn đọc kinh là tôn giả A-Nan, anh em họ của Phật, là thị giả của Đức Phật trong 25 năm cuối cùng và cũng là người nổi tiếng có trí nhớ rất tốt. Các kinh thường được mở đầu bằng câu *"Như thị ngã văn..."*[5] có nghĩa là *"tôi nghe như vậy, một như vậy, một thời, tại..."*, tôi ở đây chính là A-nan. Người đọc về Luật là tôn giả Ưu-ba-li, là người rất thông hiểu về giới luật.

2- KỲ KẾT TẬP THỨ HAI

Sau kỳ kết tập thứ nhất khoảng hơn 100 năm ở Vaishali (Tỳ-la-vệ) lại có một kỳ kết tập. Nguyên nhân kỳ kết tập là trưởng lão Da-sá (Yasa) đi đến thành Vaishali nhận thấy các tu sĩ ở đây thực hành nhiều điều trái giới luật, trong đó nghiêm trọng lớn nhất là nhận vàng bạc cúng dường của thí chủ. Da-sá phản ứng với các tu sĩ và dân chúng thì các tu sĩ cho rằng họ phải làm để thích hợp với văn hóa và phong tục địa phương. Mâu thuẫn đến

---

4. *Tứ Phần Luật*, T22-1428, tr. 967
5. Như thị ngã văn 如是我聞, evaṃ śrute mayā

chỗ không giải quyết được và họ định trục xuất Da-sá. Do đó Da-sá sau đó đi đến các vùng khác tập hợp các trưởng lão và đưa ra mười điều sai trái giáo luật của các tu sĩ này, ngoài lỗi nhận cúng dường vằng bạc còn là các tội như ăn sau ngọ, giữ muối, dùng sữa lỏng sau buổi ăn chính, uống loại nước cây cọ lên men như rượu, may nệm ngồi, v.v.

Kết quả cuộc triệu tập gồm trụ trì là tám vị trưởng lão, gồm 4 vị thuộc tổ chức Phật giáo ở hệ phía tây (khuynh hướng bảo thủ) là Da Sá (*Yasa*), *Vevata, Sambhuta Sanavasi, Sumana*, và 4 vị thuộc tổ chức Phật giáo ở hệ phía đông (khuynh hướng cải tiến) là *Sabhikami, Salha, Khujjasobhita* và *Sasabhamika*. Đại hội có 700 người tham dự (nên gọi là Thất Bách Kết Hợp) và không phải ai cũng là A La Hán. Trong đại hội có cả người thường (Prthagjana), bậc hữu học (Saiksa), bậc vô học (Asaika), bậc Tam Minh (Traividya), bậc Lục Thông (Sadbhajna) v.v. Kết quả đại hội là khuynh hướng của Da-sá thắng thế nên tương truyền là các ti-khưu cải tiến kéo ra tổ chức riêng một đại hội của mình, gọi là *Mahasangha* hay *Mahasangti*, có nghĩa là "Đại Chúng Kết Tập". Tuy đây chỉ là tương truyền nhưng cũng nói lên đã có sự bắt đầu rạn nứt trong tăng đoàn.

Tuy nhiên nhìn lại nội dung "mười điều phi pháp" này thì ngoài điều thứ nhất về ngăn cấm nhận cúng dường bằng vàng bạc, phần còn lại chỉ là những đề nghị nhỏ về giới luật như được giữ muối ăn, được uống sữa sau bữa trưa, được uống loại nước trái cây cọ, được may tọa cụ thêm rèm v.v. Vì vậy mục đích chính của hai kỳ kết tập này chỉ bàn thảo về giới luật to nhỏ, cho nên chưa có tranh luận lớn về giáo lý. Cho nên đại đa số tu sĩ đều chấp nhận ý nghĩa "đại hội" của hai kỳ kết tập đầu tiên.

3- KỲ KẾT TẬP THỨ BA

Tuy nhiên cho đến kỳ kết tập thứ ba thì chúng ta đã thấy có

sự rạn nứt giữa các tu sĩ còn mang dấu vết khác biệt địa phương. Vì vậy sau kỳ đại hội kết tập lần thứ hai chúng ta thấy có nhiều đại hội kết tập khác nhưng dường như chỉ là những đại hội chỉ có tính cách nội bộ hơn là tổng đại hội đại diện cho tất cả tập thể tăng chúng. Cho nên hầu như không có kết tập nào có thể nói là được toàn thể các tông môn chấp nhận. Ở đây tôi chọn ra hai kỳ kết tập tương đối quan trọng nhất và được nhiều tông môn chấp nhận làm kỳ kết tập thứ ba như sau.

1. Trước hết là chủ đề thảo luận trong kỳ kết tập thứ ba của tỳ khưu Đại Thiên (*mahādeva*) ở Hoa Thị Thành (*pātaliputra*) về năm điểm bất toàn của vị được tôn xưng là A La Hán,[6] có thể là khởi đầu cho tư tưởng Đại thừa với quan điểm thánh quả A La Hán chưa là hoàn thành mục đích cuối cùng của người tìm giác ngộ giải thoát như đức Phật – Nhưng vẫn chưa phải là sự tranh biện hay phân biệt giáo lý. Tôi nói rằng chưa phải là sự tranh biện giáo lý vì dù có hai khuynh hướng gọi là cởi mở (sau này gọi là Đại Chúng bộ - *mahāsānghika*) hay bảo thủ (sau này gọi là Thượng Tọa bộ - *sthavira*/ Pāli *theravāda*) thì tất cả cũng vẫn công nhận là vị Phật thứ hai (Phật Di Lặc) vẫn chưa xuất thế, cho nên tranh biện về quả vị A La Hán chưa là bậc toàn giác toàn tri thì cũng chưa phải là tranh biện giáo lý. Vì dù Đại Chúng bộ nếu có "xét lại" sự toàn hảo của các vị được tôn xưng là "A La Hán" thì cũng chỉ nằm trong quan điểm này. Thượng Tọa bộ cũng không khác, họ chỉ cho rằng với khả năng của con người thì chúng ta chỉ có thể mong cầu đến quả vị A La Hán mà thôi – Chưa ai dám tuyên bố mình là Phật, và cũng chưa ai dám tôn xưng người nào đó là bậc toàn giác toàn tri (Phật). Vì nếu

---

6. Năm điểm bất toàn: 1- *Dư sở dục* (vì còn xác thân nên sinh lý chưa đoạn như thụy miên còn xuất tinh), 2- *Vô tri* (chưa hoàn toàn hết vô minh), 3- *Do dự* (chưa đoạn hết nghi ngờ), 4- *Tha linh nhập* (cần người khác điểm chỉ để biết mình đã giác), 5- *Đạo nhân thanh cố khởi* (cần trợ giúp của âm thanh đặc biệt để định, ngộ).

có nhiều vị đắc quả A La Hán như thế, là vị toàn tri toàn giác – nghĩa là đã thành Phật, thì họ đã không còn đức tin về Đức Phật Di Lặc sẽ giáng thế nữa. Cho nên chỉ về sau với giáo lý Đại thừa xuất hiện với đức tin "ai cũng có thể thành Phật" qua con đường tu Bồ Tát Đạo thì mới kéo theo những giáo thuyết hoàn hoàn khác biệt, thí dụ như thuyết Tam Thân Phật *Trikāya*, để mà có thể được gọi là *có tranh biện giáo lý*. Tóm lại theo thiển kiến cá nhân tôi cho rằng cho đến kỳ kết tập thứ ba, chưa xuất hiện tông môn Đại Thừa và chưa có sự tranh luận về giáo lý.

2. Đối với Phật giáo *Thượng Tọa bộ* thì họ không công nhận đại hội ở Hoa Thị Thành của Đại Thiên là kỳ kết tập thứ ba. Theo họ kỳ kết tập thứ ba là kỳ kết tập ở Hoa Thị Thành dưới triều vua A Dục vào khoảng năm 244 trước Dương lịch, do đại sư *Moggalliputta-Tissa* (Mục kiền liên tứ đế tu) chủ tọa. Lý do kết tập và kết quả đại hội lần thứ ba rất quan trọng vì kết quả của đại hội là việc xuất hiện các tông môn khác nhau (từ 18 đến 20 tông môn).

Theo Đại Sử (*Mahāvamsa*)[7] thì dưới triều đại vua A Dục đại bộ phận châu lục (Ấn Độ) đã thống nhất và thịnh trị, chấm dứt các cuộc chiến tranh liên miên và đẫm máu trước đó. Cho nên trong chiến tranh người *trốn lính* và tìm cách sống bằng *nghề đi tu* vốn đã rất nhiều, sau khi hòa bình thì nhà vua lại qui y theo Phật giáo nên Phật giáo cực kỳ phát triển. Dưới triều vua A Dục của vương triều Khổng Tước (*Maurya*), Phật giáo là quốc giáo cho nên tu sĩ Phật giáo được nhiều quyền lợi và ưu ái. Các tu sĩ ngoại đạo và nhiều kẻ thời cơ cũng xuất gia theo đạo Phật. Những người này vừa đông đảo vừa thiếu thiện tâm thật sự của người xuất gia có lý tưởng, cùng lúc đó có nhiều tăng sĩ Phật giáo đang xa đọa vì có nhiều ân sủng, nên hai trào lưu này đã tạo

---

7. *Mahāvamsa* (Đại Sử) là bộ sử rất quan trọng và cổ nhất của Tích Lan (có lẽ do cao tăng *Mahānāma* t.k VI viết).

nên một thế lực mới của các nhóm có đặc quyền đặc lợi. Cho nên thời thế đã cho ra đời khuynh hướng có ý đồ thành lập những bộ phái mới với những chủ trương giới luật mới và tri kiến mới gọi là "hiện đại hóa." Những loại giáo lý và hành trì cải biên này dù có thể khác biệt với truyền thống, nhưng thích hợp với tâm lý quần chúng ưa thích theo thời và cũng phù hợp với lớp tăng sĩ đông đảo đang muốn được tự do hơn.

Trong khi đó, trên nguyên tắc giáo pháp, Phật giáo vẫn là giáo pháp *tự tu - tự chứng* (ai tu nấy chứng). Phật giáo từ xưa đã không có một tổ chức giáo quyền trung ương để can thiệp sâu rộng vào các hoạt động "hiện đại hóa" như thế. Cho nên trong nội bộ thì chính chư tăng không tin tưởng kính trọng lẫn nhau và thường bất hòa, giới luật thì vì biện minh cho cái lý sinh hoạt tùy thời (sau này đến Trung Hoa thì hoa mỹ gọi là *"khế lý khế cơ"*) nên tăng luật trở nên vô cùng lỏng lẻo. Đại Sử *Mahāvampa* cho biết nhiều nơi tăng sĩ tự tung tự tác ở vùng đất riêng, sáu bẩy năm mà chư tăng chưa thể hòa hợp để một lần làm lễ Bố Tác (*Uposattha*) chung. Khi các câu chuyện hoang đàng này được đưa lên triều đình, thì người được vua cử ra điều giải lại gây mâu thuẫn đẫm máu với chư tăng, càng khiến sự việc phức tạp hơn. Cuối cùng nhà vua phải nhờ ngài Moggalliputta-Tissa, vốn được tôn trọng là vị thánh tăng đương thời can thiệp. Ngài Tissa cũng nhận thấy đây là đúng thời đúng lúc cần triều đình và nhà vua hỗ trợ để chỉnh đốn lại hàng ngũ tăng già.

Theo sử liệu *Mahāvamsa* và *Samantapāsādikā* thì trong cuộc thanh lọc này có khoảng 60 ngàn tu sĩ bị trục xuất ra khỏi tăng đoàn (một con số rất lớn so với dân số lúc đó). Sau cuộc thanh lọc nội bộ lớn lao này trưởng lão Moggalliputta-Tissa đề nghị nhà vua yểm trợ chư Tăng để "kết tập Phật ngôn". Cho nên cuộc kết tập lần thứ ba thành hình. Kỳ kết tập này vào khoảng năm 234 trước Dương lịch, tại chùa *Asokārāma* ở kinh thành *Pātaliputta* (Hoa Thị Thành) phía nam hoàng cung của vua A

Dục, gồm 1000 cao tăng tham dự do ngài *Moggalliputta-Tissa* là chủ tọa kết tập trong thời gian kéo dài 9 tháng cũng do vua A Dục bảo trợ.

Cách thức kết tập kinh điển kỳ này cũng giống như hai kỳ trước nhưng có một vài điểm khác. Theo giáo sử *Theravāda* thì trưởng lão Moggalliputta-Tissa chủ tọa cuộc kết tập nêu ra những quan điểm và tri kiến sai lầm của các bộ phái qua ba trăm vấn đề về giáo lý. Ngài cũng dựa vào bộ phái gốc *Theravāda* để bác bỏ các luận cứ sai lạc, và cho kết tập vào bộ *Kathāvatthu* của tạng *Abhidhamma* (cho nên có người cho rằng đây chỉ là đại hội kết tập của giáo phái Trưởng Lão *Sthavira* (Theravāda). Điều chúng ta nên lưu ý ở đây là giống như trong hai kỳ kết tập đầu, các vị tham dự kỳ kết tập này cũng đều chỉ tụng đọc bằng miệng từ trí nhớ mà thôi, và kinh luận chưa được ghi xuống bằng văn tự.[8] Chúng ta có thể cho rằng kinh điển của đại hội kết tập lần thứ ba này là cơ sở của Thượng Tọa Bộ *Sthaviravāda* (Pāli: *Theravāda*). Vì đây cũng là giáo lý của 9 phái bộ do vua A Dục gửi đa khắp nơi để giao truyền Phật giáo, trong đó có phái bộ do *Arahant Mahinda* (con vua A-Dục mất năm 199 B.C.) đi đến tận đảo quốc Tích Lan (*śrī lankā*).[9]

4. CÁC KỲ KẾT TẬP KHÁC

Tùy theo tông môn, người ta cũng nói về kỳ kết tập lần thứ tư – còn kỳ kết tập thứ năm (năm 1868) và thứ sáu (năm 1954) ở Miến Điện thì rõ ràng là các kỳ kết tập kinh điển Pāli của Phật giáo Theravāda mà thôi - Cho nên ở đây chúng ta chỉ nói đến kỳ kết tập thứ tư. Mà kỳ kết tập thứ tư cũng tùy tông môn mà ta có

---

8. Truyền thống Phật giáo Theravada tin rằng là trong kỳ kết tập này kinh điển đã được ghi chép bằng văn tự *Pāli*, tuy nhiên đây cũng chỉ là truyền thuyết.

9. Đúng và chi tiết thì giáo lý Mahinda đưa vào Tích Lan là "Đồng Diệp Bộ" (*tāmra-śātīya*) một chi nhánh chính của *Theravāda*.

thể kể đến ở hai địa điểm. Thứ nhất là theo Phật giáo Tích Lan (*Theravāda*) thì đại hội này do chính Arahant Mahinda chủ tọa sau thời gian truyền pháp ở xứ này. Kỳ kết tập xẩy ra vào khoảng năm 232 trước Dương lịch, dưới triều vua *Devanampiyatissa*, với 68 ngàn tăng tham dự trong suốt 9 tháng. Điểm quan trọng là nhân dịp này các đại tăng lại trứ tác ra các bản chú giải về kinh điển bằng ngôn ngữ *Pāli* Tích Lan,[10] mà bẩy thế kỷ sau Phật Âm (*Buddhaghosa* thế kỷ thứ sáu) từ Ấn Độ đã đến Tích Lan dịch ra *Pāli* để duy trì truyền thống *Pāli* của Đức Phật – Vì lúc này *Pāli* đã bắt đầu tàn rụi tại chính quốc Ấn Độ.

Cũng được coi là kỳ kết tập thứ tư được coi là đại hội của Nhất Thiết Hữu Bộ (*Sarvāstivāda*) do ngài Thế Hữu (*Vasumitra*) và Hiếp Tôn Giả (*Pārsva*) trụ trì. Kỳ kết tập thứ tư này được tổ chức ở *Gandhāra* (Kiền Đà La) do vua Ca Nị Sắc Ca (*Kaniṣka* khoảng đầu thế kỷ thứ nhất Dương lịch) của vương triều Quí Sương (*Kuṣāṇa*) bảo trợ. Thành quả của kỳ kết tập này là ba bài sớ gồm đủ Kinh sớ ("Ưu Ba Đề Xá" *upadeśa śastra*), Luận sớ ("Tì Nại Da Tì Bà Sa" *vinaya vibhāva śāstra*) và Luật sớ (*abhidharma mahāvibhāsā śāstra*) tổng cộng là 30 vạn bài tụng gồm 9 triệu 600 lời mà Huyền Trang trong *Đại Đường Tây Vực Ký* cực kỳ tán thán "giải thích đầy đủ ba tạng giáo điển, không có chi tiết nào là không bàn bạc tận cùng, không có chỗ sâu xa nào là không cứu xét rốt ráo. Những nghĩa lý thâm u được làm cho sáng tỏ, những lời nói còn mù mờ được làm cho rõ ràng. Thành quả này nhằm truyền lại muôn đời cho hậu thế dùng làm cương lĩnh". Những luận này được vua Ca Nị Sắc Ca sai thợ "dùng đồng đỏ dát thành lá mỏng chép xuống để cúng dường."
[11] Tuy nhiên hiện nay tất cả các kinh luận của kỳ kết tập này đều đã không còn, trừ phần chú thích của Luận tạng A Tỳ Đạt Ma

---

10. Rahula W. *History of Buddhism in Ceylon*, tr. 50

11. Chú ý đây là luận (*śastra*) còn Kinh thì chư tăng đã học thuộc lòng, không cần phải chép.

Đại Tỳ Bà Sa Luận (*Abhidharma-mahavibhāsa*) được Huyền Trang dịch ra Hán văn còn lưu truyền trong Hán Tạng.

III – KINH PHẬT CĂN BẢN: NIKĀYA và ĀGAMA

Như thế *kinh Phật nguyên thủy* có xuất xứ từ các kỳ kết tập (ít nhất là của ba kỳ kết tập đầu tiên) do chư tăng ghi nhớ và đã cùng nhau tụng đọc ôn tập. Không ai có thể đoan chắc là trong những năm tháng truyền thừa bằng khẩu truyền và trí nhớ là không có những sai lầm, nhưng ít nhất chúng ta có thể tin rằng nội dung các kinh này không bị sai lạc nhiều sau ba kỳ kết tập như thế. Cho nên đa số tông môn tin rằng bộ kinh *Nikāya* (hiện còn được giữ trong kinh điển *Pāli* của Phật giáo *Theravāda*) dù có ít nhiều thay đổi qua nhiều thế kỷ truyền thừa truyền khẩu vẫn là thành quả của kỳ kết tập thứ ba dưới triều đại vua A Dục (*Aśoka*). Nói cách khác bộ kinh Nikāya bằng Pāli là cổ xưa nhất. Tuy nhiên chúng ta biết ngoài ngôn ngữ Pāli chúng ta cũng có các bộ kinh bằng Sanskrit tương đương gọi là *Āgama*[12] của các bộ phái khác cũng thoát thai từ ba kỳ kết tập đầu tiên này. Tuy nhiên các bộ kinh *Āgama* bằng Sanskrit hiện nay đều thất lạc gần hết,[13] nhưng may mắn là vẫn còn tồn tại trong các bản dịch

---

12. Thuật ngữ **āgama** từ gốc ā√gam tiếng Phạn là "**đi đến**" nên ngoài cách dịch âm là 阿含 (*a hàm*) Hán văn còn có những cách phiên âm khác như A-cấp-ma (阿笈摩), A-già-ma (阿伽摩), A-hàm-mộ (阿鋡暮) và được dịch ý là Pháp Quy (法歸), Pháp Bản (法本), Pháp Tạng (法藏), Giáo Pháp (教法), Giáo Phần (教分) và Thú Qui (趣歸).

13. Phật giáo ở Ấn Độ bị quân Hồi giáo truy nã và tàn sát trong bốn thế kỷ với 17 lần tiến quân vào Ấn Độ. Trú điểm cuối cùng là đại học Nālandā thì đến năm 1197, tướng Mohammad bin Bakhtyan, chỉ huy quân đội Hồi giáo Thổ Nhĩ Kỳ đã đốt sạch cơ sở, kinh sách và giết trên 8000 tu sĩ và trên 1500 các giáo sư tu sĩ lỗi lạc của đại học Nālandā. Lần thứ hai, năm 1235, quân Hồi giáo lại tấn công và lần này đốt giết tất cả (trừ 70 tu sĩ trốn kịp qua Nepal). Tu sĩ và Phật tử muốn sống sót đều qui nhập Bà La Môn giáo. Tinh hoa Phật giáo cũng bị Bà La Môn thâu nhập. Đây là lý do Phật giáo biến mất khỏi Ấn Độ và kinh điển Sanskrit bị tàn diệt. Trước đó, Phật điển Sanskrit đã kịp chuyển

Hán văn gọi là 阿含 (*A-hàm*) hiện vẫn còn trong Hán Tạng. Cho nên kinh điển nguyên thủy Phật giáo chính là hai bộ kinh Nikāya và Āgama này – Theo truyền thống thì Pāli là ngôn ngữ của Nam truyền và Sanskrit là ngôn ngữ của Bắc truyền.

Tóm lại kết quả của ba kỳ kết tập đầu tiên chính là nguồn gốc kinh điển nguyên thủy của tất cả các bộ phái bấy giờ cũng như các tông môn xuất hiện sau đó. Tuy nhiên ở đây chúng ta cũng cần hiểu hai điều đáng nhớ. Trước hết, khác với *kinh hệ Pāli*, các bộ phái *kinh hệ Sanskrit* không có bộ phái nào còn giữ đầy đủ các kinh *Āgama* riêng của mình (Phật giáo ở Ấn Độ sau đó bị truy diệt) còn khi dịch ra Hán ngữ thì các nguyên bản *Āgama* không phải cùng của một bộ phái – Thí dụ quyển A-hàm thứ nhất *Trường A-hàm* (長阿含) là dịch từ *dīrgha-āgama* của Pháp Tạng Bộ (*dharmaguptaka*); quyển A-hàm thứ hai *Trung A Hàm* (中阿含) thì dịch từ *madhyama-āgama* của Thuyết Nhất Thiết Hữu Bộ (*sarvāstivāda*). Điều cần chú ý khác nữa là các bản dịch A Hàm do nhiều người dịch khác nhau và trong thời gian khác nhau. Vì vậy chúng ta cần biết ngoài nguyên bản Pāli *Nikāya* các tông phái khác cũng có các kinh *Āgama* tương đương (thường là Sanskrit). Hiện nay chúng chỉ còn giữ lại được các phần nhỏ kinh Sanskrit, nhưng có bản dịch Hán văn gọi là A-hàm (阿含). Bốn bộ kinh A-hàm chúng ta đang có trong Hán Tạng lại do nhiều người dịch trong thời gian khác nhau và cũng từ nhiều bộ phái khác nhau. Như thế trên nguyên tắc văn bản, thì kinh A-hàm là nguồn tài liệu thứ cấp, nhưng vì không còn nguồn tài liệu nào khác hơn để so sánh, chúng ta bắt buộc phải sử dụng văn bản Hán văn của bộ A-hàm[14] như là đại diện của bộ *Āgama*

---

dịch ra Hán văn và Tạng văn, còn Phật điển Pāli đã tị nạn được ở đảo quốc Tích Lan và Đông Nam Á từ trước.

14. Trong ngôn ngữ tổng quát nhiều tác giả thường dùng lẫn lộn *āgama* (bản Sanskrit hiện nay không còn) và *A-hàm*. Cho nên người đọc cần chú ý khi trích dẫn văn bản *"āgama"* thì chỉ có nghĩa là qua bản dịch A-hàm mà thôi.

khi so sánh với bộ *Nikāya*.

Cho nên nếu chúng ta đã đặt vấn đề chính thống với nguồn kinh điển Pāli, thì chúng ta càng nên thận trọng với nguồn kinh điển Hán ngữ. Đặc biệt cụ thể ở đây là kinh A-hàm so với Nikāya, vì như vừa trình bầy kinh A-hàm là kinh Hán văn đã được dịch lại từ Sanskrit Phạn văn. Còn về phần kinh điển Pāli, có lẽ ngày nay cũng không còn học giả nào đoan chắc với chúng ta rằng kinh điển Pāli hoàn toàn là ngôn ngữ của đức Phật nữa. Tuy nhiên ít nhất người ta vẫn phải tôn trọng những sự thật khách quan khác là 1- kinh điển Pāli là một tập hợp đầy đủ nhất của một bộ phái duy nhất, 2- kinh điển Pāli được bảo tồn bằng một ngôn ngữ rất gần gũi với ngôn ngữ của đức Phật khi người thuyết pháp, và 3- toàn bộ kinh điển Pāli *đang* tiếp tục được hành trì bởi hằng trăm triệu người trên khắp thế giới. Hành trang với những nhận thức đơn giản nhưng căn bản này, chúng ta sẽ thoải mái hơn, nhìn rộng hơn và sâu hơn khi đi vào lãnh vực đối chiếu hai nguồn kinh điển quan trọng *Āgama* và *Nikāya* đã hiện hữu từ hơn hai ngàn năm trước.

Từ thế kỷ XX, việc nghiên cứu đối chiếu hai bản *Pāli Nikāya* và *Hán văn A-Hàm* đã trở nên một chủ đề lớn của giới nghiên cứu thế giới. Trong đó luận án tiến sĩ "So sánh kinh Trung Bộ A-hàm Hán ngữ và kinh Trung Bộ Pāli" năm 1962 của Thượng tọa Minh Châu là một trong những tác phẩm tiền phong. Đại sư Ấn Thuận là người có nghiên cứu thâm sâu về lãnh vực này cũng đã nói một cách tổng quát về sự quan trọng này như sau "Cái gì giống nhau giữa *Āgama* và *Nikāya* chính là phần kinh điển nguyên thủy nhất của Phật giáo". Cho nên một khi chúng ta nhận rằng kinh *Nikāya* và kinh *Āgama* là hai nguồn kinh cổ xưa nhất của Phật giáo, thì điều này cũng có nghĩa là hai tài liệu này sẽ giúp chúng ta biết được chân diện mục giáo lý nguyên thủy Phật giáo, trước và cách xa thời phân biệt "Tiểu thừa" và "Đại thừa" về sau.

So sánh đối chiếu giữa *Nikāya* và *Āgama* (có nghĩa là A-hàm) là cách gần như duy nhất để thấy được tư tưởng căn bản nguyên thủy – để thấy rằng phần nhiều những dị biệt sau này cũng chỉ là phần nhập cảng từ các tôn giáo khác. Mục đích quan trọng thứ hai là giải quyết cho những sai lạc của một vài phong trào của một số người hay nêu ra về vấn đề về sự xuất hiện muộn màng của kinh điển Đại thừa mà không hiểu các câu hỏi này đã được nhiều thế hệ học giả đạo sư thảo luận, đặc biệt là trong sự tỷ giáo giữa *Nikāya* và A-hàm.[15] Để thấy dưới những dị biệt hình tướng vẫn là cái chung của của tư tưởng cơ bản Phật giáo. Tóm lại khi hấy rõ phần căn bản kinh điển nguyên thủy chung người ta sẽ thấy dưới những sai biệt hình tướng, thì tận căn để của các học thuyết khác biệt đều cùng đi đến khởi từ một cội nguồn chung, như Edward Conze đã kết luận sách "Tư Tưởng Phật Giáo Ấn Độ của ông: *"Nhìn lại 270 trang sách, độc giả sẽ thấy rằng trước sau chúng ta chỉ thấy một và chỉ một giáo pháp, những khác biệt chẳng qua chỉ là những mặt khác nhau của một viên kim cương chói sáng khi chúng ta nhìn từ những góc độ khác nhau"*.[16]

Mục đích cuối cùng của việc nghiên cứu về kinh điển nguyên thủy Phật giáo sẽ cho thấy rằng Đức Phật Lịch Sử - Đức Phật Thích Ca Mâu Ni – là một con người có thật trong lịch sử. Chính ngài là vị đã phát huy ra giáo pháp mà chúng ta đang gọi là *Phật Giáo* và chính ngài là "Phật Tổ" – nghĩa là vị Phật duy nhất của Phật giáo mà không là hóa thân báo thân gì khác, như tuyên ngôn *"Pháp của chúng ta lấy Thế Tôn làm gốc, lấy Thế Tôn làm hướng đạo, lấy Thế Tôn làm nơi y chỉ"*.[17]

---

15. Nhiều tiêu chí căn bản quan trọng đã được đồng thuận nên vấn đề từ lâu không còn là đề tài tranh luận (xem phần "kinh điển đại thừa"), người thiếu tri thức và thông tin thì vẫn lập lại các tranh luận này.

16. Conze, Edward. *Buddhist Thought in India,* [1962] nxb University of Michigan Press tái bản 1987, tr.270

17. "bhagaram mulaka no bhanti dhamma Bhagavam nettik Bhagaram patisarana"

Trước đây trong thời gian "đảng tranh" chúng ta đã thấy không những sự phân hóa của Phật giáo, mà còn thấy rõ sự sai lầm của quan điểm chia rẽ này như chính giáo sư danh tiếng Kogen Mizuno cho thấy trước kia người Đại thừa (như chính Phật giáo Nhật Bản của ông) thường có khuynh hướng coi nhẹ giáo lý Tiểu thừa là "không chứa đủ những tư tưởng sâu sắc vi tế của Đại thừa", nên dù các kinh A-hàm đã có từ lâu trong Tam Tạng Hán văn nhưng trước khi học giả Tây phương nghiên cứu và trân quí Phật giáo Pāli, thì người học Phật Á Đông rất ít chú ý đến các kinh A Hàm.[18] Đây quả thật là một sự thật vô cùng đáng tiếc trong quá khứ, nhưng rất may là chúng ta những người học Phật phi giáo điều ngày nay đã kịp nhận ra *không quá muộn*. Và đây chính là bài học quí báu nhất khi chúng ta tìm thấy rõ ràng "nhất thừa" khi so sánh Nikāya và A-hàm (*Āgama*).

Vì khi nghiên cứu thật sâu trong tư tưởng được coi là uyên bác nhất, sâu thẳm nhất, khó hiểu nhất và cũng được coi là cơ bản của tất cả tông môn Đại thừa, đó là từ các luận của Long Thọ, một vị được Tây phương tôn là Đức Phật thứ hai, một đại sư được Phật giáo Đại thừa tôn xưng là tổ của Bát Đại Tông Môn Đại Thừa, người ta mới thấy tại sao ngài không khai tông lập môn, tại sao ngài luôn luôn tuyên bố ngài chỉ là người *trùng tuyên* giáo pháp của đức Phật. Quả thật, người thấu triệt giáo lý Long Thọ sẽ thấy rõ nguồn gốc tất cả các giáo lý của Long Thọ (và từ đó là căn bản giáo lý của tất cả tông môn Đại Thừa) đều từ các kinh Phật nguyên thủy mà phát triển, và bộ kinh *Bát Nhã Ba La Mật* (*prajñā pāramitā sūtra*) mà truyền thuyết cho rằng ngài Long Thọ đã mang từ Long Cung (*nāga*) về làm lập cước triết lý cho các tông môn Đại thừa sau này, cũng có liên hệ rất nhiều đến luận giải Adhidharma. Cho nên chúng ta thấy kinh Pháp Hoa (được Đại Thừa tôn là vua của các kinh Đại Thừa)

---

18. Xem Kogen Mizuno, *Kyoden: Sono Seritsu to Tenkai* (Buddhist Sutras: Origin, Development, Transmission), Kosei Publishing Co, 1980

cuối cùng vẫn xuy tôn *nhất thừa* mà bỏ qua các phân biệt cao thấp giữa các kinh điển hay tông môn. Để chúng ta nhận ra rằng các lý thuyết *phán giáo* (判教) của người Trung Hoa đời sau như "ngũ thời phán giáo" của Huệ Lập, "ngũ thời bát giáo" của Trí Khải dù là với thiện ý thống nhất các tông môn và giải thích sự khác biệt giữa các kinh điển Đại thừa, nhưng vẫn là những luận thuyết coi nhẹ kinh điển Tiểu thừa và xuyên tạc lịch sử.[19]

Ở đây tôi không muốn lập lại các trò chơi chữ rằng "cái thấp nhất là cái cao nhất" hay các xáo ngữ đã trở nên chiêu bài như "vô ngại" với "bất nhị" hay "vô tự chân kinh", hoặc "có thì có tự mẩy may, không thì cả thế gian này cũng không" của triết lý võ hiệp "dĩ vô chiêu thắng hữu chiêu" và lập lại hằng ngàn các "khẩu ngữ" rất phiêu hốt và lãng mạn của các văn thi sĩ dưới danh hiệu "thiền gia". Nhưng thấy rằng trong kinh nghiệm thực tế, nhiều khó khăn nan giải trong sự học Phật đã được giải quyết rất đơn giản trong kinh điển nguyên thủy từ ngàn xưa.[20] Cho nên tìm hiểu hay nghiên cứu đối chiếu hai bản kinh *nikāya* Pāli và *āgama* Sanskrit (qua bản dịch A-hàm) không phải là những bài học của phương pháp học hay tích lũy kiến thức, mà tự nó vốn là những đề tài quán chiếu rất cơ bản, mà ngay cả nhiều bậc kiệt liệt trong giới học Phật cũng thường bị chủ nghĩa tông môn cản trở trong hành trình giải thoát.

Năm 1962 Hòa Thượng Thích Minh Châu là một trong những học giả tiền phong đã nghiên cứu một cách hàn lâm về đề tài này trong luận án tiến sĩ "So sánh kinh Trung Bộ A-hàm Hán ngữ và kinh Trung Bộ Pāli" (*The Chinese Madhyāna Āgama and*

---

19. Không có một tài liệu lịch sử lẫn kinh điển nào chứng minh Phật dạy Hoa Nghiêm trong 21 ngày đầu tiên sau khi giác ngộ rồi sau đó là 12 năm chuyên dạy kinh A Hàm, rồi 22 năm tiếp theo chỉ dạy Bát Nhã v.v... Đây chỉ là truyền thuyết trong Phật giáo Trung Hoa.

20. "Ngô ngôn thậm dị tri dã, thậm dị hành dã. Nhi nhân mạc chi năng tri, mạc chi năng hành dã" *Đạo Đức Kinh*.

the Pāli Majjhima Nikāya: *A Comparative Study*). Phê bình về luận án này học giả Edward Conze không ngại lời tán thưởng luận án đã "bổ túc phần thiếu sót từ lâu của giới nghiên cứu về sự liên hệ giữa Phật giáo Bắc truyền với Nam truyền" để ý thức rằng "cả hai căn bản đều khởi từ một suối nguồn duy nhất".[21] Rất tiếc cho Phật giáo Việt Nam đã không có người tiếp tục sự nghiệp hoằng pháp mà Hòa thượng đã mở đường mà lại đầu tư vào sự nghiệp Phật giáo nhân sinh. Tuy nhiên, rất may mắn là thiện trí thức thế giới đã không quên đề tài nghiên cứu này. Nửa thế kỷ sau, năm 2011, học giả Analayo đã cho xuất bản tác phẩm lớn dầy 1084 trang mang tên là "Nghiên cứu tỷ giáo Trung Bộ-kinh" (*A Comparative Study of the Majjhima-nikāya*)[22] với cả phần nói rộng ngoài Hán ngữ (A-hàm) qua cả các tài liệu khác bằng Sanskrit.

Giới học giả Nhật Bản thì trước sau vẫn là những người tiền phong và sâu sắc về nghiên cứu giáo lý và đối chiếu văn bản - nhờ vốn học vấn Hán ngữ, Phạn văn (*Bonji* 梵字) và sẵn có truyền thống hàn lâm. Trong thế giới học Phật quốc tế ngày nay họ luôn luôn có những các học giả tên tuổi như Ui Hakuji, Akanuma Chizen, Masahāru Anesaki, Hajime Nakamura, Kogen Mizuno v.v. Hai tác phẩm Hán ngữ danh tiếng *Tạp A Hàm Hội Biên* và *Nguyên Thủy Phật Giáo Thánh Điển Chi Tập Thành* của Pháp sư Ấn Thuận cũng thừa hưởng các thành tích của các học giả Nhật Bản này. Sau đây chúng ta cần sơ lược về các kinh giữa năm bộ kinh *Nikāya* và bốn bộ kinh A-hàm (阿含) – Phần trùng lập giữa chúng được các học giả đạo sư coi là phần căn bản chung của kinh điển Phật giáo Nguyên Thủy trước khi phân chia Bộ Phái.

---

21. Conze, Edward, *Buddhist Studies 1934-1972, Futher Buddhist Studies*, Bruno Cassier 1975, tr. 214-5

22. Taipei: (Pháp Cổ Phật Học Viện) Dharma Drum Publishing Corporation, 2011

1- TRƯỜNG BỘ-KINH và TRƯỜNG A-HÀM

1-A: Trường Bộ-kinh (*dīgha-nikāya*)

Trong năm bộ kinh Nikāya đã làm thành toàn bộ Kinh Tạng của Phật giáo *Theravāda* thì Trường Bộ-Kinh (*dīghanikāya*) là gồm các bài kinh dài nhất trong các loại kinh văn hệ *Pāli*. Trường bộ kinh *dīgha-nikāya* có 34 kinh (sutta) – Từ đây tôi sẽ gọi *sutta* là *"tiểu kinh"* để phân biệt với cả tập *dīgha* đã gọi là *kinh*. Trong 34 tiểu kinh này có 29 tiểu kinh tương đương với 30 tiểu kinh của *Trường A-hàm*. Số 34 tiểu kinh này có thể chia làm ba *phẩm* (*vagga*)[23]:

1- *Silakkhandha-vagga* (phẩm Giới Uẩn) gồm 13 tiểu kinh giảng về các cấp giới luật: tiểu-giới dành cho mọi người; trung giới và đại giới dành cho bực tu hành cao. Có các tiểu kinh nổi tiếng như *Kinh Phạm Võng* (*brahmajāla*, 梵網經) nghĩa là "tấm lưới của Phạm thiên" bao trùm 62 kiến chấp, nói về các quan điểm triết học và siêu hình thời Phật giáo sơ khai; *Kinh Sa-môn Quả* (*sāmaññaphala*) nói về giáo lý của sáu đạo sư ngoại đạo thời Phật giáo sơ khai và về kết quả của đời sống Sa-môn.

2- *Mahā-vagga* (phẩm Đại) gồm các tiểu kinh 14-23. Đại-Phẩm gồm 10 tiểu kinh quan trọng nhất về lịch sử như kinh *Đại Bát Niết-Bàn* (大般涅槃經, *mahāparinibbāna-suttanta*) nói về những ngày cuối cùng của Phật Thích-ca.

3- *Patika-vagga* (phẩm Ba Lê Tử) là tên một tu sĩ ngoại đạo, gồm các tiểu kinh 24-34. bàn về các vấn đề khác nhau như vấn đề vũ trụ thành-hoại (kinh Ba Lê Tư), về khởi nguyên của thế giới (kinh Khởi Thế Nhân Bản /*Agganana Sutta*), bổn phận xã

---

23. Bộ-Kinh (*Nikāya*) thường chia làm nhiều nhóm gọi là *vagga* tôi dịch là "Phẩm". Mỗi *vagga* có nhiều *sutta* (có nghĩa là kinh (sutra) nhưng ở đây tôi dịch *sutta* là "Tiểu Kinh" vì chúng ta đã gọi Bộ-Kinh là "Kinh".

hội công dân (kinh *Giáo Thọ Thi-ca-la-việt* /*Singālovāda Sutta*) v.v...

1-B: Trường A-hàm (長阿含)

Trường A-hàm (長阿含) Hán văn là do Phật-Đà-Da-Xá (*Buddhayaśas*) – vốn là người Kế Tân và là luật sư của Pháp Tạng Bộ và Trúc Phật Niệm dịch từ Phạn văn *dīrgha-āgama* của Pháp Tạng Bộ (*dharmaguptaka*) vào năm 413. Hiện đã mất chính bản Sanskrit chỉ còn bản Hán văn tên là *Trường A-hàm* có trong *Đại Chính Tạng* (T) tập 1, số 1, trang 1-149 và chỉ có 30 tiểu kinh. *Trường A-hàm* gồm những pháp thoại dài, trình bày nhiều vấn đề căn bản. Văn chương và đại ý các tiểu kinh trong Trường A-hàm rất giống *Trường Bộ-Kinh*. Nội dung thì như trong *Tứ Phần Luật* đã có nói "Khi Đại Ca Diếp hỏi A-Nan "Kinh *Phạm Động* Phật nói ở đâu? Kinh *Tăng Nhất* nói ở đâu? Kinh *Tăng Thập* nói ở đâu? Kinh *Thế Giới Thành Bại* nói ở đâu? Kinh *Tăng Kỳ Đà* nói ở đâu? Kinh *Đại Nhân Duyên* nói ở đâu? Kinh *Thiên Đế Thích Vấn* nói ở đâu? A-Nan đều trả lời "Như kinh *Trường A-hàm* đã nói".[24] Qua đoạn văn ngắn này chúng ta vừa biết được phần nào nội dung và uy tín thẩm quyền của *Trường A-hàm*.

2- TRUNG BỘ-KINH và TRUNG A-HÀM

2-A: Trung Bộ-Kinh (*majjhima-nikāya*)

Trung Bộ-Kinh (*majjhima-nikāya*) văn hệ Pāli gồm có 152 tiểu kinh (*sutta*). Ngoài bản Pāli còn có một số mảnh nhỏ bản *Trung Bộ-Kinh* bằng Sanskrit (*madhyama-āgama*). Bản Pāli có 98 tiểu kinh giống với *Trung A-hàm* 中阿含 Hán ngữ. 152 tiểu

---

24. *Tứ Phần Luật* T22-1428, tr. 968 (do Phật Đà Da Xá và Trúc Phật Niệm dịch khoảng năm 412)

kinh của *Trung Bộ-Kinh* Pāli chia làm ba nhóm, mỗi nhóm có 5 phẩm (*vagga*):

1. *Mūlapaṇṇāsapāḷi*: Mūlapariyāya Vagga (gồm tiểu kinh 1-10), Sīhanāda Vagga (tiểu kinh 11-20), Opamma Vagga (21-30), Mahāyamaka Vagga (31-40), Mahāyamaka Vagga (41-50)

2. *Majjhimapaṇṇāsapāḷi*: Gahapati Vagga (51-60), Bhikkhu Vagga (61-70), Paribbājaka Vagga (71-80), Rāja Vagga (81-90), Brāhmaṇa Vagga (91-100)

3. *Uparipaṇṇāsapāḷi*: Devadaha Vagga (101-110), Anupada Vagga (111-120), Suññata Vagga (121-130), Vibhaṅga Vagga (131-140), Saḷāyatana Vagga (141-152)

2-B: Trung A-hàm (中阿含)

Trung A-hàm cũng do Phật Đà Da Xá (*Buddhayaśas*) và Trúc Phật Niệm (筑佛念) dịch ra Hán văn vào khoảng năm 415 từ Trung Bộ kinh (*madhyama-āgama*) của Thuyết Nhất Thiết Hữu Bộ (*sarvāstivāda*) gồm 222 tiểu kinh nhưng chỉ có 98 tiểu kinh giống với Trung Bộ-Kinh của bản *Pāḷi*. Trung A Hàm là bộ kinh quan trọng thường được nhiều đại sư cổ đức trích giảng. Như tên gọi, nội dung của từng tiểu kinh không quá ngắn như "Tạp A-hàm" cũng không dài như "Trường A-hàm". Các tiểu kinh thể hiện quan điểm của đức Phật hay các quan điểm tư tưởng đã được đức Phật cùng các đại đệ tử của ngài thuyết giảng cho mọi thành phần trong xã hội. Tùy theo sự tiếp thu của từng đối tượng, đức Phật có những lời khuyên dạy khác nhau nhưng đều chung một mục đích hướng đến an lạc và giải thoát.

3. TƯƠNG ƯNG BỘ-KINH và TẠP A-HÀM

3-A: Tương Ưng Bộ-Kinh (*saṃyutta-nikāya*)

Tương Ưng Bộ-Kinh (*saṃyutta-nikāya*) *Pāli* bao gồm nhiều kinh văn ngắn gọn nói sắp theo từng loại nên gọi là "tương ứng" có nghĩa là "tương ứng thích hợp" theo chủ đề, theo nhóm hay người đối đáp với Đức Phật. *Tương Ưng Bộ-Kinh* có khoảng 2,889 tiểu kinh (theo bản của Pali Text Society), bản tiếng Burmese có 2854 và bản Sinhalese có 7656 tiểu kinh. Các tiểu kinh được sắp vào 5 tập gọi là *vagga* (thiên): 1 - Thiên Có Kệ (*Sagāthā-vagga*) gồm 11 tập; 2. Thiên Nhân Duyên (*Nidāna-vagga*) có 10 tập; 3 - Thiên Uẩn (*Khanda-vagga*) có 13 tập; 4 - Thiên Sáu Xứ (*Salāyatana-vagga*) có 10 tập, và 5 - Thiên Đại Phẩm (*Mahā-vagga*) có 12 tập.

3-B: Tạp A-hàm (雜阿含**)**

Tạp A-hàm là bản Hán dịch hiện có trong *Đại Chính Tân Tu Đại Tạng Kinh* (từ đây sẽ gọi là *Đại Chính Tạng* và viết tắt là T.) gồm 1362 tiểu kinh, do Cầu-na-bạt-đà-la (*Guṇabhadra*, người Trung Ấn Độ) dịch vào đời Lưu Tống (435 Dương lịch). Theo *Lịch Đại Tam Bảo Ký* cho biết thì bản chữ Phạn do Pháp Hiển (320-420) mang về từ nước Sư Tử (?) nên ta có thể đoán rằng đây là bản của Hóa Địa Bộ (*Mahīśāsaka*). Nếu loại trừ ba kinh cho là chép nhầm vì nói đến truyện sau khi Đức Phật nhập diệt thì chỉ còn 1359 tiểu kinh. Vì Tạp A-hàm là kinh cơ bản nên tôi có kê cứu thành 4 phần với nội dung như sau:

1 – Phẩm thứ nhất nói về Ngũ Uẩn (có 112 tiểu kinh)

2 – Phẩm thứ hai nói về Lục Nhập Xứ (có 131 tiểu kinh) gồm 6 nội lục nhập là 6 căn mắt, tai, mũi, lưỡi, thân, ý và ngoại lục nhập là 6 cảnh sắc, thanh, hương, vị, xúc, pháp. Tổng cộng là 12 xứ vốn là vô thường, khổ, không, vô ngã, là pháp nghiệp hư dối, pháp tàn hoại, pháp sinh, già, bệnh, chết, sầu lo, phiền não, là pháp tập khởi, pháp diệt tận, là pháp biết, pháp phân biệt, pháp dứt trừ, pháp giác, pháp chứng, là ma, thế lực của ma, tất

cả đang bùng cháy.

3. Phẩm thứ ba nói về Tạp Nhân (có 168 tiểu kinh) gồm 57 tiểu kinh nói về Duyên Khởi, 65 tiểu kinh nói về Tứ Đế, 22 tiểu kinh nói về Giới, 24 tiểu kinh nói về Thọ.

4. Phẩm thứ tư là Đạo Phẩm (có 254 tiểu kinh) trình bày những phương pháp tu tập căn bản mà ta thường gọi là 37 phẩm trợ Đạo, gồm Tứ niệm xứ, Tứ chính cần, Tứ như ý túc, Ngũ căn, Ngũ lực, Thất bồ đề phần, Bát chính đạo, và một số kinh khác nói về pháp An-na-ban-na niệm, pháp Học và pháp Bất hoại tịnh. Bản trong Đại Tạng hiện tại thiếu mất hai phần Tứ Chính Cần và Tứ Như Ý Túc. Nói về Lực (*balāna*) 43 tiểu kinh. Nói về Giác chi (*saṃbodhyaṅga*) gồm 44 tiểu kinh. Nói về Bát Thánh đạo (*āryāṣṭāṅgika-mārga*) gồm có 53 tiểu kinh. Nói về pháp An-na-ban-na niệm (*anāpāna smṛti*) tức là một phần của Pháp Tứ Niệm Xứ, gồm có 15 tiểu kinh. Nói về Tam Học (***anāpāna smṛti***) gồm Tăng thượng Giới học (*adhiśīla*), Tăng thượng Tâm học (*adhicitta*) và Tăng thượng Tuệ học (*adhiprajñā*) gồm 17 tiểu kinh. Nói về Bất hoại Tịnh Pháp (Aveccappasāda) gồm 28 kinh. Nói về Tám Chúng (310 tiểu kinh) là tám đối tượng: Sát-lợi, Bà-la-môn, Tỳ-kheo, Tỳ-kheo ni, Đế thích, Ma, Phạm thiên, Chư thiên, Dạ xoa, Lâm thần và Tôn giả Bà-kỳ-xá. Đệ Tử Sở Thuyết (86 kinh): nói về các ngài Xá Lợi Phật, Mục Kiền Liên, A Na Luật, Ca Chiên Diên, A Nan, Trưởng giả Chất-đa-la. Như Lai Sở Thuyết (298 tiểu kinh). - Liên quan đến Tỳ-kheo La-đà (Rādha), có 22 tiểu kinh. Nói về Nhận Thức có 39 tiểu kinh. Đoạn Tri có 16 tiểu kinh. Liên quan đến các cõi Thiên, có 12 tiểu kinh. Liên quan đến sự Tu chứng, có 19 tiểu kinh. Nói về Nhập Giới Ấm có 10 tiểu kinh. Bất Hoại Thối Tín, có 18 tiểu kinh - Đại Ca-diếp vấn Xá Lợi Phất, có 11 tiểu kinh. Thôn trưởng Tụ lạc chủ, có 10 tiểu kinh. Ma-ha-nam (Sakkamahānāma) vấn đạo có 10 tiểu kinh. Sinh tử từ vô thỉ kiếp, gồm 20 tiểu kinh. Ngoại Đạo Xuất Gia gồm 15 tiểu kinh. Nói về Bệnh Tật có 18 tiểu kinh …

Trong bốn bộ A-hàm, *Tạp A-hàm* là bộ kinh lớn nhất và cũng được hình thành sớm nhất. Nội dung chứa đựng toàn bộ giáo lý nền tảng của Phật giáo, giải thích và định nghĩa rõ ràng các thuật ngữ Phật học, đồng thời còn bảo tồn phong cách nguyên thủy các thuật ngữ ấy. Lẽ dĩ nhiên phải có những phần do đời sau thêm vào, nhưng cũng thường đều được hình thành vào thời kỳ sớm nhất nên chúng ta có thể thấy được ít nhiều hương vị thuần nhất của thời kỳ Phật giáo nguyên vị. Cho nên *Tạp A Hàm* chính là bản đồ học Phật lý tưởng cho mọi đối tượng. Từ người sơ cơ cho đến những người uyên bác giáo lý Đại thừa muốn một lần nữa trở về trong hương vị thuần nhất chân chất của Đạo Phật.

4. TĂNG CHI BỘ-KINH và TĂNG NHẤT A-HÀM

4-A: Tăng Chi Bộ-Kinh (*aṅguttara-nikāya*)

Tăng Chi Bộ-Kinh (*aṅguttara-nikāya*) gồm những tiểu kinh có tên là con số (pháp số) được sắp theo thứ tự pháp số tăng dần một (*aṅguttara*) nên gọi là "tăng nhất" hay "tăng chi" gồm 11 tập, từ *ekaka-nipāto* (tập một) cho đến *ekādasako nipāto* (tập mười một). *Tăng Chi Bộ-Kinh* có hơn 2,300 tiểu kinh, con số không thống nhất vì có học giả sắp cắt theo đoạn, nên có thể lên đến 7,557 tiểu kinh.

4-B: Tăng nhất A-hàm (增一阿含)

Tăng nhất A-hàm là bản dịch Hán văn từ bản Phạn ngữ *ekottara-āgama* (ekattara có nghĩa là "tăng một") do Cù-đàm tăng già đề-bà (*samghadeva*) là người Kế Tân dịch từ bản Tăng Chi Bộ chữ *Pali* của Đại Chúng Bộ (*mahāsāṅghika*). Tuy nhiên có rất nhiều tài liệu cho biết đã có nhiều người dịch khác nữa. Tôi chỉ rút ra được một nhận xét chung là *Tăng Nhất A Hàm* được dịch rất sớm, ít nhất là trước thời ngài Đạo An (312-385). Hiện nay trong Hán tạng, *Tăng Nhất A-hàm* chỉ có 451 tiểu kinh, quá ít, so với hằng ngàn tiểu kinh của Tăng Chi Bộ-Kinh (aṅguttara-nikāya).

5- TIỂU BỘ-KINH *Khuddaka Nikāya*

Tiểu Bộ Kinh *Khuddaka Nikāya* tuy không có nguyên một bộ A-Hàm Hán văn tương đương như trong 4 bộ A Hàm tương đương ở trên nhưng có rất nhiều tiểu bộ kinh trong đó đã được dịch ra Hán văn rất sớm, thí dụ như kinh Pháp Cú hay Phật Sự.

Khuddaka Nikāya không có nghĩa là "bộ kinh nhỏ" như chúng ta thường hiểu lầm theo nghĩa "小部" (tiểu bộ) mà phải hiểu theo chữ Pāli *Khuddaka Nikāya* có nghĩa là "tập hợp các bộ-kinh nhỏ" có từ Sanskrit tương đương là *Kṣudraka Āgama*. Vì là "tập hợp" có nghĩa là "tập hợp sau" khi đã có 4 bộ *Nikāya* đầu tiên kết tập, cho nên không phải tất cả các bộ phái đều có bộ này. Cho nên *Khuddala Nikāya* là ý chỉ các tiểu kinh rời rạc được tìm thấy sau bốn bộ *Nikāya* đầu tiên đã kết tập xong. Lý do có thể qua nội dung *một số* tiểu kinh cho thấy chúng là phần sáng tác về sau các kỳ kết tập lần thứ ba. Đó cũng là lý do một số kinh nổi tiếng, có lẽ trước kia là kinh độc lập sau mới được đưa vào Tiểu Bộ-Kinh như kinh Pháp Cú (*dhammapada),* kinh Milida Vấn Đạo (*milindapanha).* Vì Việt Nam thường chỉ dịch kinh Phật từ văn liệu chữ Hán (Hán ngữ) cho nên khi Hán tạng không tập hợp các tiểu kinh này thành Tiểu Bộ (*Kṣudraka Āgama*) thì người học Phật Việt Nam trước đây cũng không ai chú ý. Tuy nhiên có nhiều tiểu kinh danh tiếng trong *Tiểu Bộ-Kinh* Pāli được coi là độc lập thì cũng đã được dịch ra Việt ngữ khá sớm như kinh *Pháp Cú* (法句), *Bổn Sanh* (本生), *Bổn Sự* (本事). Tiểu Bộ-Kinh theo bản truyền thống gồm 16 tiểu kinh:

1- Tiểu Tụng (小頌, *khuddaka-pātha*) gồm các tiểu kinh quy định về thực hành nghi lễ. Gồm cả 9 kinh ngắn do Đức Phật thuyết về Tam Quy, Thập Giới, Từ Bi cho các đệ tử mới học đạo.

2- Bổn Sanh (本生, *jātaka*) hay chuyện tiền thân Đức Phật, gồm 547 truyện ngắn theo thể văn xuôi xen lẽ thi kệ.

3- Phật Sử (佛種性, *buddhavaṃsa*): truyện kể đời sống 24 đức Phật có trước Phật Thích-ca từ Phật *Dipankara* (Nhiên Đăng) đến Phật *Kassapa* (Ca Diếp) và phương cách các Đức Phật chuyển Pháp luân.

4- Pháp Cú (法句 - *dhammapada*) gồm 426 kệ trong 26 chương về các nguyên lý căn bản đạo Phật.

5- Tự Thuyết (自說 - *udāna*) gồm 80 bài giảng ngắn của Đức Phật do chính đức Phật dạy không phải do được người khác hỏi mà trả lời.

6- Tập Bộ (集部 - *sutta-nipāta*) một trong những kinh điển cổ nhất có giá trị văn chương đặc biệt.

7- Trưởng lão tăng kệ (長老僧偈 - *theragāthā*) ghi lại 107 bài kệ của các vị tăng cảm tác từ đời sống tu tập.

8- Trưởng lão ni kệ (長老尼偈 - *therīgāthā*) gồm 73 bài kệ của các vị ni. Trưởng lão tăng kệ và Trưởng lão ni kệ phản ảnh đời sống thanh tịnh của những người tầm cầu giải thoát.

9- *Thí Dụ* (*apadāna*).

10- *Kinh Tập* (*suttanipāta*)

11- *Hạnh Tạng* (*cariyāpitaka*)

12- *Đại Nghĩa Tích* (*mahāniddesepa*).

13- *Tiểu Nghĩa Tích* (*culaniddesa*).

14- *Đạo Vô Ngại Giải* (*patisambhidamagga*).

15- *Ngạ Quỉ Sự* (*petavatthu*).

16- *Phật Sử* (*Buddhavamsa*)

Tóm lại như chúng ta đã nói kinh Phật nguyên thủy phần lớn do các kinh chư tăng trong các kỳ kết tập ghi nhớ và đã cùng nhau tụng đọc ôn tập. Các kinh *Nikāya* và *A-hàm* (agama) ở trên chính là các bộ kinh xuất phát từ ba kỳ đại hội kết tập đầu tiên. Đây chính là tài liệu cổ nhất mà chúng ta hiện đang có. Tuy nhiên trải qua bao năm truyền khẩu chắc chắn là phải có sai lầm vô ý và cố ý của người hay tông môn truyền bá.[25] Nên cách tốt nhất là hãy so sánh các tài liệu hay văn bản cổ nào khác, dù chỉ là một đoạn văn ngắn nhất, mà chúng ta có thể có được.

Sự thật chúng ta phải chấp nhận là không thể nào chúng ta có thể hoàn toàn phục hoạt nguyên trạng của kinh điển như chính lời Đức Phật từ hai mươi sáu thế kỷ trước. Nhưng đừng vì vậy mà rơi vào quan điểm "bất khả tri" của kẻ thiếu trí tuệ. Cũng nên nhớ là có nhiều kinh trong Tam Tạng Bắc truyền cũng như Nam truyền dù không do Đức Phật tuyên thuyết mà đôi khi còn có "khách mời" nhưng sau đó Đức Phật đều tán thán và khuyên mọi người nghiêm chỉnh phụng hành, thì từ xưa các bậc cổ đức cũng đều coi như là chính lời của Phật. Cho nên cả truyền thống Bắc truyền và Nam truyền đều cũng đã sắp các kinh như thế vào phần "Phật Thuyết" hay "lời Phật" (*Buddha-vacana*). Vì vậy trong *Đại Trí Độ* ngài Long Thọ đã hơn một lần khẳng định *"Kinh Phật không hẳn tất cả đều là từ kim khẩu của Đức Phật, mà chính là những gì chân thực, là những gì mang lại ơn ích và đưa dẫn con người đến giải thoát"*.[26] Chúng ta nên lấy đó làm

---

25. Thích Minh Châu đã liệt kê 22 điều khác biệt trong 97 tiểu kinh trùng hợp trong *Trung Bộ-Kinh* và *Trung A-hàm*, thí dụ như bản Hán ngữ có nhiều đoạn Đức Phật khen ngợi Đại Ca Diếp (*mahākāsyapa*) là đệ tử căn bản nhất của ngài, nhưng bản Pāli lại đổi là Xá Lợi Phất (*sāriputra*). Trong các đoạn Đức Phật xác định giáo Pháp của ngài là Thượng tọa bộ (*Theravāda*) thì bản Hán ngữ cắt bỏ. Trái lại bản Hán ngữ có những đoạn phê bình A La Hán chưa toàn bích thì cũng không tìm thấy trong bản Pāli.

26. Hiện nay chúng ta đã có bản dịch Việt ngữ cho cả hai bộ Nikāya Pāli và A-hàm Hán văn. Đây là một công trình quan yếu, dù muộn màng. Chỉ đáng

kim chỉ nam cho việc học Phật.

IV – LUẬT TẠNG (*vinaya-piṭaka* 律藏)

Theo tinh thần của các kỳ kết tập thì Luật Tạng *vinaya-piṭaka* được kết tập cùng lúc với các kinh (*Nikāya*/ āgama) ngay trong kỳ kết tập đầu tiên. Luật là khuôn phép căn bản của đời sống một tu sĩ xuất gia. Theo truyền thống thì từ ban đầu Luật Tạng đã được chi làm hai phần là Luật Tỳ Khưu và Luật Tỳ khưu ni. Theo "Tỳ Khưu Giới Kinh" cổ bản thì chỉ có tứ Ba-la-di (*pārājika*) và mười ba giới Tăng-già ba-thi-sa (*sanghāvaśesa*), hai giới bất định (*aniyata*), ba mươi giới Tì tát kỳ Ba-dật-đề, chín mươi hai giới Ba đật đề (*pātayantika*), bốn Hối quá (*pratideśaniya*), tổng cộng là 145 giới. Hiện tại theo truyền thống 250 giới là lấy thêm *Chúng Học Pháp, Thất Diệt Tránh* thêm vào làm phương tiện học tập. Ở đây chúng ta không đi vào chi tiết các giới luật này, tuy nhiên như đã nói căn bản các luật giới các tông môn không khác nhau nhiều. *Việc này chứng tỏ các bộ phái từ trước thời phân chia 18 bộ phái đều rất nghiêm ngặt trong vấn đề giới luật.* Hiện nay ngoài Luật Tạng Pāli chúng ta còn có được tới năm bộ luật tạng của các bộ phái khác có bản dịch Hán văn in trong Đại Chính Tạng. Lẽ dĩ nhiên đây không phải là tất cả, vì thời phân chia bộ phái chúng ta đã thấy có đến 18 hay 20 bộ phái, thì nếu đầy đủ thì chúng ta cũng phải có 18 hay 20 bộ Luật Tạng tương ứng.

Trong kinh tạng Pāli hiện nay thì chúng ta chỉ có một tạng luận *Vinaya-pitaka* vì đó chỉ là Luật Tạng của một bộ phái (nay gọi là *Theravāda*). Trong khi đó Phật giáo Bắc truyền trong kinh tạng Hán văn chúng ta có đến năm bộ Luật Tạng của các bộ phái khác (dù ngày nay không còn truyền thừa). Năm Luật

---

tiếc là người Việt Nam từ xưa thường không có duyên với sinh hoạt học thuật cho nên trừ một số rất ít tu sĩ cũng như Phật tử quan tâm, nghiên cứu kinh luận thường không phát triển và không được ủng hộ.

Tạng này đã được đã được dịch ra Hán văn như sau: (1) *Luật Ma Ha Tăng Kỳ* do Phật-bà-đạt-đà-la và Pháp Hiển dịch thời Đông Hán, (2) *Ngũ Phần Luật* do Phật-Bà-thập và Trí Thắng dịch, (3) *Tứ Phần Luật* do Phật Đà Da Xá (*Buddhayasas*) và Trúc Phật Niệm dịch, (4) *Thập Tụng Luật* do La Thập dịch, (5) *Luật Căn Bản Thiết Hữu Bộ* do Nghĩa Tịnh dịch. Các bộ luật này đều xuất phát từ Tiểu thừa nhưng đều được các bộ phái Đại thừa tuân thủ. Đặc biệt là Tứ Phần Luật của Pháp Tạng Bộ (*dharmaguptaka*) chính là cơ sở của Nam Sơn Luật Tông Trung Hoa.

V – LUẬN TẠNG (*abhidharma-piṭaka* /論藏)

Trên nguyên tắc phân chia kinh luận Phật giáo thì chúng ta có "ba giỏ" hay "ba kho" chứa kinh gọi là Tam Tạng (*tripiṭaka* 三藏) Kinh- Luật- Luận. Trong kỳ kết tập đầu tiên không có tạng Luận, vì Luận Tạng (*Vinaya Pitaka* hay *adhidharma- piṭaka*) chỉ là phần thêm vào trong kỳ Kết Tập thứ ba dưới triều vua A-Dục. Vì thế chúng ta có nhiều *Abhidrama* của các bộ phái khác nhau và nội dung của chúng cũng khác nhau. Phần trên chúng ta đã giới thiệu về nội dung của Kinh Tạng (*sūtra-piṭaka* / 經藏) và Luật Tạng (*vinaya-piṭaka*). Đến đây chúng ta cần sơ lược về tạng thứ ba là Luận Tạng (*abhidharma-piṭaka* 論藏). *Abhidharma* thường được dịch âm là A-tì-đạt-ma hay A tỳ đàm và dịch nghĩa là *Luận*, được coi là cơ bản lý luận (nên được gọi là *luận*) được dùng để luận giải kinh – nên abhidharma có nghĩa là "vô tỷ pháp" là giáo pháp vô song, vượt trên mọi giáo pháp –. Luận tạng chỉ được kết tập trong kỳ rất muộn so với 2 tạng trước, theo đó thì luận tạng chỉ được thiết lập trong kỳ kết tập thứ ba dưới thời vua A Dục. Tuy nhiên không phải các tông phái đều đồng ý với tư tưởng này, cụ thể là Kinh Lượng Bộ (*Sautrāntikā*) tách khỏi Nhất Thiết Hữu Bộ (*Sarvāstivada*) vì họ chỉ tin vào *kinh* mà không chấp nhận thẩm quyền giải thích của Abhidharma. Ngày nay chúng ta biết rằng sự thật Luận Tạng chỉ xuất hiện sau khi Phật giáo phân liệt thành 18 bộ phái. Cho nên chúng ta thấy có nhiều bộ A tì đàm và đều mang dấu vết của các bộ phái khác nhau.

Phân Loại Kinh Phật:

Trong kinh Phật, phần quan trọng nhất gọi là "Phật Thuyết" (Buddha-vacana) hay "lời Phật dạy" thì chúng ta đã thấy có cả những bài pháp thoại không phải do chính đức Phật nói mà gồm cả những bài giảng không phải của chính đức Phật thuyết. Nhiều trường hợp chỉ là do những đệ tử của Phật giảng, nhưng sau đó được Phật chuẩn xác. Cho nên những trường hợp như thế sau này kinh điển Tiểu thừa cũng như Đại thừa cũng đều được sắp vào phần "Phật thuyết" (*buddhavacana*). Các bài giảng của Phật được sắp xếp làm 12 phần giáo gọi là "Thập Nhị Bộ Kinh"[27] tức là mười hai chủng loại của tất cả những kinh mà được tin là "Lời Phật Dạy" (*Buddha-vacana*):

1. **Kinh** (經, *sūtra*) hoặc Khế kinh (契經), hoặc dịch theo âm *Tu-đa-la* (修多羅), chỉ những bài kinh chính đức Phật thuyết.

2. **Trùng Tụng** (重頌, *geya*) hoặc *Ứng tụng* (應) dịch theo âm là Kì-dạ (祇夜). Đây là một dạng kệ tụng mà trong đó nhiều câu được lặp đi lặp lại (trùng).

3. **Thụ Ký** (受記, *vyākaraṇa*), dịch âm là Hoa-già-la-na (華遮羅那). Đây là những lời do Phật chứng nhận cho các đệ tử mai sau thành Phật hoặc các việc sẽ xảy ra.

4. **Kệ-Đà** (偈陀, *gāthā*), cũng thường được gọi là *Ký chú* (記註) hay *Phúng tụng* (諷頌), gồm những bài thi kệ.

5. **Tự Thuyết** (自說, *udāna*) hoặc *Tán thán kinh* (讚歎經),

---

27. Về 12 Phần Giáo do kinh A-hàm giải thích đầy đủ, Nikāya chỉ cấp nhận 9 phần đầu.

dịch âm là Ưu-đà-na (憂陀那). Tự Thuyết là những bài kinh mà Phật tự thuyết, không đợi người thỉnh cầu.

6. **Như Thị Pháp Hiện** (如是法現, *itivṛttaka*) hoặc *Bản sự kinh* (本事經), dịch theo âm là Y-đế-mục-đa-già (醫帝目多伽). Đây là những bài kinh nói về sự tu nhân chứng quả của chư vị cổ Phật.

7. **Bản Sinh kinh** (本生經, *jātaka*), dịch âm là Xà-đà-già (闍陀伽). Nhân giảng về nhân duyên, Phật nói về đời quá khứ của các Phật, công hạnh của các thánh nhân..

8. **Phương Quảng** (方廣), *Phương đẳng* (方等, *vaipulya*) hoặc Quảng đại kinh (廣大經). Phương quảng dịch theo âm là Tì-phật-lược (毗佛略). "Quảng" có nghĩa là rộng rãi nên còn chỉ chung các kinh Đại Thừa;

9. **Hi Pháp** (希法, *adbhutadharma*) hoặc *Vị tằng hữu* (未曾有), dịch theo âm là A-phù-đà đạt-ma (阿浮陀達磨). Là các kinh nói về thần lực chư Phật thị hiện, cảnh giới kì diệu, người phàm không hiểu nổi.

10. **Luận Nghị** (論議, *upadeśa*), cũng gọi là *Cận sự thỉnh vấn kinh* (近事請問經) dịch theo âm là Ưu-ba-đề-xá (優波提舍) chỉ những bài kinh có tính cách lý luận rõ ràng. Luận Tạng về sau phát triển từ đây.

11. **Nhân Duyên** (因緣, *nidāna*) hay *Quảng thuyết* (廣說), dịch âm là Ni-đà-na (尼陀那). Là những bài kinh nói về nhân duyên khi Phật thuyết pháp.

12. **Thí Dụ** (譬喻, *avadāna*) còn gọi là *Diễn thuyết giải ngộ kinh* (演說解悟經), dịch theo âm là A-ba-đà-na (阿波陀那). Đây là loại kinh mà trong đó Phật sử dụng những thí dụ, ẩn dụ.

Mười hai loại kinh sắp theo tiêu chí như trên là do luận *Đại*

Trí Độ đề xuất.²⁸ Phật giáo Nam Truyền thì nhận có chín loại đầu tiên của danh sách trên. Theo tôi thì "Thập Nhị Bộ Kinh" chỉ là ý kiến sắp xếp của người đời sau, hoàn toàn không có gì quan trọng vì không liên quan đến nội dung. Ví thử ngày nay vì nhân duyên nào đó chúng ta sắp lại thứ tự, gộp chung lại hay thêm ra nhiều loại thì thiết tưởng cũng vô hại.

Kinh Phật và Tam Pháp Ấn

Vì có quá nhiều kinh Phật, nên từ xưa người học Phật đều biết về "*Tam Pháp Ấn*" thông thường thường được dùng để xác định những gì gọi là Phật Kinh, chứng nhận cho tính cách chính thống của giáo pháp đức Phật đã giao truyền. *Tam Pháp Ấn* "vô thường, vô ngã và Khổ"²⁹ chính là ba tiêu chí như ba con dấu khẳng định giáo pháp của Đức Phật đã được xác định trong nhiều kinh luận Phật giáo *Theravāda* cũng như Đại Thừa.³⁰ Đó là tiêu chuẩn để thẩm định đâu là giáo lý của đức Phật mà các kinh luận phải chuyên chở. Quả thật không phải chỉ có ở Ấn Độ trong thời gian xưa mà cho đến tận ngày nay, giáo lý về *Vô Thường, Vô Ngã* và *Khổ* của Tam Pháp Ấn vẫn là giáo lý độc đáo, là giáo lý trung tâm của toàn bộ hệ thống tư tưởng Phật giáo. Một cơ sở giáo lý khiến Phật giáo khác hẳn với mọi tôn giáo đã và đang hiện diện trên trái đất này.

Tóm lại để định danh cho tính cách chính thống giáo pháp của Đức Phật giao truyền, tất cả kinh điển đạo Phật đều phải mang ba dấu ấn (Tam Pháp Ấn) là xác định nội dung của nó là

---

28. *Đại Chính Tạng*, T.25, tr. 306-308
29. Theo lý giải phổ biến khác thì Tam Pháp Ấn là "chư hành *vô thường*, chư pháp *vô ngã, niết bàn* tịch tĩnh".
30. *Tam Pháp Ấn* được giảng chi tiết trong *Pháp Ấn Kinh*, trong *Tương Ưng Bộ-Kinh*, trong kinh 99 của Tạp A Hàm và *Trí Độ Luận* của Long Thọ.

giáo lý dạy về *vô thường vô ngã* và *khổ*. Giáo lý nào không có ba dấu ấn đó thì không phải là giáo lý chính thống của Phật Giáo. Kinh luận nào không có ba dấu ấn đó thì chẳng thể là kinh Phật. Chúng ta sẽ trở lại vấn đề này trong phần giới thiệu nội dung kinh điển của Tam Thừa và phần thảo luận về Kinh Giả và Ngụy Kinh ở chương cuối cùng. Ở đây, chúng ta có thể tóm lược về kinh Phật nguyên thủy:

1. Kinh điển nguyên thủy không hoàn toàn phải chỉ là kết quả của kỳ kết tập thứ nhất, mà nó luôn luôn được bổ xung trong các kỳ kết tập sau đó. Điển hình là chúng ta thấy có những tiểu kinh trong năm bộ *Nikāya* ghi các sự kiện xẩy ra sau ngày Đức Phật nhập Niết Bàn.

2. Kinh điển nguyên thủy không hoàn toàn chỉ do Đức Phật thuyết. Thí dụ như có những tiểu kinh do các đệ tử của đức Phật giảng, như các tiểu kinh do Shapiputtra (Xá Lợi Tử) giảng (kinh *Sacchavivhanga*), do ni Dhammadinna giảng (kinh *Chulavedalla*), hay cư sĩ Chitta giảng v.v.

3. Kinh điển nguyên thủy được mọi người kính trọng vì chúng *gần* với kim khẩu Đức Phật nhất, nhưng đừng coi nguyên văn từng chữ từng câu đều y nguyên lời Đức Phật.

4. Ngoài việc chia sẻ phần kinh điển nguyên thủy này của Bộ-Kinh (*nikāya*) và A-Hàm (*āgama*), Đại thừa và Kim Cang thừa còn có các nguồn kinh riêng của họ. Chúng ta sẽ trở lại đề tài này trong chương "Tam Tạng Kinh Của Tam Thừa"

Đế Quốc Khổng Tượng của vua A-Dục

(Emprire of Asoka)

322 BC–185 BC

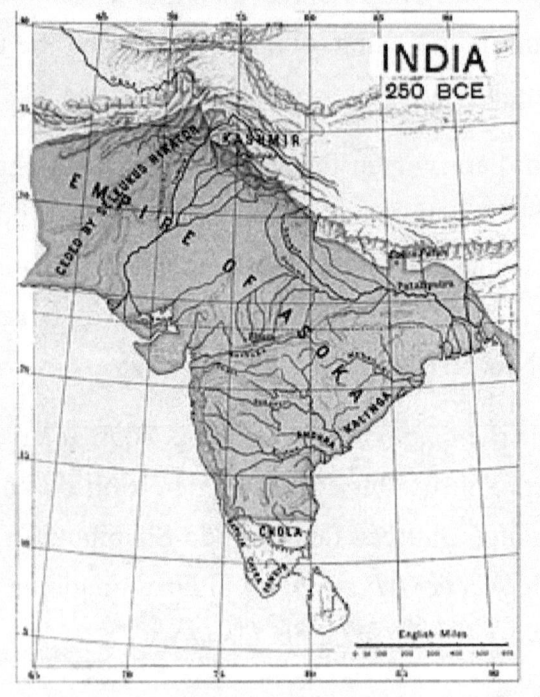

The maximum extent of the Maurya Empire c. 250 BCE (see also this alternative map

CHƯƠNG III
NGÔN NGỮ CỦA KINH PHẬT

I. ĐỨC PHẬT NÓI TIẾNG GÌ?

Trong một đại lục có hằng trăm ngôn ngữ và phương ngữ như Ấn Độ, một quốc gia mà cho đến ngày nay bắt buộc phải ghi vào hiến pháp đến 22 ngôn ngữ đều là ngôn ngữ chính thức của quốc gia[31] thì câu hỏi rằng trước đây hai mươi lăm thế kỷ Đức Phật nói ngôn ngữ nào thì tưởng như là một câu hỏi không thể trả lời.[32] Nhưng hầu như bất cứ một nhà ngôn ngữ học lịch sử nào ngày nay cũng có thể trả lời là "Đức Phật nói tiếng *Magadhi Prākrit*". Câu trả lời nhanh chóng của họ không khỏi khiến chúng ta ngạc nhiên và nghi ngại tự hỏi tại sao họ có thể biết một cách chắc chắn như thế? Lẽ dĩ nhiên câu trả lời này không phải là tùy

---

31. Chỉ thí dụ trong một vở kịch cổ điển chúng ta sẽ thấy các diễn viên đối thoại một cách tự nhiên bằng ngôn ngữ đặc thù của giai cấp mình: Vua chúa giáo sĩ nói với nhau bằng *Sanskrit*, hoàng hậu và cung đình nói tiếng *Shauraseni*, thương gia và nghệ nhân nói tiếng *Magadhi*, quần chúng nói tiếng *Paishachi*, và ngay cả ca nhạc cũng dùng riêng loại ngôn ngữ riêng rất uyển chuyển gọi là *Maharashtri*.

32. Ngay các trụ pháp danh tiếng của A Dục Đại Đế (Aśoka) sống sau Đức Phật hai trăm năm, được dựng lên ở tám vùng lãnh thổ của đế quốc này với cả năm ngôn ngữ viết bằng văn tự *Brahmi* và *Kharosthi*.

tiện mà là kết quả của một học vấn vững trãi. Dù rằng câu trả lời "Đức Phật nói tiếng *Magadhi Prākrit*" chưa chắc được toàn thể mọi người hài lòng, nhưng chúng ta biết câu trả lời này là thành quả của nhiều nghiên cứu quan trọng trong những năm vừa qua của nhiều nhà nghiên cứu khắp thế giới. Để hiểu được trọn vẹn câu trả lời này, chúng ta cần được giải thích chi tiết hơn hơn về ý nghĩa hai thuật ngữ *Magadhi* và *Prākrit*.

Magadhi "ngôn ngữ Ma Kiệt Đà"

Khi nói "Đức Phật nói tiếng *Magadhi-Prākrit*" chúng ta cần phải hiểu rõ hai từ *Magadhi* và *Prākrit*. Trước hết, *Magadhi* (còn gọi là *Magahi*) là một phương ngữ quan trọng và phổ biến trong nhiều ngôn ngữ cùng gốc được dùng ở vương quốc *Magadha* (Ma kiệt đà) của Ấn Độ thời cổ. Đức Phật vốn là hoàng tử của tiểu quốc nằm cạnh vương quốc này và ngài đã sống ở *Magadha* trong 25 năm.

Ngày nay còn có hơn 20 triệu người tiếp tục nói tiếng Magadhi ở các vùng *Bihār* thuộc miền Tây Bengal và Đông Ấn Độ. Trong cuộc nghiên cứu và khảo sát cuối cùng năm 1961 thì tiếng Magadhi được coi là đã sát nhập vào ngôn ngữ *Hindi* (là ngôn ngữ phổ thông nhất hiện nay của người dân Ấn Độ). Vì vậy trong thông kê năm 2001 mới đây cho biết số người nói thuần tiếng Magadhi như tiếng mẹ đẻ chỉ còn 12 triệu người.

Nên nhớ so sánh với số người nói tiếng Sanskrit ngày nay chỉ còn vài trăm ngàn người nói như tiếng mẹ đẻ (không cần học mà biết) nhưng vẫn được công nhận là một trong 22 ngôn ngữ chính thức của Ấn Độ hiện đại. Lý do chính là vì ảnh hưởng văn hóa của Sanskrit trong văn hóa Ấn Độ dù ngày nay chỉ còn là ngôn ngữ mẹ đẻ của một dân số rất nhỏ. Đây là khái niệm căn bản cần biết khi chúng ta sẽ nói đến ngôn ngữ Sanskrit ở sau. Ở đây chúng ta cũng cần hiểu ý nghĩa căn bản này để so sánh với một cổ ngữ khác là ngôn ngữ *Pāli*, vì *Pāli* dường như từ xa xưa chưa bao giờ là ngôn ngữ mẹ đẻ (người ta phải học mới biết) và hơn nữa *Pāli* đã là một *tử ngữ* ở Ấn Độ từ thế kỷ X - nhưng *Pāli* vẫn chỉ sống sót ở các quốc gia Đông Nam Á theo Phật giáo *Theravāda*.

Theo lịch sử ngữ học Ấn Độ thì tiếng *Magadhi* ngày nay được coi là hậu duệ chính thức của ngôn ngữ Aryan-Ấn Độ thời Trung cổ vốn có tên là *Magadhi Prākrit*. Thời Đức Phật còn tại thế thì *Magadhi Prākrit* là ngôn ngữ phổ thông của vương quốc *Magadha* (Ma-kiệt-đà) một trong 16 vương quốc lớn nhất đương thời. Theo kinh Phật và Kỳ Na giáo thì chúng ta biết Magadha là vương quốc thuộc triều đại *Haryanka*, một triều đại kéo dài gần hai thế kỷ (từ năm 543 đến năm 413 trước Dương lịch). Thời đại này người ta thường gọi tên quốc gia theo thủ đô của nó, nên Magadha vừa là tên thủ đô vừa là tên nước. Đọc kinh Phật chúng ta không xa lạ gì với tên hai vị vua danh tiếng của Ma Kiệt Đà là vua Tần Bà Sa La (*Bimbisāna*) và con là vua A Xà Thế (*Ajātashattu*). Cho nên *Magadhi-Prākrit* có nghĩa là "tiếng phổ thông của vương quốc Ma Kiệt Đà" hay "ngôn ngữ của vương quốc *Magadha*".[33]

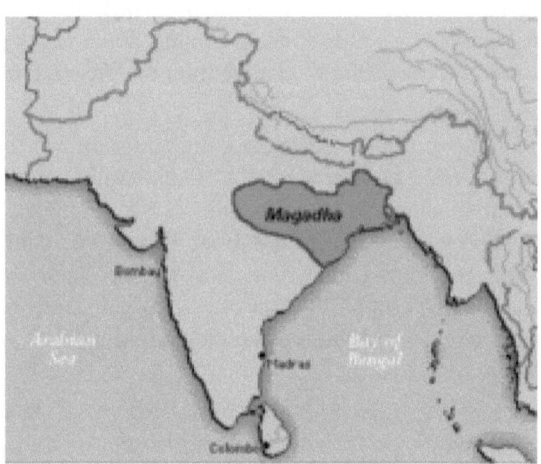

Vương Quốc *Magadha* (Ma Kiệt Đà)

---

33. *Prākrit* là thuật ngữ ngữ học chỉ chung *tất cả* các phương ngữ Ấn Độ thời trung cổ "Middle Aryan-Indo Languages"

Trong 49 năm hành đạo (theo *Theravāda* là 45 năm) Đức Phật dù không sinh trưởng ở Magadha nhưng ngài thường xuyên cư trú và truyền giáo ở vương quốc này trong suốt 25 năm.[34] Magadha vào thời Đức Phật gồm các phần đất nằm quanh vùng *Bihār*, phía nam sông Hằng và đông sông Son, tức là trải dài từ Bangladesh cho đến tận Nepal ngày nay. Như chúng ta biết rằng Ấn Độ không phát triển về thông sử như Trung Hoa,[35] cho nên phần nhiều chúng ta chỉ biết về vương quốc này qua sự liệu của các tôn giáo như Phật giáo và Kỳ Na giáo. Trong kinh luận Phật giáo có nói nhiều về vương quốc Ma Kiệt Đà (*Magadha*) với hai vị vua nổi tiếng là vua Tần Bà Sa La (*Bimbisāra*) và người hậu duệ là A Xà Thế (*Ajātashattu*)[36], cả hai đều là đệ tử tại gia của Đức Phật và A Xà Thế chính là người bảo trợ cho kỳ Kết Tập kinh Phật lần thứ nhất. Sau khi Đức Phật nhập Niết Bàn, ngôn ngữ *Magadhi* vẫn tiếp tục phát triển và cũng là ngôn ngữ phổ thông của triều đại Khổng Tước (*Mauaryan*) thời A Dục Đại Đế (*Aśoka*) trị vì từ năm 272 đến 231 trước Dương lịch. Ngôn ngữ

---

34. "Tứ Động Tâm" là từ chỉ về bốn địa điểm mà phật tử thường hành hương thăm viếng là *Lumbini* (nơi Đức Phật đản sinh), *Bodh Gaya* (nơi Đức Phật đắc đạo), *Kushinagara* (nơi Đức Phật nhập diệt) và *Mrigadava* (nơi Đức Phật giảng Pháp lần đầu)

35. Ấn Độ sử. Chúng ta nên biết quan điểm tư tưởng triết học vô thủy vô chung và quan tâm chủ yếu đến lý tuyệt đối của văn hóa Ấn Độ khiến họ ít quan tâm đến lịch sử nhân văn, cho nên thông sử Ấn Độ phát triển rất chậm. Cho nên các con số về niên đại triều đại hay tiểu sử các danh gia, triết gia, danh tăng v.v thường không nhất định là chính xác (như so với thông sử Trung Hoa). Tất cả các con số tôi đưa ra (dù cố gắng dựa vào các tài liệu nghiên cứu) cũng chỉ tương đối, giúp cho chúng ta định hình và sắp xếp giữa các sự kiện lịch sử.

36. Tần Bà Sa La (*Bimbisāra* 558-491 trước Dương lịch) là vua, là bạn của Đức Phật và cũng người bảo trợ lớn của Phật giáo đương thời. Vua A Xà Thế (*Ajātashattu*) là con của vua *Bimbisāra*, ông này vì nghe lời Đề bà Đạt đa (*Devadata*) đã giết cha và âm mưu hại Đức Phật, nhưng sau đó tỉnh ngộ và qui y Phật, chính A Xà Thế là người bảo trợ cho kỳ kết tập kinh lần thứ nhất do Đại Ca Diếp (*Mahā-Kāśyapa*) triệu tập một tháng sau khi Đức Phật nhập Niết Bàn.

trên các "Trụ Pháp của Vua A Dục" (Edicts of Aśoka) mà ngày nay còn tồn tại cũng là ngôn ngữ *Magadhi Prākrit* viết bằng hai loại chữ phổ biến dương thời là chữ *Kharosthi* và *Brahmi*. Ở đây tôi cũng cần ghi chú có hai việc quan trọng mà nhiều người trí thức học Phật cũng thường không biết. *Thứ nhất* là ai cũng biết A Dục là người theo Phật và cũng là người cho chính con của mình xuất gia và đi truyền pháp tận Tích Lan, nhưng trong các Trụ Pháp dù có nhắc đến tên đức Phật, nhưng nội dung chỉ nói về luật trị nước và đạo đức. Các Trụ Pháp không hề chép một dòng chữ nào về kinh Phật. *Thứ hai*, như vừa nói ở trên, ngôn ngữ trên Trụ Pháp là ngôn ngữ phổ thông *Magadhi* (hay gọi là *Magadhi Prākrit*) chứ không phải là tiếng Phạn (Sanskrit).

Prākrit "ngôn ngữ phổ thông"

Từ thứ hai "*Prākrit*" trong tổ hợp *Magadhi Prākrit* cũng cần phải được giải thích. Thuật ngữ *Prākrit* (viết theo IAST là *prākṛta*) không chỉ bất cứ một ngôn ngữ nào, trong ngữ học lịch sử *Prākrit* là danh từ tổng quát chỉ chung "***tất cả*** *ngôn ngữ phổ thông Ấn Độ thời Cổ*" (***All*** *Middle Indo-Aryan Languages*) khác với Sanskrit. Để so sánh với Sanskrit, chúng ta có thể suy luận từ nghĩa đen của *Prākrit* có nghĩa là "tự nhiên, bình thường" (original, normal) để đối chọi với từ "tinh luyện" (refined) dùng cho ngôn ngữ *Sanskrit* là ngôn ngữ cao quí. Tóm lại, theo nguyên gốc *Prākrit* là thuật ngữ chỉ chung *tất cả* những ngôn ngữ phổ thông thời Trung Cổ. Ngày nay *Prākrit* vẫn còn là thuật ngữ chỉ chung nhiều ngôn ngữ như Gandhari, Magadhi, Pali.[37] Thành ra *Magadhi Prākrit* chỉ có nghĩa là "tiếng Magadhi cổ", giống như *Gandhāri Prākrit* chỉ có nghĩa là "tiếng Gandhāri cổ". Cho nên

---

37. Theo nghĩa ngôn ngữ học thì Prakrit không chỉ riêng một ngôn ngữ nào. Trong thuật ngữ thì Prakrits gồm các ngôn ngữ là Apabhraṃśa, Ardhamagadhi, Dramili, Elu, Gandhari, Kamarupi, Magadhi, Maharashtri, Paishachi, Pali, Shauraseni.

câu phát biểu "*Đức Phật nói tiếng Magadhi Prākrit*" rất chính xác.

Trong thời đại giai cấp cổ, *các* ngôn ngữ *Prākrit* là "tiếng phổ thông" (trong đó có cả ngôn ngữ *Pāli*) luôn luôn có địa vị thấp kém so với Sanskrit là ngôn ngữ của giới thượng lưu trí thức được tôn xưng là "ngôn ngữ do thần linh sáng tạo". Cho nên trong các kịch cổ điển (như danh tác *Shakuntala* của Kalidasa) các vai thượng lưu bao giờ cũng nói bằng ngôn ngữ Sanskrit, và các vai bình dân thì nói bằng *các* ngôn ngữ *Prākrit*. Nhà Phật học Mizuno chuyên gia về ngôn ngữ Ấn Độ cho ta thấy điển hình trong những vở kịch cổ điển Ấn Độ thì vua, đại thần và đại tăng thì nói tiếng *Sanskrit*, hoàng hậu công chúa và tùy tòng thì nói tiếng *Shauraseni*, thương gia nghệ sĩ thì nói tiếng *Magadhi*, hạ dân thì nói tiếng *Paishachi*, riêng lời ca thì là ngôn ngữ *Maharashtri* vốn nổi tiếng về những tiếng réo rắc thích hợp với âm nhạc.[38] Đó chính là sự phân biệt giữa ngôn ngữ *Sanskrit* và bốn ngôn ngữ (*Shauraseni, Magadhi, Paishachi, Maharashtri*) gọi chung là tiếng *Prākrit* trong thời đại Đức Phật còn tại thế. Giai cấp cao nói tiếng Sanskrit và coi thường các ngôn ngữ khác, cho đến thế kỷ XVII trong *Tuhfat al-hind* (1676) của Mirza Khan còn gọi *Prākrit* là "ngôn ngữ thấp hèn" (*Patal-bani*) hoặc còn tệ hơn nữa là "ngôn ngữ rắn rết" (*Nag-bani*).

Mặc dù khởi đầu *Prākrit* bị coi là "thấp hèn" (thật giống như quan niệm "Nôm Na mạch quê" của giới "trí thức" Nho giáo của Việt Nam ngày trước) nhưng vì phổ thông nên *Prākrit* cũng được dùng để chú giải nên nó cũng gây ảnh hưởng trên Sanskrit. Sau đó lại thâu nhập từ ngôn ngữ trí thức Sanskrit khiến nó cùng dần dần có địa vị cao hơn (cũng thật giống như chữ Nôm dần

---

38. Năm ngôn ngữ *Sanskrit, Shauraseni, Magadhi, Paishachi, Maharashtri* này là năm loại ngôn ngữ phổ biến ở thời Đức Phật còn tại thế. Mizuno, sđd, tr. 26

dần được kính trọng).³⁹ Tuy nhiên trong thực tế, học giả thế giới cũng vẫn ít chú ý đến *Prākrit* hơn là Sanskrit. Vì rất ít văn cảo *Prākrit* còn tồn tại cho đến ngày nay, cho nên các nghiên cứu về *Prākrit* cũng rất hiếm. Ngay trong quốc gia Ấn Độ, *Prākrit* cũng không được coi là "ngôn ngữ cổ điển" (classical language) mặc dù nhiều văn bản *Prākrit* còn cổ xưa hơn nhiều tác phẩm được gọi là "tác phẩm cổ điển" (thí dụ như kinh luận của Kỳ Na giáo (Jainism)⁴⁰ phần lớn là ngôn ngữ *Prākrit*). Nhưng giới nghiên cứu cho rằng lý do chính là vì địa bàn các ngôn ngữ Prākrit quá rộng và không nhất định liên kết với một địa phương nào hay một ngôn ngữ nào rõ rệt.

Magadhi-Prākrit "ngôn ngữ phổ thông ở Magadha"

Như thế chúng ta đã hiểu *Magadhi Prākrit* có nghĩa là "Magadhi ngôn ngữ phổ thông của vương quốc Magadha". Kết luận ở đây chúng ta cũng nên nhớ ba điểm quan trọng:

(1) Không hề có "tiếng *Prākrit*" vì thuật ngữ Prākrit là từ chỉ "*tất cả* các phương ngôn Ấn Độ thời cổ".

(2) "Magadhi thời cổ" (*Magadhi Prākrit*) không hoàn toàn là "Magadhi thời nay" (*Magadhi*) cho nên chúng ta cần phân biệt tế nhị giữa *Magadhi Prākrit* và *Magadhi.*

(3) Hiện nay vẫn còn hơn 20 triệu người nói tiếng Magadhi là ngôn ngữ mẹ đẻ, trong khi *Pāli* là một tử ngữ ở Ấn Độ từ thế kỷ XII.

Ngôn ngữ *Pāli* và ngôn ngữ Magadhi đều được sắp trong

---

39. Chúng ta có thể xem "Hành Trình Chữ Nôm" trong các sách của Vũ Thế Ngọc như *Tự Học Chữ Nôm* nxb Eatwest Institute 1985, hay *Chinh Phụ Ngâm Khúc (Hán Nôm Việt Anh)* nxb Hồng Đức 2016.

40. Trong *Trung Bộ kinh* có tiểu phẩm 56 *Upaly Sutra* có kể lại tranh luận giữa Đức Phật và *Nigantha Nataputtra* (trường khổ hạnh giả) cao đồ của *Mahavira*, và cũng thu phục cư sĩ *Upaly* cũng là đại đệ tử của *Mahavira*.

nhóm *Prākrit* (có thể dịch *Prākrit* là "*các ngôn ngữ phổ thông ngày xưa*") nên ngôn ngữ *Pāli* và ngôn ngữ Magadhi có liên lạc mật thiết nhưng không phải là một. *Pāli* cũng là ngôn ngữ chuyên của kinh Phật mà Magadhi cũng dùng để chỉ ngôn ngữ phổ thông các địa phương Đức Phật hoằng pháp, cho nên từ nhận định "*Đức Phật nói tiếng Magadhi Prākrit*" biến thành quan điểm "*Đức Phật nói tiếng Pāli*" rất phổ biến và từ lâu đã là *đức tin* của những người theo Phật giáo *Theravāda*. Chúng ta cũng cần nhớ rằng sau khi Phật giáo biến mất ở Ấn Độ từ thế kỷ XI thì trước đó *Pāli* đã bắt đầu tàn rụi ở xứ sở này và từ lâu đã là một tử ngữ, trong khi đó hiện nay vẫn còn hơn 20 triệu người nói tiếng Magadhi là ngôn ngữ mẹ đẻ. Cho đến ngày nay ở Ấn Độ chỉ có một số học giả nghiên cứu chuyên về Phật giáo Nam phương (*Theravāda*) là còn *học* tiếng *Pāli* – có nghĩa là tiếng *Pāli* phải học mới biết chứ không phải là ngôn ngữ tự nhiên hay là ngôn ngữ mẹ đẻ.

Chúng ta biết rằng "Đức Phật Lịch Sử" tức Phật Thích Ca Mâu Ni sinh năm 563 trước Dương lịch. Ngài là con trai một tiểu vương dòng họ Thích Ca (*śākya*) ngày nay thuộc biên giới Nepal và Ấn Độ, gần Hi Mã Lạp Sơn. Tên của ngài là Tất Đạt Đa (*siddhārtha*) thuộc họ Cồ Đàm (*gautama*), nên sử còn gọi ngài là Tất Đạt Đa Cồ Đàm (*siddhārtha gautama*). Vương quốc này cũng vương quốc nhỏ so với vương quốc Ma Kiệt Đà (*Magadha*) và cũng nằm trong khu vực dân cư nói tiếng phổ thông *Magadhi* (xưa). Sau khi thành đạo Đức Phật thường xuyên cư ngụ ở Magadha cho nên khi nói "*Đức Phật nói tiếng Magadhi Prākrit*" đều là có cơ sở lịch sử và ngôn ngữ học. Nhưng hiểu lầm *Magadhi Prākrit* là *Pāli* thì là một sai lầm.

Tuy nhiên chúng ta cũng nên biết tiếng Magadhi thủa Đức Phật còn tại thế (*Magadhi Prākrit*) so với tiếng Magadhi ngày nay có rất nhiều khác biệt – Thí dụ tiếng Mường và tiếng Kinh (Việt ngữ đồng bằng) được coi là một ngôn ngữ nhưng ngày nay đã cách biệt biết bao dù chỉ mới cách xa có vài thế kỷ - Cho nên khi nói *"Đức Phật nói tiếng Magadhi Prākrit"* thì chính xác, nhưng nói "Đức Phật nói tiếng Magadhi" thì đã đi quá xa, rồi cho rằng *Magadhi* hiện nay là *Magadhi Prākrit* thì lại là một sai lầm. Rồi từ đó lại đi đến kết luận là "Đức Phật giảng Pháp bằng tiếng *Pāli*" thì rõ ràng là không thể thuyết phục.[41]

Tóm lại chúng ta có thể đồng ý Đức Phật giảng pháp bằng "ngôn ngữ phổ thông Magadhi xưa" (*Magadhi Prākrit*) là có cơ sở lịch sử và ngôn ngữ học. Tuy nhiên trong nhiều thế kỷ các pháp thoại của Đức Phật chỉ là do truyền khẩu và thuộc lòng. Rồi còn qua nhiều lần chuyển dịch qua nhiều ngôn ngữ, chắc chắn phải có những điều nhớ sai hoặc vì biến chuyển qua một ngôn ngữ khác. Cho nên năm trăm năm sau, lời Phật dạy mới được ghi xuống bằng văn tự, thì đã trải qua nhiều thế kỷ khẩu truyền như thế, chắc chắn ngôn ngữ có ghi bằng bất cứ ngôn ngữ nào cũng rất xa ngôn ngữ đức Phật nói trước đó. Hơn nữa, giống như tất cả các tôn giáo cổ, kinh luận văn tự chữ viết đều là của người đời sau ghi lại. Chúng ta nên biết từ kỳ kết tập kinh điển lần thứ nhất do Ca Diếp triệu tập ngay sau khi Đức Phật nhập niết bàn (năm 483 trước Tây lịch) cho đến kỳ kết tập lần thứ ba hai thế kỷ sau dưới triều đại vua A Dục (*Aśoka*) thì các tu sĩ chỉ tập họp và ghi nhớ lời Đức Phật bằng cách *cùng tụng đọc* và ôn lại theo trí nhớ bằng tiếng phổ thông *Magadhi Prākrit* mà thôi – Và không phải tất cả các tu sĩ này đều có tiếng mẹ đẻ là ngôn ngữ "*Magadhi Prākrit*".

Tóm lại kinh Phật cho đến thời vua A Dục (*Aśoka* trị vì từ năm 272 đến 231 trước Dương lịch) cũng chưa được viết xuống. Ngày nay chúng ta chỉ biết được là các "Trụ Pháp Lệnh của Vua

---

41. Ví như người Việt thế kỷ XX chắc chắn không hiểu hết tiếng Việt của Nguyễn Trãi thế kỷ XV - Hãy thử tìm đọc *Quốc Âm Thi Tập* dù đã được ký âm bằng chữ quốc ngữ.

A Dục" (Edicts of Aśoka) mà ngày nay còn tồn tại cũng là ngôn ngữ *Magadhi Prākrit* viết bằng hai loại **chữ** phổ biến dương thời là chữ *Kharosthi* và *Brahmi*. Và nội dung của các Pháp Lệnh này cũng đều **không hề khắc kinh Phật** ngoài một vài danh từ Phật giáo như *"Pháp"* hay *"Ưu Bà Tắc"* thế thôi (xem ảnh trong luận này).

Truyền thống truyền bá các tôn giáo thời xưa đều là truyền thống truyền khẩu ngoài vì lý do chưa có văn tự hay văn tự chưa được phổ biến, nhưng cũng còn vì người ta tôn quí ngôn ngữ truyền khẩu, coi những lời truyền khẩu là chân thực chân truyền của giáo chủ mà người ta phải giữ làm lòng trong tận tâm khảm. Chúng ta cũng cần hiểu thêm bản chất của tôn giáo, điển hình là Phật giáo, người đi tu vốn là một sự chọn lựa tự thân. Người tu sĩ của truyền thống xưa là người tự chọn làm tu sĩ trọn đời chỉ với đại nguyện tu hành với một lý tưởng chuyên nhất.[42] Với các tu sĩ truyền thống như thế, sự truyền thừa từ một vị thầy qua một người đệ tử là sự tiếp nối trọn đời, họ không chỉ thuộc lòng kinh luận mà đời sống của họ với kinh luận là một.

Cho nên văn tự kinh sách chỉ là nhu cầu cần thiết ở thời đại sau, khi sự truyền thừa trở nên "đại trà" của những tùng lâm lớn và tịnh xá lớn, và còn có sự hiện diện đông đảo của giới tu học Phật Pháp nhưng không ở chùa (cư sĩ). Lớp người học Phật lúc này không chỉ là tu sĩ xuất gia lìa bỏ gia đình và sống trọn đời ở tịnh xá hay rừng núi, mà còn là những người tại gia. Số lượng những người này càng ngày càng nhiều. Những người tại gia bây giờ không phải lúc nào cũng "quì dưới chân thầy" và có hoàn toàn thời gian cho việc tụng đọc kinh điển, cho nên lúc này kinh sách văn tự mới là phương tiện quan trọng cho số người tại gia này vì họ chỉ có số thời gian nhất định để tu học. Xét riêng về

---

42. Họ không cần **đến** tu viện hay trường học để tốt nghiệp với một văn bằng **làm** "chứng chỉ hành nghề" như ngày sau.

Phật giáo, chúng ta cần biết thêm hai lý do quan trọng giúp việc kinh luận cần được ghi xuống bằng văn tự trở nên một nhu cầu.

Thứ nhất là lý do lo sợ nguy hiểm tận diệt Phật Giáo. Từ các chum đất chứa kinh viết trên vỏ cây chôn ở *Gandhāra* đến rừng kinh khắc trên đá ở Phòng Sơn Thạch Kinh (xem *Bát Nhã Tâm Kinh: Tổ Long Thọ Giảng*) hay kho kinh luận dấu kín ở Đôn Hoàng (xem *Bồ Đề Đạt Ma:Tuyệt Quán Luận*) hay gần đây là công trình khắc kinh *Pāli* trên đá của kỳ kết tập thứ năm ở Miến Điện năm 1868, đều khởi từ nguy cơ chiến tranh và các Pháp nạn đã khiến các tu sĩ lo sợ giáo pháp của Đức Phật thất truyền, nên muốn ghi lại để truyền được cho hậu thế.

Thứ hai là sự phát triển của Phật giáo Đại thừa. Như đã nói ở trên, trước đây người thật sự học Phật chỉ có tu sĩ chuyên nghiệp, số còn lại là tín đồ thì chỉ lo làm phước ở lành và tin Phật. Từ khi Phật giáo Đại thừa xuất hiện bản chất vốn là "Phật giáo của mọi người" và tuyên dương "Chúng sinh đều có Phật tính, ai cũng có khả năng thành Phật" thì đã phát triển một nền "văn hóa Phật giáo không nhất thiết là của tự viện" và phát triển phong trào học Phật trong giới cư sĩ. Một cao trào học phật xiển dương những kinh điển nói về các cư sĩ xuất chúng như Duy Ma Cật, Thắng Man của Ấn Độ, Huệ Năng, Bàng Uẩn của Trung Hoa, Thái tử Thánh Đức của Nhật Bản, Tuệ Trung Thượng Sĩ của Việt Nam v.v. Họ không phải là "tu sĩ chuyên nghiệp" của truyền thống tu viện mà là người có cuộc sống như người thường, nghĩa là không có toàn thời gian tu học, cho nên kinh sách đối với họ còn cần thiết hơn các tu sĩ. Rồi tiến đến việc đọc kinh Phật còn trở nên một nhu cầu trí thức giống như người Tây phương đọc sách triết lý tư tưởng – Chú ý người trí thức Đông phương thường đều ít nhiều đọc kinh Phật, khác với người Tây phương từ sớm đã chia cách các sách tư tưởng triết lý khỏi kinh điển tôn giáo (người Tây phương đọc kinh Chúa (Bible) chỉ vì nhu cầu tín ngưỡng)

Cho nên nhìn về lịch sử Phật giáo, năm trăm năm sau khi Đức Phật nhập Niết Bàn, việc truyền giáo thuần túy chỉ là truyền khẩu. Các kỳ kết tập kinh điển (*sangīti*) chỉ là dịp các tu sĩ tập họp, ôn định lại các kinh luận mà họ đã được truyền thụ và còn nhớ mà thôi (Chúng ta hằng nhớ đến các kinh đều thường mở đầu với câu "Như thế tôi nghe" *evam srute mayā*). Sau kỳ kết tập thứ nhất thì *"như thế tôi nghe"* không còn có nghĩa "như thế tôi, *Ananda*, nghe" như lời đọc của Ananda trong kỳ kết tập lần thứ nhất, chữ "tôi" bây giờ là các tăng sĩ tham dự các kỳ kết tập sau.[43]

Chúng ta được biết sau kỳ kết tập thứ ba (khoảng năm 244 trước Dương Lịch) toàn bộ kinh luận của kỳ kết tập này là cơ sở của giáo pháp Thượng Tọa bộ (*Theravāda* sau này). Sau đó các phái đoàn truyền giáo do vua A Dục phái đi, trong đó thành công nhất là đoàn đi Tích Lan và từ đó giáo pháp được loan tỏa ra khắp Đông Nam Á. Do đó mọi người đều nhận rằng kinh tạng *Pāli* của Thượng Tọa bộ là cổ nhất và từ đó theo đức tin sai lạc cho rằng là kinh luận được viết xuống sớm nhất là kinh hệ *Pāli* vì kinh đã được viết xuống cả trăm năm trước Tây Lịch như truyền thuyết của Tích Lan cho biết.[44]

Ở đây có hai sự thực chúng ta cần biết: Thứ nhất là bên cạnh kinh điển Pāli (gọi là *Nikāya*) thì đồng thời có các kinh điển Sanskrit tương tự gọi là *Āgama*. Chỉ có điều các kinh điển Sanskrit này bị tan tát sau 17 lần quân Hồi giáo xâm nhập Ấn Độ và cuối cùng là xóa tan Phật giáo ở nước này, cho nên chúng ta không còn toàn diện bộ *Āgama* mà chỉ còn lại bản dịch Hán văn (gọi là *A-hàm*). Thứ hai, thật ngạc nhiên là trên chứng liệu

---

43. Cũng nên nhớ là các kinh Phật trong Tam Tạng phật giáo ngày nay (của cả Đại thừa lẫn *Theravāda*) đều có các kinh nói về các sự kiện sau khi Phật nhập Niết Bàn. Xem chương viết về Nội Dung Tam Tạng Kinh Điển.

44. Đại Sự (*Mahavamsa*) cho rằng kinh *Pāli* được viết vào năm 80 trước Dương lịch. Nhưng cho đến nay chúng ta chưa có chứng cớ cụ thể.

văn cảo cụ thể[45] thì chúng ta chỉ có các bản kinh *Pāli* cổ nhất được viết xuống **bằng chữ viết** là vào thế kỷ thứ năm Tây lịch mà thôi,[46] tức là về **chứng liệu chữ viết** thì *Nikāya Pali* còn có sau cả *A-hàm* bằng chữ Hán.

Nhiều người tin rằng sau nhiều thế kỷ truyền thừa bằng trí nhớ và truyền khẩu, kinh điển từ kỳ kết tập thứ nhất cho đến khi được ghi xuống bằng văn tự vẫn không có gì sai lạc. Nhưng ngoài đức tin như thế, chúng ta vẫn không khỏi suy nghĩ về sự nguyên vẹn toàn bích của kinh tạng sau một thời gian dài chỉ được kế truyền bằng truyền thống trí nhớ và truyền khẩu như thế, và rõ ràng *Pāli* không phải là *Magadhi Prākrit* (dù *Pāli* và *Magadhi Prākrit* rất gần gũi và có ảnh hưởng hỗ tương).

Tuy nhiên mới gần đây, vào năm 1994 chúng ta lại tìm được kinh Phật bằng chữ *Kharosthi* viết trên vỏ cây Bu-lô từ thế kỷ thứ nhất[47] (nghĩa là *văn bản* (chữ viết) kinh Phật cổ nhất có trước cả *Nikāya* và *A-hàm* cả trăm năm). Đây là một biến cố lớn trong việc nghiên cứu văn cảo kinh Phật. Số lượng kinh Phật *Kharosthi* mới phát hiện không đủ nhiều và có thể thay thế được các kinh điển chúng ta đang có, nhưng rõ ràng chúng sẽ bổ khuyết cho toàn bộ kinh điển cũ, đặc biệt là là chứng liệu của sự biến chuyển từ Phật giáo Tiểu thừa qua Phật giáo Đại thừa là những khâu lịch sử mà từ trước chúng ta đã có rất ít tài liệu. Cho nên trong sách này tôi sẽ cố viết thêm một phụ lục về sự khám phá quan trong này "Di Liệu Văn Học Phật Giáo *Kharosthi*." Quả thật các phát

---

45. Chúng ta cần phân biệt, kinh *Pāli truyền khẩu* xuất hiện trước kinh văn Hán tự nhiều thế kỷ, nhưng tài liệu "văn bản" thì kinh văn tự *Pāli* không sớm hơn Hán văn. Biết được việc này mới hiểu được sự quan trọng trong việc tìm ra các văn bản *Kharosthi* viết trên vỏ cây bhoja-patra vào thế kỷ thứ nhất ở *Gandhāra* mới được tìm ra.

46. Stargardt, Janice. *Tracing Through Things: The Oldest Pāli Text and the early Budhist Archaeology of India and Burma.* Royal Netherlands Academy of Art and Sciences, 2000, tr. 25

47. Xem phần viết về chữ Kharosthi và phần phụ lục có in trong sách này.

hiện và nghiên cứu về Phật học từ triết học tư tưởng đến văn bản kinh điển vẫn luôn luôn tiếp tục có những phát kiến mới lạ và kỳ thú. Rất tiếc Phật giáo Việt Nam thường chỉ tập trung vào việc truyền bá tín ngưỡng và củng cố đức tin bằng các công trình xây dựng kỷ lục hay hành hương du lịch mà không tham dự vào các nỗ lực nghiên cứu Phật học của thế giới tri thức.[48]

Từ xưa chúng ta cũng đã biết đến hồi ký của nhà chiêm bái và tây du thỉnh kinh danh tiếng Pháp Hiển (法顯 320-420), trong ký sự "Phật Quốc Ký" 佛國記 và *Nam Hải Kí Qui Nội Pháp Truyện* 法賢南海寄歸內法傳 thuật lại chuyến đi cầu Pháp dài hai mươi năm khắp Ấn Độ và gồm cả các quốc gia Phật giáo ở Đông Nam Á. Pháp Hiển cho biết ngài đi từ Trường An qua ngõ Đôn Hoàng chiêm bái hầu hết các thánh tích Phật giáo ở Ấn Độ nhưng đều không tìm ra văn bản kinh luận (vì chư tăng chỉ học và tụng theo truyền khẩu) cho đến khi Pháp Hiển đến Ma Kiệt Đà (Magadha) ngài mới tìm thấy được kinh luận ao ước bằng văn tự để chép mang về. Trước khi trở về bằng đường biển, Pháp Hiển còn tu học và tìm hiểu Phật giáo ở Tích Lan và Đông Nam Á và cũng tìm được một số văn bản kinh Phật giáo Đại thừa ở đây. Chúng ta sẽ có dịp nói đến sự liên hệ Phật giáo và truyền thống thỉnh kinh và chép kinh ở phần sau.

Kinh *Lalitavistara* (Phổ Diệu Kinh) cho biết khi còn là Thái tử, Đức Phật học và biết đến 16 ngôn ngữ đương thời.[49] Đặc biệt là thuộc giai cấp quí tộc Ấn Độ, Đức Phật còn bắt buộc phải sử dụng ngôn ngữ Sanskrit. Ngôn ngữ Sanskrit là ngôn ngữ văn hóa của giới quí tộc và họ nói tiếng Sanskrit thường xuyên và nhiều

---

48. Cũng xin nhắc lại, giới thiện tri thức hiện nay không ai chống lại các hình tướng chùa to tượng lớn hay du lịch tâm linh v.v. nhưng nếu Phật giáo chỉ phát huy hình tướng thì cũng giống như các tôn giáo đức tin khác, sẽ không còn là Phật giáo từ bi và trí tuệ như Đức Phật dạy.

49. Hiltebeitel, Alf. "The Sanskrit Epics", *Indo-Iranian Journal*, (2000) Volume 43, Issue 2, tr. 161-169.

khi thành thạo hơn ngôn ngữ mẹ đẻ.[50] Vấn đề nói tiếng Sanskrit của giới quí tộc trong thời này rất giống như giai cấp quí tộc và trí thức của cả Âu Châu thời Trung Cổ nói tiếng La tinh. Việc nói tiếng Sanskrit không phải chỉ là nói tiếng của giai cấp mà còn muốn nói đến sự chính xác và văn chương của chính ngôn ngữ Sanskrit. Người nói tiếng Sanskrit, giống như người nói tiếng La tinh ở Âu châu trước kia không phải chỉ vì ý thức giai cấp của mình, mà còn vì chính họ sử dụng tiếng La tinh để có thể diễn tả được đầy đủ và chính xác hơn khi nói tiếng bản địa. Đây cũng là lý do trước đây việc sử dụng tiếng Pháp ở cấp Đại Học Việt Nam.[51] Cho nên ngoài lý do vì muốn phổ biến Phật giáo cho mọi tầng lớp giai cấp địa phương của tiếng *Magadhi-Prākrit*, việc cho rằng "Đức Phật nói tiếng Sanskrit" vẫn là một khả năng không thể loại bỏ. Nhưng chúng ta lại cũng có chứng liệu để nói rằng "Đức Phật không giảng Pháp bằng tiếng Sanskrit".

II. ĐỨC PHẬT KHÔNG GIẢNG PHÁP BẰNG SANSKRIT

Tuy chúng ta có những chứng cứ cho biết "Đức Phật nói tiếng Sanskrit" vì biết rằng trong đời sống văn hóa Ấn Độ đương thời thì Sanskrit vừa là ngôn ngữ trí thức vừa được coi là ngôn ngữ linh thiêng dùng trong mọi nghi lễ của tất cả các tôn giáo. Tuy nhiên chúng ta cũng có nhiều chứng từ rõ ràng là *"Đức Phật không giảng Pháp bằng tiếng Sanskrit"*. Thứ nhất là trong rất nhiều kinh cho chúng ta biết, đức Phật vì không đồng ý với quan điểm giai cấp của giai cấp thượng lưu chuyên dùng Sanskrit, vừa muốn giáo pháp của ngài được phổ biến trong quảng đại quần

---

50. Thế kỷ trước trí thức Việt Nam cũng thành thạo Pháp ngữ và còn cho rằng tiếng Pháp mới có thể diễn tả được tư tưởng uyên náu thâm thúy.

51. Xin hãy tạm bỏ tự ái dân tộc mà công nhận rằng thời gian đầu thế kỷ hai mươi chúng ta cần phải dùng tiếng Pháp làm chuyển ngữ ở Đại học Việt Nam, vì quả thật lúc đó chữ quốc ngữ của chúng ta chưa tiến bộ (như ngày nay) để có thể diễn tả trọn vẹn về trí thức chuyên môn.

chúng, nên đức Phật đã nhiều lần khuyến cáo các đệ tử của ngài đến từ khắp mọi nơi phải dùng ngôn ngữ của chính mình (*sakāya niruttiyā*)⁵² - chỉ ngôn ngữ địa phương và phải dùng ngôn ngữ của quảng đại quần chúng để giảng pháp cho mọi người không phân biệt giai cấp chủng tộc đều có thể hiểu được.

Một trường hợp rõ ràng có ghi trong kinh là trường hợp Đức Phật có hai đệ tử là hai huynh đệ Bà La Môn quí tộc là *Yameru* và *Tekula*. Vì kính trọng lời Phật dạy, họ nghĩ rằng các lời vàng ngọc đó không nên phát biểu bằng ngôn ngữ Magadhi bình dân. Cho nên hai người đã xin thưa với Đức Phật giảng bằng ngôn ngữ trí thức và kinh điển là Sanskrit. Nhân dịp này chính Đức Phật không những từ chối lời yêu cầu của huynh đệ *Yameru* mà còn là dịp ngài chính thức ngăn việc giảng pháp bằng ngôn ngữ quí tộc Sanskrit.⁵³

Sau thời gian khẩu truyền thì kinh điển tiếp tục cho đến đến lần kết tập thứ ba (khoảng năm 244 trước Dương lịch) đưới triều vua A Dục vẫn chưa có tài liệu nào cho chúng ta biết kinh Phật đã được viết xuống bằng văn tự. Vì vậy các bản kinh chúng ta khám phá ra được ngày nay, bằng hai loại cổ tự Kharosthi và Brahmi, chính là các kinh luận được ghi lại của "ngôn ngữ phổ thông" *Magadhi Prākrit* là cổ nhất và là kết quả của đường lối giảng pháp bằng ngôn ngữ phổ thông địa phương trong năm thế kỷ đó.⁵⁴ Đây chính là lý do các tăng đoàn Phật giáo đã phát triển

---

52. Theo giáo pháp *Theravāda* bộ "Vinayapitaka Cullavagga" (*Tiểu Phẩm*) của Luật Tạng, Đức Phật đã huấn thị các Tỳ khưu học tập giáo pháp bằng *"ngôn ngữ của mình"* (*saka nirutti*).

53. Truyện Đức Phật cấm giảng pháp bằng ngôn ngữ quí tộc Sanskrit có ghi rõ trong *Tiểu Phẩm* của Đồng Diệp Luật trong *Nam Truyền Đại Tạng Kinh*. Q.4, tr. 221

54. Khi Đức Phật chủ trương cho truyền Pháp bằng ngôn ngữ địa phương cũng có nghĩa là Đức Phật chấp nhận dùng ngôn ngữ văn hóa địa phương để giảng Pháp. Việc này đã gây ra hai kết quả quan trọng. Thứ nhất là vì lý do này mà Phật giáo truyền bá rất nhanh mà hầu như không có các cuộc chiến

thật nhanh trong quảng đại quần chúng của đại lục Ấn Độ vốn là một vùng đất bao la có cả trăm phương ngữ. Mặt khác cũng là thực tế hóa giáo lý đặt nền tảng trên tinh thần vô phân biệt của Phật giáo. Ngay trong thời Đức Phật còn tại thế, sử Phật giáo còn ghi rõ tăng đoàn của Phú Lâu Na (*Purma*) đã đi truyền bá Phật giáo đến tận các tiểu quốc ở tận bờ biển phía tây Ấn Độ. Tăng đoàn của Đại Ca Diếp (*Mahā-Kāśapa*) thì có mặt khắp phía tây *Ujjeni* thủ đô *Avanti*, mà hiện nay các đại tháp *Snchi* và *Bharhut* và các đại tự trong lòng núi đá ở *Ajanta* và *Ellora* vẫn còn là các di tích văn hóa lịch sử lớn của Ấn Độ. Sau khi Đức Phật nhập Niết Bàn, sự truyền bá và phát triển Phật giáo trong truyền thống hòa hợp với văn hóa và ngôn ngữ bản địa vẫn luôn luôn là một đặc trưng của Phật giáo.[55]

Tóm lại chúng ta có đủ chứng liệu để chứng minh hai vấn đề. Thứ nhất Magadhi (Magadhi Prākrit) là ngôn ngữ phổ thông của quê hương và của các địa phương Đức Phật cư trú và hành đạo, cho nên dù thông thạo tiếng Sanskrit như tất cả các trí thức đương thời nhưng Đức Phật rõ ràng không giảng đạo bằng ngôn ngữ Sanskrit của giai cấp thiểu số trí thức và quí phái mà ngài đã chọn lựa thuyết giảng bằng ngôn ngữ phổ thông Magadhi (Magadhi Prākrit) của quần chúng.

Nhưng như thế có thể là "Đức Phật nói tiếng *Pāli?*" Thì điểm thứ nhất chúng ta đã chứng tỏ Pāli và Magadhi (Magadhi Prākrit) không phải là một. Nhưng dù Pāli không phải là Magadhi (magadhi prākrit) thì "Đức Phật giảng pháp bằng ngôn

---

tranh tôn giáo. Hậu quả thứ hai là sau đó Phật giáo bị phát triển thành nhiều tông môn có ảnh hưởng của văn hóa địa phương như Thiền tông ở Trung Hoa, Mật tông ở Tây Tạng .

55. Chúng ta hãy thử so sánh với truyền thống Catholic Church, cho đến đầu thế kỷ XX tiếng La Tinh vẫn được coi là ngôn ngữ duy nhất như là phương tiện "hiệp thông" với Thiên Chúa. Trường hợp Hồi Giáo thì cho đến ngày nay vẫn tiếp tục chỉ đọc và tụng Qur'an bằng Arabic (tiếng Ả Rập).

ngữ *Pāli* chăng?" thì chúng ta cần thảo luận thêm trong phần sau về Sanskrit và *Pāli*. Ngoài Sanskrit là "ngôn ngữ của thần minh" đứng một mình, chúng ta biết *Pāli* và Magadhi (Magadhi Prākrit) đều là ngôn ngữ của nhóm ngôn ngữ phổ thông đương thời giới ngữ học gọi chung là *Prākrit* – và cũng có thể nói trong *các* ngôn ngữ *Prākrit* hiện nay thì *Pāli* là ngôn ngữ cổ hơn cả. Cho nên nghiên cứu đối chiếu về ngôn ngữ Magadhi và *Pāli* cho chúng ta thấy chúng có rất nhiều điểm giống nhau và có ảnh hưởng hỗ tương. Nhưng các nhà ngữ học lịch sử cũng chứng minh rằng dù chúng có ảnh hưởng hỗ tương nhưng có lịch sử tồn tại và phát triển riêng biệt. Kết luận là *Pāli* và Magadhi không là một, dù có thể có nhiều tương đồng. Cho nên chúng ta hiểu rằng quan điểm "Đức Phật giảng pháp bằng tiếng *Pāli*" chỉ là một mặc định của đức tin và không thuyết phục được đại đa số giới nghiên cứu. Trong phần viết về "*Ngôn Ngữ Pāli*" chúng ta sẽ trở lại đề tài này chi tiết hơn.

III. SANSKRIT (*Saṃskṛtā*)

Trong hai ngôn ngữ dùng trong kinh Phật mà chúng ta quen biết là Sanskrit và *Pāli* thì Sanskrit cổ hơn *Pāli*. Sanskrit được người Á Đông gọi là "*Phạn tự*" (梵字) hay "*Phạn Ngữ*" (梵語) hay đọc âm là "Xiển Đà" (*chanda*) vì hầu như lúc đó Phật giáo Á Đông chỉ biết có Sanskrit. Mãi về sau biết thêm sự hiện diện của *Pāli* thì người ta mới gọi Sanskrit là "bắc Phạn" và *Pāli* là "nam Phạn". Chữ *Sanskrit* là chữ phổ thông đã quốc tế hóa, nếu viết đúng theo IAST (International Alphabet of Sanskrit Transliteration) thì viết là *Saṃskṛtā*.[56]

Trong ngữ học lịch sử thì chúng ta biết Sanskrit là một ngôn ngữ rất cổ của Ấn Độ có mặt từ gần hai ngàn năm trước Tây lịch

---

56. "Sanskrit" là chữ "Phạn Anh ngữ", nếu viết theo IAST (international alphabet of sanskrit transliteration) phải là *Saṃskṛtā* [chú ý /n/ thay cho /ṃ/ và /ri/ thay cho /ṛ/] viết đầy đủ là *saṃskṛtā vāk* संस्कृता वाक्).

và được coi là "ngôn ngữ của thần linh" dùng trong tế lễ của các các tôn giáo như Ấn giáo (Hinduism), Kỳ Na giáo (Jaina) và cả Phật giáo. Theo lịch sử Sanskrit phát triển không đơn độc mà phát triển song song với các ngôn ngữ phổ thông *Prākrit* - và không phải vì tình cờ mà nghĩa đen của từ *Prākrit* có nghĩa là "tự nhiên" (natural) để so sánh với Sanskrit là ngôn ngữ "bác học" (refined) do "thần linh tạo ra" và có một vị trí độc tôn trong tôn giáo lẫn văn hóa. Ở Ấn Độ và các khu vực quanh Ấn Độ như Tây Tạng cho đến ngày nay thì ngôn ngữ Sanskrit vẫn là "hơi thở tinh thần" của văn hóa các quốc gia này. Dấu vết xưa cũ của chữ Sanskrit hiện còn trải dài từ Pakistan cho đến các vùng Đông Nam Á đến cả Việt Nam.[57]

Cho nên đến ngày nay dù chỉ còn vài trăm ngàn người nói tiếng Sanskrit như ngôn ngữ mẹ đẻ nhưng Sanskrit vẫn tiếp tục được coi là một ngôn ngữ chính thức trong số 22 ngôn ngữ chính thức của Ấn Độ (the official languages of India). Sanskrit từ thượng cổ cho đến nay vẫn luôn luôn là cơ sở tinh thần của văn hóa Ấn Độ, các kinh điển tôn giáo văn chương triết học của đất nước này đều là Sanskrit. Ngày nay ở Ấn Độ ngôn ngữ Sanskrit vẫn còn quan trọng hơn cả cổ ngữ La tinh hay Hy Lạp đối với thế giới Tây phương. Thực tế là hằng trăm triệu trí thức Tây phương ngày nay chỉ còn một số rất nhỏ chuyên gia còn biết cổ La Tinh hay cổ Hy Lạp. Nhưng tại Ấn độ Sanskrit vẫn tiếp tục được học tập như một ngôn ngữ của triết học văn chương ở học đường và dùng như một ngôn ngữ tế tự trong mọi lễ nghi tôn giáo. Không những ở Ấn Độ mà ở các quốc gia trong lân cận như Nepal, Tây Tạng Sanskrit vẫn được vô cùng kính trọng và dùng trong các

---

57. Dấu vết cổ nhất của Sanskrit-*Pāli* ở Đông Nam Á đã được tìm thấy ở Võ Cạnh, Nha Trang Việt Nam. Giới chuyên môn gọi là "Vo Canh Inscription", vào khoảng thế kỷ thứ II Tây lịch. Xem *Keat Gin Ooi. Southeast Asia: A Historical Encyclopedia, from Angkor Wat to East Timor. ABC-CLIO (2000).* tr. 643

tế tự tôn giáo. Ngay ở các quốc gia Á Đông như Trung Hoa thì dù Sanskrit chỉ có một thiểu số rất ít học giả còn biết đến, nhưng Sanskrit vẫn còn được sử dụng trong các nghi lễ dưới dạng các chân ngôn và thần chú (mantra) – Trong lễ đàn, cổng chùa, ảnh tượng, bia đá từ Trung Hoa đến Nhật Bản hay Việt Nam người ta vẫn thấy còn ngôn ngữ Sanskrit (viết bằng văn tự *Siddhaṃ* - Tất Đàn) luôn luôn được kính trọng như các linh tự. Tại các quốc gia Âu Mỹ ngày nay Sanskrit được dạy trong các đại học và là ngôn ngữ bắt buộc phải học cho các học trình tiến sĩ của các môn học liên quan đến ngôn ngữ văn hóa và nghệ thuật Ấn Độ và Á châu.

Một chiếc chuông ở Nhật Bản có trạm chữ Phạn.

Vedic Sanskrit > Classical Sanskrit > Buddhist Hybrid Sanskrit

Tiền thân của tiếng Sanskrit là tiếng Sanskrit Phệ Đà (吠陀) nên Anh ngữ gọi là *Vedic Sanskrit*. Như tên gọi, đây là ngôn ngữ của thánh thư Vệ Đà ṛgveda (Lê câu Phệ đà 黎俱吠陀) xuất hiện từ bốn thiên niên kỷ trước đây. Cho đến khoảng 500 năm trước Tây Dương lịch thì nhà đại ngữ học *Pāṇini* (ba-ni-ni 巴

尼尼) hoàn tất việc nghiên cứu và sắp đặt ngôn ngữ Sanskrit vào một trật tự rõ ràng và rất chi tiết, đưa Sanskrit vào thành một hệ thống toàn chỉnh nên Sanskrit từ thời *Pāṇini* được gọi là "Sanskrit Cổ Điển" (Classical Sanskrit). Nhưng sau đó trong quá trình sử dụng Sanskrit để viết kinh Phật, người ta bắt đầu thấy nẩy sinh ra một dạng Sanskrit đơn giản hơn, được gọi là "mixed Sanskrit" hay "hybrid Sanskrit". Loại Sanskrit này được dùng nhiều trong Phật giáo, đặc biệt là kinh luận của Nhất Thiết Hữu Bộ (*Sarvāstivāda*), nên cũng được gọi là "Sanskrit Phật giáo" (*Buddhist Hybrid Sanskrit*) là một dạng Sanskrit được tô điểm với ngôn ngữ phổ thông *prākṛta* dùng để giải thích thêm.[58]

Điểm quan trọng thứ nhất cần chú ý là khi người ta dùng từ Sanskrit để nói "ngôn ngữ Sanskrit" (Sanskrit language) thì hay bị hiểu lầm với "văn tự Sanskrit" (Sanskrit script) tức là 'chữ viết Sanskrit". Sanskrit là một ngôn ngữ toàn chỉnh và hữu hiệu nhưng căn bản vẫn là ngôn ngữ nói (*spoken language*). Cho nên lịch sử Sanskrit dù rất cổ (xuất hiện từ 2000 năm trước Dương lịch) nhưng cho đến thời cổ (từ khoảng 300 năm trước Dương lịch) người ta mới bắt đầu dùng nhiều loại cổ văn tự (chữ viết) khác nhau để viết (Sanskrit gọi "văn tự" là *lipi*). Ban đầu thì người ta chuộng văn tự *Kharosthi* rồi *Brahmi*[59] - Đây là hai loại văn tự thấy khắc trên các trụ Pháp Lệnh danh tiếng của vua A Dục (*Aśoka*) vào khoảng năm 280 trước Tây Dương lịch. Đến triều đại của vua Ca Nị Sắc Ca (*Kanishca* khoảng đầu thế kỷ thứ nhất Dương lịch) thì văn tự Brahmi mới được dùng nhiều để viết Sanskrit. Cho đến thế kỷ thứ sáu thì người ta thấy Brahmi

---

58. Tôi nhận thấy việc dùng Sanskrit ở kinh luận Phật giáo nẩy sinh ra loại "Buddhist Sanskrit" rất giống như việc sư tăng Trung Hoa dùng Hán văn để viết ngữ lục từ thời Đường Tống cũng là tiền đề phát sinh ra Bạch Thoại mà đến thế kỷ XX mới nở hoa kết trái. Đây sẽ là một đề tài lớn cho các luận án hay nghiên cứu về ngôn ngữ tỷ giảo, ngôn ngữ lịch sử hay Phật học.

59. Loại mẫu tự *Kharaspthi* có nguồn gốc Tiểu Á, còn mẫu tự *Brahmi* là từ tiếng bản địa (Ấn Độ) – Xem phần sau viết về chữ *Kharaspthi* và *Brahmi*.

chuyển qua loại chữ Gupa *Siddham*. Loại văn tự *Siddham* (Tất Đàn) được chọn làm văn tự để viết kinh Phật cho đến tận thế kỷ XI. Nhiều người đã giới thiệu về Đại Tạng Kinh Hán Ngữ (đặc biệt là đại tạng đang được dùng làm tiêu chuẩn là Đại Chính Tân Tu Đại Tạng Kinh 大正新修大藏經) nhưng bỏ quên một chú thích quan trọng là Phạn văn của La Thập (344-413)[60] thường là văn bản viết bằng văn tự *Brahmi*, còn văn bản Phạn văn Huyền Trang (602-664) sử dụng thường là văn bản viết bằng văn tự *Siddham*.

Siddham (Hán dịch âm là 悉曇 (*Tất Đàn*) được coi là hậu thân trực tiếp của chữ Brahmi. Hầu như đa số kinh sách Huyền Trang (602-664) mang về Trung Hoa là kinh luận viết bằng chữ Tất Đàn. Rồi sau đó kinh luận Phật giáo Mật tông của Tam Đại sư Mật tông là Thiện Vô Úy (*subhākārasimha* 637-735) Kim Cương Trí (*vajrabodhi* 663-723) và Bất Không Kim Cương (*amoghavajra* 705-774) mang đến Trung Hoa truyền bá và dịch ra Hán văn cũng là chữ Tất Đàn. Rồi văn tự Tất Đàn được chuyên dùng để viết các chân ngôn hay thần chú – dù các thần chú này đã có "phiên thiết" ra Hán ngữ (thí dụ như thần chú *gate gate pāragate pārasaṃgate bodhi svāhā* được chuyển thành "yết đế - yết đế - ba la yết đế - ba la tăng yết đế - bồ đề tát bà ha").

𑖐𑖝𑖸 𑖐𑖝𑖸 𑖢𑖯𑖨𑖐𑖝𑖸 𑖢𑖯𑖨𑖭𑖽𑖐𑖝𑖸 𑖤𑖺𑖠𑖰 𑖭𑖿𑖪𑖯𑖮𑖯 (*Siddhaṃ*)

गते गते पारगते परसंगते बोधि सवाहा (*Devanāgarī*)

gate gate pāragate pārasaṃgate bodhi svāhā (IAST)

揭帝揭帝般羅揭帝般羅僧揭帝菩提薩婆訶 (Hán)

(Yết-đế yết-đế ba-la yết-đế ba-la-tăng yết-đế bồ-đề tát-bà-ha)

---

60. Theo những nghiên cứu mới, có thể năm sinh năm mất của Cưu Ma La Thập đúng hơn là 350-409

Mật tông có ảnh hưởng lớn ở Trung Hoa, nhưng không có tông môn truyền thừa chính thức, cho nên người học Tất Đàn sau đời Đường (tk VII-IX) cũng không còn,⁶¹ nhưng Tất Đàn vẫn luôn luôn được coi là linh ngữ được ghi khắc tôn thờ. Riêng ở Nhật Bản thì khác, Đại sư Không Hải (*Kukai* 774-835) của Nhật Bản qua Trung Hoa học Mật tông về Nhật Bản thành lập Chân Ngôn Tông (真言宗/ *Shingon-shu*) tiếp tục phát triển cho đến ngày nay với hàng ngàn chùa thất và hằng chục đại học. Cho nên ngày nay hầu như chỉ có Nhật Bản là nơi duy nhất còn dạy Sanskrit bằng văn tự Tất Đàn mà tiếng Nhật gọi "Tất Đàn" là "*Bonji*" (梵字 Phạn tự). Rồi từ chữ Sanskrit Tất Đàn, cho đến đến cuối thế kỷ XIX Nhật Bản theo chân Tây Phương nghiên cứu *Pāli*, họ cũng mau chóng trở nên các học giả cự phách về *Pāli* học, vì đã học Sanskrit thì trở qua học thêm *Pāli* rất dễ dàng.

Vì từ những nhân duyên này mà Phật giáo Trung Hoa (nói chung thì cả Phật giáo Á Đông) chỉ quen thuộc với văn tự Tất Đàn hơn với loại chữ *Brahmi* trước đó, và hoàn toàn không biết về loại chữ *Devanāgarī* sau này. Có thể nói tất cả các kinh Hán văn trong Tam Tạng Hán ngữ đều là dịch từ Sanskrit hay *Hồ ngữ* do khẩu truyền hay từ văn bản (xem phần viết về kinh tạng Hán ngữ) nhưng *hầu như không có kinh Phật Hán ngữ dịch từ văn tự Devanāgarī*. Lý do đơn giản vì khi người Ấn Độ bắt đầu có văn tự *Devanāgarī* thì các kinh luận cũ viết bằng cổ tự như Tất Đàn vẫn còn, rồi khi người Ấn trọng dụng văn tự *Devanāgarī* thì Phật giáo đã "biến mất" ở Ấn Độ. Cho nên người Á Đông hầu như chưa kịp biết đến văn tự *Devanāgarī*. Vì vậy học giả người Á Đông sau này chỉ có người chuyên cứu về cổ văn học Ấn Độ và Phật học thì mới học *Devanāgari* và văn tự viết theo IAST mà thôi.

---

61. Cho đến thời cận đại thì Trung Hoa coi như không còn người biết chữ Tất Đàn nữa (ít nhất là không có ai mở trường lớp dạy chữ Tất Đàn).

Chữ Tất Đàn dù ngày nay ở Trung Hoa và Việt Nam không còn ai học nữa nhưng nếu chúng ta chú ý thì từ các bia đá, cột chùa, chuông đồng cho đến chân ngôn thần chú vẫn tiếp tục được viết khắc bằng chữ Tất Đàn như một linh tự. Các thần chú trong kinh Phật chỉ là cách đọc chữ Hán (Hoa văn) theo cách phiên âm Hán Việt, mà các chữ Hán này cũng chỉ là chữ phiên âm loại chữ Phạn Tất Đàn (*Siddhaṃ*). Ở Việt Nam tôi chú ý hầu như không có dấu vết gì của loại chữ *Brahmi* hay *Devanāgarī* – Riêng ở Võ Cạnh, Nha Trang thì mới đây giới khảo cổ lại phát hiện ra chữ *Pāli* cổ viết theo văn tự Brahmi - được xem là di chỉ ngôn ngữ *Pāli* cổ nhất ở Đông Nam Á nhưng đó là đất cũ của vương quốc Champa ngày trước, không liên hệ với Việt Nam.

Sau thế kỷ XIII thì ở Ấn Độ lại bắt đầu thích dùng mẫu tự *Nāgari* để viết Sanskrit, và loại chữ *Devanāgarī* (phát triển từ *Nāgarī*) mới trở nên phổ biến. Cho đến thế kỷ XX thì mẫu tự *Devanāgarī* không những được dùng để viết Sanskrit hay *Pāli* mà còn được dùng để làm mẫu tự viết cho rất nhiều ngôn ngữ hiện đại khác như Hindi, Nepali, Magadhi, Awadhi, Konkani v.v. Cho nên văn tự *Devanāgarī* rất phổ biến khiến nhiều người sinh ra một sai lầm khi nghĩ rằng "chữ *Devanāgarī* là chữ Sanskrit" mà đúng hơn phải nói rằng "*văn tự Devanāgarī chỉ là một trong những loại mẫu tự dùng để viết Sanskrit*" (như chữ Quốc Ngữ dùng mẫu tự La tinh, chữ không phải chữ Việt là chữ La Tinh) và đừng quên thời hoành tráng của Brahmi và Tất Đàn vốn là viễn tổ của *Devanāgarī*.

Tóm lại từ thời Đức Phật còn tại thế chúng ta đã biết đã có chữ viết (như kinh Phật còn nói Đức Phật biết đến 20 loại chữ) nhưng chữ viết thời đó rất thô sơ cho nên đến ngay thời vua A-Dục sau đó hàng trăm năm người ta vẫn chưa dùng chữ để viết kinh Phật mà sau đó các loại cổ văn *Kharosthi* rồi *Brahmi* mới phổ biến. Ngày nay loại chữ IAST (*International Alphabet of Sanskrit Transliteration*) viết Sanskrit bằng mẫu tự La tinh lại cũng đã thay thế dần các loại chữ viết Sanskrit khác. Đại đa số người học Sanskrit ngày nay vì nghành học liên quan đến văn hóa văn minh nghệ thuật Ấn Độ cũng thường chỉ học IAST. Loại văn tự *Devanāgarī* chỉ thịnh hành ở Ấn Độ và ở các quốc gia có ngôn ngữ vốn đã quen dùng dùng mẫu tự *Devanāgarī* như chữ Hindi, Nepali, Awadhi v.v.

Ở các quốc gia Á Đông chữ *Devanāgarī* thì vừa không phổ biến vừa không được kính trọng như chữ Tất Đàn thời xưa. Tuy nhiên từ thế kỷ XX thì chữ *Devanāgarī* quá phổ biến qua các nghiên cứu kinh viện của học giả Tây phương nên làm nhiều người hiểu sai là *Devanāgari* là văn tự Phạn duy nhất để viết Sanskrit mà quên đi thời huy hoàng của văn tự cổ như Brahmi hay Tất Đàn. Thực tế thì ngày nay người Á Đông dù không còn học chữ Tất Đàn (trừ Nhật Bản) nhưng trong tâm tư vẫn coi Tất Đàn là ngôn ngữ linh thiêng. Phật giáo Á Đông ngày nay thường đọc chân ngôn bằng ngôn ngữ Tất Đàn (qua cách lối phiên thiết của chữ Hán, xem thí dụ về thần chú *gate*), và đặc biệt là vẫn dùng văn tự Tất Đàn để viết chữ và trang trí điện tháp (mặc dù không còn ai biết chữ Tất Đàn nữa). Quần chúng thì thực tế hơn, họ phân biệt Phật giáo thì trang nghiêm bằng chữ Tất Đàn còn "đền thờ Ấn Độ giáo" thì dùng văn tự *Devanāgarī* (tiếng *Hindi* Ấn Độ đang viết bằng mẫu tự *Devanāgarī*)

Điểm quan trọng là Sanskrit căn bản là một ngôn ngữ nói (spoken language) và *Sanskrit chưa bao giờ là tử ngữ*. Ngày nay vẫn còn có vài trăm ngàn người ở Ấn Độ và Nepal nói Sanskrit như là ngôn ngữ mẹ đẻ. Cho nên ngôn ngữ Sanskrit vẫn được thừa nhận là một trong hai mươi hai ngôn ngữ chính thức của Ấn Độ. Chúng ta phải thấy sự quan trọng của ý nghĩa này, vì ở Ấn Độ còn có nhiều ngôn ngữ khác có nhiều người nói như tiếng Magadhi hiện có đến hơn 12 triệu người coi là ngôn ngữ mẹ đẻ mà vẫn không được coi là một trong 22 ngôn ngữ chính thức của Ấn Độ (Hiện đại Magadhi được coi là một thành phần của ngôn ngữ Hindi, một ngôn ngữ đại chúng và phổ thông nhất Ấn Độ). Ngày nay Sanskrit dù số người coi tiếng Sanskrit là ngôn ngữ mẹ đẻ càng ngày càng ít. Nhưng Sanskrit vẫn không vì thế mà không còn quan trọng, vì giá trị văn hóa vô đối của nó. Ở các trường học Ấn Độ người ta vẫn có thể chọn Sanskrit là ngôn ngữ thứ hai. Ở các đại học Âu Mỹ, sinh viên đều được khuyến cáo học Sanskrit nếu ngành học liên quan đến ngữ học, triết học, hay nghệ thuật văn minh Á Châu.

Giống như chữ Hán là tượng trưng cho văn hóa Trung Hoa, Sanskrit luôn luôn là công cụ truyền bá không phải chỉ của văn hóa Phật giáo mà còn là tượng trưng cho văn hóa và văn minh Ấn Độ. Kinh điển triết học thi ca của Ấn Độ từ Vệ Đà (*ṛgveda*) đến Áo Nghĩa Thư (*Upanishad*) và kinh điển Phật giáo, Kỳ Na giáo (Jainism) cũng đều là Sanskrit. Sanskirt lại rất quan trọng trong ngành ngữ học, đặc biệt là ngữ học lịch sử. Sanskrit và ngôn ngữ Tây phương đều chung nguồn gốc - gọi là ngôn ngữ Ấn Âu (Indo-Eurpopean Language) gồm Hittite (1750 – 1200 BC), Ancient Greek (cổ Hy-Lạp 750 – 400 BC), classical Latin (cổ La Tinh 600 BC–100 CE), Gothic (cổ Đức ngữ Germanic language, 350 CE), v.v...

Theo đó, Sanskrit là ngôn ngữ cổ nhất còn tồn tại của ngôn ngữ Ấn Âu được giới ngữ học cho là viễn tổ của nhiều ngôn ngữ cả Ấn Độ lẫn Âu châu. Nhiều nghiên cứu đã chứng minh về từ nguyên học (etymology) cũng như âm vị học, cho thấy chúng đều chia sẻ các từ gốc, chỉ với cách đọc hơi khác nhau.[62] Về nhân chủng thì giống người Aryan không những là giống người thành lập ra văn minh Ấn Độ (bên cạnh dân bản địa)[63] mà cũng

---

62. Thí dụ: Tiếng Vedic Sanskrit có khuynh hướng chuyển các từ Ấn-Âu /l/ ऌ thành /r/ ऋ, chuyển /ḍ/ ड và /ḍh/ ढ thành /ḷ/ ळ và /ḷh/ ൠ giữa các nguyên âm (với /l/).

63. Sắc dân bản địa của Ấn Độ Dravidian da đen hơn và cũng thường nhỏ bé hơn, và sau này trở thành giai cấp ti tiện nhất trong hệ thống giai cấp của Ấn

là giống người vốn là tiền thân của nhiều chủng tộc Âu châu - Chúng ta còn nhớ trong Thế Chiến II, Hitler luôn luôn tự hào nước Đức của ông ta là "thuần chủng Aryan".

Tóm lại, chúng ta cũng nên biết Sanskrit là một ngôn ngữ và cũng là một cổ ngữ quan trọng như thế, nhưng ít người biết rằng từ xưa cho đến nay Sanskrit chưa bao giờ có chữ viết (*lipi*) riêng của nó. Trong các loại văn tự cổ nhất dùng để viết Sanskrit hay *Pāli* thì chúng ta biết hai cổ tự là Kharosthi và Brahmi. Đến thế kỷ VII thì Brahmi phát triển thành nhiều loại văn tự khác, trong số đó *Siddhaṃ* (Tất Đàn) rất quen thuộc với người học Phật Á Đông. Chữ *Siddham* (Tất Đàn) là loại chữ được sử dụng để viết kinh luận Phật giáo từ thế kỷ I đến thế kỷ VIII (đại bộ phận kinh luận do Huyền Trang (601-664) mang về Trung Hoa là kinh luận Sanskrit viết bằng chữ *Siddhaṃ*. Cho nên Sanskrit viết bằng *Siddhaṃ* rất có ảnh hưởng với Phật giáo Á Đông. Ngày nay mặc dù ở Á Đông, trừ Nhật Bản, thì không còn ai biết chữ *Siddhaṃ* nữa nhưng người ta vẫn còn thấy Sanskrit viết bằng chữ *Siddhaṃ* trên các tượng thờ, chuông đồng, bia đá.[64] Chữ *Siddhaṃ* không những chuyên dùng để viết phù chú mà tự nó cũng là một thứ linh tự. Cái hào quang mà *Devanāgarī* ngày nay không thể có được.

Trở lại với lịch sử phát triển của ngôn ngữ Sanskrit. Văn tự *Brahmi* không dừng ở *Siddhaṃ* mà sau đó còn phát triển thành loại văn tự *Nāgarī*. Từ thế kỷ XII loại chữ *Nāgarī* phát triển thành chữ *Devanāgarī* (thịnh hành ở phương bắc) và *Nandināgarī* (thịnh hành ở phương nam). *Devanāgarī* nghĩa đen là "chữ Nāgarī của Hoa thị thành" ngày nay không chỉ dùng

---

Độ. Phân biệt theo ngôn ngữ thì nhóm dân thuộc gốc Indo-Aryan chiếm 78 %, nhóm bản địa có nguồn gốc Dravidian chiếm chừng 19 % dân số.

64. Giống như ở Việt Nam vẫn thích dùng chữ Hán trong đình chùa dù rất ít người còn biết chữ Hán.

để viết Sanskrit mà nó còn phổ thông hơn nữa khi được dùng làm tự mẫu (alphabet) cho rất nhiều ngôn ngữ khác như *Hindī* (हिन्दी) của Ấn Độ, Nepalese của Nepal, và hàng chục ngôn ngữ chính thức của các quốc gia ở khu vực này như Awadhi, Marathi, Pahari, Kurukh.[65] Rất ít người ý thức rằng trong khi *ngôn ngữ* Sanskrit là một ngôn ngữ văn chương và bác học đã có từ rất xưa, còn *văn tự* Devanāgarī thì tiến triển rất chậm, nó mới chỉ được dùng rộng rãi từ thế kỷ XII và cho đến thế kỷ XIX nó mới toàn chỉnh như hiện tại.

Ngày nay dù văn tự Devanāgarī phổ biến rất rộng và được dùng làm *chữ cái* (mẫu tự) để viết nhiều ngôn ngữ khác, nhưng nó vẫn không phải là loại cổ tự như *Kharosthi, Brahmi* hay *Siddhaṃ* nên thiếu phần "linh thiêng" cần thiết của tôn giáo. Và cũng trong chiều hướng phát triển quốc tế hiện đại thì tôi nghĩ trong giới học thuật loại chữ Sanskrit La tinh IAST sẽ phát triển hơn chữ Sanskrit viết bằng văn tự Devanāgarī. Đó cũng là trường hợp chữ *Pāli* La-tinh (của *Pali Text Society* thiết lập năm 1881) đã thay thế dần các loại chữ *Pāli* viết bằng các mẫu tự khác nhau của các quốc gia Đông Nam Á.

Cuối cùng chúng ta chỉ cần nhớ *Sanskrit* là ngôn ngữ bác học và văn chương, dù hoàn hảo nhưng căn bản là "ngôn ngữ nói" (spoken language) không có riêng chữ viết của nó, cho nên chữ Sanskrit La tinh IAST (International Alphabet of Sanskrit Transliteration) ngày nay vừa phổ biến vừa cũng có giá trị và có thể chuyển đổi với các loại chữ cổ *Kharosthi, Brāhmi, Siddhaṃ* hay tân thời như *Devanāgarī* vì tất cả chúng đều dùng mẫu tự (chữ cái) để ghi âm (gọi là phonetic languages). Cụ thể hơn hết là với tiêu chuẩn điện toán ISO 15919 (standard transliteration

---

65. Cho nên người bình dân đi du lịch Nepal trông thấy "chữ Phạn khắp nơi" mà không biết là chỉ có một thiểu số dân nước này theo Phật giáo, thì không khác một bác nhà quê Nepal đến Sài Gòn chỉ thấy "chữ Tây khắp nơi".

convention) chúng ta có thể in và viết IAST trên máy điện toán computer, và do đó có thể tàng trữ so sánh và chuyển đổi dễ dàng qua lại từ IAST và *Devanāgarī*.

IV. PALI (*Pali, Pāli, Paḷi, Pāḷi*)

Pali, Pāli, Paḷi, Pāḷi ⁶⁶ - viết theo văn tự *Devanāgarī* là पालि - thuộc nhóm ngôn ngữ Âu Ấn thời Trung cổ (Indo - Aryan Languages) chúng ta có thuật ngữ gọi *chung tất cả* các ngôn ngữ Ấn Độ phổ thông thời này là *"prākrit"*. Cứ theo ngôn ngữ học lịch sử thì chúng ta biết *Pāli* là một dạng ngôn ngữ phát sinh từ tiếng *Paishachi*.⁶⁷ Tiếng *Paishachi* vào thời gian vua A Dục (thế kỷ thứ ba trước Tây Dương lịch) là một ngôn ngữ phổ thông của nhóm *prākrit* dùng nhiều ở miền tây đế quốc này (quê hương của bà *Devi*, mẹ *Mahinda*). Cũng theo các nghiên cứu ngữ học lịch sử thì Đức Phật giảng bằng tiếng *Magadhi Prākrit* rồi sau đó được diễn ra *Paishachi* và cuối cùng là có thể phát triển qua ngôn ngữ *Pāli*. Khi phái đoàn của tu sĩ *Mahinda* (Ma Hi Đà) và nữ tu sĩ *Sanghamitt* (Tăng già Mật Đa) đều là con của vua A Dục truyền giáo đến Tích Lan thì Mahinda mang theo những bộ kinh *Pāli truyền khẩu* giữ nguyên ngôn ngữ gốc của nó bằng tiếng Magadhi *Paishachi*. Sau khi đến Tích Lan Mahinda mới biết dân chúng ở đây không biết cả *Pāli* lẫn Magadhi, cho nên ngài và phái đoàn truyền giáo mới dịch các chú thích kinh ra tiếng

---

66. Bản thân từ *Pāli* có nghĩa là «văn bản» và dường như bắt nguồn từ các truyền thống chú giải, trong đó *Pāli* được phân biệt với các câu chú giải hay là các câu bằng tiếng bản xứ. Cho nên tên gọi của ngôn ngữ này đã gây ra nhiều tranh luận và cách viết của nó cũng khác nhau, với «ā» dài và «a» ngắn, cũng như với âm bật /ḷ/ hay là không /l/. Cho nên cả bốn cách viết *Pāli, Pali, Paḷi, Pāḷi* đều có thể tìm thấy trong các sách giáo khoa dạy Pali.

67. **Paishachi** (IAST: *Paiśācī*) là một loại ngôn ngữ thời trung cổ Ấn Độ. Theo sử gia Tây Tạng Button Richen Drub (thế kỷ XIII) thì cổ thời thì các tu sĩ theo Đại Chúng bộ (*Mahāsāṃghikas*) ưa dùng Prakrit, Nhất Thiết bộ (*Sarvāstivādins*) thích dùng Sanskrit và Thượng Tọa bộ (*Sthaviravādins*/ Pāli. *Theravāda*) thích dùng Paishachi.

bản xứ (Sinhalese) để truyền bá đạo Phật theo giáo pháp "Đồng Diệp Bộ" (*tāmra-śātīya*) một chi nhánh của Thượng Tọa Bộ (s. *Sthaviravāda*, p. *Theravāda*).

Tu sĩ Mahinda là con vua A Dục (*Aśoka*). A Dục trị vì 272-231 trước Dương lịch là vị hoàng đế sáng chói nhất của đế quốc Khổng Tước (*Maurya*) hùng cường nhất trong lịch sử Ấn Độ. Mahinda có mẹ là bà Devi người vợ đầu tiên của vua A Dục từ khi ông còn làm quân trưởng vùng này. Khi A Dục trở về thủ đô *Pataliputra* (nay là Patna) lên ngôi Hoàng Đế, thì vương tử Mahinda ở lại với mẹ Devi vốn là đại quí tộc ở vùng này và cũng là một người rất tín ngưỡng Phật giáo, cho nên dù là con lớn của A Dục Đại Đế mà ông vẫn theo gương Đức Phật mà xuất gia. Hoàng hậu Devi là người vùng này cho nên ngôn ngữ tự nhiên của bà là *Paishachi*. Mahinda sống với mẹ từ bé nên chúng ta tin rằng ngài cũng nói tiếng *Paishachi* là phương ngữ địa phương của tiếng Magadhi – cả hai đều gọi chung là ngôn ngữ *Prākrit* (nên nhớ các trụ Pháp Lệnh của vua A Dục đại đa số là tiếng *Prākrit* viết bằng cổ tự *Brahmi* và *Kharosthi*).

Cho đến thế kỷ thứ nhất trước Dương lịch, ở Ấn Độ tiếng *Pāli* đã bắt đầu suy vi và cho đến thế kỷ thứ mười thì hầu như "biến mất" vì không còn ai có nhu cầu học và biết *Pāli* nữa. *Pāli* sau đó chỉ còn sống sót ở ngoài Ấn Độ nhờ *Pāli* là ngôn ngữ kinh Phật của Phật giáo *Theravāda* của các quốc gia Đông Nam Á, và trong cùng thời gian này ở Ấn Độ thì Sanskrit đã phát triển đến đỉnh cao nhất. Nên nhớ sau khi học giả Pānini chỉnh đốn tiếng Phạn cổ (Vedic Sanskrit) thành ngôn ngữ Sanskrit còn hoàn hảo hơn nữa, nên gọi là "Sanskrit Cổ Điển" (Classical Sanskrit). Người ta hầu như chỉ dùng loại Sanskrit này để ghi chép kinh luận và văn chương. Cho nên ở Ấn Độ người ta hầu như không tìm ra văn cảo tôn giáo hay triết học nào bằng ngôn ngữ *Pāli*. Trong khi đó, trong quá trình ghi kinh luận Phật giáo bằng Sanskrit thì người ta lại thành tựu một loại tiếng Sanskrit đơn giản hơn và thường có pha một số ngôn ngữ phổ thông *prākrit* nên gọi là "tạp Sanskrit" hay "lai tạo Sanskrit" (hybrid Sanskrit). Loại Sanskrit này được dùng nhiều trong Phật giáo, đặc biệt là kinh luận của Nhất Thiết Hữu Bộ (*Sarvāstivāda*) cho nên cũng được gọi là "Sanskrit Phật giáo" (Buddhist hybrid Sanskrit). Tóm lại từ thế kỷ thứ nhất thì *Pāli* đã bắt đầu suy vi và cho nên đến thế kỷ XI khi Phật giáo biến mất ở Ấn Độ thì *Pāli* hoàn toàn là một tử ngữ vì hầu như ở Ấn Độ không còn ai học hay sử dụng *Pāli* nữa, nên nhớ *Pāli* chỉ là ngôn ngữ phải học (learned language) không phải là ngôn ngữ tự nhiên (tiếng mẹ đẻ) như Sanskrit.

Riêng ở Tích Lan (Sri Lanka) đến thế kỷ thứ năm khi *Pāli* ở chính quốc Ấn Độ đi đến giai đoạn thoái trào và Sanskrit đạt đến đỉnh cao nhất thì *Pāli* chỉ tồn tại nhờ vai trò của nó trong kinh điển Phật giáo *Theravāda*. Ở đây chúng ta còn phải nhắc đến nhân vật Phật Âm (*Buddhaghosa*) vào thế kỷ IV. Buddhaghosa là một sử gia và học giả lớn của Phật giáo *Theravāda* sinh trưởng ở Ma Kiệt Đà (*magadha*) Ấn Độ nhưng hoạt động ở Tích Lan. Buddhaghosa đã đóng vai trò quan trọng cho sự hồi sinh trở lại của *Pāli* ở xứ sở này như là một ngôn ngữ của Phật giáo. Cho nên khác với Ấn Độ, nơi phát nguyên của tiếng *Pāli*, ở các quốc gia theo Phật giáo Nam phương (*Theravāda*) *Pāli* vẫn sống sót cho đến ngày nay. Vai trò Pāli ở các quốc gia này giống như La Tinh ở Âu Châu thời trung cổ. Tại các Tích Lan, Miến Điện, Thái Lan, Lào và Cambodia, người Phật giáo Theravāda tiếp tục cầu nguyện kinh Phật bằng Pāli. Tu sĩ các nước này còn có thể liên lạc với nhau nếu có học *Pāli*.

Lẽ dĩ nhiên *Pāli* không phải là ngôn ngữ bản địa của các quốc gia Phật giáo này cho nên *Pāli* chưa bao giờ là ngôn ngữ tự nhiên (là tiếng mẹ đẻ) mà chỉ là ngôn ngữ do học vấn (phải học mới biết). Như trường hợp Tích Lan (Sri Langka) là quốc gia đầu tiên trong khu vực này theo Phật giáo thì cho đến ngày nay ngôn ngữ phổ thông của đảo quốc này vẫn luôn luôn là tiếng Sinhalese.[68] Theo thống kê mới nhất năm 2016 thì dân đảo quốc Tích Lan có gần 17 triệu người nói tiếng *Sinhalese* (tức 75 % dân số). Nhóm thứ nhì là độ gần bảy triệu người Tamil di cư từ nam Ấn Độ nói tiếng Tamil (một loại phương ngữ Ấn Độ). Số còn lại là các đám thiểu số nhỏ gồm thổ dân hải đảo, các hậu duệ của người Bồ Đào Nha, Anh quốc v.v.[69] Xin nhớ, *Pāli* là ngôn ngữ phải học mới biết, không có người Tích Lan, Thái Lan hay Miến Điện nào nói tiếng *Pāli* là tiếng mẹ đẻ cả. Ngay cả trong giới tu sĩ ở Tích Lan ngày nay, chỉ loại tu sĩ có học thức mới biết *Pāli*. Quần chúng bình thường chỉ biết đọc và tụng kinh Phật bằng ngôn ngữ Singhalese mà thôi.

Như chúng ta biết, vì cùng nhóm *Prākrit* (*các* ngôn ngữ Ấn Độ thời trung cổ) cho nên *Pāli* và *Magadhi Prākrit* có rất nhiều liên hệ, nhưng đây chỉ là những ảnh hưởng hỗ tương qua lại, mà không phải là liên hệ vì có nguồn gốc trực tiếp.[70] Cũng như ảnh hưởng tương quan giữa *Pāli* và *Sanskrit* thì còn rõ ràng hơn nữa, nhưng đó chỉ là những liên hệ tương quan và không có nghĩa là *Pāli* xuất phát từ Sanskrit. Dù người ta nhận thấy hầu như các thuật ngữ *Pāli* Phật giáo đều được mượn từ những từ vựng Sanskrit với một số thay đổi về cách phát âm theo một qui cách nhất định. Nhưng rõ ràng *Pāli* không phát xuất từ Sanskrit. Cũng như thế, *Pāli* sau này được sử dụng ở các quốc gia theo Phật giáo Nam phương cho nên *Pāli* từ đây cũng mượn một số ngôn ngữ địa phương (Sinhalese, Burmese, Thai v.v.) không phải gốc Ấn Độ. Việc sử dụng ngôn ngữ địa phương trong *Pāli* có thể dễ dàng

---

68. Tiếng Sinhalese khi viết lại dùng mẫu tự của chữ cổ Brahmi, gọi là "Sinhala abugida script". Nên nhớ loại chữ Brahmi là loại chữ tối cổ được dùng để viết kinh Phật (xem phần nói về chữ Brahmi ở sau)

69. Số người Tích Lan (chủ yếu là dân trí thức thành thị) thành thạo Anh ngữ lên đến 25% dân số.

70. Von Hinüber, Oskar. *A Handbook of Pali Literature (1st Indian edition). New Delhi: Munishiram Manoharlal Publishers Pvt. Ltd, 1997, tr. 4–5*

tìm thấy trong các lời chú giải kinh Phật tiếng *Pāli*, như các câu chuyện dân gian, bình giải về kinh, điển hình là *Jātaka* (kinh *Bản Sinh* về sự tích Đức Phật) v.v.

Cũng nên nhớ rằng trong truyền thống Ấn Độ xưa nay Sanskrit luôn luôn được cho là một ngôn ngữ thần thánh linh thiêng, không thay đổi được vì trong đó mỗi từ hàm chứa một ý nghĩa quan trọng. Đó là ngôn ngữ riêng của lớp người cao quí và tri thức – ngày trước giai cấp thấp nếu học Sanskrit bị coi là phạm tội – Quan điểm giai cấp này lẽ dĩ nhiên không được Phật giáo chấp nhận, như đã nói trong phần viết về Sanskrit, cho nên chính Đức Phật còn ra lệnh cấm giảng thuyết bằng loại ngôn ngữ quí phái Sanskrit và minh thị rõ ràng chỉ được truyền giáo bằng ngôn ngữ phổ thông đại chúng. Quan điểm về ngôn ngữ này do đó đã mở rộng tự nhiên đến *Pāli* và khiến nó có thể đóng góp một phần nhất định vào việc sử dụng *Pāli* trong sinh hoạt Phật giáo khi đức Phật cấm giảng đạo bằng tiếng Sanskrit, cho nên *Pāli* dù chết ở Ấn Độ nhưng vẫn sống sót ở các quốc gia Phật giáo *Theravāda* có dùng Phật tạng *Pāli*. Đây cũng là một điều cần chú ý, nhờ giữ được ngôn ngữ *Pāli* khiến Phật giáo ở đây giữ được truyền thống nguyên thủy, thì phải chăng cũng đã đi ngược với giáo huấn của Đức Phật khi ngài chủ trương truyền bá giáo pháp bằng ngôn ngữ địa phương?

Tuy không linh thiêng như Sanskrit, nhưng theo suy nghĩ bình dân thông thường của quần chúng thì *Pāli* vẫn là "lời Phật' cho nên, các lời tụng kinh bằng tiếng *Pāli* cũng được cho là có những quyền năng siêu phàm. Tại các quốc gia Phật giáo *Theravāda* thì *Pāli* còn được kính trọng còn hơn người Việt đối với chữ Hán vì *Pāli* được dùng trong các *dhāraṇī* (chân ngôn), và trong nhiều trường hợp chữ *Pāli* tự thân cũng là thần chú. Nhiều người bình dân trong văn hóa *Theravāda* vẫn còn tin rằng thề thốt bằng tiếng *Pāli* có một sự quan trọng đặc biệt.

Như đã nói, *Pāli* căn bản là "ngôn ngữ học vấn" (có nghĩa là phải học mới biết) nó chưa bao giờ là "ngôn ngữ tự nhiên" (ngôn ngữ mẹ đẻ). Có hai sự nhầm lẫn lớn. Thứ nhất là coi *Pāli* là ngôn ngữ tự nhiên và thứ hai là việc cho rằng *Pāli* là tiếng *Magadhi Prākrit* (cơ bản là ngôn ngữ tự nhiên) khiến trước đây người Phật giáo *Theravāda* vẫn tin rằng "*Pāli* và *Magadhi Prākrit* là một" nên nghĩ rằng ngôn ngữ *Magadhi Prākrit* khắc trên trụ đá Pháp Lệnh (Edict of Aśoka) của vua A Dục là chữ *Pāli* - Sự thật các trụ Pháp Lệnh của vua A Dục là có đến ba loại ngôn ngữ *Magadhi Prākrit* và đều viết bằng văn tự *Brahmi* trừ hai trụ Pháp Lệnh viết bằng văn tự *Kharosthi* ở vùng tây bắc, không hề có trụ Pháp Lệnh nào viết bằng "*chữ Pāli*" cả vì Pali không phải là chữ viết (văn tự).[71]

Cũng giống như trường hợp theo tín sử Tích Lan (*Mahavamsa*) thì Kinh tạng *Pāli* đã được viết bằng chữ Sinhalese (Sinhala script) vào khoảng 80 năm trước Đương lịch dưới triều đại vua *Vattagamini*. Tuy nhiên theo chứng cớ khảo cổ thì người ta chỉ mới tìm được văn cảo (manuscript) *Pāli* (viết bằng chữ *Brāhmi*) sớm nhất là khoảng cuối thế kỷ thứ năm hiện nay còn dấu vết ở thành phố *Pyu* của Miến Điện (Burma).[72] – Thật ít ai ngờ rằng về *chữ viết* (văn tự) thì chữ Hán *viết* kinh Phật còn xưa hơn cả *Pāli*.

Chúng ta có thể tin rằng Phật điển *Pāli* của Phật giáo *Theravāda* là thành quả của kỳ kết tập thứ ba dưới triều vua A Dục, nhưng chủ yếu kỳ kết tập này cũng chỉ là đọc tụng ôn lại kinh điển. Có nghĩa là kinh điển *Pāli* cổ nhưng đều là "tiếng cổ" vì rõ ràng là cho đến kỳ kết tập này kinh điển Phật giáo vẫn chưa được viết xuống bằng văn tự. Nhưng người ta vẫn thắc mắc là

---

71. Cunningham, Alexander & Eugen Hultzsch. *Inscription of Aśoka*, Caltutta: Office of the Superintendent of Government Printing. Calcutta: 1877

72. Stargardt, Janice. *Tracing Through Things: The Oldest Pali Text and the early Budhist Archaeology of India and Burma.* Royal Netherlands Academy of Art and Sciences, 2000, tr. 25

liệu trong bảy trăm năm ấy truyền thừa chỉ bằng trí nhớ và khẩu truyền như thế, cho đến khi kinh Phật *Pāli* được viết xuống, thì có những khác biệt biến dạng như thế nào? Cuối cùng bản chất vẫn chỉ là đức tin.

Quan trọng hơn cả, như chúng ta biết giống như Sanskrit ngôn ngữ *Pāli* không có chữ viết của riêng nó, trước kia người muốn viết kinh *Pāli* người ta phải dùng các loại cổ tự như chữ *Brāhmī* rồi sau nữa người ta mới dùng văn tự *Devanāgarī* để chép kinh tạng *Pāli*. Sau này thì người nước nào thì dùng mẫu tự nước đó. Như người Tích Lan phải dùng mẫu tự Tích Lan (Sinhalese), người ở Thái Lan phải dùng mẫu tự chữ Thái, người Campuchia thì dùng mẫu tự Campuchia. Vì vậy có một việc mà nhiều người không biết là ngày nay tu sĩ và Phật tử ở các quốc gia Đông Nam Á dùng chung Kinh Tạng chữ *Pāli*, cho nên nếu tụng kinh bằng tiếng *Pāli* thì họ có thể cùng tụng chung (như trước đây tín đồ Thiên Chúa giáo các nước đều đọc kinh bằng La Tinh) nhưng *chỉ có người có đi học mới biết Pāli,* số Phật tử còn lại người nước nào cũng chỉ biết học và đọc kinh viết bằng *chữ của nước mình mà thôi.*[73] Cho nên ngày xưa người ngoại quốc như người Việt Nam muốn học *Pāli* thì phải học trước hoặc học song song với một ngôn ngữ địa phương như Tích Lan, Thái Lan hay Campuchia. Tuy nhiên từ ngày *Pāli* với mẫu tự Latin phổ biến (của T. W. Rhys Davids và do hội *Pāli Text Society* phổ biến từ năm 1881)[74] người ta có thể học trực tiếp *Pāli* bằng mẫu tự

---

73. Lẽ dĩ ngày xưa kinh Phật *Pāli* viết bằng chữ cổ như chữ *Brahmi* thì các nhà sư có học đều đọc được như nhau.

74. Pali Text Society (PTS) là lực lượng chính cùng với các học giả phương Tây quảng bá và nghiên cứu tiếng *Pāli* kể từ ngày thành lập vào năm 1881. Hội PTS đặt trụ sở tại Anh và đã dịch được toàn bộ Tam Tạng tiếng *Pāli* ra Anh ngữ từ đầu thế kỷ trước, và vẫn tiếp tục xuất bản nhiều sách báo Pāli dùng mẫu tự La Tinh. Dù không có cựu thuộc địa là quốc gia Phật giáo *Theravāda* nhưng ở Đức, Nga, Đan Mạch và nhiều quốc gia Âu châu khác việc nghiên cứu về Phật giáo *Pāli* vẫn luôn luôn được chú trọng không

(alphabet) La tinh. Ngày nay kinh sách Phật giáo viết bằng PTS "*Pāli* La tinh" dần dần cũng phổ biến còn hơn so với các loại viết bằng mẫu tự khác như *Pāli* chữ Thái Lan, Tích Lan, Lào, Miến Điện hay Campuchia.

V. SO SÁNH SANSKRIT VÀ PALI

1. *Sanskrit* **là ngôn ngữ cổ hơn** *Pāli***.**

Sanskrit là ngôn ngữ cổ điển của Ấn Độ xuất hiện từ hai ngàn năm trước Dương lịch, là ngôn ngữ linh thiêng của Ấn Độ được tin là ngôn ngữ do thần linh sáng tạo. Sanskrit vừa được dùng trong mọi nghi thức của các tôn giáo ở Ấn Độ vừa được coi là ngôn ngữ thanh lịch văn chương của giai cấp tăng lữ và quí tộc khắp Ấn Độ. Còn *Pāli* cho đến khi trở thành tử ngữ vẫn chỉ là một phương ngữ Ấn Độ (một trong nhiều ngôn ngữ *prākrit*) thời trung cổ (Middle Indo-Aryan Language). *Sanskrit* và *Pāli* đều dùng trong kinh diễn Phật giáo, *Sanskrit* còn được dùng sớm hơn trong tất cả các nghi thức và kinh điển các tôn giáo khác từ Bà La Môn đến Kỳ Na giáo (Jainism). Tuy nhiên *Pāli* thì hầu như chuyên dùng cho kinh điển Phật giáo cho nên ngoài một số sách thuốc, chúng ta hầu như không có các tác phẩm văn chương *Pāli* như Sanskrit.

Cũng vì lý do "chuyên trị Phật giáo" cho nên mặc dù *Sanskrit* và *Pāli* đều chia sẻ các thuật ngữ Phật học và nhiều từ Phật học *Pāli* mượn từ Sanskrit, *nhưng nhiều khi sử dụng thuật ngữ Phật học Pāli lại "chính xác" hơn Sanskrit*, vì các từ tương đương bên *Sanskrit* nhiều khi còn bị mang ảnh hưởng của ngôn ngữ và triết lý khác của văn hóa Ấn Độ – Đây cũng là hiện tượng giống như khi nghiên cứu Phật giáo chúng ta phải rất cẩn thận khi dùng

---

kém gì ở Anh. Ảnh hưởng của Âu châu cũng đến Nhật Bản và nước này cũng mau chóng trở nên "cường quốc" với nhiều học giả lớn nghiên cứu về Phật giáo *Pāli*.

các thuật ngữ Phật học chữ Hán (Hoa ngữ) thường bị ảnh hưởng văn hóa Trung Hoa (tư tưởng Khổng Lão).

2. *Pāli* không phải là hậu duệ của Sanskrit

Mặc dù *Pāli* không là hậu duệ trực tiếp của Sanskrit (Vedic Sanskrit hoặc Classical Sanskrit) nhưng hai ngôn ngữ này rất gần nhau và những đặc tính chung sẽ được người học cả hai ngôn ngữ nhận ra một cách dễ dàng. Về từ ngữ, phần rất lớn các từ trong *Pāli* và Sanskrit thường giống nhau, chỉ khác nhau trong chi tiết biến tố. Vì có các liên hệ này các thuật ngữ Phật học Sanskrit có thể chuyển đổi dễ dàng thành *Pāli* (và ngược lại) bằng một số các biến đổi phát âm quy ước về âm vị học. Cho nên việc dịch kinh Phật từ hai ngôn ngữ này rất chính xác. Đây cũng là trường hợp chữ Sanskrit và chữ Tây Tạng, việc dịch qua lại từ Sanskrit và Tạng văn rất chính xác.[75]

3. Ngữ pháp *Pāli* đơn giản hơn *Sanskrit*.

Thuần túy về ngữ pháp thì ngữ pháp *Pāli* giống nhưng đơn giản hơn *Sanskrit*. Theo các nhà ngôn ngữ học cả hai ngôn ngữ *Sanskrit* và *Pāli* có lẽ khởi sự là ngôn ngữ nhân tạo (được tạo ra cho nhu cầu truyền thông của con người, cho nên là ngôn ngữ phải học mới biết), sau đó Sanskrit mới trở thành ngôn ngữ mẹ đẻ của một số người, nhưng *Pāli* trước sau vẫn chỉ là ngôn ngữ phải học mới biết. Cho nên khi *Sanskrit* càng trở nên văn hoa hơn, thì cũng từ ưu điểm này mà tự thân cũng là khuyết điểm khi nó trở nên quá trừu tượng so với nét trực tiếp của *Pāli* – Chúng ta cần biết ý nghĩa của truyền thuyết Ấn Độ cho rằng con người

---

75. Mặc dù hai ngôn ngữ Sanskrit và Tạng không có liên hệ về mặt ngôn ngữ hay ngữ học lịch sử, nhưng nguyên do ở chỗ người Tạng dùng Sanskrit để thành lập chữ viết của họ vì lý do đầu tiên là để dịch kinh Phật qua ngôn ngữ bản xứ.

không tạo ra tiếng *Sanskrit* mà do thần linh tạo ra, cho nên tự thân *Sanskrit* đã được coi là ngôn ngữ của Phạm Thiên. Đức tin này một khi đề cao sự cao quí của Sanskrit thì cũng vô tình là con dao hai lưỡi khi phân tích ngôn ngữ về mặt thuần khiết căn bản.

4. Sanskrit và *Pāli* đều không có văn tự riêng.

Tôi luôn luôn lập lại rằng Sanskrit và *Pāli* đều không có chữ viết riêng của nó, mà dùng *rất nhiều* loại chữ khác nhau để viết. Theo các chứng liệu còn giữ được như Trụ Pháp của vua Ashoka và các mảnh kinh Phật trên vỏ cây, trên tiền đồng, trên đá thì các loại chữ viết cổ như *Kharosthi* và *Brahmi* đều đã được dùng để viết Sanskrit và *Pāli*. Sau đó phổ biến hơn cả là loại văn tự có tên *Siddhaṃ* (Tất Đàn) phát triển từ *Brahmi* và kế đó là *Devanāgari* bắt đầu được dùng nhiều để viết Sanskrit – nhưng lúc này *Pāli* đã tàn ở Ấn Độ (Văn tự *Devanāgari* dùng để viết *Pāli* là của người đời sau ở Tích Lan). Sau đó loại chữ *Devanāgari* dùng để viết *Sanskrit* trở nên phổ biến nên nhiều người thường đơn giản hóa rằng "chữ *Devanāgari* là chữ Phạn" mà quên các loại văn tự tiền phong như *Kharosthi, Brahmi* và *Siddhaṃ* rất quan trọng trong lịch sử Phật giáo hơn là văn tự *Devanāgari*. Từ thế kỷ XX thì thế giới lại chuyển qua cách La tinh hóa chữ *Devanāgari* như IAST (International Alphabet for Sanskrit Transliteration). Hiện nay chữ "*Pāli-Latin*" của *Pali Text Society* đã phổ biến hơn các loại văn tự khác của *Pāli*[76] cũng như văn tự IAST phổ biến hơn văn tự *Devanāgari* để viết Sanskrit.

5. *Pāli* và *Magadhi* không phải là một.

Pāli cũng như *Magadhi* đều là phương ngữ Ấn Độ thời trung

---

76. Trường hợp *Pāli* chuyển đến Đông Nam Á như Tích Lan, Thái Lan, Miến Điện, Lào, Kapuchia thì đến ngày nay dân chúng nước nào cũng viết *Pāli* theo mẫu tự riêng của từng nước.

cổ, thuật ngữ gọi chung *tất cả* các ngôn ngữ đó là *"các ngôn ngữ Prākrit"* (*Prākrit* languages) còn Sanskrit là một ngôn ngữ riêng. Cho nên trước đây người ta cho rằng *Pāli* là hậu duệ trực tiếp của *Magadhi Prākrit* "*Prākrit* của xứ Magadha" là ngôn ngữ phổ thông của vùng *Magadha* và *Bihār* là quê hương Đức Phật. Vì vậy nếu nói ngôn ngữ của Đức Phật là tiếng *Magadhi Prākrit* thì đúng nhưng cũng dễ bị hiểu lầm khi nói rằng "Đức Phật giảng pháp bằng tiếng *Pāli*" – Quan điểm "Phật nói tiếng *Pāli*" vốn là một đức tin khó lay chuyển của nhiều tu sĩ Phật giáo *Theravada* – Nhưng nghiên cứu ngữ học lịch sử trong những năm vừa qua lại cho thấy mặc dù có sự liên hệ chặt chẽ giữa *Pāli* và *Magadhi-Prākrit* nhưng nguồn gốc và phát triển của chúng thì hoàn toàn độc lập.[77]

6. Kinh Phật *Pāli* là kinh điển khẩu truyền cổ nhất

Chúng ta được biết sau kỳ kết tập thứ ba (thế kỷ thứ ba trước Dương Lịch) toàn bộ kinh luận của kỳ kết tập này là cơ sở của giáo pháp Thượng Tọa bộ (*Theravāda* sau này) và kết tập bằng tiếng Magadhi và sau đó được truyền qua ngôn ngữ *Paishachi* (một ngôn ngữ chị em với Magadhi). Sau đó các phái đoàn truyền giáo do vua A Dục phái đi cũng mang theo kinh Phật bằng tiếng Magadhi hay *Paishachi*. Trong các phái bộ truyền giáo này thành công nhất là phái bộ đi Tích Lan do sư Mahinda lãnh đạo. Mahinda vốn là con của vua A Dục và bà Devi, sống với mẹ từ bé ở miền Tây nên chúng ta tin rằng ngài cũng nói tiếng *Paishachi*, là ngôn ngữ có thể gọi là trung gian giữa Magadhi và *Pāli*. Ngôn ngữ của Mahinda mang đến Tích Lan là *Paishashi*, tiền thân của *Pāli* và giáo pháp của Thượng Tọa Bộ (gồm nhiều chi nhánh nhưng đến thế kỷ XII chỉ còn một nhánh là *Theravāda* hiện nay) và từ đó giáo pháp *Theravāda* được loan tỏa ra khắp Đông Nam Á. Do đó mọi người đều nhận rằng kinh tạng *Pāli* là

---

77. Von Hinüber, Oskar. *Sdd, tr. 4,5*

kinh tạng khẩu truyền của một tông môn cổ xưa nhất và liên tục nhất là có nguyên do, nhưng cho nó đồng nhất với kinh Phật của kỳ kết tập thứ ba thì vẫn chưa được đủ chứng minh. Còn việc theo truyền thống tin rằng người ta đã dùng văn tự (viết xuống thành chữ) để viết kinh *Pāli* từ 80 năm trước Dương lịch, thì vẫn chỉ là truyền thuyết. Ngày nay chúng ta chỉ có văn bản kinh Phật Sanskrit viết bằng văn tự Kharosthi và Brahmi sớm nhất là vào thế kỷ thứ nhất, và *chỉ tìm ra kinh Phật Pāli được viết sớm nhất vào thế kỷ thứ V* Tây lịch mà thôi.

Một Khám Phá Mới: *Tạng Văn Kharosthi*

Mới đây chúng ta lại mới khám phá còn có kinh văn viết bằng *văn tự Kharosthi* có sớm hơn tạng văn *Pāli* nhiều thế kỷ.[78] "*Tạng văn Kharosthi*" chúng ta hiện có chưa nhiều để trở thành một tam tạng đầy đủ như tạng *Pāli* hay tạng Hán văn, nhưng "*Tạng văn Kharosthi*" vừa cổ hơn vừa có thể cung cấp thêm tài liệu cho việc tìm hiểu giải thích giai đoạn lịch sử chuyển biến từ "Phật giáo Tiểu thừa" qua "Phật giáo Đại thừa". Ngoài ra nó còn có thể đưa ra một hậu kết quan trọng liên quan đến Hán tạng. Trước đây Tam tạng chữ Hán đều được coi là chỉ xuất hiện sau khi *Tạng Pāli* thành hình. Tuy nhiên ngày nay vì có sự hiện hữu của tạng *Kharosthi* lại cho thấy **có thể** có *một số* kinh Hán văn được trực tiếp dịch từ tạng *Kharosthi* – có nghĩa là nguồn gốc của *một số* kinh chữ Hán còn có thể cổ hơn kinh văn *Pāli* – Đây quả là một đề tài mới, có tầm vóc lớn và hấp dẫn cho giới nghiên cứu văn tạng Hán ngữ trong nhiều năm qua thường thiếu các đề tài lớn.

---

78. Xem Phụ Lục Kinh Tạng Kharosthi.

CHƯƠNG IV
CÁC LOẠI CHỮ VIẾT KINH PHẬT

Chữ viết thời đức Phật:

Đầu tiên chúng ta cần nhớ nhớ thời Đức Phật còn tại thế đã có chữ viết mà kinh kinh *Lalitha Vistaram* đã liệt kê cho biết đã từng có đến 64 loại "chữ" (*lipi*).[79] Kinh còn nói Đức Phật biết đến nhiều loại chữ viết. Nhưng chữ viết của thời đại này rất đơn giản cho nên trong cả ba kỳ kết tập kinh điển đầu tiên chỉ là kết tập tụng đọc chứ không có ghi lại bằng văn tự. Cho nên các trụ tháp danh tiếng (edict of Aśoka) của vua A-Dục hiện còn bảo tồn vẫn chưa hề ghi lại văn kiện Phật giáo.

---

79. Danh sách 64 loại chữ (*lipi*) theo kinh *Lalitha Vistaram* đã được dùng để chép kinh là: 1. *Brahmi* 2. *Kharosti* 3. Pushkarasara lipi 4. Anga-lipi 5. Vanga-lipi 6. Magadha-lipi 7. Mangalya-lipi 8. Anguliya-lipi 9. Sakara-lipi 10. Brahmava-lipi 11. Parushya-lipi 12. Dravida-lipi 13. Kirata-lipi 14. Dakshinya-lipi 15. Ugra-lipi 16. Samkhya-lipi 17. Anuloma-lipi 18. Avamurdha-lipi 19. Darada-lipi 20. Khasya-lipi 21. Cina-lipi 22. Luna-lipi 23. Huna-lipi 24. Madhyaksaravistara-lipi 25. Puspa-lipi 26. Deva-lipi 27. Naga-lipi 28. Yaksa-lipi 29. Gandhava-lipi 30. Kinnara-lipi 31. Mhoragalipi 32. Asura-lipi 33. Garuda-lipi 34. Mrgacakra-lipi 35. Vayasaruta-lipi 36. Bhaumadevi-lipi 37. Antariksadeva-lipi 38. Uttarakurudvipa-lipi 39. Aparagaudana-lipi 40. Purvavideha-lipi 41. Utksepa-lipi 42. Niksepavarta-lipi 43. Viksepa-lipi 44. Praksepa-lipi 45. Sagara-lipi 46. Vajra-lipi 47. Lekhapratilekha-lipi 48. Anudruta-lipi 49. Sastravarta-lipi 50. Gananavarta-lipi 51. Utksepavarta-lipi 52. Niksepavarta-lipi 53. Padalikhita-lipi 54. Dviruttarapadasandhi-lipi 55. Yavaddasottarapadasandhi-lipi 56. Madhyaharini-lipi 57. Sarvarutasamgrahani-lipi 58. Vidyanulomavimisrita-lipi 59. Rsitapastaptarocamana-lipi 60. Dharanipreksini-lipi 61. Gaganapreksini-lipi 62. Sarvausadhinisyanda-lipi 63. Sarvasarasamgrahini-lipi 64. Sarvabhutarutagrahani-lipi.

Chúng ta cần phân biệt giữa "tiếng" hay *ngôn ngữ nói* (spoken language) với "chữ" hay văn tự là *ngôn ngữ viết* (written language). Nhân loại hiện nay có đến 6000 ngôn ngữ, nhưng rất ít ngôn ngữ có văn tự. Hơn nữa ngôn ngữ nói (spoken language) thì có rất lâu trước khi con người sáng chế ra văn tự (written language) để ghi chép. Cho nên lúc ban đầu tiếng nói không có liên hệ trực tiếp với văn tự vì chúng không sinh ra đồng thời. Chỉ về sau khi văn tự hoàn hảo hơn mới có thể ghi rõ tiếng nói. Lúc này văn tự lại ảnh hưởng ngược lên ngôn ngữ nói, vì người ta bắt đầu dùng chữ viết làm tiêu chuẩn, thí dụ người Việt thường hay tranh cãi "đọc như thế này mới đúng tự điển này hay tự điển kia" là một tư duy không chính xác. Cho nên càng về sau người dân bình thường không ý thức đến sự khác biệt giữa ngôn ngữ nói và ngôn ngữ viết. Thí dụ như người ta biết tiếng Việt đã có từ bao nhiêu ngàn năm trước khi người ta bắt đầu dùng chữ để viết (Nôm thế kỷ X, chữ quốc ngữ thế kỷ XIX), nhưng rất ít người ý thức rằng cả tiếng nói lẫn ngôn tự đã biến chuyển biết bao nhiêu trong nhiều thế kỷ như thế. Điều quan trọng chúng ta cần ý thức là "tiếng" bao giờ cũng có trước "chữ" và "tiếng" lại thường biến chuyển nhanh hơn "chữ".

Các ngôn ngữ Ấn Độ, ngữ học gọi là *Indic Languages* hay *Indo-Aryan languages*, có mặt từ nhiều ngàn năm trước Dương lịch, trong khi các loại cổ văn tự của Ấn Độ dù là *Kharosthi* hay *Brahmi* thật sự hiện diện khoảng một ngàn năm trước Dương lịch, cho nên ban đầu có rất ít liên hệ lập tức trực tiếp giữa tiếng nói và văn tự, vì đơn giản là chúng không sinh cùng thời. Rồi nhu cầu chữ viết càng trở nên quan trọng, nên người ta bắt đầu cố gắng chế ra nhiều loại văn tự. Như thời đức Phật tại thế theo kinh *Lalitha Vistaram* đã liệt kê cho biết đã từng có đến 64 loại "chữ" (*lipi*). Lẽ dĩ nhiên chúng ta có thể hiểu rằng đại đa số "văn tự" này đều rất thô sơ chưa thể dùng để viết kinh. Cho nên để cả kỳ kết tập thứ ba dưới thời vua A-Dục (từ năm 268 đến 232 trước Dương lịch) kinh điển vẫn là kết tập truyền khẩu, cho nên sau đó chúng đã biến mất mà không còn dấu vết.

Như đã nói, không riêng gì Phật giáo mà kinh điển các tôn giáo cổ trong nhiều thế kỷ dầu tiên đều chủ yếu là truyền khẩu. Không phải chỉ vì văn tự chưa đủ khả năng chuyên chở tư tưởng mà còn bởi vì người ta không cảm thấy cần thiết phải viết xuống bằng văn tự. Tu sĩ lúc đó là những người tự nguyện cả đời tu hành và sự truyền thừa cũng rất thân mật từ thầy cho vài đệ tử thân thiết. Những gì được khẩu truyền vừa là những gì riêng tư vừa là những gì bí mật và linh thiêng cho nên viết xuống bằng văn tự chưa phải là yêu cầu, ít nhất là cho người tu sĩ. Những kỳ kết tập kinh điển đầu tiên của Phật giáo sau khi Đức Phật nhập diệt cũng chỉ là kỳ tập hợp lại để *cùng tụng đọc* (*saṅgīti*) các bài giảng Pháp của Đức Phật (mà người ta cho rằng đó là ngôn ngữ Magadhi). Chỉ sau đó Phật giáo phát triển ra nhiều địa phương khắp Ấn Độ, ngôn ngữ Magadhi được chuyển dịch ra nhiều ngôn ngữ địa phương như chính ý chỉ của Đức Phật là làm sao cho tất cả mọi người, không phân biệt xuất thân giai cấp giầu nghèo địa phương hay ngôn ngữ đều cùng có thể chia sẻ được giáo pháp của ngài. Chỉ sau khi có hiện tượng xáo trộn tăng đoàn vào thế kỷ thứ ba trước Tây lịch dưới thời vua A Dục với hậu quả là 18 hay 20 bộ phái khác nhau xuất hiện. Sự khác biệt giữa các bộ phái phần nào vừa cho thấy có sự giải thích và hiểu kinh điển và giới luật khác nhau vừa cho thấy có sự bất thông vì ngôn ngữ địa phương và bởi vì kinh điển đã được chuyển dịch (*dịch miệng*) thành nhiều ngôn ngữ sau nhiều thế kỷ truyền thừa. Đó là lúc người ta mới nghĩ đến sự cần thiết của việc cần phải ghi xuống bằng chữ (văn tự) để giữ cho sự thống nhất giáo lý và giáo đoàn.

Đầu tiên hai loại chữ (văn tự) Ấn Độ cổ nhất được dùng để viết kinh Phật là chữ *Kharosthi* và chữ *Brahmi*. Đây cũng là hai loại văn tự chúng ta thấy còn dấu vết trên các trụ Pháp Lệnh (Edict of Aśoka) của vua A Dục (trị vì khoảng từ năm 268 đến năm 232 trước Dương lịch). *Brahmi* là loại văn tự phổ biến rộng nhất đương thời dùng để ghi nhiều ngôn ngữ phổ thông mà ngày nay chúng ta gọi chung là *Prākrit* (các ngôn ngữ Ấn Độ thời Trung cổ - trong đó có *Pāli* **và** *Magadhi*). Trong số các ngôn ngữ đó phổ thông nhất là *Magadhi Prākrit* "phương ngữ vùng Magadhi". Văn tự Brahmi là loại chữ chính khắc trên các trụ Pháp Lệnh của vua A Dục (trong khi văn tự Kharosthi chỉ thấy có trong hai trụ Pháp Lệnh ở vùng tây bắc Ấn Độ).

Hai loại văn tự *Brahmi* **và** *Kharosthi* xuất hiện cùng thời nhưng cũng hầu như hoàn toàn độc lập với nhau. Trong khi văn tự *Brahmi* phổ biến rộng rãi khắp Ấn Độ thì *Kharosthi* chỉ phổ biến chủ ở vùng Tây Bắc, đặc biệt là vùng *Gandhara*. Cho nên chỉ có hai trụ Pháp Lệnh có viết bằng văn tự Kharosthi xuất hiện ở vùng này. Tuy nhiên ngày nay thì chúng ta lại tìm ra nhiều văn bản kinh Phật bằng chữ Kharosthi nhiều hơn – Có lẽ vì khí hậu sa mạc của vùng Tây Bắc và sự tồn tại của rất nhiều chùa Phật giáo được đục sâu vào các vùng núi đá ở đây. Quan trọng nhất là bản kinh Pháp Cú "*Gandhari Dhammapada*" tìm được đầu thế kỷ trước viết bằng chữ *Kharosthi*. Đặc biệt mới đây (1994) người ta tìm thấy 29 quận kinh Phật viết trên vỏ cây bu-lô từ thế kỷ thứ nhất Dương lịch. Văn tự *Kharosthi* là loại văn tự hầu như đã biến mất từ thế kỷ thứ tư.

Văn tự *Brahmi lúc đầu viết từ phải qua trái (dấu vết của ngôn ngữ Phoenician) như đã được dùng trên cột đá Pháp Lệnh vua A Dục ở các vùng Tây Bắc. Các Trụ Pháp Lệnh ở nơi khác thì văn tự Brahmi* viết từ trái qua phải. Vì địa bàn sử dụng Brahmi rất rộng, cho nên sau đó Brahmi tiếp tục được phát triển thành nhiều dạng chữ khác gọi chung là "các văn tự Brahmi" (Brahmic Scripts). *Văn tự Brahmi* được dùng rộng rãi, và vì phát triển rộng nên đến thế kỷ thứ VI thì văn tự *Brahmi* cũng tự biến thành nhiều loại văn tự cho phù hợp với các đặc thù của các ngôn ngữ địa phương (như nét bút của phương bắc thì tròn hơn, thấy trong văn tự Nepal hay Tây Tạng, còn nét bút phương nam thì nhọn và sắc hơn, như thấy trong văn tự Tích Lan hay Thái Lan). Trong số đó người ta biết nhiều đến các lối chữ *Gupta* ở miền bắc và *Kadamba, Kannada* ở miền nam. Trong số các loại chữ *Gupta* thì văn tự *Siddhaṃ* (Tất Đàn) nổi tiếng hơn cả và được truyền bá đến Á Đông. Rồi sau đó văn tự *Siddhaṃ* lại phát triển thành *Devanāgarī* ngày nay.

Trong chương này chúng ta sẽ giới thiệu bốn loại văn tự phổ biến nhất là *Kharosthi, Brāhmī, Siddhaṃ* và *Devanāgarī*. Đây là bốn loại văn tự hay dùng để viết kinh Phật xưa và nay. Hai loại chữ *Kharosthi* và *Brahmi* là hai cổ tự có mặt trước Tây lịch và từng được vua A Dục dùng để viết trên các trụ Pháp Lệnh danh tiếng từ 250 năm trước Dương lịch, còn *Siddhaṃ* và *Devanāgarī* chỉ là những biến thể của văn tự *Brāhmī* và xuất hiện về sau – *Siddhaṃ* được dùng để chép kinh Phật khoảng từ thế kỷ thứ năm[80] còn *Devanāgarī* thì dùng từ khoảng thế kỷ thứ mười hai khi Phật giáo đã không còn có mặt ở Ấn Độ. Cho nên có thể nói Phật học Á Đông trước kia chỉ biết *Siddhaṃ* (Tất Đàn) và gọi Tất Đàn là Phạn ngữ. Chữ *Devanāgarī* mà giới học giả nghiên cứu Phật học thế giới học tập trong thế kỷ vừa qua chỉ là do ảnh hưởng từ Ấn Độ học (Indian Studies)[81] – Indian Studies cũng gồm cả Phật học. Ấn Độ phát triển loại chữ *Devanāgarī* vì đây là cổ ngữ xưa cũ nhất của họ còn giữ được, trong khi hai cổ ngữ cổ hơn là *Kharosthi, Brāhmī* và cả *Siddhaṃ* thì hầu như không còn người Ấn nào biết nữa.

Như chúng ta đã biết hai ngôn ngữ Sanskrit và *Pāli* là hai

---

80. Đây là thời kỳ của vị vua Phật giáo Ca-nị-sắc-ca (*Kaniṣka lên ngôi năm 120*) *của đế quốc Quí Sương* (Kushan 50-300) – Kinh luận Huyền Trang mang về đại đa số viết bằng Siddham trái với La Thập dùng là văn tự Brahmi.

81. Viện nghiên cứu Ấn Độ học (*The American Institute of Indian Studies*) thành lập ăm 1961 là kết hợp của 90 đại học Mỹ để phối hợp phát triển về Ấn Độ học ở Hoa Kỳ.

ngôn ngữ cổ của Ấn Độ đều là hai ngôn ngữ dùng trong kinh luận Phật giáo, nhưng cơ bản chúng chỉ là ngôn ngữ nói (spoken language), khi viết xuống thì phải mượn dùng các loại chữ (*lipi*) ngoại lai khác để viết. Ngày xưa thì người ta hay dùng văn tự *Kharosthi*, *Brāhmī*, rồi *Brāhmī* phát triển thành nhiều loại văn tự tiến bộ hơn, phổ biến nhất là *Siddhaṃ* (Tất Đàn) và sau cùng là loại văn tự *Nāgarī* (gồm *Devanāgarī* phổ biến ở miền Bắc và *Nandināgarī* phổ biến ở Nam Ấn). Vì vậy trong chương này chúng ta sẽ chỉ khảo sát sơ lược về bốn loại văn tự là *Kharosthi*, *Brāhmī*, *Siddhaṃ* và *Devanāgarī* là bốn loại chữ tiêu biểu dùng để viết kinh Phật (rõ hơn là để viết kinh Phật Sanskrit và *Pāli*) mà ngày nay chúng ta còn giữ được nhiều văn cảo (manuscripts) viết trên vỏ cây, lá cọ, hay khắc trên gỗ, đá.

Chúng ta cũng hiểu thêm trong quá trình viết kinh Phật, ngoài bốn loại *chữ* (*lipi*) trên, người ta còn dùng nhiều loại chữ viết khác để viết Sanskrit. Đến thế kỷ XIX thì người ta lại phát kiến ra cách dùng mẫu tự La tinh (Latin Alphabet) để ghi Sanskrit. Trong số các loại chữ dùng mẫu tự La Tinh thì phổ biến nhất là IAST (*International Anphabet of Sanskrit Transliteration*). Cho nên trong sách này tôi cũng có thêm phần viết về IAST là loại văn tự Phật giáo mới nhất nhưng hiện đang phổ biến nhất trong các nghiên cứu mới.

Ngày nay có nhiều người tuy gọi là học Sanskrit nhưng người hầu như không ai dạy và học loại cổ tự Kharosthi và Brahmi nữa, người ta thường chỉ học loại văn tự cuối cùng là *Devanāgarī* và Sanskrit viết bằng mẫu tự Latinh (như IAST). Đại đa số người học Sanskrit ngày nay đều có học *Devanāgarī*, nhưng thực tế là người ta chỉ học loại chữ IAST (trừ người Ấn Độ hay người các quốc gia có chữ viết đã dùng mẫu tự *Devanāgarī*). Đây cũng là một sự thật đơn giản, như chúng ta ngày nay chỉ đọc *Truyện Kiều* hay *Chinh Phụ Ngâm* là đọc bằng quốc ngữ (dùng mẫu tự La-tinh) mà hầu như không ai đọc bằng chữ Nôm (dùng "mẫu tự" chữ Hán).⁸² Cho nên càng ngày Sanskrit chữ La Tinh như IAST càng phổ biến là tự nhiên. Hơn nữa nhờ tiến bộ khoa học hiện đại, chỉ dùng một máy điện toán cá nhân có cài đặt sẵn thảo chương văn bản thì biên giới hai loại văn tự IAST và *Devanāgarī* cũng không còn là vấn đề khó khăn.

Trước khi giới thiệu về bốn loại văn tự *Kharosthi, Brahmi, Siddham* và *Devanāgarī*, chúng ta cần ghi nhận. Thứ nhất là theo tiến trình phát triển, thì sau thời gian dài thông tin truyền khẩu thì nhân loại mới sáng chế ra văn tự hay chữ viết để ghi xuống, cho nên "tiếng nói" bao giờ cũng có trước "văn tự" rất lâu – nhưng không phải ngôn ngữ nào cũng có văn tự. Cả hai loại phương tiện truyền đạt tư tưởng Sanskrit và *Pāli* đều gọi là "ngôn ngữ" (language) nên thường làm người ta nhầm lẫn giữa "ngôn ngữ nói" (spoken language) và "ngôn ngữ viết" (written language). Đó là trường hợp thông thường khi người ta có thể bối rối khi đọc đến từ "ngôn ngữ Sanskrit" thì không rõ là "chữ Sanskrit" (written Sanskrit) hay "tiếng Sanskrit" (spoken Sanskrit). Thứ hai, người ta cũng hay tổng quát hóa và có quan niệm rất sai lầm cho là "ngôn ngữ nói" khi chưa có văn tự thì chỉ là loại *"tiếng nói thô sơ* (primitive) của con người sơ khai". Vì thế khi biết ngôn ngữ dân tộc nào đó chưa có chữ viết, thì chúng ta thường nghĩ đó là loại ngôn ngữ "sơ khai". Quan điểm này hoàn toàn sai lầm trong trường hợp chúng ta nói về Sanskrit. Vì ngôn ngữ Sanskrit khi chưa có chữ viết thì cũng đã là một ngôn ngữ có trình độ rất cao, đã có nhiều tác phẩm truyền khẩu từ sử thi đến kinh điển sâu sắc. Kinh Phật cũng như nhiều kinh điển tôn giáo khác cũng như vậy, khi còn là truyền khẩu chúng đã là những tác phẩm rất thâm sâu.

Tóm lại, chúng ta phải biết Sanskrit là một ngôn ngữ có mặt

---

82. Thí dụ câu *"Trăm năm trong cõi người ta"* là viết theo mẫu tự La-tinh, còn 𤾓𢆥𥪝𡎝𠊛𪽏 là viết theo 'mẫu tự' chữ Hán. Hiện nay chúng ta đọc câu này theo mẫu tự La-tinh (chữ quốc ngữ) nhưng đọc lên thì không khác gì câu viết chữ Nôm

nhiều thế kỷ trước khi người ta tạo ra "chữ" (văn tự) để viết nó. Khi chưa dùng chữ để viết xuống thì ngôn ngữ Sanskrit đã là một ngôn ngữ văn chương toàn chỉnh với vô số tác phẩm văn chương triết học kinh điển. Điều này có nghĩa dù chỉ là "ngôn ngữ nói" nhưng trước khi người ta sáng tạo ra chữ viết cho nó, thì Sanskrit đã không đồng đẳng với hằng ngàn các phương ngữ thổ ngữ của quan điểm "ngôn ngữ chưa có chữ viết là bán khai".

Đặc điểm thứ hai của Sanskrit là mặc dù Sanskrit là một ngôn ngữ toàn chỉnh, phức tạp, rõ ràng và chính xác như thế (giới ngữ học cho rằng chỉ có tiếng La Tinh là có thể so sánh với nó) nhưng Sanskrit lại không có chữ viết của chính nó. Trong ba ngàn năm vừa qua người ta đã phải dùng nhiều loại văn tự khác nhau để viết Sanskrit mà ở đây chúng ta chỉ giới thiệu có bốn loại văn tự là *Kharosthi, Brāhmī, Siddhaṃ và Devanāgarī*. Trong thực tế đã có nhiều văn tự khác được dùng để viết Sanskrit nhưng ở đây chúng ta chỉ giới thiệu tạm thời bốn văn tự được dùng nhiều nhất. Bốn loại chữ này lại cũng có một đặc điểm chung là chúng đều là công cụ để ghi âm (phonetic language) – có nghĩa là đều dùng *chữ cái* (alphabet) – Điều này có nghĩa là chúng có thể chuyển dịch với nhau một cách dễ dàng, hoàn toàn khác với chữ Hán mà mỗi tự là một "khối" hay đơn vị.

1. KHAROSTHI (*Kharoṣṭī*)

Kharosthi còn được viết theo IAST là *Kharoṣṭī*. Kharosthi và Brahmi (*Brāhmī*) là hai loại chữ xuất hiện cùng thời và đều được viết trên Trụ Pháp của vua A Dục (Edict of Aśoka 268-232 B.C.). Kharosthi là loại văn tự cổ của Ấn Độ được sử dụng ở vùng *Gandhāra* (nay thuộc phía bắc Pakistan và đông Afganistan) vốn ngày xưa là một trung tâm văn hóa Phật giáo nổi tiếng. Trong thế kỷ trước, người ta còn có thể tìm được văn cảo chữ Kharosthi khắc trên đá, gỗ, vỏ cây chôn dấu ở các di tích Phật giáo trải dài từ Gandhāra đến tận Tân Cương. Tuy nhiên có lẽ ngoài vùng

Gandhāra các địa phương khác không dùng Kharosthi, cho nên sau khi Phật giáo suy yếu ở Gandhāra thì Kharosthi cũng suy tàn mà không thấy còn dấu tích ở các nơi khác. Trong khi Brahmi thì phổ biến hơn, sau phát triển thành loại chữ Siddham (Tất Đàn) truyền bá đến tận Á Đông, và Tất Đàn sau lại chuyển thành loại chữ *Devanāgarī* chúng ta đang dùng hiện nay để viết Sanskrit.

Trước đây, người ta tìm thấy văn tự Kharosthi trước được dùng để viết ngôn ngữ phổ thông Prakrit đặc biệt ở vùng *Gandhāra* (nên gọi là *Gandhāri Prākrit*) và sau đó mới được dùng để viết Sanskrit. Tuy nhiên cho đến tận ngày nay người ta chỉ thấy tuyệt đại các di liệu còn lại của văn tự Kharosthi chỉ là các bản văn kinh luận Phật giáo. Cho nên nếu trước đây chúng ta chỉ biết *Pāli* qua các di cảo Phật giáo, thì ngày nay chúng ta lại bắt đầu biết đến văn tự Kharosthi cũng có thể gọi là "Văn Tự Phật Giáo", vì đây là một loại chữ chỉ chuyên dùng để viết kinh Phật và cũng là *văn cảo* (manuscript) cổ nhất mà chúng ta có được – nếu so với các văn cảo *Pāli* chúng ta đang còn giữ thì văn cảo *Kharosthi* còn cổ hơn nhiều thế kỷ.[83] – Cổ bản danh tiếng *kinh Pháp Cú* gọi là "*Gandhari Dharmapada*" tìm được ở *Gandhāra* vào năm 1892 cũng viết bằng văn tự *Kharosthi*.[84]

---

83. Xem chương viết về *Gandhāra* và văn tự *Kharosthi* ở sau.

84. Một phần tàn bản "*Gandhari Dharmapada*" được nhà du hành người Pháp là *Dutreuit de Rhins* tìm thấy vào năm 1892. Cũng trong khoảng thời gian này viên lãnh sự người Nga cũng mua được một số mảnh khác. Trải qua

Nhưng hiện nay chúng ta lại mới tìm được các văn cảo viết bằng chữ Kharosthi trên vỏ cây còn cổ hơn nữa.[85]

Chữ *Kharosthi* xuất hiện vào khoảng thế kỷ thứ tư trước Dương lịch cho đến thế kỷ thứ ba Dương lịch, sau đó từ từ không còn thấy ai dùng, có lẽ người ta đã thay thế nó bằng loại văn tự *Brahmi*. Nên biết văn tự *Kharosthi* và văn tự *Brahmi* xuất hiện đồng thời và là hai loại chữ viết được dùng để khắc trên các trụ "Pháp Lệnh của vua A Dục" – đa số 28 trụ Pháp Lệnh này viết bằng văn tự *Brahmi* và chỉ có hai trụ đá có thấy chữ *Kharosthi* – Trong thế kỷ trước học giả thế giới đã bắt đầu biết đến một số chữ của kinh Phật viết bằng chữ Kharosthi trên các bia đá này, nhưng ít được chú ý. Chỉ từ đầu thế kỷ XX chúng ta tìm ra được nhiều thư tịch Phật giáo viết bằng chữ Kharosthi viết trên các vỏ cây Bu-lô (*bhoja-patra*) trong các chum đất được chôn giữ trong nhiều chùa tháp phế tích dọc theo con đường tơ lụa nối liền Á Đông và Ấn Độ. Từ đây giới nghiên cứu mới chú ý đến các văn cảo Kharosthi ở Gandhara. Do đó họ đã khám phá ra là đây chính là những văn cảo (manuscripts) cổ nhất và quí hiếm nhất của kinh Phật. *Gandhāra* xưa vốn là một trung tâm văn hóa Phật giáo danh tiếng (*Gandhāra*, ngày nay thuộc về miền bắc Pakistan và Đông Bắc Afganistan). Chữ Kharosthi ngày nay đi liền với địa danh *Gandhāra* như một chỉ dấu về một thời vàng son của Phật giáo Ấn Độ có trước cả thời vua A Dục (thế kỷ IV trước Dương lịch) và kéo dài cho đến sau triều đại Quí Sương (*Kuṣāṇa* thế kỷ IV Dương lịch). Những phế tích cũng như văn cảo tìm thấy ở đây chính là những tài liệu cho chúng ta biết rõ

---

rất nhiều nghiên cứu riêng biệt, đến năm 1962 giáo sư Sanskrit của Đại học London là *John Borough* mới tổng hợp cả hai văn bản và cho xuất bản *The Gandhari Dharmapada* (Oxford University Press). Giáo Sư Borough cũng so sánh 26 chương của văn bản này trùng hợp với số chương của bản truyền thống *Pāli Dhammapada*, nhưng nhiều hơn bản *Pāli* đến 120 kệ.

85. Xem phụ lục về kinh Phật viết bằng văn tự Kharosthi trên vỏ cây Bu-lô tìm được ở Gandhara ở phần sau.

hơn về lịch sử Phật giáo, đặc biệt là giai đoạn chuyển từ Phật giáo nguyên thủy sang Phật giáo Đại thừa mà từ xưa chúng ta luôn luôn thiếu tài liệu.[86]

Như đã nói từ cuối thế kỷ XIX người ta đã biết đến ngôn ngữ Kharosthi và địa danh Gandhāra qua các di tích Phật giáo hoang phế nhưng còn rộng hơn Đế Thiên Đế Thích ở Campuchia. Từ hằng ngàn tượng Phật đủ loại và nhiều chùa tháp bằng đá và đục trạm vào núi đá hang động ở vùng này, người ta đã sớm phát giác ra cả một nghệ thuật điêu khắc mang đậm ảnh hưởng Hy Lạp khác hẳn các chùa tháp ở Ấn Độ. Từ đó nghệ thuật kiến trúc và điêu khắc Phật giáo vùng này đã tự tạo ra một tư thế độc đáo đặc thù *Gandhāra*. Ở đây người ta cũng tìm thấy ảnh hưởng và giao thoa của Phật giáo và thế giới cổ Hy Lạp. Nghệ thuật tạo hình khắc tượng Gradhara Ấn-Âu chính là một chương của học thuật kiến trúc và điêu khắc của nghệ thuật đương đại.

Khi khám phá về cổ ngữ Kharosthi của nhiều văn cảo kinh điển Phật giáo cùng các di liệu ngôn ngữ trên tiền đồng, tường vách chùa và đặc biệt là các văn cảo viết trên vỏ cây Bu-lô chôn giấu trong các phế tích ở *Gandhāra*. Người ta đã thấy rằng đây chính là một di chỉ lớn, có giá trị nghiên cứu khác hơn và quan trọng hơn Đôn Hoàng. Vì các tài liệu này không chỉ thuần túy là các tài liệu *cổ hơn* Đôn Hoàng mà còn là những chứng liệu có thể giúp cho người ta vẽ lại một cách chính xác nhất về lịch sử Phật giáo, nhất là giai đoạn chuyển mình từ "Tiểu thừa" qua "Đại thừa" mà người nghiên cứu thường không có tài liệu. Trước đây, những khám phá quan trọng về các văn bản cổ như hai văn cảo kinh Phật quan trọng của ngôn ngữ phổ thông Prakrit viết bằng văn tự Kharosthi trên vỏ cây Bu-lô đã gây chấn động trong giới khảo cổ Phật điển (gồm kinh *The Gandhari Dharmapada*

---

86. Salomon, Richard. *The Buddhist Literature of Ancient Gandhāra, An introduction with Selected Translations.* Tr. xvii

[87] và các mảng Sanskrit kinh Bát Nhã của Đại thừa gọi là *Gilgit Buddhist Manuscripts*[88]). Các tài liệu cổ này cho thấy khu vực *Gandhāra* quả là một trung tâm của cả Đại thừa lẫn Tiểu thừa. Trước đây trong ký sự Đại Đường Tây Vực Ký, Huyền Trang (602-664) chỉ cho biết vùng trung tâm thủ đô Gandhari sinh hoạt Phật giáo đã bắt đầu suy tàn, mặc dù vùng quanh đấy vẫn còn nhiều tịnh xá và tu sĩ, tu theo Nhất Thiết Hữu Bộ (*sarvāstivāda*).[89]

Nhưng cuộc nghiên cứu khảo cổ về Phật giáo vừa tiến triển thì chiến tranh khu vực bùng nổ. Cuộc chiến tranh tôn giáo và chủng tộc ở Trung Đông đã kéo đến khu vực này. Như chúng ta đã biết, cuộc chiến tranh này không có tính cách toàn diện như Thế Chiến II để mang danh là "Thế Chiến III" nhưng về cách phá hoại, ở đây là sức phá hoại tôn giáo nhân danh "giáo luật Hồi giáo" (Islamic Law) để tận giệt các hình thức tôn giáo khác thì còn tệ hại hơn hai cuộc thế chiến trước. Sự phá hoại hủy diệt vì nhân danh cách mạng Hồi Giáo khiến người ta rùng mình nghĩ đến lịch sử thời Chiến Tranh Thập Tự Quân. Phật giáo không là kẻ thù trực tiếp như Thiên Chúa Giáo nhưng vẫn bị lên án không tôn thờ Thượng Đế Hồi giáo nên vẫn bị tấn công. Không còn người theo Phật giáo ở đây, nhưng vẫn còn chùa Phật tượng Phật, nên quân cách mạng nhắm vào các chùa và tượng đá ở vùng này. Từ những năm đầu thập niên 1990's cả khu vực có các di tích Phật giáo trong vùng Gandhara đã là mục tiêu của các cuộc tác xạ tự do bằng pháo binh của quân cách mạng Taliban.

---

87. Brough, John, ed. *The Gandhari Dharmapada*. London: Oxford University Press, 1962.

88. Vira, Raghu and Lokesh Chandra, editors, *Gilgit Buddhist Manuscripts*. [1995], Delhi, Satguru 1995, 3 volumes, 3368 facsimiles.

89. Quan điểm Phật giáo Đại Thừa phát triển từ Nhất Thiết Hữu (*sarvāstivāda*) đã được nhiều nhà nghiên cứu ghi nhận. Tuy nhiên tôi chưa tìm thấy nghiên cứu quan trọng nào về đề tài này, ngoài sự kiện là Thế Thân (*vasubandhu* 316-396) quả thật trước khi chuyển qua Đại thừa sư là tu sĩ Nhất Thiết Hữu Bộ.

Vào tháng ba 2001 "Lực Lượng Cách Mạng" khi đã chiếm toàn vẹn khu vực này, thì theo lệnh của lãnh tụ Mullah Mohammed Omar, quân đội Taliban đã mang chiến xa, trọng pháo và chất nổ phá hủy toàn bộ khu Phật tích ở *Bamiyan, Gandhāra* trong đó có những bức tượng đá cổ nhất thế giới được khắc trạm từ thế kỷ thứ ba và cao nhất thế giới – gọi là *the Buddhas of Bamiyan* - nơi mà hai thập niên trước đó giới khảo cổ thế giới đã khai quật và phát hiện những di liệu Phật giáo vô cùng quí hiếm. Trong Thế Chiến II, số người chết có thể lớn hơn, số nhà cửa thành phố có thể tang hoang nhiều hơn, nhưng người ta không thấy các quốc gia tham chiến nhắm vào sự hủy diệt tôn giáo như các nhóm "quân đội cách mạng" trong cuộc chiến tranh Trung Đông ngày nay.

Chữ Kharosthi trên đồng tiền Indo-Greekking Artemidoros Aniketos, đọc từ trái qua phải là "Rajatirajasa Moasa Putasa cha Artemidorasa"

Chúng ta biết rằng, trước đó giới nghiên cứu Phật giáo đã biết đến địa danh *Gandhāra là một địa danh quan trọng trong lịch sử Phật giáo. Đây là địa phương mà Đại Ca Diếp đến truyền giáo thì nghe tin Đức Phật nhập Niết Bàn, nên trở về không kịp chứng kiến những ngày cuối cùng của Đức Phật. Gandhāra* một thời đã là một trung tâm văn hóa Phật giáo lớn nhất Ấn Độ. Chúng ta hẳn còn nhớ đây là quê hương của Mã Minh (*asvaghosa*), Thế Thân (*vasubandhu* 316-396) và Vô Trước (*asaṅga* 310-390). Các nhà du hành cầu pháp xa xôi từ Á Đông như Pháp Hiền (340-420), Huyền Trang (600-664) khi đến Ấn Độ đều đã đến đây chiêm bái và tham học . *Gandhāra là một trung tâm thương mại và văn hóa lớn nổi tiếng trong lịch sử. Vì đây cũng là đoạn cuối của "Con Đường Tơ Lụa" – thương lộ quốc tế thời xưa, nơi nối kết Trung Hoa và Ấn Độ với thế giới còn lại. Cho nên trải qua một thời gian dài Gandhāra đã là một trung tâm kinh tế, văn hóa và học thuật quốc tế và cũng là nơi tranh chấp của các đế quốc lúc đó.* Vua Ca-nị-sắc-ca (Kaniṣka lên ngôi năm 120) của đế quốc Quí Sương (Kuṣāṇa 50-300) là vị bảo trợ lớn nhất của Phật giáo đương thời cũng lập kinh đô ở đây.

Trong thế kỷ trước, người ta khám phá ra những đền đài cung điện Phật giáo khổng lồ bằng đá hay được đào đục vào lòng núi và những thủ bản kinh Phật cổ xưa nhất cũng đã đều tìm được là ở khu vực này. Các tên địa phương có thể xa lạ với người thường, nhưng đã trở nên danh tiếng trong giới chuyên môn về khảo cổ, sử học và văn học Phật giáo như Gilgit, Kabul, Taxila, Peshabad, Charsaddha, Takht Bhai, Hadda … Sự phong phú về tài liệu văn khố và đền điện cổ kính của Phật giáo của khu vực này vượt xa tất cả các di tích Phật giáo hiện nay ở Nepal hay Ấn Độ, kể cả Tứ Động Tâm mà ngày nay người Phật giáo thường đi chiêm bái. [90]

Danh tiếng của khu vực *Gandhāra* trong những năm qua lại một lần làm chấn động thế giới với việc "quân cách mạng" Taliban đã dùng chiến xa và chất nổ phá hủy toàn diện hai bức tượng Phật vĩ đại nhất và cổ kính nhất ở Kabul – Bamiyan. Cuộc phá hủy và triệt hạ hai thánh tích cổ kính này đã gây phẫn nộ cho toàn thế giới, đặc biệt với tất cả những người yêu chuộng văn hóa và nghệ thuật. Người Nhật đã từng đề nghị với loạn quân Hồi giáo để mua lại những bức tượng Phật lịch sử ở đây. Bà Hoàng hậu Nhật Bản cũng đã từng đến chiêm bái vùng này

---

90. Behrendt, Kurt & Pia Brancaccio, *Gandharan Buddhism: Archaeology, Art, and Texts*, 2006 p. 11

và khi nghe tin "quân cách mạng" phá hủy hai bức tượng Phật vĩ đại này bà đã viết một bài thơ Hòa Ca tuyệt diệu, hoàn toàn không có ý tưởng căm thù nào mà qua sự kiện rất đau buồn này cũng chỉ nhắc nhở chúng ta đến lẽ vô thường mà Đức Phật vẫn dạy.

Nhưng cũng trong thời gian này một biến cố khác, không nổ như vụ phá hủy hai bức đại tượng Phật nhưng có lẽ còn quan trọng hơn nữa. Đó là vào tháng 9 năm 1994 một nhân vật vô hình và vô danh nào đó đã âm thầm gửi đến phòng tư liệu Đông Phương và Ấn Độ của Thư Viện Anh (The British Library's Oriental and Indian Office Collection) một di liệu gồm 27 quận kinh Phật được viết trên vỏ cây Bhoja-patra trong ba khạp đất nung. Qua các tài liệu này và cả các chữ khắc trên các khạp đất, người ta đã bàng hoàng khi khám phá đó là thủ bản các bản kinh tối cổ của Phật giáo, cổ hơn tất cả những thủ bản mà chúng đa đã có trước đây. Cuối cùng giới nghiên cứu Phật học cũng đã tìm ra được những tài liệu kinh Phật vô giá bằng chữ Kharosthi viết trên vỏ cây bhoja-patra có niên đại xưa từ thế kỷ I Tây lịch. Trước đây mọi người đều biết kinh tạng *Pāli được coi là cổ xưa nhất, nhưng đó chỉ là truyền thống khẩu truyền, còn đây mới là chứng tích văn tự cụ thể có sớm nhất về kinh Phật mà chúng ta có được.*[91]

---

91. Từ đây đã mở màn cho cảm một công trình nghiên cứu mới về lịch sử và văn học Phật giáo và về cổ tự Kharosthi. Vì vậy sách này phải có một chương riêng để viết về sự kiện và công trình khai phá các dư liệu này trong phần sau.

Tượng Đại Phật ở Bamiyan

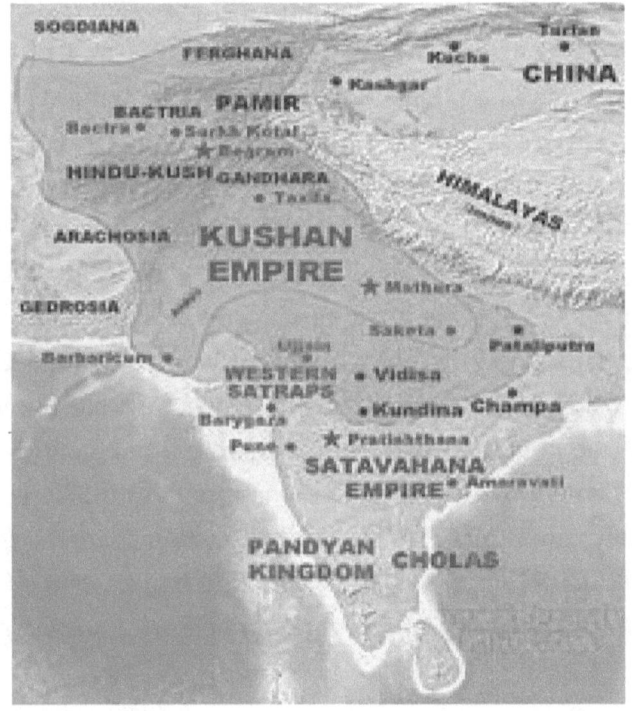

Đế Quốc Quí Sương (*Kuṣāṇa* 50-250) của vua Ca-nị-sắc-ca

Mẫu Tự Kharosthi

Văn Tự Kharosthi

Phụ Âm

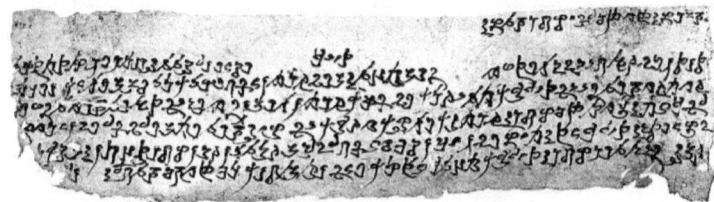

Chữ Kharosthi (Sưu tập của Aurel Stain)

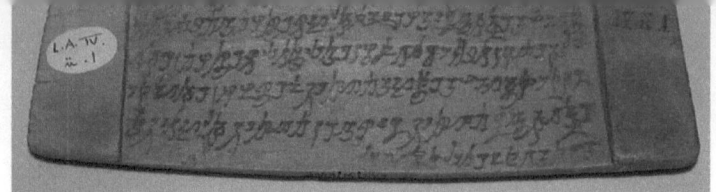

Chữ Kharosthi trên bảng gỗ, Thư Viện Quốc Gia Ấn Độ

2. BRAHMI (*Brāhmī*)

Văn tự Brahmi (viết *Brāhmī* theo IAST) được thành hình khoảng một ngàn năm trước Dương lịch và loại chữ viết cổ nhất của Ấn Độ.[92] Nếu Kharosthi hầu như chỉ phổ biến ở vùng *Gandhāra* thì Brahmi phổ biến rất rộng, nên sau só trở thành văn tự cho nhiều loại văn tự khác gọi là "nhóm văn tự Brahmi" (Brahmic scripts) trong đó có *Siddhaṃ* (Tất Đàn) và mẫu tự Brahmi tiếp tục còn được sử dụng đến ngày nay ở một số ngôn ngữ ở Nam Á và Đông Nam Á.[93]

Theo truyền thống xưa của Ấn Độ thì văn tự Brahmi là do *Brahmā* (Phạm Thiên) tạo ra nên được gọi là Brahmi. Tuy nhiên theo các nghiên cứu ngữ học lịch sử thì người ta tìm thấy sự liên hệ giữa Brahmi với các loại văn tự Mesopotamia và Tiểu Á. Sau nhiều nghiên cứu giới khoa học gia hiện đại cho rằng nguồn gốc văn tự Brahmi phát triển từ văn tự Phoenican vào khoảng 800 năm trước Dương lịch, tức rằng chỉ có trước thời đại Đức Phật khoảng hơn hai trăm năm.

Chữ Brahmi đầu tiên viết hàng ngang từ phải sang trái như chữ Phoenican và cũng được viết như thế trong các trụ Pháp Lệnh của vua A Dục ở vùng Tây Bắc Ấn Độ. Nhưng các trụ

---

[92] Bản tin mới nhất ngày 19 tháng 9 năm 2019, *Tamil Nadu State Archhaeology Department Commisioner* thông báo cho biết tìm ra dấu vết của loại chữ "*Tamil Brami*" ở trên nhiều đồ đất nung ở Keezhadi gần Madurai, Tamil Nadu (Indus Valley) có niên đại 580 trước Dương lịch.

[93] Salomon, Richard, "On The Origin Of The Early Indian Scripts: A Review Article". *Journal of the American Oriental Society 115.2 (1995)*

Pháp Lệnh khác, cũng như chữ Brahmi viết kinh Phật sau đó thì viết từ trái qua phải. Cũng nên biết văn tự Phoenican, được coi là nguồn gốc của văn tự Brahmi, vốn phát triển từ loại chữ cổ Ai Cập (*glyphs*). Sự thật tuyệt đại văn tự trên thế giới (trừ Hán tự) đều được coi là phát từ văn tự Ai Cập và Phoenican. Từ loại chữ *cuneiform* dùng để viết các kinh của Do-thái giáo, Thiên Chúa giáo, Hồi giáo cho đến loại văn tự chữ Hy Lạp và La Mã đều phát triển từ văn tự Phoenician.[94]

Loại văn tự Brahmi đã được nói nhiều trong các cổ kinh tôn giáo, từ Bà La Môn (*Hinduism*), Kỳ-Na (*Jainism*) đến Phật giáo và cả trong các bản dịch chữ Hán. Bằng chứng rõ ràng là trong *Lipisala samdarshana parivarta* liệt kê Ấn Độ cổ thời có đến cả 64 loại chữ viết (*lipi*) và coi văn tự Brahmi là quan trong nhất. Kinh Kỳ-Na Giáo như *Pannavana Sutra và Samavayan Sutra* (thế kỷ thứ III trước Tây lịch) liệt kê đến 18 loại văn tự và sắp hạng cũng cho phổ biến nhất là Brahmi, thứ tư mới đến *Kharoṣṭi*. Về Phật giáo, kinh Phổ Diệu (*Lalitavistara Sūtra*) của Phật giáo cũng nói Đức Phật khi còn là thái tử cũng đã học và rất giỏi về mọi loại văn tự, trong đó kể rõ cả loại chữ Brahmi.[95]

Dấu tích văn tự cổ Brahmi được sử dụng sớm nhất mà chúng ta còn giữ được là văn tự Brahmi dùng để viết ngôn ngữ *Prākrit* từ thế kỷ III trước Tây lịch. Rõ ràng nhất là dấu tích còn tồn tại trên các trụ "Pháp Lệnh" của vua A Dục (Edicts of Aśoka). Cũng nên nhắc "ngôn ngữ *Prākrit*" là danh từ gọi chung các ngôn ngữ phổ thông của Ấn Độ có nguồn gốc ngôn ngữ Indo-

---

94. Vũ Thế Ngọc, *Nghiên Cứu Chữ Hán và tiếng Hán Việt*, Eatwest Institute, 1985

95. Ruppel A.M. *The Cambridge Introduction to Sanskrit*. Cambridge University Press. 2017, tr. 1-2

Aryan. Không có *một* ngôn ngữ *Prākrit* riêng biệt nào vì từ này chỉ chung *nhiều* thứ ngôn ngữ được dùng rộng rãi của lục địa Ấn Độ cho đến thế kỷ thứ nhất sau Tây lịch. Đây là *các ngôn ngữ phổ thông ở Ấn Độ* mà vua A Dục[96] đã cho khắc trên các trụ Pháp Lệnh (edicts of Aśoka) bằng văn tự *Brahmi* và *Kharosthi*. Vua A Dục là vị hoàng đế giúp cho Phật giáo phát triển không những toàn Ấn Độ mà còn phát triển khắp thế giới, phía tây vượt biên giới A Phú Hãn đến tận bờ biển Địa Trung Hải, phía nam đến tận đảo Tích Lan. Kỳ kết tập Kinh Phật lần thứ ba là cũng do lệnh của vua A Dục, mời cao tăng Mục-kiền-liên Tử-đế-tu (*Moggaliputta Tissa*) triệu tập và chủ trì kết tập. Trong lần kết tập này toàn bộ kinh điển đều được tụng đọc[97] và đó cũng là cơ sở kinh điển của Thượng Tọa bộ (*Theravāda*). Phái đoàn truyền giáo của vua A Dục đến Tích Lan, được coi là "mang theo" các kinh điển này.

---

96. A Dục Đại Đế (Aśoka) là cháu nội của Chandragupta Maurya, người sáng lập ra triều đại Maurya.

97. Theo tác phẩm "Luận Sử" (*Kathāvatthu*) nói rõ các tu sĩ có quan điểm khác với Moggaliputtra đều bị coi là ngoại đạo và không được tham dự. Sự việc này cho thấy các kinh điển kết tập trong Kỳ Kết tập III không phải là toàn bộ kinh điển Phật giáo bấy giờ.

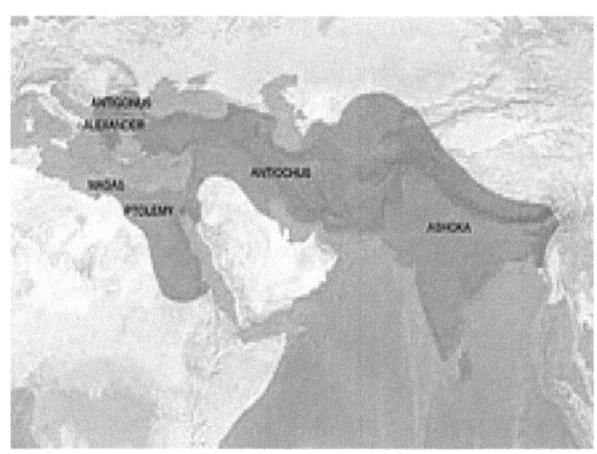

Các khu vực gọi là "được chinh phục bởi giáo pháp" (conquered by the Dharma) theo ngôn từ trong trụ Pháp Lệnh "(Major Rock Edict No.13) của Aśoka (260–218 BCE). Gérard Huet; Amba Kulkarni; Peter Scharf. *Sanskrit Computational Linguistics: First and Second International Symposia Rocquencourt*. France, October 29–31, 2007

Nghiên cứu 28 trụ Pháp Lệnh của vua A Dục hiện còn tồn tại tại 8 địa phương người ta có thể thấy đại đa số viết bằng văn tự *Brahmi*, chỉ có hai trụ viết bằng văn tự *Kharosthi*. Một số trụ Pháp Lệnh ở vùng tây bắc gần tiếp giới với văn hóa Địa Trung Hải lại có khắc thêm cả các ngôn ngữ Hy Lạp và Aramaic (ngôn ngữ Do Thái và Cổ Ai Cập). Văn tự Brahmi từ từ phát triển, đến đầu Dương lịch thì người ta chú ý đến hai đặc điểm của chữ Brahmi miền bắc với nét nhọn và cứng, còn chữ Brahmi miền nam thì tròn và mềm dịu hơn. Cho nên chúng ta còn thấy trong chữ Nepal tận ngày nay cũng còn có đặc điểm của lối văn tự Brahmi phương bắc. Trong khi đó ngôn ngữ Pāli truyền bá ở phương nam, nên các loại văn tự ngày nay từ Sri Lanka, Burmese đến Thailand, Khmer đều có những nét tròn và mềm. Đó chính là dấu vết của Brahmi phương nam.

Văn tự Brahmi trước tiên dùng để viết ngôn ngữ *Prākrit* sau đó mới dùng để viết Sanskrit và sau nữa mới dùng để viết *Pāli*.

Theo truyền thuyết thì kinh Phật *Pāli được viết xuống từ năm 80 trước Tây lịch và dùng văn tự Brahmi, nhưng cho đến nay người ta vẫn chưa tìm được chứng cớ.* Cho đến nay người ta mới chỉ *thấy dấu vết sớm nhất của kinh Phật Pali* viết bằng văn tự Brahmi từ thế kỷ thứ V. Còn về Sanskrit thì dù chúng ta có thấy một vài chữ Sanskrit viết bằng văn tự Brahmi có trên các trụ Pháp Lệnh của vua A Dục (268-232 B.C.) nhưng văn tự Brahmi trong các trụ Pháp Lệnh này chủ dùng để viết tiếng *Prākrit* mà thôi. Cho đến đầu Tây lịch thời kỳ đế quốc Quí Sương (*Kuṣāṇa* 50-300 Tây lịch)[98] thì Barhmi mới dùng để viết Sanskrit (trong đó có kinh Phật). Văn tự Brahmi dùng để viết toàn văn Sanskrit sớm nhất mà chúng ta biết được chỉ có từ thế kỷ thứ nhất trước Tây lịch, mà chúng ta còn giữ được ở Ayodhya, Ghosundi và Hathibada (gần Chittorgarh). Sau đó chúng ta còn thấy có các dư tích văn tự Brahmi viết loại ngôn ngữ "lai tạp Sanskrit-Prakrit" (gọi là "hybrids Sanskrit-*Prākrit*" hay "Epigraphical Hybrid Sanskrit") cũng được thấy khắc trên các cột tháp, tượng, tiền đồng, chum đất ở miền bắc và nam Ấn Độ cho đến thế kỷ thứ IV. Đây chính là loại sau này người ta gọi là "Sanskrit Phật giáo" (Buddhist Sanskrit).[99] Cho nên việc tìm ra văn bản chữ Kharosthi viết kinh Phật trên vỏ cây Bu-lô từ thế kỷ I đúng là một sự kiện hoàn toàn mới mẻ và quan trọng.

Vì địa bàn sử dụng văn tự Brahmi rất rộng, cho nên sau đó Brahmi tiếp tục được phát triển thành nhiều dạng chữ khác gọi chung là *"các văn tự Brahmi"* (Brahmic Scripts). *Loại văn tự này hiện nay phát triển khắp* Nam Ấn khiến cho văn tự Brahmi trở nên là một mẫu tự thông dụng nhất được dùng để viết rất

---

98. Sau vua Aśoka là vị hoàng đế nổi tiếng là người bảo trợ Phật giáo và sau đó hoàng đế Ca-nị-sắc-ca (*Kaniṣka*) của đế quốc Quí Sương, cũng là vị nổi tiếng bảo trợ Phật Pháp.

99. Louis Renou; Jagbans Kishore Balbir. <u>A history of Sanskrit language</u>. 2004, tr. 1-59

nhiều ngôn ngữ. Giáo Sư Thomas Trautman đã liệt kê đến con số không ngờ là 198 loại chữ viết đã dùng đến mẫu tự Brahmi.[100] Tuy nhiên chúng ta sẽ không bất ngờ nếu biết rằng "con số Ả Rập" mà thế giới đang dùng hiện nay là phát triển từ văn tự Brahmi.[101] Cũng vì phát triển và kiện toàn cho phù hợp với sự phát triển, cho nên đến thế kỷ thứ VI thì văn tự Brahmi cũng tự biến thành nhiều loại văn tự phù hợp với các đặc thù của các ngôn ngữ địa phương. Trong số đó người ta biết nhiều đến các lối chữ *Gupta* ở miền bắc và Kadamba, rồi Kannada ở miền nam. Trong số các loại chữ *Gupta* thì chữ *Siddham* (Tất Đàn) nổi tiếng hơn cả và được truyền bá đến tận Á Đông. *Siddham* (Tất Đàn) là loại văn tự có duyên với với Phật giáo Á Đông sâu xa nhất - Đại đa số kinh Phật Sanskrit từ thế kỷ VI đều chuyển qua viết bằng chữ Siddham, cho nên đại đa số kinh Phật mà Huyền Trang (602-664) mang về Trung Hoa là viết bằng văn tự Siddham. Trước Huyền Trang thì đa số văn bản Phạn ngữ của Cưu Ma La Thập (344-413) là chữ *Brahmi*. Việc chữ Brahmi tiến thành nhiều loại chữ khác nhau (trong đó có *Siddham*) có thể được coi là một tiến bộ tự nhiên trong vấn đề tạo ra một loại văn tự phù hợp thích ứng với việc ghi lại thanh âm rất phức tạp là ngôn ngữ Sanskrit. Cho nên sau này đến thế kỷ XI thì người Ấn Độ lại ưa chuộng loại chữ *Nāgari* (tiền thân của *Devanāgari*) và loại chữ *Devanāgari* đến thế kỷ XVIII mới được cũng cố và phát triển như ngày nay. Cũng nên biết khi người Ấn chuyên dùng *Devanāgari* thì Phật giáo đã hoàn toàn "biến mất" ở Ấn Độ, cho nên ảnh hưởng của văn tự *Devanāgari* hầu như có rất ít trong Phật giáo Á Đông. Đối với Phật giáo Á Đông thì chữ

---

100. "*198 script that ultimately derive from it*" Trautmann, Thomas. *Languages and Nations: The Dravidian Proof in Colonial Madras*. University of California Press, 2006, tr.64

101. *Harold G. Coward* "The Philosophy of the Grammarians" trong *Encyclopedia of Indian Philosophies* Volume 5 (Editor: Karl Potter). *Princeton University Press, 1990, tr.36-97*

Siddham (Tất Đàn) mới là "chữ Phạn".

Văn tự Brahmi được khắc trên trụ Pháp Lệnh (Edict of Aśoka) của vua A Dục (250 B.C.)

Chữ Brahmi

Mẫu Tự Brahmi

Chữ *"Dha-m.ma"* (Dharma) của ngôn ngữ Prakrit viết bằng văn tự

Brahmi trên Pháp Lệnh *Topra KalanPiiar* (thế kỷ III trước Tây lịch) hiện nay còn giữ ở New Dehi.

Chữ "*u. pa.ka*" (Upāsaka/ Ưu bà tắc) viết bằng văn tự *Brahmi*.

Một văn bản văn tự Brahmi khắc trên đá thế kỷ thứ hai, trước Dương lịch

3. SIDDHAM *Siddhaṃ* 悉曇 (Tất Đàn)

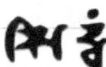

Siddhaṃ viết theo chữ IAST là *Siddhaṃ* và Hán tự là 悉曇 (Tất Đàn). Chữ *Siddhaṃ* (Tất Đàn) là loại chữ viết cổ dùng để ghi chép kinh luận Sanskrit của Phật giáo. Theo nghĩa đen thì *Siddhaṃ* có nghĩa là "thành tựu" và có thể được phát triển trong khoảng những năm 400 - 580 và là hậu thân trực tiếp của văn tự *Brāhmī* và tiền thân của *Devanāgarī*. Trên thế giới ngày nay người ta tiếp tục học Sanskrit nhưng học viết với loại văn tự mới gọi là *Devanāgarī*, còn văn tự *Siddhaṃ* thì trừ Nhật Bản dường như không còn người ở nơi khác dạy loại chữ này nữa. Ấn Độ và các quốc gia quanh vùng như Nepal hay Tây Tạng là những quốc gia ngày nay vẫn có các lớp dạy Sanskrit ở tu viện hay trường học, nhưng đều học bằng văn tự *Devanāgarī*,[102] không còn ai dạy chữ *Siddham* nữa.

Như chúng ta đã biết *Brahmi* là loại chữ dùng để viết rất phổ thông trong suốt một thời gian nhiều thế kỷ. Trong hai mươi tám trụ Pháp Lệnh (Edicts of Aśoka) của vua A Dục mà hiện nay chúng ta còn giữ được hầu hết đều viết bằng văn tự Brahmi (trừ hai trụ pháp viết bằng chữ Karoshti). Nhưng theo một số nhà ngữ học cổ thì chữ Brahmi có quá nhiều ngoại lệ.[103] Có lẽ vì lý do này mà đến thế kỷ thứ năm Dương lịch thì ở Ấn Độ người ta loại bỏ dần chữ *Brāhmī* và dùng *Siddhaṃ* thay thế để viết Sanskrit. Cho nên đại đa số kinh luận Phạn ngữ Huyền Trang (602-664) đem về Trung Hoa là Sanskrit viết bằng chữ *Siddhaṃ* và được gọi dưới nhiều tên tùy theo các cách phiên âm khác nhau là Tất Đàn, Tất Đàm, Tất Đán, Thất Đán, Thất Đàn.

Ở Trung Hoa thời Đường, kinh văn "chữ Phạn" chính là văn tự Tất Đàn. Từ thời Huyền Trang (602-664) đã có một lúc dấy lên phong trào học chữ Tất Đàn. Vì vậy đã xuất hiện nhiều sách dạy chữ Phạn Tất Đàn như *Phạn Tự Thiên Văn* của Nghĩa Tịnh, *Tất Đàm Tự Ký* của Trí Quảng, *Tự Mẫu Biểu* của Nhất Hạnh. Sau đó phong trào học Tất Đàn ở Trung Hoa dù không còn phát triển nhưng sự tin tưởng linh thiêng của loại chữ này vẫn tiếp tục. Chữ Tất Đàn không những là chữ linh thiêng vì nó dùng để chép thần chú, mà hình tướng chữ Tất Đàn cũng được coi là linh nghiệm. Cho đến ngày nay, dù không có kinh sách bằng chữ Tất Đàn và cũng không còn ai ở Trung Hoa học chữ Tất Đàn nữa nhưng các

---

102. Lẽ dĩ nhiên các tự viện ở các quốc gia này (giống như ở Trung Hoa hay Việt Nam) vẫn còn giữ các bảng tên, văn bản viết bằng chữ Tất Đàn (chủ yếu là các thần chú, mantra).

103. Solomon về Brahmi

nơi chốn linh thiêng, cửa chùa tháp hay trên bia đá chuông đồng vẫn còn tiếp tục khắc chữ Tất Đàn. Tất Đàn không còn là một loại cổ tự nữa, mà nó đã tự *linh thiêng hóa* thành một "linh vật" được trưng bầy ở những nơi linh thiêng nhất trong các tự viện và khắc trên chuông đồng, tự tháp.

Sở dĩ ngày nay Nhật Bản là nơi "độc quyền" về Tất Đàn (Nhật ngữ gọi *Siddhaṃ* là *Bonji* 梵字 "Phạn tự") là có nguyên nhân từ Đại sư Kūkai (Không Hải tức Hoằng Pháp Đại Sư Kōbō-Daishi 弘法大師 774-835), học Mật Tông ở Trung Hoa và mang Mật Tông về Nhật Bản gọi là Chân Ngôn tông Nhật Bản. Trong khi Chân Ngôn Tông cũng như Mật tông mất dấu ở Trung Hoa thì Chân Ngôn tông Nhật Bản (*Shingonshū* 真言宗) trở thành một tông môn lớn của Nhật Bản. Hiện nay *Shingonshū* có nhiều triệu tín đồ và hằng ngàn tự viện và đại học khắp Nhật Bản. Đại Sư Kūkai đến Trung Hoa học Mật tông và Phạn văn rồi trở về Nhật năm 806 sáng lập Chân Ngôn tông (*Shingon-shū*) tại núi Cao Dã (*Koja*). Hoằng Pháp Đại Sư Kūkai là sáng tổ Chân Ngôn Tông Nhật Bản và cũng là một học giả lớn, từng viết nhiều sớ sao quan trọng, đặc biệt có "*Thập Trụ Luận*" nổi tiếng.[104] Chân Ngôn tông, như tên gọi, là tông môn chuyên học về Chân Ngôn (*mantra*) nên các tu sĩ đều phải học chữ Tất Đàn là loại chữ viết Chân Ngôn và các kinh luận riêng của tông môn. Vì vậy từ xưa, tăng lữ Nhật Bản đã có một truyền thống học giỏi về Phạn ngữ (Chúng ta biết rằng đã biết chữ *Siddhaṃ* thì học chữ *Devanāgarī* rất dễ dàng).[105]

---

104. *Thập Trụ Luận* chia giáo pháp thành mười trụ quan trọng: Cấp I là đạo đức trí thức cơ bản, cấp 2 là Khổng giáo là nơi thực hiện các đức hạnh thế gian nhưng chưa quan tâm đến giác ngộ, cấp 3 là Lão giáo chủ về pháp vô vi thanh tĩnh, cấp 4 là Thanh văn thừa chủ dạy về giáo pháp vô ngã, Cấp 5 là Duyên Giác dạy tri kiến về thập nhị nhân duyên vô ngã và vô thường, cấp 6 là giáo pháp Pháp tướng tông, cấp 7 là Tam luận tông, cấp 8 là Thiên thai tông, cáp 9 là Hoa nghiêm tông, cấp 10 là Chân ngôn tông.

105. Trong sách Vũ Thế Ngọc, *Tự Học Sanskrit* (1985) có chương "Sanskrit

Đến thế kỷ XI tại Ấn Độ loại chữ *Devanāgarī* phát triển thay dần chữ *Siddhaṃ*. Ở vùng Đông Bắc Ấn thì *Siddhaṃ* cũng trở nên các loại văn tự dùng để viết chữ Bengali, Tirhuta và Anga dùng cho các ngôn ngữ địa phương và Siddham cũng mất dấu khi Phật giáo "biến mất" ở Ấn Độ. Tuy nhiên giống như Phật giáo dù biến mất ở Ấn Độ nhưng tiếp tục tồn tại ở Á Đông, văn tự Siddham theo Phật giáo Đại thừa tiếp tục sống sót ở Á Đông từ Tây Tạng đến Nhật Bản, giống như ngôn ngữ *Pāli* biến mất ở Ấn Độ nhưng vẫn tiếp tục sống sót ở các quốc gia theo Phật giáo *Theravāda* ở Đông Nam Á.

Tại Á Đông trong thời gian này, sau khi Phật giáo phát triển từ đầu thế kỷ thứ nhất qua các thời Nam Bắc Triều, đến thời nhà Đường (thế kỷ VI-IX) Tống (thế kỷ X-XIII), Trung Hoa có một thời gian cấm các tôn giáo ngoại quốc (Pháp nạn Đường Võ Tông phế Phật) nên các sư ngoại quốc cũng ít đến Trung Quốc hơn. Từ thế kỷ mười hai Phật giáo tàn lụi ở Ấn Độ, nên con đường biển phía nam cũng không còn các cao tăng từ Ấn Độ đến Á Đông nữa. Các quốc gia Đông Nam Á thì Phật giáo Đại Thừa cũng dần dần bị *Theravāda* thay thế, cho nên *Pāli* dù bị khai tử ở Ấn Độ thì vẫn tiếp tục phát triển ở các quốc gia theo truyền thống kinh điển *Pāli* - Thí như ở Tích Lan thì Thượng Tọa Bộ (*sthaviravāda*) của phe Đại Tự *mahāvihāra* hoàn thành xâm thực hai tông môn khác và trở nên một tông môn *Theravāda* duy nhất tồn tại và phát triển cho đến ngày nay (đến đây chúng ta dùng từ *Theravāda* chỉ cho Phật giáo Tích Lan lúc này rất chính xác).

Đây cũng là thời gian không còn ai học chữ Tất Đàn ở Trung Hoa nữa. Có nhiều lý do chính, trước hết là sau thế kỷ thứ tám Mật tông thuần túy ở Trung Hoa vì vừa bí mật vừa không có tông

---

với Siddham." Đây có lẽ là tài liệu đầu tiên viết về chữ Tất Đàn bằng Việt ngữ.

môn thừa tự chính thức. Thứ hai là các kinh luận và thần chú mật chú viết bằng Tất Đàn đã được Tam Đại Mật tông đại sư Thiện Vô Úy (*Subhakarasimha* 667-735), Kim Cương Trí (*vajabodhi* 663-723), Bất Không Kim Cương (*amoghavaja* 705-744)[106] dịch ra Hán văn gần hết. Nhu cầu học chữ Tất Đàn vừa không khẩn thiết, vừa sau đó gặp pháp nạn "Hội Xương phế Phật" (844-846) của Đường Võ Tông các sư ngoại quốc bị trục xuất, có lẽ đó là những lý do không có người ở Trung Hoa dạy và học chữ Tất Đàn nữa.[107]

Nhưng vì truyền thống "linh tự" của Tất Đàn cho nên ở các tự viện người ta thấy các chùa vẫn tiếp tục dùng Tất Đàn để trang trí hay tôn thờ, đặc biệt là các chân ngôn, thần chú. Thực tế đó chỉ còn là các ký hiệu chết, được chép lại hay "họa lại" vì không còn người học chữ Tất Đàn nữa. Cho nên đến tận ngày nay các chùa ở Trung Hoa[108] vẫn kính trọng duy trì chữ Tất Đàn ở các bia đá, chuông tháp như là các linh tự linh phù được tôn thờ. Nhưng

---

106. Bất Không Kim Cương là một trong bốn đại dịch giả (Chân Đế, La Thập, Huyền Trang, Bất Không) trong lịch sử dịch kinh Phật của Trung Hoa. Xem Vũ Thế Ngọc, *Bát Nhã Tâm Kinh: Tổ Long Thọ Giảng*, nxb Hồng Đức 2019.

107. Chữ Hoa (Hán văn) cơ bản là ngôn ngữ đơn âm, vốn là loại chữ tượng hình (nguyên khối) cho nên hầu như hoàn toàn khác biệt với Sanskrit cơ bản là ngôn ngữ đa âm inflection và dùng loại chữ cái (alphabet) biểu âm. Cho nên việc học Sanskrit rất khó khăn. Trước đây chủ yếu học Phạn ngữ ở Trung Hoa là chỉ là ký âm – Thí dụ để "viết" câu "bát nhã ba la mật đa tâm kinh" (*prajñā paramitā dṛayam sūtra*) thì người Hoa phải dùng chữ Hán để ký âm là "*bát ra nga nhưỡng bá ra nhị đa hột lí na đã tốt đát lãm*" mà người học sẽ phải từ các chữ Hán ghi âm này để học Phạn ngữ (thí dụ "bát ra nga nhưỡng" là *prajñā*, "bá ra nhị đa" là *paramitā*, "hột lí na đã" là *dṛayam*, "tốt đã lãm" là *sūtra*.). Thí dụ trên cho thấy việc học và dịch kinh Phạn ngữ vô cùng phức tạp và khó khăn. Cho nên một khi kinh luận Phạn văn đã được dịch ra Hán văn thì rất hiếm người đủ can đảm để học Phạn văn nữa.

108. Như thường lệ, trong các bình luận về Phật giáo tôi vẫn chỉ viết là "Phật giáo Trung Hoa" cố tránh nói đến "Phật giáo Việt Nam" vì chỉ gây tranh cãi vô ích.

còn việc học, đọc và viết bằng chữ Tất Đàn thì ngoài vài học giả hiếm hoi có lẽ không còn tăng ni nào biết Tất Đàn nữa. Nên nhớ sau Pháp nạn Hội Xương, các tông môn phát triển trước đó dựa trên các luận triết lý tư tưởng như Tam Luận Tông, Thiên Thai, Hoa Nghiêm, Pháp tướng, cũng đều xuy tàn (các Kinh Lục cho biết trong vòng 200 năm – từ 789 đến 982– không có thêm quyển kinh nào được dịch ra Hán văn). Chủ đạo của Phật giáo Trung Hoa từ nhiều thế kỷ sau đó là Thiền tông và Tịnh Độ tông, so với các tông môn khác, đều ít chú trọng đến văn tự trí thức.[109]

Mật tông Trung Hoa vừa bí mật vừa không có truyền thừa, và Phật giáo cũng biến mất khỏi Ấn Độ nên không còn có thêm đại sư nào từ Ấn Độ đến Trung Hoa, nên sau đó học vấn về văn tự Tất Đàn cũng thất truyền cùng với Mật tông.[110] Lẽ dĩ nhiên vẫn còn người tiếp tục hành trì Mật tông nhưng phần vì chữ Tất Đàn quá khó học, phần nữa là kinh luận Mật tông đã trở nên Trung Hoa hóa, có nghĩa là người ta không học chữ Tất Đàn nữa mà chỉ đọc theo ký tự chữ Hán (như người Việt tụng đọc Đại Bi đà-la-ni, Phật đỉnh thủ Lăng nghiêm, Quan Âm linh cảm chân ngôn v.v.)

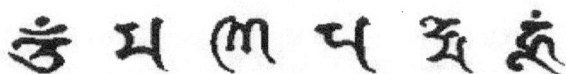

Thần Chú "*Oṃ Maṇi Padme Hūṃ*" viết bằng chữ Siddhaṃ

---

109. Lẽ dĩ nhiên vẫn có một số đại sư thật thụ như Thái Hư hay Ấn Thuận đều là các học giả sâu sắc, nhưng đại đa số các tu sĩ khác, dù có thể đi học đại học vài năm, nhưng thường không đi vào lãnh vực nghiên cứu giáo pháp và các "phật sự" của họ thì chủ đạo là việc quan hôn tang tế hoặc "cứu tế an sinh" hay "tâm lý trị liệu" thay cho các cơ quan y tế xã hội của nhà nước chính quyền. Chính quyền cũng ủng hộ các hoạt động này vì không gây bất an về mặt chính trị.

110. Tại sao Mật tông (Tây Tạng, Mông Cổ, Mãn Châu) không truyền bá sâu hơn ở Trung Hoa dù đã có một thời gian dài là quốc giáo của nhà Nguyên nhà Thanh trong 400 năm?

Một tượng ở chùa Á Đông (xây năm 971) dùng chữ Siddhaṃ viết Chânngôn Mahāpratyaṅgirā

Trong khi đó ở Nhật Bản, Chân Ngôn tông (*Shingonshu*) từ ngày Kūkai (Hoằng Pháp Đại Sư Kōbō-Daishi 弘法大師 774-835) trở về thì mau chóng trở thành một tông môn tiếp tục phát triển rất mạnh đến ngày nay với hàng ngàn tự viện và đại học, cho nên việc học chữ Tất Đàn vẫn được tiếp tục được khuyến khích cho đến ngày nay.[111] Vì vậy hiện đại Nhật Bản vẫn được coi là nơi duy nhất có các trường lớp dạy Tất Đàn *Siddhaṃ* một cách chính qui. Nhờ cơ bản là quen thuộc với Tất Đàn nên đến thế kỷ XIX theo gương các nước Âu Mỹ có trào lưu học về Phật học *Pāli*, người Nhật cũng rất giỏi về ngành Phật học này.

Như chúng ta biết, trong các loại văn tự dùng để viết Sanskrit thì loại chữ *Siddhaṃ* có duyên nợ với văn hóa Á Đông quan

---

111. Đây cũng là trường hợp *Vườn thiền* hay như *Trà Đạo* phát triển ở Nhật Bản vốn có nguồn gốc từ thời Đường Tống nhưng đã thất truyền ở chính lục địa. Đi sâu vào lịch sử kinh luận chúng ta sẽ còn thấy rất nhiều việc tương tự.

trọng nhất là vì nó cho phép người Á Đông học và hiểu Phạn ngữ hơn. (Người Á Đông học Sanskrit qua qua trung gian là loại văn tự khối vuông (chữ Hán), từng chữ có một âm nhất định chứ không phải loại văn tự biểu âm, dùng tự mẫu (alphabet) như ngôn ngữ Sanskrit (qua các loại văn tự Kharosthi, Brahmi hay Siddhaṃ). Riêng Brahmi được xếp vào loại loại văn tự *abugida* (loại văn tự không phân biệt thật rõ ràng nguyên âm với phụ âm, cho nên tại sao Brahmi lại được ưa chuộng dùng làm mẫu tự cho tới cả 198 ngôn ngữ khác).[112] Chữ Siddham thừa hưởng trọn vẹn đặc tính này cho nên so với các loại văn tự dùng để viết Sanskrit người Á Đông, có văn tự là loại chữ khối vuông có định sẵn cách đọc (Hán tự), học Sanskrit bằng văn tự Siddham là tương đối là phù hợp hơn (trừ loại La Tinh IAST hiện nay). Tôi nghĩ đó một lý do thêm vào lý giải tại sao người Á Đông (nói chung về những dân tộc sử dụng chữ Hán) chuộng loại chữ *Siddhaṃ* (Tất Đàn) hơn tất cả những loại chữ (*lipi*) dùng để viết Sanskrit trước đó (như Brahmi) và sau đó (như Devanāgari). Cho nên ngoài bốn loại văn tự mà tôi giới thiệu ở đây (*Kharosthi, Brahmi, Siddhaṃ và Devanāgari*) chúng ta nên biết có rất nhiều loại chữ viết khác trong lịch sử Ấn Độ. Theo kinh sách nói là thời kỳ Đức Phật còn tại thế đã có đến 64 loại chữ (lipi).[113] Nhưng dù cho chữ *Devanāgari* ngày nay, có thể gọi là loại chữ phổ thông nhất trong lịch sử các loại văn tự đã dùng để viết Sanskrit nhưng vẫn không được tôn trọng như Tất Đàn.

Tóm lại, đến giai đoạn từ thế kỷ thứ năm thì loại chữ Siddhaṃ hầu như hoàn toàn thắng thế trong việc thay thế văn tự Brahmi. Các kinh luận Phật giáo bằng Sanskrit lúc này đa số được viết

---

112. Trautmann, Thomas (2006). Sách đã dẫn, tr.64

113. Kinh Bà La Môn *Lipisala samdarshana parivarta* liệt kê đến 64 *lipi* (loại chữ viết) trong đó Brahmi đứng đầu danh sách. Kinh Phật giáo *Lalitavistara Sūtra* (*Phổ Diệu Kinh*) cũng nói rằng lúc còn là thái tử, Đức Phật học thông thạo chữ Brahmi và các loại chữ viết đương thời.

bằng chữ Siddhaṃ (悉曇 *Tất Đàn*). Đại đa số kinh Phật do Huyền Trang (602-664) mang từ Ấn Độ về đều là chữ Tất Đàn, cho nên theo một nghĩa phổ thông Tất Đàn là "chữ Phạn" như tên của nó ở Nhật Bản gọi là *Bonji* (梵字) "Phạn Tự".

Thủ bản Sanscrit của *Bát Nhã Tâm Kinh* viết bằng văn tự Siddhaṃ (Thư Viện Pháp Quốc)

MẪU TỰ CHỮ Siddhaṃ

1. NGUYÊN ÂM

Độc Lập	La-tinh	Viết Với ⚛	Độc Lập	La-tinh	Viết Với ⚛
𑖀	a	𑖯	𑖁	Ā	𑖯
𑖂	i	𑖰	𑖃	Ī	𑖱
𑖄	u	𑖲	𑖅	Ū	𑖳
𑖊	e	𑖸	𑖋	Ai	𑖹
𑖌	o	𑖺	𑖍	Au	𑖻
𑖀ṃ	aṃ	𑖽	𑖀ḥ	Aḥ	𑖾

Độc Lập	La-tinh	Viết Với ⚛	Độc Lập	La-tinh	Viết Với ⚛

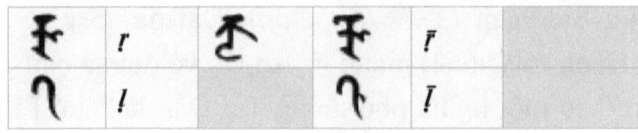

Cách Viết Khác

2. Phụ Âm

ka kha ga gha ṅa ca cha ja jha ña ṭa ṭha ḍa ḍha ṇa

ta tha da dha na pa pha ba bha ma

ya ra la va śa ṣa sa ha ḷa kṣa

4. DEVANAGARI देवनागरी लिपि

Nāgarī là loại văn tự thứ tư và ngày nay rất phổ biến dùng để viết Sanskrit. Mẫu tự *Nāgarī* hay *Devanāgarī* là loại văn tự phát triển từ những thể loại chữ viết gọi chung là "Văn Tự *Gupta*" xuất hiện vào thế kỷ VIII. Loại chữ này bắt đầu được sử dụng vào thế kỷ X và cho đến thế kỷ XII thì bắt đầu thay thế văn tự *Siddhaṃ* (Tất Đàn) trước đó vốn là một loại văn tự Gupta phổ biến nhất dùng trong kinh luận Phật giáo. Đây cũng là lúc Phật giáo biến mất ở Ấn Độ. Cho nên sau đó dù văn tự *Devanāgarī* hoàn toàn thay thế chữ *Siddham* ở Ấn Độ nhưng không có ảnh hưởng gì trong giới học giả Phật giáo Á Đông. Phải chờ cho đến thế kỷ XIX, lúc người Ấn Độ khi viết Sanskrit chỉ dùng *Devanāgarī* và học giả Tây phương bắt đầu học Sanskrit và Phật giáo qua văn tự *Devanāgarī* thì học giả Á Đông mới biết đến loại văn tự này. Cái tên *Devanāgarī* gồm hai chữ Sanskrit hợp lại là *deva* (có nghĩa là thiên thần, thượng đế) và *nāgarī* là "thành thị".

Vì vậy *Devanāgarī* có nghĩa là "chữ viết của thành thị" hoặc "chữ viết của thành phố thần tiên" thường phổ biến ở miền bắc, để phân biệt với *Nandināgarī* là loại chữ *nāgarī* khác phổ biến ở miền nam.

Như đã nói ở Ấn Độ văn tự *Devanāgarī* chỉ bắt đầu sử dụng nhiều từ thế kỷ XII khi Phật giáo đã biến mất ở Ấn Độ, cho nên hầu như chúng ta không có văn bản cổ kinh luận Phật giáo bằng chữ *Devanāgarī* như nhiều người nghĩ lầm. Cho nên để ghi kinh luận cổ Phật giáo cá nhân tôi thích dùng chữ IAST tiện lợi hơn là *Devanāgarī*. Văn tự *Devanāgarī* tự thân cũng đã trải qua nhiều thay đổi lớn cho đến thế kỷ XVIII mới hoàn toàn định hình nên tự nó không có ảnh hưởng lớn với Phật giáo. Nhưng khi người Ấn Độ in kinh sách đều sử dụng chữ *Devanāgarī* và đến khi học giả Tây phương đều học Sanskrit bằng văn tự *Devanāgarī* thì nó đã trở nên văn tự của Sanskrit. Rồi từ đó các tác phẩm nghiên cứu hàn lâm về Phật học ra đời cũng dùng *Devanāgarī* thì học giả Á Đông mới chú ý và bắt đầu học *Devanāgarī*. Tuy nhiên lúc này các loại chữ *Sanskrit-Latin* cũng ra đời. Đây là các loại chữ dùng mẫu tự La Tinh để viết. Có rất nhiều loại "Sanskrit-Latin" khác nhau như IAST, ITRANS, ALA-LC, *Harvard-Kyoto* trong đó có loại IAST là phổ biến nhất. Văn tự IAST (International Alphabet of Sanskrit Transliteration) hiện nay đang được viết để thay cho mẫu tự *Devanāgarī*. Loại chữ IAST càng ngày càng phổ biến và hiện nay là phương tiện rất tốt để học Sanskrit và học *Devanāgarī*.

Tuy hiện tại người ta vẫn phải biết *Devanāgarī*, vì hiện nay mẫu tự *Devanāgarī* rất phổ biến. Giống như mẫu tự La tinh được dùng trong nhiều ngôn ngữ (như chữ Quốc Ngữ của Việt Nam) hiện nay mẫu tự *Devanāgarī* ngoài Sanskrit còn đang được dùng để viết nhiều loại ngôn ngữ như *Pāli, Magahi, Hindi, Napali, Kasmiri, Magahi, Awadhi, Shina, Sindhi, Suuwar* và rất nhiều ngôn ngữ khác. Cho nên khi đến các quốc gia như Ấn Độ, Nepal v.v. chúng ta thấy các bảng chữ dùng mẫu tự *Devanāgarī* khắp nơi, nhưng nên nhớ nó không phải là Sanskrit (Phạn ngữ) như ta tưởng, mà là các chỉ là chữ Hindi, Nepalese v.v.

Vì sự quan trọng trong việc học Sanskrit, cho nên trong sách này ở phần *phụ lục* tôi cho in lại nguyên văn 5 chương đầu của sách *Tự Học Sanskrit* đã được xuất bản gần bốn chục năm trước.[114] Vì *Devanāgari* là thối thân của các loại văn tự trước nó như *Brahmi* hay *Siddhaṃ*, nên năm chương này tuy là giới thiệu sơ lược về cấu tạo và văn pháp cơ bản của *Devanāgarī* nhưng có thể coi như dẫn nhập chung của các loại văn tự Brahmi hay Siddhaṃ. Cho nên ở đây thay vì giới thiệu nhiều về văn tự *Devanāgarī* tôi chỉ cho in một bản nhỏ về mẫu tự chữ *Devanāgarī*.

Nguyên Âm Devanāgarī và IAST

अ	a		आ	ā
इ	I		ई	ī
उ	u		ऊ	ū
ऋ	ṛ		ॠ	ṝ
ऌ	ḷ		ॡ	ḹ
ए	E		ऐ	ai
ओ	o		औ	au

5. IAST "scientic Sanskrit"

IAST (International Alphabet of Sanskrit Transliteration) ngày nay là loại văn tự phổ biến nhất để viết Sanskrit. Nhưng chúng ta cũng nên biết ngoài IAST còn có nhiều loại chữ khác cũng dùng mẫu tự La tinh để viết Sanskrit như ITRANS, ALA-LC và đặc biệt *Harvard-Kyoto* là loại mẫu tự không cần dùng

---

114. Vũ Thế Ngọc, *Tự Học Sanskrit*, Eastwest Institute, 1985

thêm các dấu riêng (diacritic marks) như IAST. Tuy nhiên cho đến nay IAST được các học giả ưa chuộng hơn cả và được dùng trong các sách báo và nghiên cứu kinh viện nên IAST cũng còn được gọi là "scientic Sanskrit" (chữ Sanskrit khoa học). Chữ IAST hiện nay đang được viết để thay cho mẫu tự *Devanāgarī* và là phương tiện rất tốt để học Sanskrit mà không cần qua trung gian văn tự *Devanāgarī*. Và chữ IAST cũng dần dần đang được "Anh hóa" có nghĩa là bỏ dần các chữ có "dấu". Cá nhân tôi thích chọn cách trung dung, nghĩa là chỉ cần viết chữ đầy đủ dấu lần đầu rồi sau đó không cần viết đủ dấu. Thí dụ lần đầu viết đầy đủ *Brāhmī, Kharoṣṭi, Siddhaṃ, Devanāgarī* thì những lần sau chỉ cần viết là *Brahmi, Kharosthi, Siddham, Devanāgari* là đủ (vì người thực sự có đọc sách Phật học Anh ngữ và Pháp ngữ đều sẽ hiểu *Brahmi* là *Brāhmī, Devanagari* là *Devanāgarī, Siddham* là *Siddhaṃ*).

Với sự trợ giúp của kỹ thuật điện toán càng ngày càng phổ biến, tôi nghĩ IAST sẽ là loại chữ viết thứ năm thay thế cho cả bốn loại văn tự phổ biến trong quá khứ là *Kharosthi, Brahmi, Siddhaṃ* và *Devanāgarī*. Hiện nay với một computer bình thường nếu có gắn nhu liệu sử lý văn bản, mọi người có thể chuyển mọi văn bản từ bốn loại văn tự này qua IAST như chúng ta chuyển các văn bản chữ Hán (chữ Hoa) qua chữ Hán-Việt (Quốc Ngữ). Tuy nhiên thực tế ngày nay người học Sanskrit vẫn học song song IAST với Devanagari, nhưng trên các sử lý văn bản đều có phần mềm chuyển qua lại từ Devanagari qua latin *"sanskrit Devanagari > Latin conversion"* (xin xem phụ bản 5 chương của sách *Tự Học Sanskrit* của tôi xuất bản từ năm 1985). Thí dụ câu thần chú Gate quen thuộc "yết-đế, yết-đế, ba-la yết-đế, ba-la-tăng yết-đế, bồ-đề tát-bà-ha" (揭帝 揭帝 般羅揭帝 般羅僧揭帝 菩提 薩婆訶) viết bằng Devanagari và IAST có thể chuyển dịch qua lẫn nhau bằng thảo chương sử lý văn bản đơn giản Lexigolos của WORD:

गते गते पारगते परसंगते बोधि स्वाहा (*Devanāgarī*)

gate gate pāragate pārasaṃgate bodhi svāhā (IAST)

Trong phần Phụ Lục gồm 5 chương đầu tiên của sách *Tự Học Sanskrit*, chúng ta sẽ có dịp nói thêm về hai loại văn tự *Devanāgarī* và IAST.

THÍ DỤ

Đoạn Mở Đầu Kinh Kim Cương Năng Đoạn Bằng IAST

evaṃ mayā śrutam| ekasmin samaye bhagavān śrāvastyāṃ viharati sma jetavane'nāthapiṇḍadasyārāme mahatā bhikṣusaṃghena sārthaṃ trayodaśabhirbhikṣuśataiḥ saṃbahulaiśca bodhisattvairmahāsattvaiḥ| atha khalu bhagavān pūrvāhṇakālasamaye nivāsya pātracīvaramādāya śrāvastīṃ mahānagarīṃ piṇḍāya prāvikṣat| atha khalu bhagavān śrāvastīṃ mahānagarīṃ piṇḍāya caritvā kṛtabhaktakṛtyaḥ paścādbhaktapiṇḍapātapratikrāntaḥ pātracīvaraṃ pratiśāmya pādau prakṣālya nyaṣīdatprajñapta evāsane paryaṅkamābhujya ṛjuṃ kāyaṃ praṇidhāya pratimukhīṃ smṛtimupasthāpya| atha khalu saṃbahulā bhikṣavo yena bhagavāṃstenopasaṃkrāman| upasaṃkramya bhagavataḥ pādau śirobhirabhivandya bhagavantaṃ triṣpradakṣiṇīkṛtya ekānte nyaṣīdan||1||

Dịch Hán Văn

如是我聞：一時，佛在舍衛國祇樹給孤獨園，與大比丘眾千二百五十人。爾時，世尊食時，著衣持鉢，入舍衛大城乞食。於其城中，次第乞已，還至本處。飯食訖，收衣鉢，洗足已，敷座而坐。

Âm Hán-Việt

Như thị ngã văn: Nhất thời Phật tại Xá-vệ quốc, Kỳ thọ Cấp

Cô Độc viên dữ đại Tỳ-kheo chúng thiên nhị bách ngũ thập nhân. Nhĩ thời Thế Tôn thực thời, trước y trì bát, nhập Xá-vệ đại thành khất thực. Ư kỳ thành trung thứ đệ khất dĩ, hoàn chí bản xứ. Phạn thực ngật, thu y bát, tẩy túc dĩ, phu tòa nhi tọa.

Dịch Việt Văn

Tôi nghe như vậy: Một hôm Đức Phật ở rừng Kỳ Đà, trong vườn Cấp Cô Độc nước Xá Vệ cùng với đại chúng tỳ kheo một ngàn hai trăm năm mươi vị. Khi đó đến giờ thọ trai, nên Đức Phật đắp y mang bát vào thành Xá Vệ khất thức. Trong thành Đức Phật theo thứ lớp khất thực rồi trở về nơi cũ. Thọ trai xong, ngài dẹp y bát, rửa chân, trải tòa ngồi.

CHƯƠNG V
KINH TẠNG CỦA TAM THỪA

Trong chương này chúng ta sẽ điểm qua về kinh Phật có trong kinh tạng của ba thừa. Tuy nhiên các học giả thận trọng đều khuyến cáo chúng ta rằng cách phân loại cứng rắn theo truyền thống "ba cỗ xe" (Tam thừa 三乘, *triyāna* gồm Tiểu Thừa, Đại thừa và Kim Cương thừa) thì thường làm mất đi sự thật linh động của quá trình thành hình kinh tạng. Các nhà nghiên cứu đã đưa ra nhiều chứng cứ rõ ràng cho thấy trước khi hình thành các tông môn gọi là "phát triển" hay "đại thừa" thì đã có những kinh tối cổ, như những kinh *Pāli* của Thượng Tọa Bộ cũng đã chứa các yếu tố chủ yếu của kinh văn đại thừa. Trong nhiều trường hợp khác, như Kim Cương Thừa cũng đã tự sáng tạo ra nhiều kinh luận rồi đề tên Long Thọ trên đủ loại tantra của họ, hoặc còn vay mượn kinh điển Đại thừa ghép vào kinh điển Kim Cương Thừa, như đã lấy *Bát Nhã Tâm Kinh* (thế kỷ IV-V) của Đại Thừa cho vào *Phật Thuyết Đà la ni Tập Kinh* 佛説陀羅尼集經 (thế kỷ X). Trường hợp khác lại khó giải thích như Đại Nhật Kinh (*mahā-vairocana-sūtra*)[115] được coi là kinh căn bản

---

115. Tên đầy đủ là *Đại Tì-lô-giá-na thành Phật thần biến gia trì kinh* (大毗盧遮那成佛神變加持經, *mahā-vairocanābhi-sambodhi-tantra*),

của Kim Cương thừa thì lại có mặt rất sớm trong kinh tạng Phật giáo, trước cả khi Mật tông Ấn Độ trở thành "Phật giáo Mật tông" vào thế kỷ thứ bảy.[116] Vì vậy trong chương này chúng ta sẽ khái lược về nội dung kinh tạng của "ba thừa" nhưng với một khái niệm rất mở, và cũng xin nhắc lại rằng các từ như *Tiểu thừa*, *Đại thừa* và *Kim Cang thừa* tôi dùng ở đây chỉ như các cái tên theo nghĩa phổ thông.

KINH PHẬT

Sūtra सूत्र

Chữ *sūtra* (kinh) Sanskit viết là *sūtra* सूत्र (Pali: *sūtta*, Ardha Magadhi: *sūya*) có nghĩa sợi chỉ xuyên xuốt, có từ gốc là *siv* với nghĩa khâu, cột chặt.[117] Trong văn mạch *sūtra* có nghĩa là tập hợp những lời giáo huấn, kinh điển hay bài học. Theo nghĩa cụ thể là sợi chỉ thâu cốt những kinh điển viết trên lá, vỏ cây hay phiến gỗ lại với nhau thành tập. Trong truyền thống văn chương Ấn Độ, *sūtra* còn chỉ một câu cách ngôn (aphorism) hay tập hợp những câu cách ngôn. Do đó trong nghĩa rộng, *sūtra* có nghĩa là một văn bản ghi chú cách ngôn, lời dạy của thánh nhân. Đó là nghĩa *sūtra* được dùng trong nghĩa là kinh điển của Ấn giáo, Phật giáo và Kỳ-na giáo.

Cho nên trong Hán văn có chữ 經 (kinh) có nghĩa nguyên thủy là sợi dây dọc hướng đạo cho dệt vải, cũng chỉ cột bên lề các trang kinh sách, rồi nới rộng thành nghĩa *kinh* là "sách của thánh nhân viết ra làm hướng đạo cho đời sau". Thành ra việc

---

116. Danh từ "Phật giáo Mật tông" (Tantric Buddhism) tôi dùng rất rộng, bao trùm cả Mật tông Trung Hoa, Phật giáo Tây Tạng và Chân Ngôn Tông Nhật Bản.

117. *Sūtra* trong từ nguyên Sanskrit còn có liên quan đến *sūci* nghĩa là "kim khâu" và *sūnā* có nghĩa là "dệt may" theo Monier Williams, *Sanskrit English Dictionary*, Oxford University Press, tr. 124

dịch *sūtra* là 經 (kinh) chính là cách dịch thuật tối ưu. Tuy nhiên về ý nghĩa *sūtra* và *kinh* cũng có những khoảng cách. Trong văn pháp Sanskrit của Ấn Độ *sūtra* có nghĩa là một tập hợp những nguyên tắc, luật tắc, hướng dẫn, lời dạy về tất cả những gì liên quan đến triết lý, tôn giáo, văn phạm, nghề nghiệp. Một tập hợp những *sūtra* thành một văn bản, văn cảo cũng gọi là *sūtra*.[118] Vì vậy trong Phạn ngữ *sūtra* là một thuật ngữ khác hẳn các thuật ngữ *shokas* (chỉ văn chương cổ điển và cả luật tắc về âm nhạc), *anuvyakkaya* (chỉ loại chú giải), và *vyakhya* (chỉ loại văn bình luận). Trong khi đó, từ 經 (kinh) của Hoa văn rộng hơn, như người ta dùng trong Thi Kinh, Dịch Kinh, Đạo Đức Kinh và cả Trà Kinh. Trong lịch sử văn chương Ấn Độ, người ta còn chia làm bốn giai đoạn (period) văn học gọi là Chhandas, Mantra, Brahmana và Sūtra.[119] Theo đó "Giai Đoạn Kinh Điển" (*Sūtra Period*) là giai đoạn trong thời gian từ 600 đến 200 năm trước Dương lịch, là thời gian có những tập hợp *sūtra* (kinh) lớn và đó cũng là thời gian có những *sūtra* do Đức Phật giảng thuyết xuất hiện.

經 Kinh

Tóm lại ta ngày nay quen dịch *sūtra* là 經 (kinh). Chữ *Kinh* là "dịch theo chữ Hán-Việt" còn "dịch âm Hán Việt" là 修多羅 (*tu đa la*). Trước đó Hán ngữ còn dịch *sūtra* là 契經 (khế kinh), 修羅 (tu la), 素怛纜 (tố đát lãm). Theo nghĩa tổng quát của Phật giáo Đại Thừa thì *kinh* là tên gọi chung của các bài giảng của Đức Phật gộp lại gọi là Kinh Tạng (*sūtra-piṭaka*) có nghĩa là "kho chứa kinh" (*piṭaka* Hán văn dịch là 藏 "tạng" có nghĩa là

---

118. Winternitz M. *A History of Indian Literature*, Volume 1, Motilal Banarsidass, 2010, tr. 249

119. Muller, Max. *History of Ancient Sanskrit Literature*, Oxford University Press, tr. 70

kho chứa). Kinh tạng về sau còn gồm các sách về *luận* và *luật* nên sẽ gọi là Tam Tạng (tri-piṭaka).

Kinh Tạng 經藏 (*sūtra-piṭaka*)

Ở đây chúng ta xét kinh tạng theo nghĩa nguyên thủy nhất là các bài giảng của Đức Phật. Kinh Phật trong năm thế kỷ đầu tiên, từ kỳ kết tập thứ nhất (ngay sau khi Đức Phật nhập Niết Bàn năm 483 trước Dương lịch) cho đến kỳ kết tập thứ tư (khoảng đầu Dương lịch) đều chỉ là truyền khẩu. Sau đó mới được ghi lại bằng Phạn ngữ (Sanskrit và Pāli) với loại chữ Kharosthi hay Brahmi (tiền thân của Siddham/ Tất Đàn) – Xin nhắc lại không có *chữ* Sanskrit hay *chữ* Pāli - Dần dần Phạn ngữ được dịch ra chữ Hán và Tây Tạng (cũng có nhiều kinh chữ Tạng dịch từ kinh chữ Hán). Ngày nay từ các ngôn ngữ Phạn Hán Tạng, người ta bắt đầu dịch ra các ngôn ngữ khác.

Trên căn bản kinh ghi lại những gì chính Đức Phật giảng dạy, cho nên tất cả các kinh dù Nguyên Thủy hay Đại Thừa đều khởi đầu bằng câu *"Tôi nghe như vầy"* (Như thị ngã văn 如是我聞, *evaṃ śrute mayā*). Câu này theo truyền thống chính là xuất phát từ lời tụng của A-Nan, (một đệ tử thị giả của Đức Phật trong 25 năm cuối cùng, và là người có một trí nhớ phi thường) tụng đọc trong kỳ kết tập đầu tiên. Tuy nhiên những kỳ kết tập sau đó, cũng theo nguyên tắc tập thể chư tăng tập hợp lại cùng tụng chung để ôn nhớ lại các kinh (các kỳ kết tập sau vẫn chỉ là truyền khẩu). Cho nên các kinh đều cũng mở đầu bằng câu *"Tôi nghe như vầy"* nhưng lúc này *"tôi"* ở đây là những vị tham dự kết tập, chứ không còn là *"Tôi, A-Nan, nghe như vầy"* nữa. Cũng có nghĩa vì trong các kỳ kết tập sau người ta còn cho thêm nhiều kinh của đời sau – về các sự việc xẩy ra sau thời Đức Phật đã nhập Niết Bàn, như chúng ta đã nói chi tiết trong phần viết về "Ba Kỳ Kết Tập" ở trước.

Hình Thức Một Bản Kinh Phật

Bình thường thì các kinh Phật đều có ba phần chính gọi là *Tự Phần, Chính Tông* và *Lưu Thông*. Phần thứ nhất *Tự Phần* còn gọi là "lục chủng thành tựu" gồm *tín thành tựu, văn thành tựu, thời thành tựu, chú thành tựu, xứ thành tựu* và *chúng thành tựu*. Theo nghĩa tổng quát của "lục chủng thành tựu" như thế thì Tự Phần là phần giới thiệu, bắt đầu bằng câu "như thị ngã văn" (Tôi nghe như vậy) xác tín tính cách chính danh của kinh với sự hiện diện của Đức Phật với các chi tiết xác định và giới thiệu về địa điểm, không gian, thời gian và thành phần thính chúng tham dự. Phần thứ hai *Chính Tông* tức là danh từ ngày nay chúng ta gọi là "nội dung" kinh. Phần cuối cùng *Lưu Thông*, tức là phần kết luận và tán thán công đức thường kết luận với câu văn quen thuộc "hoan hỷ tín thụ phụng hành" (vui mừng tin nhận và phụng hành). Sau đây chúng ta sẽ tìm hiểu các kinh điển có trong ba thừa, đúng ra là kinh tạng Pāli của Phật giáo Nam truyền, kinh tạng Hán ngữ của Phật giáo Bắc truyền và kinh tạng Tạng ngữ của Mật tông Kim Cang thừa.[120]

I - KINH TẠNG PALI (Tiểu Thừa)

So với Hán Tạng thì kinh tạng *Pāli* chuyên nhất hơn. Vì kinh Phật *Pāli* hiện nay là kinh tạng của *một* bộ phái duy nhất (*Theravāda*) trong khi Hán Tạng không những gồm của *nhiều* bộ phái (gồm cả kinh tạng tiểu thừa *Theravāda và Mật tông Tây Tạng*) mà còn là kết quả của một thời gian phiên dịch kéo dài cả ngàn năm. Tuy nhiên kinh Phật không phải chỉ là lời Đức Phật (*Buddhavacana*) mà còn là lời của các đệ tử Phật, các thánh nhân ngoại đạo (*ṛṣis*) và thiên nhân (*devas*) – nhưng sau đó đều được Đức Phật chấp nhận cho nên người ta đều gọi chung là

---

120. Ở đây tôi dùng chữ rất mở, có nghĩa là tạm thời gọi chung Phật giáo Tây Tạng là Phật giáo Kim Cang thừa hay Mật tông Tây Tạng. Trong nội dung phần này thì tôi có nói rõ sự phân biệt giữa ba khái niệm này.

"Lời Phật" (*Buddha-vacana*).

Lẽ dĩ nhiên ngay cả những kinh cổ nổi tiếng như các bộ kinh Pāli *nikāya* và Sanskrit *āgama* cũng không còn là nguyên văn lời Đức Phật, dù rằng có thể rất gần với chính kim khẩu của Đức Phật lịch sử Thích Ca Mâu Ni.[121] Theo truyền thống Theravāda thì kinh tạng khẩu truyền từ kỳ kết tập thứ nhất (ngay sau khi Đức Phật Nhập Niết Bàn) đến kỳ kết tập thứ ba dưới triều đại vua A Dục, đều không có gì thay đổi và đó chính là kinh tạng Pāli ngày nay,[122] vì đã được phái đoàn truyền giáo của *Mahinda* con vua A Dục đưa đến Tích Lan (Sri Lanka).

Theo truyền thống Theravāda thì kinh luận của Phật giáo Nam tông hiện chúng ta đang dùng là một với kinh luận của tạng văn Pāli (kết quả của kỳ kết tập thứ ba). Theo đó thì ngay sau khi Đức Phật nhập Niết Bàn năm trăm cao tăng, được gọi là đã chứng ngộ A La Hán, đã cử ngay một cuộc kết tập kinh điển đầu tiên ở *Raigir* trong chín tháng dưới hình thức là cùng chung tụng đọc lại và chuẩn nhận lại sự chính xác của những lời pháp thoại của Đức Phật. Trong cuộc kết tập đầu tiên này, A-nan (*Ananda*) vị có trí nhớ vô song và là thị giả của Đức Phật trong 25 năm cuối cùng, đã dẫn đầu thính chúng đọc lại phần kinh và ngài Ưu Bà ly (*Upali*) tuyên tụng lại phần Kinh Luật. Các kinh luận này được khẩu truyền và giữ theo trí nhớ của chư tăng cho đến kỳ kết tập thứ ba vào khoảng năm 244 trước Dương lịch, do đại sư *Moggalliputta-Tissa* (Mục kiền liên tử đế tu) chủ tọa dưới

---

121. Theo đức tin truyền thống thì các kinh này đã được viết xuống vào năm 29 trước Dương Lịch, trong kỳ Kết tập thứ tư (khoảng 454 sau năm Đức Phật nhập Niết Bàn). Mặc dù theo chứng cớ khảo cổ thì văn tự kinh bản Pāli chỉ tìm thấy sớm nhất là vào thế kỷ thứ năm ở bang Pyu của Miến Điện.

122. Trong kỳ Kết tập thứ sáu năm 1954 ở Rangoon Miến Điện, để chứng tỏ sự chính xác của truyền thống truyền khẩu, có nhà sư Miến Điện tên là *Vicittasara* đã đọc thuộc lòng toàn bộ kinh Pāli (ông thuộc cả những con số khó đọc khó nhớ). Xem *Mendelson, E. Michael. Sangha and State in Burma, Ithaca, New York: Cornell University Press 1975.*

triều vua A-Dục. Đây chính là nguyên lai nguồn gốc của bộ-kinh *Nikāya* của Phật giáo Thượng Tọa Bộ mà chúng ta còn gìn giữ cho đến ngày nay.

VẤN ĐỀ CHÍNH THỐNG CỦA TẠNG PALI

Sau khi Phật giáo theo giáo đoàn *Arahant Mahinda* truyền đến Tích Lan thì đến thế kỷ thứ năm Phật giáo lại phát triển qua Miến Điện, Thái Lan và Campuchia, chúng ta gọi là Phật giáo Nam tông hay Phật giáo Nam truyền, và ngày nay gọi là Phật giáo *Theravāda* (Sanskrit *Sthaviravāda)*. Tuy nhiên chúng ta nên biết Phật giáo khi truyền qua Tích Lan (Sri Lanka) gồm có nhiều chi phái "Tiểu thừa" của Thượng Tọa Bộ (*Sthaviravada* – *Pāli* gọi là *Theravāda*) và tông môn gọi là *Theravāda* ngày nay chỉ là một (sau khi các chi phái khác không còn)

Tuy nhiên ở Tích Lan không những có nhiều chi phái Tiểu thừa mà còn có Phật giáo Đại thừa. Đảo Sử ghi rõ vào thế kỷ thứ IV, vua *Mahāsena* theo Phật giáo Đại thừa và phá hủy Tiểu thừa (cả tông môn Đại Tự /*Mahāvihāra* lẫn Vô Úy Sơn/ *Abhayagiri*). Pháp Hiển (320?-420?) trong *Phật Quốc Ký* (佛國記) từng dừng ở Tích Lan hai năm và du hành qua Sumatra và Java cho biết vùng đất này các tu sĩ tu theo cả Tiểu Thừa lẫn Đại Thừa. Chúng ta cũng nhớ Tam Đại Tổ Sư Mật Tông mang Mật tông đến Trung Hoa là Thiện Vô Úy (*subhākārasimba* 637-735), Kim Cương Trí (*vajrabodhi* 663-723) và Bất Không Kim Cương (*amoghavajra* 705-744) đều từng tu học Mật tông ở Tích Lan và Java.[123]

---

123. Bất Không Kim Cương là người Tích Lan, học đạo với Kim Cương Trí ở đảo Java (Indonesia ngày nay) và cùng thày qua Trung Hoa truyền đạo. Đến năm 741 cùng thày trở về Ấn Độ. Giữa đường Kim Cương Trí mất, Bất Không một mình đến Tích Lan học thêm Mật tông với Phổ Hiền, rồi lại đi Ấn Độ học với Long Trí (*nagabodhi*) thày cũ của Kim Cương Trí trước khi trở lại Trung Hoa.

Riêng về nội bộ Phật giáo *Theravāda* (Sanskrit: *Sthaviravāda*), Đảo Sử của Phật giáo Tích Lan cũng cho chúng ta biết ngay từ thế kỷ thứ nhất trước Dương lịch, nước này đã có mâu thuẫn giữa ba tông môn là nhóm Đại Tự (*Mahāvihāra-vāda*) với nhóm Vô Úy Sơn Tự (*Abhayagiri-vāda*) và nhóm Kỳ Viên Tự (*Jetavaniya*). Từ khoảng thập niên 29-17 B.C. Vô Úy Sơn đã tách khỏi Đại Tự. Lúc đầu Vô Úy Sơn thắng thế và tiếp tục chèn ép Đại Tự. Tuy nhiên Đại Tự cũng sống sót và đến thế kỷ thứ sáu thì tái phát triển trong khi nhóm Vô Úy Sơn lại bắt đầu suy vi vì chính quan điểm tiến bộ của mình. Khoảng 851-885 tông môn *Pamsukulikas* lại ly khai khỏi Vô Úy Sơn. Cho nên sau khi thống nhất đất nước, vua *Parakrama Bahu* Đệ Nhất (làm vua 1153-1186) nhận thấy phe Phật giáo tiến bộ càng ngày càng "cấp tiến xa hoa" nên nhà vua quyết định hỗ trợ Phật giáo nhằm trừng phạt khuynh hướng cấp tiến này và từ đó Đại Tự (*Mahāvihāra-vāda*) thắng thế các tông môn khác và được triều đình coi là tôn giáo quốc gia. Để chính thức hóa vị trí căn bản bảo thủ và trấn chỉnh toàn diện Phật giáo, nhóm Đại Tự kêu gọi đại hội kết tập thứ tư do vua Parakrama Babu bảo trợ. Kinh điển *Pāli* của Phật giáo *Theravāda* ngày nay chính là kết quả của kỳ kết tập thứ tư này chứ không phải là kỳ kết tập thứ ba (dưới triều đại vua A Dục). Lẽ dĩ nhiên với quan điểm của *Theravāda* thì kinh điển không có gì thay đổi từ kết tập lần thứ ba dưới thời vua A Dục (khoảng năm 244 trước Dương lịch). Nhưng học giả thế giới nghi ngờ rằng trong thời gian dài như thế mà hoàn toàn không thay đổi là một sự cực kỳ hy hữu.

Ở đây chúng ta cũng nên nhắc lại hai kỳ *kết tập kinh điển Pāli* sau cùng đều ở Miến Điện (*Myanmar*). Đầu tiên là kỳ kết tập thứ năm ở Miến Điện năm 1868. Trước viễn kiến phong trào thực dân Tây Phương đe dọa (quả nhiên sau đó Anh Quốc xâm lăng và chiếm Miến Điện) Phật giáo xứ này đã kêu gọi đại hội kết tập *lần thứ năm* ở Mandalay, thủ đô khi đó của Miến Điện vào năm 1868. Khoảng 2.400 vị Tăng tham dự, dưới sự chủ trì của ba vị Trưởng lão Jāgarābhivaṁsa, Marindabhibhidhaja, Sumaṅgalasāmi) và vua Mindon là người tài trợ. Sau lần kiết tập kéo dài bốn năm, Tam Tạng Pāli được khắc lên 729 phiến đá hoa cương và được cất giữ trong 450 ngôi chùa, đến nay các phiến đá khắc kinh này vẫn còn nguyên vẹn.

Lần kết tập *thứ sáu* (1954-1957) tại thạch động Mahāpāsāna, thủ đô Yangoon, Miến Điện, có sự tham dự của 2.500 tăng sĩ *Theravāda* khắp thế giới do cao tăng Revata (Nyaungan Sayadaw) chủ tọa và do thủ tướng U Nu tài trợ. Ba ngôn ngữ sử dụng trong đại hội lần này là *Pāli, Miến Điện* và *Anh ngữ*. Kết quả đại hội kết tập này là toàn bộ kinh điển Pali của Phật giáo *Theravāda* được kết tập công phu và khoa học. Lần đầu tiên toàn bộ văn bản Pāli gồm 40 tập Chính tạng (*Tipiṭaka* Pāli) và các phần phụ lục gồm 51 tập Chú Giải (*Aṭṭhakathā*), 26 tập Phụ Giải (*Ṭīkā*) và Phụ Chú Giải (*Anuṭīkā*).

TAM TẠNG PALI

Hiện nay chúng ta còn có khá nhiều văn bản của Tam Tạng Pali, nổi tiếng nhất là những văn bản được kể theo thứ tự thời gian như sau:

1. Ấn Bản Miến Điện (Burma 1900) gồm 38 tập, là kết quả của kỳ kết tập năm1868.

2. Ấn bản PTS của *Pali Text Society* (1877-1927) của người Anh có trụ sở chính ở Luân Đôn. Đây cũng là trung tâm phát triển "*Pāli* học" quan trọng. Các học giả lớn thế giới về văn học Pali và Phật giáo *Theravāda* đều có cộng tác mật thiết với hội. Ấn bản này thường gọi là PTS gồm có 57 tập gồm cả chỉ dẫn. Đây là Tam Tạng *Pāli* phổ biến và là căn bản cho các nghiên cứu hàn lâm cho các học giả Tây Phương gần trăm năm vừa qua. Hiện nay đã có CD-ROM toàn bộ tạng kinh và một phần đã được

sửa chữa và tái bản.

3. Ấn bản Thái Lan (1925-1928) gồm 45 tập. Giống nhưng tương đối chính xác hơn bản PTS.

4. Ấn Bản Miến Điện (1954-1956) gồm 40 tập. Đây là kết quả của kỳ kết tập thứ sáu ở Rangoon năm 1954. Ấn bản này có thể nói chính xác còn hơn cả ấn bản Thái Lan 1925

5. Ấn bản Thái Lan (2005) gồm 40 tập. Đây cũng là ấn bản in theo kết quả của kỳ kết tập thứ sáu ở Rangoon năm 1954 nhưng được chỉnh sửa tốt hơn ấn bản Miến Điện trên. Ấn bản này cũng gọi là *World Tipitaka Edition* do vua sãi Thái Lan bảo trợ và *Dhamma Society Fund* tài trợ. Ấn bản này được coi là đầy đủ nhất và cho đến nay phổ biến rất rộng rãi. Đặc biệt là đã được kỹ thuật số hóa nên có thể xem trên internet của *Tipiṭaka Quotation WebService*.

Ngoài các ấn bản Pali kể trên, chúng ta hiện có rất nhiều trang WEB bằng nhiều ngôn ngữ trên mạng, nhiều ấn bản hiện đại và các CD-ROM của nhiều tổ chức Phật giáo như của *Vipāssana Research Institute*. Ngoài ra chúng ta cũng có các bản in trên giấy bằng các ngôn ngữ Đông Nam Á và các bản dịch ra nhiều ngôn ngữ hiện đại trong đó có toàn bộ bản dịch Việt văn 5 tạng Bộ-Kinh *Nikāya* của Hòa thượng Thích Minh Châu.

NỘI DUNG

Theo truyền thống kinh điển "Tam Tạng" (*tipiṭaka*) thì tạng văn Pāli cũng gồm ba tạng (*piṭaka*: tạng, kho) phát xuất từ các thủ bản chép trên lá bối là Kinh Tạng (*Sutta Piṭaka*), Luật Tạng (*Vinaya Piṭaka*) và Luận Tạng (*Abhidhamma Piṭaka*):

1- Kinh Tạng (*Sutta Piṭaka*): 5 Bộ *Nikāya*

Kinh Tạng gồm các Pháp thoại của Đức Phật, tập trung vào

năm bộ-kinh *Nikāya*. Đây là tạng lớn nhất gồm năm bộ kinh là 1- Trường Bộ-Kinh (*dīghanikāya*), 2- Trung Bộ-Kinh *(majjhima-nikāya)*, 3- Tương Ưng Bộ-Kinh (*saṃyutta-nikāya*), 4- Tăng Chi Bộ-Kinh (*aṅguttara-nikāya*), 5- Tiểu Bộ-Kinh (*khuddaka-nikāya*). Chúng ta đã có dịp thảo luận trong Chương Hai.

2- Luật Tạng (*Vinaya Piṭaka*)

Luật Tạng liên quan đến giới luật của tăng lữ. Hiện nay chúng ta đang còn các kinh luật của nhiều bộ phái như *Dharmaguptaka* (Pháp Tạng Bộ), *Sarvāstivāda* (Nhất Thiết Pháp Hữu Bộ), *Mahīśāsaka* (Trưởng Lão Bộ) và *Mahāsaṃghika* (Đại Chúng Bộ) đều có trong bản dịch trong Hán Tạng. Trên đại thể các kinh luật của Phật giáo ngày nay (Tiểu thừa và Đại thừa) đều không khác nhau nhiều như Kinh Tạng hay Luận Tạng. Như Tây Tạng từ thời Phật giáo chính thống Ấn Độ (Tịch Hộ śāntaraksita) cho đến thời hiện đại, giáo luật chủ yếu cũng là theo giáo luật Tứ Phần (四分律) của Pháp Tạng Bộ và Nhất Thiết Pháp Hữu Bộ. Trung Hoa cũng không khác, từ Nam Sơn Luật tông của Đạo Tuyên cho đến hiện tại cũng dùng *Tứ Phần Luật* và *Ngũ Phần Luật* là chủ yếu.[124]

Luật Tạng hiện nay của *Theravāda* gồm các phần là A) *Pācittiyapāḷi* (Phân Tích) giải thích các giới áp dụng cho tỳ khưu và tỳ khưu ni như Ba-la-di (波羅夷, *pārājika*) như bị trục xuất nếu phạm các tội giết, trộm cắp, hành dâm, nói dối là đã đạt Thánh quả. - B) Tăng Tàn (僧殘, s: *saṅghāvaśeṣa*; p: *saṅghādisesa*) là luật cho phép tạm thời trục xuất nếu phạm một trong 13 tội như vu cáo, gây bất bình, tà dâm với phụ nữ v.v. C) Bất Định (不定) là qui định về các lỗi không được ghi ra trước. D) Xả

---

124. *Tứ Phần Luật* có nguồn gốc từ Pháp Tạng Bộ (*dharmaguptaka*) với giới luật nghiêm khắc, 250 giới cho tăng và 348 cho ni giới là bắt đầu từ đây. Đây cũng là một mỏ vàng cho những người muốn nghiên cứu hay viết một luận án chỉnh chu về so sánh các Luật Tạng trong Phật học.

Đoạ (捨墮, s: *naihsargika*; p: *nissaggika*) là 30 lỗi cần phải từ bỏ về quần áo, ăn uống, thuốc men. E) Ba-Dật-Đề (波逸提; s: *pātayantika*; p: *pācittiya*) là 90 lỗi nhẹ cần phạt như la lối, không nghe lời, dối trá. F) Hối Quá (悔過; s: *pratideśanīya*; p: *pātidesanīya*) là 4 lỗi xung quanh việc ăn uống. G) Chúng Học (眾學, s: *śikṣākaranīya*, p: *sekhiya*) gồm các quy định về giao tiếp, xử sự, hòa giải v.v.

Ngoài ra kinh Luật còn có ba chương khác gọi là *Mahāvaggapāḷi* (Đại Phẩm), *Cullavaggapāḷi* (Tiểu Phẩm) và *Parivārapāḷi* (Tập Yếu).

3- Luận Tạng – Tạng Abhidhamma (*Abhidhamma Piṭaka*)

Luận Tạng là phần luận giảng về các bài bài Pháp của Đức Phật. Trước đây từ "luận" thường chỉ dùng cho tạng Abhidhamma/ Abhidharma nên gọi là "*Abhidhamma Piṭaka*". Tạng này được một số tông môn coi trọng như là lý luận và tang chứng cơ bản cho chính pháp, cho nên được gọi là "Luận" nhưng ở đây tôi muốn gọi là "Tạng Abhidhamma" vì để dành dùng từ "*luận*" dùng cho chữ "*śāstra*" – là các luận bình giảng về các kinh luận, được sơ lược ở đoạn dưới.

Tạng Abhidharma không được thành lập trong ba kỳ Kết Tập đầu tiên. Quá trình thành lập tạng Abhidhamma kéo dài từ thế kỷ III trước Dương lịch cho đến thế kỷ III sau Dương lịch. Như tên gọi "Abhidhamma" có nghĩa là "tuyệt đối, vượt trên các pháp" nên nhiều tông môn rất trọng tạng này, như Nhất Thiết Hữu Bộ. Nhưng cũng ngay từ thời kỳ "Phật giáo Bộ phái" thì đã có bộ phái đã không coi trọng Abhidhamma, đó là trường hợp Kinh Lượng Bộ (*Sautrāntika*) đã ly khai khỏi Nhất Thiết Hữu Bộ (*Sarvāstivāda*) vì không chấp nhận thẩm quyền của lý luận trong tạng Abhidhamma. Cho nên các bộ phái đều có tạng *Abhidhamma* của mình để giải thích kinh Phật theo quan điểm chủ quan của bộ phái. Vì vậy trước đây người ta tưởng rằng các *Adhidhamma* đều "đại đồng tiểu dị" (như trường hợp *Nikāya* và *Āgama*) nhưng gần đây chúng ta mới biết rằng các bộ Abhidrama này không những khác biệt mà còn rất nhiều trường hợp còn phản bác lẫn nhau.[125] Cho nên khác với Luật Tạng của các bộ phái thì thường giống nhau mà chúng ta đã sơ khảo ở phần trước, còn tạng Abhidhamma của Phật giáo *Theravāda* rất khác với các tạng Abhidhamma của các tông môn khác. Hiện nay chúng ta còn hai tạng *Abhidhamma / Abhidharma* tương đối hoàn hảo. Một của Thượng Tọa Bộ viết bằng Pāli, một của Nhất Thiết Hữu Bộ viết bằng Sanskrit, được lưu truyền trong Đại Tạng chữ Hán và chữ Tạng. Đây cũng là một lãnh vực nghiên cứu Phật học đang cần có người nghiên cứu.[126]

* LUẬN (śāstra) của Phật Giáo Nam Truyền (*Theravāda*)

Giống như Phật giáo Đại thừa (Bắc truyền), Phật giáo *Theravāda* cũng có nhiều luận (śāstra) tuy không nhiều và danh tiếng như các luận của Phật giáo Đại thừa. Bình thường các luận sư Nam truyền không đặt ra những vấn nạn lớn hay luận giảng thành các thuyết như chúng ta thấy trong các luận của Phật giáo Đại thừa. Các luận sư Nam truyền thường chỉ đơn thuần là giải nghĩa kinh. Khi cần giảng sâu hơn thì họ cũng thường giảng theo những luận có trước của Phật Âm (*Buddhaghosa* nhiều người còn dịch là "Giác Âm"). Đặc điểm Luận của Phật giáo Theravāda là lệ thuộc tri kiến của Phật Âm trên mọi quan điểm về Phật học.

Phật Âm (*Buddhagosa*, thế kỷ IV) là một cao tăng thạc học danh tiếng nhất của truyền thống Phật giáo Nam truyền. Sư vốn

---

125. Xem *Encyclopædia Britannica* 2008
126. Idid.

là một tu sĩ của Thượng Tọa Bộ (*Theravāda*) sinh trưởng ở Ma Kiệt Đà (*Magadha*) sau đó đến Tích Lan tu học. Tại Tích Lan, Phật Âm học với Tăng-già Ba-la (*sanghapāla*) là thủ lãnh của Phật giáo Tích Lan đương thời. Phật Âm là người có công lớn nhất trong việc phục hoạt lại văn học ngôn ngữ Pāli ở xứ này. Kết quả là sau đó dù Pāli hoàn toàn bị quên lãng ở Ấn Độ thì vẫn sống sót ở Tích Lan và các quốc gia Phật giáo *Theravāda* khác ở Đông Nam Á. Phật Âm viết đến 19 luận giảng về kinh tạng Pāli. Nguyên tác các luận của Phật Âm hiện nay mất rất nhiều, tuy nhiên chúng ta vẫn còn nhiều luận của các đại sư đời sau thường đều dựa vào các luận của Phật Âm để thuyết giảng. Hiện nay chúng ta còn bộ *Visuddhimagga* (Thanh Tịnh Đạo Tràng) tóm lược tất cả tư tưởng của Phật Âm trong quan điểm của phái Đại Tự (*mahā-vihāra*) một giáo phái duy nhất còn lại của Thượng Tọa Bộ (*Theravāda*) và trở nên là tông môn duy nhất thừa kế gia sản của Phật giáo Nam Truyền (Tiểu thừa) – Và cũng từ đây Phật giáo Nam truyền cũng gọi mình là Phật giáo *Theravāda*.[127]

Kết Luận về Kinh Tạng Pāli:

Hiện nay chúng ta có thể thu tập các ý kiến và các nghiên cứu của các học giả về vấn đề chân xác của kinh hệ Pāli. Về mức độ khả tín về nguồn gốc kinh điển Phật Tạng Pāli, chúng ta nhận thấy có thể chia làm ba khuynh hướng:

1- Khuynh hướng thứ nhất thường là khuynh hướng của tu

---

127. Gombrich, Richard F. *Theravāda Buddhism.London: Routledge 2006, tr. 153. Theo nghiên cứu này thì sau kỳ kết tập thứ hai Phật giáo bị chia làm hai nhánh lớn là Trưởng Lão Bộ (Sthaviravāda) và Đại Chúng Bộ (mahāsānghika). Đến thời kỳ 18 Bộ Phái sau đó, Trưởng Lão Bộ phân thành Tuyết Sơn Bộ và Độc Tử Bộ. Trưởng Lão Bộ lại tiếp tục phát triển và phát sinh ra Phân Tích Bộ (vibhajyavāda) và Nhất Thiết Hữu Bộ (sarvāstivāda) rồi Đồng Diệp Bộ (Tamrasatiya). Đồng Diệp bộ ra đến đảo Tích Lan thống nhất hai chi phái khác và tự gọi là Trưởng Lão Bộ Sthaviravāda (Pāli là Theravāda).*

sĩ và Phật tử Theravāda. Họ theo truyền thống cũ và có đức tin rằng kinh tạng Pāli là lời Đức Phật (và các đệ tử lớn của Đức Phật được Phật chuẩn nhận). Kinh tạng Pāli theo họ là sự lưu truyền chính xác và không gián đoạn từ ngày kết tập kinh điển lần thứ nhất.

2- Khuynh hướng thứ hai cho rằng kinh điển Pāli cuối cùng cũng chỉ là những gì nhớ được của các tu sĩ Phật giáo trước thời phân biệt bộ phái (trước kỳ kết tập kinh điển lần thứ ba). Khuynh hướng này tin vào một sự thực cụ thể là các kinh điển chỉ là sự ghi nhớ của các đệ tử Phật sau khi Đức Phật nhập diệt, vì quả thật ngày Đức Phật còn tại thế chưa có ai viết ra để ghi chính xác lời Phật dạy.

3- Khuynh hướng thứ ba là quan điểm "bất khả tri" (agnosticism). Những người theo quan điểm này thấy rằng đây là một đề tài không thể chứng minh được một cách tách bạch. Những người theo khuynh hướng này vừa không bác bỏ lý luận của khuynh hướng thứ nhất, nhưng cũng đòi hỏi một sự kiện có thể minh chứng được.

Ngày nay đa số các chuyên gia về kinh điển Pāli và thời kỳ nguyên thủy của Phật giáo đều đồng ý tâm điểm của kinh tạng Pāli là lời của Đức Phật, nhưng lẽ dĩ nhiên tất cả những kinh Phật trong hai tạng Kinh và Luật không phải là nguyên văn trăm phần là của Đức Phật vì không thể có gì bảo đảm cho năm trăm năm truyền giáo bằng truyền khẩu qua trí nhớ mà có thể ghi nhận toàn hảo lời Đức Phật. Đầu tiên Richard Gombrich phân tích cho rằng *cốt lõi* các phần chính trong các kinh Phật gắn bó rất chặt chẽ, cho nên phải là của một tác giả duy nhất, tức là Đức Phật, cho nên không thể do một nhóm đệ tử sau khi ngài nhập diệt tụ tập lại mà sáng tác.[128] Còn Peter Harvey thì cẩn thận hơn

---

128. Như trên, *tr.* 20

thêm rằng qua nhiều chứng cớ như *Tăng Chi Bộ* nói về quốc vương Munda người lên ngôi cả 40 năm sau khi Đức Phật nhập diệt, hay trong kinh các câu văn như "Sau khi Như Lai nhập Niết Bàn…" có trong *Tăng Chi Bộ* lẫn Tăng Nhất A Hàm, cho nên dù phần lớn kinh điển Pāli là chuyển từ lời Đức Phật giảng nhưng *"rõ ràng có một phần kinh điển Pāli có nguồn gốc sau khi Đức Phật nhập diệt"*.[129] Giáo sư Warder cho thấy "Không có chứng cớ gì để chứng tỏ rằng những lời dạy của kinh là do người nào đó khác ngoài chính là bản thân Đức Phật".[130] Giáo sư kỳ cựu J. W. de Jong phát biểu "Kinh là lời dạy căn bản từ Đức Phật, được lưu truyền và sau đó được phát triển bởi các học trò của người." [131] Giáo sư Alex Wynne khẳng định "Văn bản kinh Pāli khởi từ giai đoạn bắt đầu của Phật giáo, gồm căn bản là những lời giáo huấn của Đức Phật, có trường hợp là kim ngôn của ngài".[132]

Những nhận định trên không phải là nhận định chủ quan lấy Đức Tin làm chuẩn mực tuyệt đối của các tu sĩ mà là những nhận định tiêu biểu của học giới Tây phương và có lẽ cũng là của đa số độc giả sách này. Đây cũng là sự khác biệt căn bản giữa Phật giáo *Theravāda* và Kim Cang thừa. Một bên là *Theravāda* cố gắng giữ liên hệ mật thiết như là truyền thống trực tiếp từ chính đức Phật lịch sử Thích Ca Mâu Ni, một bên là *Mật tông Kim Cang Thừa* đứng ngoài truyền thống lấy Đức Phật lịch sử làm trung tâm điểm xuất phát.

---

129. Harvey, Peter. *The Selfless Mind. Surrey: Curzon Press*, 1955, tr. 9

130. Warder, Anthony Kennedy. *Indian Buddhism (3rd ed.)* Delhi: Motilal Banarsidass, 2000, trang bìa

131. De Jong, J.W. "The Beginnings of Buddhism", *The Eastern Buddhist*, 26 (2) 1993, tr.25

132. Wynne, Alex. "The Oral Transmission of Early Buddhist Literature". *Journal of the International Association of Buddhist Studies.* Volume 27. No. 1, 2004.

II - KINH TẠNG HÁN NGỮ (Đại Thừa)

Nếu có người nào nói rằng "không có tông môn Phật giáo Đại Thừa" thì chắc chắn sẽ bị gọi là "có vấn đề". Nhưng thật sự điều người đó phát biểu có đúng hơn một nửa. Có nghĩa là lời người đó phát biểu có phần đúng hơn những vị đang ba hoa "tông phái Đại thừa" trên diễn đàn hoặc các người đang tuyên truyền "kinh Đại thừa phi Phật thuyết" trên internet. Nghiên cứu và quan sát về lịch sử thành hình và phát triển kinh tạng Phật giáo sẽ cho chúng ta thấy một bức tranh toàn vẹn về kinh điển Đại thừa. Ít nhất là về ba phương diện: (1) Lịch sử phát triển của Đại thừa, (2) Lịch sử tổ chức của các tông môn Đại thừa, (3) Nội dung và nguồn gốc của Kinh Điển Đại thừa.

Thứ nhất: Từ lịch sử phát triển

Từ lịch sử phát triển, Đại thừa (*Mahayāna*) không phải là *một* tông môn nào đó được thành lập từ Ấn Độ hay Trung Hoa mà là cả một phong trào phê phán và thách thức tầng lớp tu sĩ lãnh đạo bảo thủ thời bấy giờ. Kết quả đó khởi từ sự phân liệt đầu tiên giữa Phật giáo đại chúng (gọi là Đại Chúng Bộ *mahāśāmghika*) và nhóm Thượng Thủ lãnh đạo (gọi là Thượng Tọa Bộ *sthavira*/ Pāli có tên là *thera-vāda*) trong kỳ kết tập thứ hai (100 năm sau Phật nhập niết-bàn). Lịch sử Phật giáo cũng có thể chú ý đến việc đòi xét lại của tỳ khưu Đại Thiên (*mahādeva*) về năm điểm bất toàn của vị được tôn xưng là A La Hán, trong kỳ kết tập thứ ba (khoảng 200 năm sau Phật nhập niết-bàn). Trong bối cảnh gọi tên và phân chia vô cùng lỏng lẻo như vậy, cho nên hầu như tất cả các nhóm Phật giáo nào đó nếu chấp nhận một quyển kinh Đại thừa nào đó và không qui thuộc thẩm quyền của giới thượng thủ truyền thống *sthavira* thì đều được dễ dãi gọi là "Đại Thừa" - dù nhóm tông môn "đại thừa" đó chỉ là một tổ chức tôn giáo phát nguyên từ tập tục thờ thần Thấp Bà của Bà-la-môn ở Ấn Độ hay là một nhóm xuất phát từ tập tục tu tiên của Đạo giáo ở Trung Hoa.

Thứ hai: Từ lịch sử tổ chức

Từ lịch sử tổ chức, sự thành lập Đại thừa chỉ là một sự kết hợp lỏng lẻo vô tổ chức của nhiều nhóm hay tông môn Phật giáo như thế. Các nhóm Phật giáo này chỉ có chung một mẫu số là gắn liền đức tin và sự hành trì của mình vào một hay nhiều quyển kinh mới xuất hiện không có trong danh sách kinh điển của Phật giáo truyền thống. Vì vậy "Phật giáo Đại thừa" có rất nhiều tông phái và các tông phái đều có nhiều kinh luận riêng. Ngoài giáo lý Phật giáo căn bản, các kinh luận bác tạp này còn hàm chứa những tư tưởng hay lời dạy khác biệt và nhiều khi trái ngược nhau. Cho nên đã có nhiều giải thích những khác biệt này ra đời, vừa để cố gắng thống nhất Đại thừa như một chỉnh thể, vừa giải thích cho các khác biệt này. Đó là lý do phát triển của phong trào "Phán Giáo" chúng ta sẽ nói nhiều trong sách này. Phong trào "phán giáo" đã phát sinh ra rất nhiều thuyết khác nhau nhưng cũng ít còn ai chú ý, trừ vài thuyết như *"Ngũ Thời Phán Giáo"* của Huệ Lập (thế kỷ thứ năm) hay "Ngũ Thời Bát Giáo" của Thiên Thai tông Trí Khải (thế kỷ thứ sáu) thì lại trở nên quá nổi tiếng – Cho nên hiện nay vẫn còn có các giảng sư tin tưởng và tiếp tục giảng các thuyết *phán giáo* này như một sự thật lịch sử rằng sau khi giác ngộ đức Phật giảng kinh Hoa Nghiêm 21 ngày, rồi giảng kinh A-hàm 12 năm, rồi giảng kinh Phương Đẳng 8 năm v.v

Thứ ba: Từ nội dung

Thứ ba, có lẽ là quan trọng nhất, là về nội dung và xuất xứ của Kinh Điển Đại Thừa. Có gì khác biệt giữa kinh điển Đại thừa và kinh điển truyền thống (của Phật giáo *Theravāda*)? Kinh điển Đại thừa là do Phật thuyết hay sáng tác của ai đó sáng tác? Có hay không có các loại kinh giả hay ngụy kinh? ... Đây là vấn đề cần thảo luận ở một chương riêng "Kinh Đại Thừa và Ngụy Kinh" là chương cuối cùng của sách này.

Vì vậy khác với *Tạng Pāli* chỉ là kinh luận của một tông môn (*Theravāda*), còn *Tạng Hán ngữ* là một kho tạng kinh luận vĩ đại không chỉ gồm Đại Thừa và hầu hết tất cả các tông môn (kể cả *Theravāda* và *Kim Cương Thừa*) và cả các tông môn đã không còn tồn tại. Cũng nên nhắc lại Hán Tạng lẽ dĩ nhiên là một tập hợp kinh luận Phật giáo nhưng Hán Tạng cũng là một tập hợp kinh luận Phật giáo ngoài các bản dịch chữ Hán của các kinh luận từ Phạn ngữ (gồm cả Sanskrit và "Hồ ngữ"), Hán Tạng còn có cả các luận sớ của các đại sư người Trung Hoa (có trong phần "Luận Sớ" của Đại Chính Tạng, mà trong sách này chúng ta không đề cập tới). Tóm lại Hán Tạng có hai đặc điểm (1) dịch giả không phải là một cá nhân hay một tổ chức giáo hội hay tông môn mà là gồm nhiều cá nhân tự do, không liên hệ tông môn hay chủng tộc. (2) Hán Tạng thành hình trong một diễn trình không tổ chức, không hạn chế và liên tục kéo dài cả ngàn năm.

Nguồn Gốc

Nguồn gốc đầu tiên của Hán Tạng là các kinh luận dịch từ *Phạn ngữ* nên đều có danh xưng Phạn ngữ (mặc dù đa số nguyên bản Phạn ngữ hiện nay không còn). Tuy nhiên "Phạn ngữ" ở đây cũng không nên hiểu là chỉ là Sanskrit vì có nhiều kinh luận Phật giáo Hán Tạng không dịch thẳng từ Sanskrit mà là qua trung gian thứ hai gọi là "Hồ ngữ" đó là các ngôn ngữ của các quốc gia Vu Điền (Khotan), Quy Tư (Koche), Hồi Hột (Uigur), hay Đột Quyết (Turk) và điều quan trọng nhất là mới đây người ta còn thấy Hán Tạng còn có thể có cả những bản dịch kinh Phật thời kỳ "Tiền Sanskrit" (xem phụ lục về "*Tạng Kharosthi*"). Cũng nên biết Hán Tạng còn có những kinh luận không dịch từ văn bản mà chỉ dịch từ trí nhớ của các đại sư truyền giáo – truyền thống truyền khẩu vốn có trước khi kinh được viết xuống bằng văn tự - Trong thời kỳ dịch thuật đầu tiên, người ta cũng không phân biệt Tiểu thừa hay Đại thừa. Thật sự, cho đến khi La Thập đến Trường An năm 401, Trung Hoa mới biết rõ ràng về giáo lý Không Tông và từ đó mới phân biệt rõ ràng Phật giáo Đại thừa và Phật giáo Tiểu thừa.

Quá Trình Hình Thành Hán Tạng

Nếu tính theo lịch sử thành hình Hán Tạng thì người ta có thể chia thành ba giai đoạn dịch kinh Phật như Lương Khải Siêu đã đề nghị: 1- Giai đoạn hình thành mà chủ dịch là các pháp sư ngoại quốc; 2- Giai đoạn hợp tác là giai đoạn dịch kinh có sự hợp tác của người bản địa, đại diện cho dịch giả giai đoạn này là Cưu Ma La Thập (*kumārajiva* 344-413) và Giác Hiền (*buddhabhadra* 359-429); 3- Giai đoạn phát triển là giai đoạn dịch kinh do người bản địa làm chủ dịch, đại diện cho giai đoạn này là Huyền Trang (601-664) và Nghĩa Tịnh (635-713). Ở đây tôi cũng theo cách phân chia này nhưng bổ khuyết bằng thời gian các kinh luận nổi tiếng được dịch.

1 - Giai đoạn hình thành:

Giai đoạn hình thành có thể đánh dấu bằng kinh *Tứ Thập Nhị Chương* do Ca-diếp Ma-đằng (*Kāśyapa*) và Trúc Pháp Lan dịch vào năm 76 Dương lịch được coi là bộ kinh Phật đầu tiên được dịch ra Hán văn. Nhưng *Tứ Thập Nhị Chương* thật ra không phải là một Kinh nguyên vẹn, mà chỉ là tập hợp nhiều đoạn văn lấy từ một số kinh khác. Cho nên, chính xác hơn chúng ta có thể cho rằng giai đoạn hình thành của lịch sử phiên dịch Hán Tạng khởi đầu từ các bản dịch kinh của Chi Lâu Ca-Sấm (*Lokaraksa*) và An Thế Cao[133], như các kinh *A-hàm Chánh Hạnh*, Đại Thừa *Phương*

---

133. An Thế Cao có nghĩa là "Thế Cao người An Tức". Ngài là một vương tử nước An Tức (Parthie) xuất gia và trở nên một đại sư bác học có chí nguyện qua Đông thổ truyền đạo, cho nên ngài đến Trung Hoa vào khoảng năm 148

đẳng, Yếu Tuệ, An Ban Thủ Ý, Thiền Hành Pháp Tưởng v.v. dịch vào những năm 147 - 167 Dương lịch. Rồi từ đây trở đi, nhiều vị cao tăng khác từ Tây Vực và Thiên Trúc (Ấn Độ) lần lượt đến Trung Hoa tham gia vào công cuộc dịch kinh. Thời kỳ này hầu như tất cả các nhà dịch kinh đều là người Thiên Trúc (Ấn Độ) hay các quốc gia nằm giữa Trung Hoa và Ấn Độ như Vu Điền (Khotan), Quy Tư (Koche), Hồi Hột (Uigur), hay Đột Quyết (Turk), mà thư tịch Trung Hoa hay gọi chung là "Hồi" hay "Tây Vực". Đại diện cho các dịch giả thời này là An Thế Cao và Chi Lâu Ca-Sấm. Nội dung kinh luận của giai đoạn này hoàn toàn tùy thuộc vào ý định của các dịch giả. Tâm lý của các dịch giả thời này ngoài việc tự chọn kinh luận để dịch theo sở trường cá nhân còn là từ nhu cầu truyền giáo riêng như An Thế Cao chuyên dịch kinh "Tiểu thừa" và Chi Lâu Ca Sấm ưa dịch kinh 'Đại thừa". Vì nhu cầu cần thiết, các vị dịch giả thời này thường cố gắng dịch càng nhiều càng tốt.

Có ba đặc điểm chung của giai đoạn này mà tôi thường lập lại trong luận này khi nói về các dịch giả và phương pháp dịch thuật của họ. Thứ nhất là phần nhiều dịch giả trong giai đoạn sơ kỳ này *không dịch theo văn bản mà dịch theo trí nhớ của truyền thống khẩu truyền*. Thứ hai là nhiều các dịch giả không dịch từ Phạn ngữ (Sanskrit) mà từ các "Hồ ngữ". Hồ ngữ là danh từ chỉ chung các ngôn ngữ địa phương vùng Tây Vực như Quy Tư, Vu Điền, Khang Cư, Nguyệt Chi, An Tức vốn là ngôn ngữ mẹ đẻ của dịch giả. Thứ ba là phần lớn các dịch giả cũng không hoàn toàn giỏi Hán ngữ, người bản địa trợ thủ cộng tác cũng thường là người không giỏi cả hai ngôn ngữ. Cho nên nhiều bản dịch

---

và sống hơn 20 năm ở đây. Ngài đã dịch gần trăm bộ kinh ra Hán văn. Hiện trong Đại Chính Tạng còn đến 54 bộ (59 quyển) mang tên ngài. Trên ý nghĩa về Thiền học nguyên thủy thì An Thế Cao là tổ sư Thiền của Trung Hoa. Chi Lâu Ca Sấm là Lâu Ca Sấm (*Lokaraksa*) người Nguyệt Chi (Scythian) là nhân vật trung tâm khi nghiên cứu về giai đoạn sơ khởi của Đại Thừa.

không có phẩm lượng tốt (Những nhận xét trên là của Cưu Ma La Thập và Huyền Trang).

2 – Giai đoạn hợp tác:

Giai đoạn thứ hai được coi là hợp tác chặt chẽ giữa dịch chủ (bình thường vẫn là người ngoại quốc) nhưng có tổ chức kỹ hơn và có trợ thủ chọn lọc hơn. Giai đoạn này có nhiều đạo sư dịch giả đến từ Tây Trúc và Tây Vực tham gia việc dịch kinh. Sự kiện quan trọng bậc nhất của giai đoạn này là việc La Thập đến Trường An năm 401. Sau giai đoạn dịch kinh có tính cách cá nhân thì đây là giai đoạn dịch thuật có tổ chức. Khởi đầu giai đoạn là từ hoạt động của La Thập ở Trường An. La Thập được vinh danh là quốc sư, được nhà vua trọng vọng và hàng tăng ni kỳ vọng. Nên nhớ Đạo An là người đã tha thiết yêu cầu nên vua Phù Kiên sai cả một đạo quân của tướng Lữ Quang chinh phạt Hà Tây chỉ để đón La Thập. Đây là lần đầu tiên Trung Hoa có hẳn một "Quốc Lập Dịch Trường" do một đại sư tài trí lãnh đạo lo việc dịch kinh. Ở Dịch Trường lại có sự trợ giúp của các chuyên gia về nội điển, ngôn ngữ, và có sự tài trợ hầu như không giới hạn của Triều Đình. Việc dịch kinh của La Thập không thuần túy chỉ là dịch kinh, mà còn là cả một công nghiệp thiết lập và hoàn thành một nền tảng và cơ chế cho việc định hình ngôn ngữ Phật học Hán ngữ. Cho nên dù La Thập đến Trường An chỉ sống ở đây 12 năm, ngài không chỉ đã đặt ra một khuôn phép và tiêu chuẩn dịch kinh mà còn đặt định cả một nền tảng về ngôn ngữ Phật học Hán ngữ cho người sau tiếp nối.

3 – Giai đoạn phát triển:

Sau La Thập 250 năm, công nghiệp dịch kinh Phật đã đến giai đoạn trưởng thành và phát triển được đánh dấu khởi đầu bằng sự hồi cư của Huyền Trang vào năm 645 sau 17 năm thỉnh kinh và du học ở Ấn Độ. Ngài Huyền Trang là một dịch giả uy tín bậc nhất của mọi thời đại với số dịch phẩm lớn nhất và cẩn trọng nhất. Đây cũng là lần thứ hai sau La Thập người ta lại thấy sự hiện diện của một "Quốc Gia Dịch Trường" với cách tổ chức và phương tiện dịch thuật còn chu đáo hơn cả thời La Thập. Lẽ dĩ nhiên công nghiệp dịch thuật của người bản xứ không phải chỉ có một mình Huyền Trang nhưng đại danh của Huyền Trang không những chỉ khiến khuyến khích nhiều nhà chiêm bái khác theo gót chân Tây Du học Phật mà cũng khởi nên một ngọn gió học Phật lớn ở chính quê nhà. Chúng ta có thể nói sau nền móng La Thập thiết lập và với kết quả dịch thuật của Huyền Trang, Phật học Á Đông đã trở thành một trung tâm học Phật, không kém gì Ấn Độ trong một số lãnh vực.

Giai đoạn này cũng là giai đoạn cực thịnh của sự nghiệp dịch kinh Phật. Từ đỉnh cao của Huyền Trang (600-664), Nghĩa Tịnh (625-715) qua giai đoạn các nhà dịch thuật lớn ngoại quốc như Tam mật Đại sĩ (Thiện Vô Úy, Kim Cương Trí và Bất Không) chúng ta vẫn còn có những dịch giả tài trí. Nhưng sau thời Bất Không (705-774), suốt hai trăm năm từ những năm Trinh Quán nhà Đường (789) đến Thái Bình Hưng Quốc nhà Tống (982) các Kinh Lục không ghi thêm được một dịch giả nào hay một kinh Phật nào được dịch ra Hán văn. Sau hai thế kỷ im lặng này, đến đời nhà Tống trở đi số dịch giả và kinh điển mới dịch cũng hầu như rất thưa thớt rồi cuối cùng không còn ai. Sự thật đây cũng là một sự kiện dễ hiểu, vì lúc này Phật giáo ở Ấn Độ bị coi như bị quân Hồi giáo tận diệt. Vài thành phần Phật giáo cuối cùng lui vào Mật tông một thời gian (vì tổ chức Mật Tông truyền thừa rất bí mật, đơn giản và trung thành giữa đệ tử và sư phụ). Nhưng đến thế kỷ XI cả hai (Phật giáo và Mật Tông) cũng bị các đạo quân Hồi giáo truy lùng và tận diệt. Phật giáo coi như không còn ở Ấn Độ. Cho nên các nhà Phật học đều cho rằng cùng với sự tận diệt Phật giáo ở Ấn Độ, lịch sử dịch kinh Phật của Đại Tạng Kinh Phật Tạng đến đây là kết thúc.

NỘT DUNG HÁN TẠNG

Chi tiết về nội dung Hán Tạng chúng ta có thể nhìn vào thành phần nội dung của Đại Tạng Kinh cuối cùng và đầy đủ nhất hiện nay là Đại Chính Tân Tu Đại Tạng Kinh gồm *"100 Tập, gồm 3,053 Bộ kinh (11,970 Quyển)"* sẽ được nói đến chi tiết sau. Phần đầu của Đại Chính Tạng là 55 tập khổ lớn, mỗi tập dầy hơn 1000 trang. Tổng cộng có 2,148 bộ là các kinh luận được dịch từ Tạng văn (gồm Sanskrit và Hồ ngữ - các ngôn ngữ của các vùng nằm giữa Ấn Độ và Trung Hoa). Trong số này gồm cả 4 bộ A-hàm (*āgama*) tương đương với 4 *Nikāya* của Theravāda và 572 *tantra* của Mật tông. Mục Lục Đại Chính Tạng có thể tóm lược như sau:

1- A-hàm Bộ (阿含部 *Āgama*): 151 kinh, 2 tập (T. 1-2)

2- Bản Duyên Bộ (本緣部 *Jātaka*): 68 kinh, 2 tập (T. 3-4)

3- Bản Dịch các kinh Đại thừa:

- Bát Nhã bộ (般若部 *Prajñapāramitā*): 42 kinh, 4 tập (T. 5-8)

- Pháp Hoa bộ (法華部 *Saddharma Puṇḍarīka*): 16 kinh, 1 ½ tập (T. 9a)

- Hoa Nghiêm bộ (華嚴部 *Avataṃsaka*): 32 kinh, 1 ½ tập (T. 9b-10)

- Bảo Tích bộ (寶積部 *Ratnakūṭa*): 64 kinh, 1 ½ tập (T. 11-12a)

- Niết Bàn bộ (涅槃部 *Nirvāṇa*): 23 kinh, ½ tập (T. 12b)

- Đại Tập bộ (大集部 *Mahāsannipāta*): 28 kinh, 1 tập (T. 13)

- Kinh Tập bộ (經集部 *Sūtrasannipāta*): 423 kinh, 4 tập (T-14-17)

4- Mật Giáo bộ (密教部 *Tantra*): 572 kinh, 4 tập (T. 18-21)

5- Luật bộ (律部 *Vinaya*): 84 kinh, 3 tập (T. 23-24)

6- Thích Kinh Luận bộ (釋經論部 *Sūtravyākaraṇa*): 31 kinh, 1 ½ tập (T. 25-26a)

7- A-tì bộ (毗曇部 *Abhidharma*): 28 kinh, 3 ½ tập (T. 26b-29)

8- Trung Quán bộ loại (中觀部類 *Mādhyamaka*): 14 bộ, ½ tập (T. 30a)

9- Du Già bộ loại (瑜伽部類 *Yogācāra*): 48 bộ, 1 ½ tập (T. 30b-31)

10- Luận Tập bộ (論集部 *Śāstra*): 64 bộ, 1 tập (T. 32)

11- Kinh Sớ bộ (經疏部 *Sūtravibhāṣa*): 210 bộ, 7 tập (T. 33-39)

12- Luật Sớ bộ (律疏部 *Vinayavibhāṣa*): 11 bộ, ½ tập (T. 40a)

13- Luận Sớ bộ (論疏部 *Śāstravibhāṣa*): 34 bộ, 1 tập (T. 40b-44a)

14- Chư Tông bộ (諸宗部 *Sarvasamaya*): 264 bộ, 4 ½ tập (T. 44b-48)

15- Sử Truyện bộ (史傳部): 94 bộ, 4 tập (T. 49-52)

16- Sự Vựng bộ (事彙部): 15 bộ, 1 ½ tập (T. 53-54a)

17- Ngoại Giáo bộ (外教部): 7 bộ, ½ tập (T. 54b)

18- Mục Lục bộ (目錄部): 1 tập (T. 55)

2- Chú Thích về một vài Kinh Đại Thừa:

Rõ ràng trong các kỳ kết tập, chúng ta chỉ nghe nói về kinh

Nikāya và Āgama (A-hàm) nhưng không hề nhắc đến tên các bộ kinh Đại Thừa. Các đại sư trong quá khứ đã giải thích cũng giống như các học giả đều đồng ý rằng kinh điển Đại thừa chỉ xuất hiện vào sau lần kết tập thứ ba. Điển hình như Bộ Bát Nhã đại đa số học giả đều đồng ý nó chỉ liên tục xuất hiện từ thế kỷ thứ nhất trước Dương lịch và tiếp tục xuất hiện cho đến thế kỷ thứ tư sau Dương lịch. Điều quan trọng nhất là kinh điển Đại thừa phải được coi như là một tổng thể hữu cơ. Có nghĩa là các kinh Đại thừa đều có liên hệ với nhau. Các kinh đều thường dẫn thuật các kinh khác. Thí dụ như kinh Vô Lượng Nghĩa có dẫn thuật kinh Đại Bát Nhã, kinh Hoa Nghiêm lại dẫn kinh Vô Lượng Thọ, kinh Đại Bát Niết Bàn có dẫn đến kinh Bát Nhã, kinh Pháp Hoa có dẫn kinh Đại Vân, kinh Lăng Già có nhắc đến kinh Niết bàn, Đại Vân v.v. Trong các kinh Đại thừa lại có các huyền ký nói đến các luận sư đời sau, như kinh Ma Ha Ma Da, kinh Lăng Già đều nhắc đến sự xuất hiện của ngài Long Thọ ... Tất cả các thảo luận này chúng ta sẽ đi vào chi tiết trong phần hai của sách này là *Kinh Điển Hán Tạng: Kinh Luận Phật Giáo Đại Thừa*. Sau đây chúng ta sẽ điểm riêng về một số kinh có tầm ảnh hưởng quan trọng trong thực tế hành trì của Phật giáo Đại thừa như Bát Nhã, Pháp Hoa, Lăng Nghiêm, Tịnh Độ.

Bát-nhã-ba-la-mật-đa kinh 般若波羅蜜多經

Kinh hệ Bát Nhã, gọi đầy đủ là "Bát-nhã-ba-la-mật-đa kinh" (*prajñā-pāramitā sūtras*) là bộ kinh xuất hiện sớm nhất của Đại Thừa và có ảnh hưởng lớn đến tất cả các tông môn Đại thừa xuất hiện sau đó. Theo Edward Conze có bốn thời kỳ thành hình của kinh hệ Bát Nhã:[134]

1- 100 BC–100 AC: Đại diện là *Ratnaguṇasaṃcaya Gāthā*

---

134. Conze, E. Perfect Wisdom: *The Short Prajnaparamita Texts*, Buddhist Publishing Group, 1993.

và *Aṣṭasāhasrikā* (8,000 lines – Bát Nhã Bát Thiên Tụng)

2- 100–300 AC: Đại diện là các kinh Bát Nhã dài 18,000, 25,000 và 100,000 lines (tụng) nnhư kinh *Kim CươngNăng Đoạn* (*Vajracchedikā*)

3- 300–500 AC: Là thời gian các kinh Bát Nhã cô đọng (như *Tâm Kinh/ Hrdaya*)

4- 500–600 AC: Giai đoạn các kinh Bát Nhã có dấu vết Mật tông (vẫn còn là câu hỏi)

Chủ điểm của kinh hệ Bát-Nhã là tư tưởng về Tính Không (*Śūnyatā*) – Tính không nghĩa là vạn vật không hề có cái gọi là Tự Tính (*svabhāva*)[135] để có thể tự sinh, tự diệt - đã được giải thích tường tận trong *Tùng Thư Long Thọ và Tính Không*. Ở Việt Nam có hai kinh Bát Nhã quen thuộc là Tâm Kinh (*Bát Nhã Tâm Kinh*) và kinh Kim Cương (*Kim Cương Năng Đoạn Bát Nhã*)[136] là hai kinh trong số tám kinh còn nguyên bản Sanskrit.[137] Trong Đại Chính Tạng số dịch giả đã tham gia dịch kinh Bát Nhã qua các thời đại lên đến số 33 người. Ở đây chúng ta chỉ có thể nói về vài bản dịch quan trọng như sau:

---

135. Tự Tính là định tính (tính duy trì nguyên trạng - trái ngược với lý Vô Thường của Phật giáo) và tự do độc lập với các nhân duyên (trái ngược với lý Duyên Khởi của Phật giáo).

136. Năng Đoạn Kim Cương Bát Nhã (*vajrachedikā*) và Bát Nhã Tâm Kinh (*Hrdaya*) là kinh mở đầu và đúc kết của *Tùng Thư Long Thọ và Tính Không* đã được xuất bản qua nhà xuất bản Hồng Đức với các đề tựa *Trí Tuệ Giải Thoát: Dịch Giảng Kinh Kim Cương* và *Bát Nhã Tâm Kinh: Tổ Long Thọ Giảng*.

137. Tám bộ kinh Bát Nhã còn nguyên bản chữ Phạm là: 1. *Triśatikā Prajñāpāramitā*: 300 kệ, (được biết dưới tên quen thuộc là Kinh Kim Cương Năng Đoạn *Vajracchedikā Prajñāpāramitā*), 2. *Pañcaśatikā Prajñāpāramitā*: 500 kệ. 3. *Saptaśatikā Prajñāpāramitā*: 700 kệ. 4. *Sārdhadvisāhasrikā Prajñāpāramitā*: 2500 kệ. 5. *Aṣṭasāhasrikā Prajñāpāramitā*: 8000 kệ. 6. *Aṣṭadaśasāhasrikā Prajñāpāramitā*: 18,000 kệ. 7. *Pañcaviṃśatisāhasrikā Prajñāpāramitā*: 25,000 kệ. 8. *Śatasāhasrikā Prajñāpāramitā*: 100,000 kệ.

1- *Tiểu Phẩm Bát Nhã – Bát Nhã Ba La Mật Đa Kinh* 小品般若波羅蜜多經 tức là *Bát Nhã Bát Thiên Tụng* 8000 kệ (*Aṣṭasāhasrikā Prajñā-pāramitā*) do Chi Lâu Ca Sấm (*Lokakshema*) dịch năm 180 dưới tên là Đạo Hành Bát Nhã *Kinh* (T227), La Thập (*Kumārajīva*) dịch năm 382, Huyền Trang dịch năm 660. Không phổ biến và nổi tiếng như *kinh Kim Cương* hay Bát Nhã Tâm kinh, và cũng không đồ sộ như hai bộ Đại Bát Nhã chúng ta giới thiệu ở dưới, nhưng kinh Tiểu Phẩm Bát Nhã rất quan trọng trong việc nghiên cứu về quá trình thành lập kinh điển Phật giáo Đại thừa – một chuyên nghành nghiên cứu mới của Phật học chỉ phát triển từ cuối thế kỷ XX.

2- Đại Bát Nhã – Đại Bát Nhã *Ba La Mật Đa Kinh* 大般若波羅蜜多經 tức là *Bát Nhã Nhất Bách Thiên Tụng* 100,000 kệ (Śatasāhasrikā *Prajñā-pāramitā*). Bộ kinh Bát Nhã này là bộ kinh dài nhất trong các kinh Bát Nhã, và là tập đầu tiên trong 16 bộ làm thành bộ *Maha Prajñā-pāramitā* do Huyền Trang dịch.

3- *Ma Ha Bát Nhã Ba La Mật Đa Kinh* 摩訶般若波羅蜜多經 tức *Bát Nhã Nhị Thập Ngũ Thiên Tụng* 25,000 kệ (*Pañcaviṃśatisāhasrikā Prajñā-pāramitā*). Kinh này được dịch ra Hán văn bốn lần. Lần thứ nhất do Trúc Pháp Hộ (*Dharmaraksha* 239-316) dịch năm 286, lần thứ nhì do Vô Xoa La (*Mokshala*) dịch năm 291, lần thứ ba do La Thập (*Kumārajīva*) dịch năm 404, và lần thứ tư do Huyền Trang dịch năm 663.

Riêng bộ Đại Bát Nhã 大般若 *Maha Prajñā-pāramitā* (T. 220) gồm 16 kinh Bát Nhã là do Huyền Trang dịch. Bộ này Huyền Trang dịch thành 600 tập, gồm 3 Tập (volumes 5-7), tức là ba trong 85 tập của toàn thể các kinh của Đại Chính Đại Tạng.

Diệu Pháp Liên Hoa kinh 妙法蓮華經

Diệu Pháp Liên Hoa Kinh (*saddharma-puṇḍarīka-sūtra*) được gọi tắt là *kinh Pháp Hoa* (法華經). Trong Đại Chính Tạng chúng ta có *Liên Hoa Bộ* gồm 16 kinh. Một chương (phẩm) nổi tiếng của kinh này là *Phẩm Phổ Môn* (普門品) nói về Bồ Tát Quán Thế Âm hứa độ trì cho những ai tu học kinh Pháp Hoa, thường được in ra làm một kinh riêng gọi là "Kinh Phổ Môn". Trong kinh, đức Phật đã chỉ rõ có nhiều cách để giác ngộ nhưng chúng chỉ là phương tiện Phật tùy cơ duyên, sử dụng như những phương tiện thiện xảo (*upāya-kauśalya*) để dẫn người ta đến giác ngộ. Cho nên kinh nói rằng có thể nói là Tam Thừa (Thanh Văn thừa, Độc Giác thừa, Bồ Tát thừa) nhưng chỉ là Nhất Thừa hay Phật thừa (*Buddha-yāna*) bao trùm tất cả để dẫn đến giác ngộ. Chú ý đến kinh này đức Phật trong kinh không còn là đức Phật lịch sử (Phật Thích Ca Mâu Ni) mà là dạng Pháp Thân[138] (*dharma-kāya*). Từ ý tưởng này mà sau này các tông môn Đại thừa ở Trung Hoa rất ưa chuộng lý thuyết "Tam Thân Phật" (*trikāya*).[139]

Tịnh Độ Kinh 淨土經

Có ba bộ kinh thường gọi là *Tịnh Độ Tam Bộ Kinh* (淨土三部經) là ba kinh căn bản của Tịnh Độ Tông gồm: 1- *Vô Lượng Thọ Kinh* (無量壽經 *sukhāvatī-vyūha-sūtra*); 2- *Quán Vô Lượng Thọ Kinh* (觀無量壽經, *amitāyurdhyāna-sūtra*); 3- *A-Di-Đà Kinh* (阿彌陀經, *amitābha-sūtra*) hay *Tiểu Vô Lượng Thọ kinh* (小無量壽經).

---

138. Trước Đại thừa và Kim Cang thừa, kinh Nguyên Thủy cũng có nói đến "Pháp Thân" (*Dhammakayo*), xem Digha-nikaya (D)/ Trường A-hàm (T): "Này Bà-tất-đà! Vì danh hiệu Như Lai cũng còn được gọi là Pháp Thân là Phạm thân, là Pháp thành là Phạm Thành (*Tathagatassa hetam Veretha adhivacanam Dhammakayo iti pi Brahmakayo iti pi Dhammabhuto iti pi Brahmabhuto piti*) D.III tr.68, T.6. tr. 794

139. Theo Hoa Nghiêm tông thì Lô-xá-na (*Rocana*) tức Tỳ-lô-giá-na (*Vairocana*) là Phật Đại Nhật chỉ Pháp Thân Phật (*dharma-kāya*). Theo Thiên Thai tông thì Tỳ-lô giá-na (*Varocana*) chỉ Pháp thân Phật (*dharma-kāya*), Lô-xá-na chỉ Báo thân Phật (*sambhoga-kāya*), Thích Ca chỉ Hóa thân Phật (*nirmana-kāya*).

Tịnh Độ Tông là một tông môn Phật giáo rất phổ biến. Vì đa số Phật điển thường chỉ nhắm vào đời sống hiện thực nhân sinh, lấy việc tu hành làm chủ đề chính mà chưa nói đến cõi chết đi về đâu, tức là về tương lai sau khi chết. Hệ Tịnh Độ xuất hiện như là câu trả lời cho nhu cầu này với ba dòng lớn: Cõi Đâu Suất của Bồ tát Di lặc, cõi Tịnh Độ Diệu Hỉ của Phật A Súc với điều kiện vãn sinh là tu hạnh Lục Độ và Không Quán của Bát Nhã, và nước Tây Phương Cực Lạc của Phật A Di Đà. Mặc dù hiện nay đa số tín đồ của *Tịnh Độ Tông* có đức tin hoàn toàn dựa vào tha lực của việc *trì kinh* hay *trì danh niệm Phật*, nhưng thực ra đó chỉ là một phương tiện của tư tưởng căn bản Tịnh Độ tông là "quán tưởng niệm Phật". Kinh Tịnh Độ miêu tả nguồn gốc và bản chất của Tây Phương Tịnh Độ (trú xứ của Phật A-di-đà), liệt kê 48 lời nguyện của ngài Pháp Tạng khi còn là một vị Bồ Tát đã phát nguyện dựng nên một cõi Tịnh độ. Từ đó người tin pháp môn Tịnh Độ cho rằng khi thành Phật ngài đã thành lập nên cõi Tây phương Tịnh độ, nơi chúng sinh với tâm thức thanh tịnh có thể thác sinh để tu hành mà không gặp chướng ngại.

Trên thực tế hành trì chúng ta thấy từ sau Pháp Nạn "Hội Xương Phế Phật (843-846)" các tông môn đều mai một, chỉ còn hai tông môn của Phật giáo Đại thừa tiếp tục phát triển là Tịnh Độ Tông và Thiền Tông, cho nên từ thời nhà Tống ở Trung Hoa người ta cũng thấy phát triển phong trào "Thiền Tịnh Song Tu." Sự hiện hữu của phong trào "song tu" nhìn từ một góc cạnh, chúng ta có thể thấy sự phá sản nội dung của hai pháp môn này trong tay của các hậu bối không xứng đáng và không chứng nghiệm được trong Tịnh đã có Thiền, trong Thiền đã có Tịnh. Cho nên ở Tịnh Độ thì tinh túy của kinh *Quán* Vô Lượng Thọ Phật trở nên phổ biến thành *Niệm* Vô Lượng Thọ Phật, ở Thiền tông sự tịnh lặng của Bồ Đề Đạt Ma thì trở nên hoạt náo sôi động trong "thiền thi" và "thiền công án" của đời sau.

Đại Phương Quảng Phật Hoa Nghiêm kinh 大方廣佛華嚴經

Đại Phương Quảng Phật Hoa Nghiêm Kinh (*buddha-avataṃsaka-mahavaipulya-sūtra*) gọi tắt là *kinh Hoa Nghiêm* (華嚴經) là một kinh tổng hợp nhiều thành phần như *Thập Địa Kinh* (十地經, *daśabhūmika-sūtra*) giảng về 10 địa (từng lớp) của quá trình tu học Bồ tát đạo, và kinh *Hoa Nghiêm* (華嚴經 *gandavyūha*), đặc biệt là phẩm Nhập Pháp Giới (còn có tên là *Bất Khả Tư Nghị Giải Thoát Kinh*) đầu tiên là do Phật Thích Ca nhập định, từ trong Định ngài hiển thị cảnh giới Bất Khả Tư Nghị của Pháp giới trong định, lấy hành trình vấn đạo của Thiện Tài (Sudhana) nhân đó kinh trình bầy về bản tính ảo diệu của thế giới thực tại. Thiện Tài là đại biểu cho người tu chứng ngộ nhập ngay dưới chỗ ngồi của Bồ tát Văn Thù (đại biểu cho Trí Tuệ Phật) và Bồ tát Phổ Hiền (đại biểu cho hạnh nguyện Phật). Kinh Hoa Nghiêm xuất hiện vào khoảng thế kỷ thứ tư, tuy nhiên có thể một số thành phần của nó đã xuất hiện từ thế kỷ thứ nhất. Kinh Hoa Nghiêm có thể được xem là nguồn gốc của sự tôn xưng đức Phật Đại Nhật, sau này, kinh là cơ sở phát triển Mật tông Kim Cương[140] thừa trong bộ Đại Tì lô Giá na thành Phật Biến Gia Trì Kinh (大毘盧遮那成佛神變加持經, *mahā-vairocanābhi-sambodhi-tantra*). Đây là một trong hai kinh trung tâm của *Chân Ngôn tông* và sau cũng được đưa vào Đại tạng kinh Tây Tạng trong nhóm "Hành tantra" (*caryā-tantra*). Kinh Hoa Nghiêm sau này cũng trở thành bộ kinh chính của tông mang cùng tên là *Hoa Nghiêm Tông* với giáo lý tập trung vào sự tương tác của vạn pháp.

Duy-ma-cật sở thuyết kinh 維摩詰所說經

Duy Ma Cật Sở Thuyết Kinh (*vimala-kirtinirdesa*) gọi tắt là

---

140. Vũ Thế Ngọc, *Mật Tông Kim Cương Thừa*, dự định xuất bản 2022.

kinh Duy Ma Cật (維摩詰) là một kinh độc lập, xuất hiện vào khoảng đầu thế kỷ thứ hai. Chi Khiêm dịch từ thời Tam Quốc (223-253), về sau có La Thập (dịch năm 410) rồi Huyền Trang (dịch năm 650) đều dịch lại. Trong kinh này Bồ Tát Duy-Ma-Cật trong hiện tướng là một cư sĩ để thuyết pháp cho chính các đại đệ tử đức Phật, để cho thấy cư sĩ cũng có khả năng tu đạo thành Phật. Kinh nhấn mạnh đến việc tu tập của hàng cư sĩ, cho nên có ảnh hưởng rất lớn trong các tôn môn Đại thừa vốn là các tông môn phản kháng lại truyền thống chỉ chú trọng đến việc tu hành của các tu sĩ tự viện. Về giáo lý thì kinh chủ ý dạy về giáo lý Tính Không và Bất Nhị giống như các kinh Bát Nhã. Cho nên kinh Duy Ma Cật rất có ảnh hưởng trong Thiền Tông Trung Hoa. Trong kinh cũng nói về các Tịnh Độ của chư Phật (*buddhakṣetra*) nên cũng có ảnh hưởng đến Tịnh Độ tông.

III - KINH TẠNG TẠNG NGỮ (Kim Cang Thừa)

Trước khi hoàn thành *Mật Tông Kim Cương Thừa*[141], cá nhân tôi rất khó sử dụng một từ như *Đại Thừa, Kim Cang Thừa* hay *Tantra-thừa* để chỉ Phật giáo Tây Tạng như thường đã giải thích trong các kinh luận của *Tùng Thư Long Thọ và Tính Không*. Trước tiên có thể gọi Phật giáo Tây Tạng là Phật giáo Đại thừa – Nên nhớ bất cứ tông môn phát triển nào thành lập sau kỳ kết tập thứ ba cũng có thể gọi là "Phật giáo Đại thừa" với ý "không phải là Phật giáo nguyên thủy (Phật giáo Pāli) và chấp nhận một hay nhiều kinh Phật mới xuất hiện không nằm trong các kinh luận truyền thống. Cho nên giống như các tông phái Phật giáo Đại Thừa khác, Phật giáo Tây Tạng cũng có đầy đủ tam tạng kinh điển Kinh Luật Luận như Phật giáo Trung Hoa. Việc xác định Phật giáo Tây Tạng là Phật giáo Đại thừa cũng là một sự thật lịch sử vì lịch sử thành lập Phật giáo Tây Tạng đều là do các đại

---

141. Vũ Thế Ngọc, Mật Tông Kim Cương Thừa, hoàn tất 2022, chưa xuất bản.

sư Phật giáo Đại thừa từ Ấn Độ đến. Tuy nhiên, kinh điển Phật giáo Tây Tạng ngoài phần kinh điển giống như Phật giáo Trung Hoa (nghĩa là gồm kinh điển của Tam Tạng Kinh Luật Luận, của nhiều tông môn Đại thừa) nhưng kinh điển Phật giáo Tây Tạng còn có thêm phần "tạng Tantra" của Kim Cang thừa tôi sẽ nói đến trong phần cuối.

Về lịch sử kinh điển Tam Tạng, thì trước hết về Luật tạng Phật giáo Tây Tạng từ ngày đầu tiên truyền từ Ấn Độ cho đến hiện tại đều theo qui củ luật tạng của Nhất Thiết Hữu Bộ (*sarvāstivāda*) cho nên chúng ta sẽ thấy Luật Tạng đầu tiên của Tây Tạng là luật tạng *Tứ Phần Luật* của Nhất Thiết Hữu Bộ thì cũng không khác Phật giáo Trung Hoa.[142] Về Kinh Tạng thì truyền thống Phật giáo Tây Tạng luôn luôn lấy cơ sở từ giáo lý Trung Quán và Du Già Hành Tông (Duy Thức) vì các tổ sư đưa Phật giáo vào phát triển ở Tây Tạng như Tịch Hộ (*śantāraksita* 725-788), Liên Hoa Sinh (*Padma-sambhava* 755-797), A Đề Bà (*Atiśa* 982-1054) đều là những đại sư của truyền thống Trung Quán Ấn Độ. Các vị này lại cũng trưởng thành trong thời kỳ toàn thịnh của Du Già Hành Tông (*yogācāra* hay Duy Thức Tông) nên cũng đều giỏi giáo lý Duy Thức. Cho nên Tịch Hộ được coi là thành lập cơ sở "Trung Quán Du Già Hành Tông" (*Yogācāra -Madhyamita*) có khuynh hướng phối hợp Trung Quán và Du Già Hành Tông ở Tây Tạng.[143] Tóm lại, từ cốt lõi căn bản thì Phật giáo Tây Tạng chính là Phật giáo Ấn Độ của thời kỳ cuối cùng. Thành ra từ lịch

---

142. Hiện nay chúng ta còn giữ được nhiều Luật Tạng của nhiều bộ phái. Nghiên cứu các Luật Tạng này người ta thấy ngoài những chi tiết dị biệt nhỏ mà không có gì khác biệt lớn. Đây là điểm son lớn của tập thể Phật giáo, để thấy cho thấy rằng trên căn bản giáo pháp của Đức Phật vẫn là một, dù rằng vì thời gian, không gian và hoàn cảnh văn hóa Phật giáo đã biến động thành nhiều tông môn.

143. Ngoài các sách phổ thông Việt ngữ hiện nay chưa có các sách kinh viện về Phật giáo Tây Tạng, độc giả có thể tạm xem Vũ Thế Ngọc, *Nguyệt Xứng: Nhập Trung Quán*, nxb Hồng Đức, 2017

sử và kinh tạng như thế Phật giáo Tây Tạng cũng không khác Phật giáo Ấn Độ hay Trung Hoa.

Nhưng thời gian sau thì giáo pháp "Mật giáo Kim Cang thừa" tiến vào Tây Tạng, mau chóng kết nạp với đạo BÖN bản địa và phát triển thật nhanh trong lòng giáo pháp Phật giáo Tây Tạng và đẩy giáo lý Đại thừa vào bóng tối. Cho nên về mặt hành trì thì Phật giáo Tây Tạng rất giống như Mật tông Ấn Độ có nghĩa là có những kinh luận tantra hoàn toàn xa lạ với kinh luận truyền thống của cả Tiểu thừa lẫn Đại thừa - *tantra về tính dục nam nữ* chỉ là một phần nhỏ trong trong các tantra đó – Nhưng đây chính là lý do mà Phật giáo Trung Hoa, ngay cả những học giả và đại sư Trung Hoa hiện đại như Lữ Trừng hay Thánh Nghiêm vẫn thường có thành kiến với Phật giáo Tây Tạng, và không ngần ngại gọi là *"Tả Đạo"*.[144]

Trong bối cảnh và nội dung như thế nên Phật giáo Tây Tạng không phân chia rõ ràng kinh điển thành "Tam Tạng Kinh" như Phật giáo Theravāda Tích Lan hay Phật Giáo Đại Thừa Trung Hoa. Đây không phải là quan điểm lý luận triết lý nhìn mọi kinh điển đều chỉ là những phương tiện hành trì, mà thực ra chỉ là phản ảnh thực tế hành trì của Phật giáo Tây Tạng. Quan điểm này còn tùy theo giáo phái (Phật giáo Tây Tạng có bốn tông môn chính và nhiều tông môn phụ) mà các chùa viện có thể tùy tiện

---

144. "Tả Đạo" là danh từ cả Lữ Trừng và Thánh Nghiêm đều dùng trong các sách của họ viết về Phật giáo Trung Hoa. Một trong những lý do khiến trí thức Trung Hoa và cả Trí thức Tây phương không hiểu Phật giáo Tây Tạng vì họ coi nhẹ về *sức mạnh và vai trò của truyền thống đạo BÖN bản địa*. Chỉ vắn tắt hai sự kiện nổi bật mà họ thường bỏ qua: Thứ nhất, đã hai lần đạo BÖN đã là nguyên nhân chính trong sự đánh bật Phật giáo khỏi Tây Tạng. Thứ hai, khi Tịch Hộ đến Tây Tạng lần thứ hai, với sự trợ giúp của Liên Hoa Sinh của Mật tông Ấn Độ, khi chiến thắng vu thuật đạo BÖN lại tiếp tục sử dụng vu thuật đạo BÖN làm cơ sở hậu thuẫn để Mật tông Ấn Độ phát triển ở Tây Tạng. Đó là lý do tôi khó có thể dùng danh từ nào để sắp loại Phật giáo Tây Tạng: Đại thừa? Mật tông? Tantra thừa? Nên cuối cùng tôi thường trốn trong danh xưng "Phật giáo Tây Tạng"

hành trì tụng niệm một số kinh điển nào đó khác hẳn tự viện khác.

Để có thể thấy thực tế kinh điển Phật giáo của Phật giáo Tây Tạng chúng ta có thể thấy trong hành trình *tu học đầy đủ* của một Lạt ma Tây Tạng.¹⁴⁵ Cụ thể là chúng ta thấy các nhà sư *chính thống* đều phải học và tinh thông "ngũ minh" (*pañcavacanagrantha*) là năm môn học chính của tất cả các đại tùng lâm chính qui Tây Tạng. Đây chính là học trình do Tông Khách Ba (Tsong-Khapa) soạn thảo. Tông Khách Bam(1357-1419) vốn là một học giả uy tín của truyền thống Trung Quán Du Già Hành Tông" (*Yogācāra -Madhyamita*) là người được coi là "tổ sư thời kỳ Trung Hưng" của Phật giáo Tây Tạng:

1- Bát Nhã Ba La Mật (*prajñāpāramitā*):

Bát Nhã học được coi là giáo lý căn bản của Trung Quán cũng như của tất cả các tông môn Đại Thừa, chuyên dạy về giáo lý Tính Không. Kinh căn bản là toàn bộ kinh Bát Nhã,¹⁴⁶ luận căn bản là Hiện Quán Trang Nghiêm Luận (*Abhisamayalankara*) của Di-lặc (*Maitreya*). Như thế văn bản của môn học này không khác gì Đại thừa Không Tông Trung Hoa.

2- Trung Quán (*mādhyamika*):

Trung Quán là giáo lý Trung Đạo của Đức Phật được ngài Long Thọ xiển dương và cũng là cơ sở triết lý của tất cả các tông môn Đại Thừa. Kinh luận chính thức của giáo lý Trung

---

145. Lẽ dĩ nhiên đa phần tu sĩ Phật giáo ở Tây Tạng cũng như ở nhiều quốc gia khác không phải ai cũng được huấn luyện đến nơi đến chốn. Ở Trung Hoa nhiều tu sĩ "bình thường" có thể trở thành trụ trì hay vai vế lãnh đạo nhưng ở Tây Tạng các Lạt Ma nắm giữ vai trò lãnh đạo đều phát xuất từ giai cấp gia đình.

146. Xem phần viết về bộ kinh Bát Nhã trong hai luận *Trí Tuệ Giải Thoát: Dịch Giảng Kinh Kim Cương, Bát Nhã Tâm Kinh: Tổ Long Thọ Giảng* của Vũ Thế Ngọc.

Quán ở Tây Tạng là Trung Luận (*Mūlamadhyamakakārikā*) của Long Thọ, Tứ Bách Luận (*Catuhsataka*) của Thánh Thiên (*Aryadeva*), Minh Cú Luận (*Madhyamakāvatāra*) của Nguyệt Xứng (*Chandrakīrti*). Nếu theo đúng học trình giáo án này thì tu sĩ Tây Tạng đều giỏi về biện chứng Trung Đạo của Long Thọ là một tất yếu. Trong các luận về Long Thọ và Tính Không tôi đều có sơ lược về tranh luận giữa lạt ma Liên Hoa Giới (*Kamalaśīla*) và nhà sư có tên là "Đại Thừa" của Đại Thừa Không tông Trung Hoa. Sơ lược tranh luận này rất ngắn nhưng rất có ý nghĩa. Nói theo ngôn ngữ "đời thường" thì đây là điểm mạnh nhất của Phật giáo Tây Tạng. *Phật giáo Tây Tạng hiện nay đang "chinh phục" Tây Phương chính là từ thế mạnh về "Trung Quán học" này, chứ không phải vì "tantra học"*.[147]

3- Nhân Minh (*pramāṇavāda*):

Nhân Minh học là môn *luận lý tri thức luận* khởi nguyên từ Long Thọ sau được Thế Thân (*vasubandhu*), Trần Na và Pháp Xứng phát triển trong giáo lý Du Già Hành Tông (Duy Thức tông). Trước Tây Tạng, ngay sau khi đi du học Ấn Độ trở về Huyền Trang đã dịch và giới thiệu Nhân Minh Học sớm hơn Tây Tạng, nhưng dường như Phật giáo Trung Hoa không có duyên với môn học quan trọng này, nên Nhân Môn Học không phát triển ở Trung Hoa. Trong khi đó môn Luận Lý Nhân Minh Học trở nên một trong năm môn học cơ bản tại các tu viện Tây Tạng.[148] Trên "mặt nổi" thì đây là môn học duy nhất *khác* với Phật giáo Trung Hoa vì môn Nhân Minh Học không được trọng dụng ở Trung Hoa.

---

147. Học giả Tây Phương hiện đang có những học giả hàng đầu thế giới về "Tây Tạng Học" nhưng theo ý kiến cá nhân tôi chưa có vị nào thâm nhập được vào thế giới *tantra* của Kim Cang thừa Tây Tạng – Dù đang có nhiều sách và nghiên cứu đã xuất bản viết về lãnh vực này.

148. Vũ Thế Ngọc, *Long Thọ Hồi Tránh Luận*, nxb Hồng Đức, 2017

4- A Tì Đạt Ma (*abhidharma*):

Đây là A Tì Đạt Ma của Nhất Thiết Hữu Bộ (*sarvāstivāda*), cho nên kinh luận căn bản chính là Câu xá Luận (*abhidharmakośa*) của Thế Thân và luận A Tì Đạt Ma Tập Luận (*abhidharma-samyccaya*) của Vô Trước (*asaṅga*). Cứ theo văn bản giáo án này thì cũng rất giống với Phật giáo Trung Hoa.

5- Luật (*vinaya*):

Như đã nói chủ yếu là luật tạng của Phật giáo Tây Tạng là của Nhất Thiết Hữu Bộ (*sarvāstivāda*). Trừ sự khác biệt về tạng A Tì Đạt Ma, chúng ta nên biết kinh điển về giáo luật của đa số các tông môn, tiểu thừa cũng như Đại thừa thường là đại đồng tiểu dị.

KINH TẠNG TẠNG VĂN

Trong luận *Mật Tông Kim Cương Thừa* tôi có đã đề cập khá chi tiết về kinh điển Mật tông. Nay chỉ nhìn tổng quát trong danh mục *"ngũ thông"* và những kinh luận được dùng làm văn bản học tập như thế, chúng ta có thể thấy nội dung kinh điển của Phật giáo Tây Tạng là từ cơ sở Đại thừa Trung Quán (*mādhyamika*) và Du Già Hành Tông (*Yogacara*) và như thế có thể nói là rất giống với Phật giáo Đại thừa Trung Hoa. Đây là một cải cách triệt để của Tông Khách Ba, vốn là một đạo sư học giả uy tính nhất của Tây Tạng có tầm ảnh hưởng trên tất cả các tông môn Phật giáo Tây Tạng (mặc dù ngài được coi là sáng tổ của tông môn Gelupa). Cho nên chúng ta sẽ thấy nội dung của kinh điển Phật giáo cũng sẽ phản ảnh thực tế lịch sử này trong hai tạng có tên là *Kangyur* (ngữ dịch) tương đương với "Kinh Tạng" và *Tengyur* (luận dịch) tương đương với "Luận Tạng". Ở đây tôi sẽ đặt phần *Tantra* thành một "tạng" riêng của Kim Cang thừa Tây Tạng – Và 'Tantra Tạng' mới là phần đặc biệt của Phật giáo Tây Tạng.[149]

KANGYUR

Kangyur hay "ngữ, lời" là phần tương đương với Kinh Tạng của Đại thừa. "Ngữ dịch" là ám chỉ phần kinh điển dịch từ "lời Phật" (*Buddhavacana*). Trên lý thuyết đây là những kinh điển dịch từ Phạn ngữ (Sanskrit) nhưng thực tế nhiều kinh điển trong tạng này chỉ là những bản Tạng dịch từ Hán Tạng và một số ngôn ngữ khác. Theo truyền thống thì sự sắp đặt Kangyur đã có từ thời vua Trisong Detsen (làm vua từ năm 755 đến 797). Tạng Kangyur được chia làm nhiều phần gồm các kinh Luật, kinh Bát Nhã và nhiều kinh khác – Phần kinh điển Tantra theo truyền thống Tây Tạng thì được sắp vào *Kangyur* nhưng riêng ở đây tôi kéo ra làm một tạng riêng -

Như thế trừ kinh điển Tantra thì Kangyur giống như Kinh Tạng của Phật giáo Hán tạng, có nghĩa là gồm đủ loại kinh (về số lượng thì kinh Đại thừa chiếm khoảng 7 phần và Tiểu thừa khoảng 3 phần)[150] vì thế số lượng Kangyur rất lớn và cũng không thống nhất giữa các tông môn hay tùng lâm. Thí dụ phần Kangyur ở chùa Narthang có 98 tập kinh mà tùng lâm khác gần đó có tới 120 tập. Theo thống kê hiện đại thì có đến 12 sưu tập Kangyur theo địa danh như Narthang, Lhasa, Derge, Cone, Peking, Urga, Phudrak, Stog. Sử gia Bu-ston (1290–1364) là người quan trọng trong việc biên tập tạng này.

---

149. Năm 2008 nhà nước Bắc Kinh cho xuất bản 中华大藏经 (Zhonghua da zang jing) "Trung Hoa Đại Tạng Kinh" thì sắp kinh luận Tây Tạng vào mục "Tạng Văn" 藏文

150. Theo học giả cận đại là R.A. Stein thì "Tạng Kangyur có tới hằng trăm bộ sách, cộng với hai trăm năm mươi bộ của tạng Tenyur và những kinh luận khác thì số kinh luận của hai tạng này lên đến 4569 bộ" *Tibetan Civilization* (1962). Dịch bởi J. E. Stapleton Driver, nxb: Stanford University Press, Stanford, California, 1972

TANGYUR

Tangyur hay "ngữ dịch" tức là "luận dịch" thì nguyên lai để gọi tạng Abhidharma (luận tạng) như các tông môn khác. Nhưng *Tangyru* cũng gồm những "luận" (*śāstra*) như Hán Tạng, nên Tangyur ngoài A Tỳ Đạt Ma và các luận về A Tỳ Đạt Ma còn có nhiều luận (*śāstra*) của các đại sư Ấn Độ và của các Lạt ma Tây Tạng. Cho nên số lượng tạng Tangyur lên đến con số là 3,626 sớ giải chứa đầy 224 quyển

TANTRA TẠNG

Đến đây ta tạm thời có thể hiểu *Kangyur* tương đương với Kinh Tạng và *Tangyur* tương đương với Luận Tạng của Phật giáo Đại thừa Trung Hoa. Tuy nhiên hai tạng này chưa hoàn toàn đại diện cho kinh tạng Phật giáo Tây Tạng. Phần riêng biệt độc đáo của Phật giáo Tây Tạng là phần kinh điển gọi là *Tantra*. "Tantra" theo nghĩa cụ thể là những văn kiện ghi những phép tu luyện bí mật và các bài chú giải về các phép tu luyện của Kim Cương thừa – gồm cả các tantra về tính dục, y học, thiên văn v.v.[151] Theo nghĩa từ nguyên thì *tantra* có thể gồm hai tự "*tan*" có nghĩa là "chi tiết hóa" và "*tra*" có nghĩa là "bảo vệ", vậy tantra có thể có nghĩa nguyên thủy là *luật tắc* (rule), *kinh văn* (scripture), *đạo luận* (religious treatise) dùng để hướng đạo và bảo vệ người tu học. Học giả Tây Phương, vốn thích sáng tỏ và phân minh mọi việc, nhưng cuối cùng cũng không có cách dịch nào tốt nhất nên cuối cùng cũng dành phải dùng lại nguyên chữ *tantra*. Hán văn cũng chỉ dịch âm "tantra" là "đát đặc la" (怛特羅).

---

151. Chính vì các *tantra tính dục* này là một trong những lý do mà Phật học giới Trung Hoa từ Lữ Thuận cho đến Thánh Nghiêm (chỉ tạm nêu tên hai vị Phật học lớn cận đại của Trung Hoa) đã lên án "Phật giáo Kim Cương thừa Tây Tạng"

Vì sự hiện diện của "tantra tạng" mà trong một nghĩa nhất định, Phật giáo Tây Tạng cũng còn có thể coi là "Kim Cang Thừa" (金剛乘, *vajrayāna*) hay "Mật Tông" vì các pháp môn thường mang hình tướng "bí mật" để phân biệt với các tông môn khác gọi là "hiển" trong khẩu ngữ bình dân phân biệt "hiển –mật". Về lịch sử chúng ta từng thấy Vô Trước (*asaṅga* thế kỷ IV) đã trước tác những luận có nói về cơ bản giáo lý Mật giáo, Huyền Trang (602-664) cũng từng dịch Du Già Sư Địa (*yogācāna-brumi-śāstra*) từ năm 647 làm cơ bản cho việc sau này của Kim Cương Trí, Bất Không Kim Cương chính thức mang Mật tông đến Trung Hoa năm 702. Cho nên so với Trung Hoa, dù Mật tông Ấn Độ đến Tây Tạng muộn hơn, nhưng có lẽ vì thích hợp với tín ngưỡng đạo BÖN bản địa, nên Mật tông phát triển rất nhanh trong lòng Phật giáo Tây Tạng. Trong sinh hoạt hình tướng nhiều khi người ta chỉ thấy các nghi quỹ Mật tông "độc chiếm" khán đài, rất dễ cho người quan sát khó hiểu về Phật giáo Tây Tạng.[152]

Kim Cương Thừa thường giảng rằng đây là giáo pháp do Bồ tát Phổ Hiền (*Samantabhadra*) sáng lập và là một tông môn Đại Thừa. Nhưng lịch sử và văn bản các tantra cho thấy Kim Cương thừa có nguồn gốc là Mật Tông Ấn Độ, với nhiều tantra có nguồn gốc trực tiếp từ tantra thuộc hệ Thấp-bà (śaiva) của tín ngưỡng thờ phụng thần śiva của Bà La Môn giáo, được tiếp thu và thay đổi cho phù hợp với Phật giáo. Tóm lại Kim Cương thừa có một truyền thừa từ lâu đời trước khi trở thành một tông môn của Phật giáo Đại thừa Ấn Độ[153] vào khoảng thế kỷ thứ bẩy Dương lịch sau khi mượn dùng rất nhiều lý thuyết và phương

---

152. Sự thực trong sinh hoạt của Phật giáo Á Đông cũng không khác, nếu chỉ nhìn Phật giáo qua các hình tướng truyền thống cúng sao giải hạn, thờ Mẫu, oan gia trái chủ, Vu Lan phá ngục, thờ vong v.v.

153. "Đại thừa" (*mahayāna*) trở nên một danh xưng chung của tất cả các khuynh hướng Phật giáo không truyền thống (untraditional).

tiện ngôn ngữ của Phật giáo.

Có một sự kiện lịch sử mà rất tiếc cho đến nay các học giả vẫn chưa nghiên cứu rõ là sau 17 lần quân Hồi giáo xâm nhập Ấn Độ truy diệt Phật giáo (với sự tiếp tay của Bà La Môn giáo), Phật giáo trong thời gian cuối cùng này là tự nguyện thu vào Bà La môn giáo (cho nên Bà La Môn giáo đã tiếp thu được rất nhiều tư tưởng Phật giáo) hoặc phải trú ẩn trong Mật tông – Mật tông sống sót trong thời gian này vì tổ chức đơn giản (nên chữ Hán có từ gọi là *Dị Hành Thừa*) và sự gắn bó giữa sư thừa và đệ tử - Nhưng cuối cùng thì Phật giáo và cả Mật Tông Phật giáo cũng bị truy lung và tận diệt, theo sử thì chỉ còn 70 tu sĩ cuối cùng phải lánh nạn qua Nepal và Tây Tạng. Kết quả của sự kiện lịch sử này là ảnh hưởng của Mật tông trong Phật giáo ở Tây Tạng càng thêm đậm nét.

Mật tông tại Trung Hoa từng được các đại sư Trung Hoa giới thiệu trước cả khi ba đại sư Mật Tông (Thiện Vô Úy, Kim Cương Trí và Bất Không) chính thức đến Trung Hoa, như Huyền Trang đã dịch Du Già Sư Địa (*yogācāna-brumi-śāstra*) từ năm 647, nhưng dù sao lịch sử Phật giáo Trung Hoa ghi nhận rằng Mật tông là do Tam Đại Tổ Sư Mật Tông Trung Hoa là Thiện Vô Úy (*subhākārasimba* 637-735), Kim Cương Trí (*vajrabodhi* 663-723) và Bất Không Kim Cương (*amoghavajra* 705-744) truyền bá đến Trung Hoa vào khoảng năm 702 thời nhà Đường - Bất Không được coi là một trong 4 đại dịch giả kinh Phật ngang hành với Chân Đế, La Thập, Huyền Trang vì sư đã dịch rất nhiều kinh điển Mật tông ra Hán văn - Nhưng có lẽ vì mật truyền nên Mật tông sau đó không có truyền thừa ở Trung Hoa mà chỉ phát triển qua Nhật Bản[154] còn khi đến Tây Tạng thì nở hoa kết trái.

Mật tông truyền đến Tây Tạng sau Trung Hoa cả trăm năm,

---

154. Nhật Bản gọi là *Shingon-shū* 眞言宗 (*tantrayāna*, Chân Ngôn Tông).

nhưng có lẽ thích hợp với con người và văn hóa đạo BÖN bản địa (một tín ngưỡng ma thuật) nên Mật tông cực kỳ phát triển, hòa hợp rất nhanh và trên bình diện hình tướng và phổ biến trong quần chúng và còn khuynh loát cả Phật giáo Tây Tạng của Trung Quán Du Già Hành Tông (*Yogācāra -Madhyamita*).[155] Và từ đó Phật giáo Tây Tạng chấp nhận có một Tam Tạng Kinh Điển rất phong phú vì ngoài Tam Tạng Kinh Điển như các tông môn Đại Thừa, họ còn có thêm Tạng Mật tông Kim Cang thừa (chủ yếu là các tantra) - Theo lý thuyết của Mật Tông thì các bộ kinh đầu tiên là lời của đức Phật lịch sử (Phật Thích Ca Mâu Ni) thuyết giảng dưới dạng Hóa thân (*nirmāṇakāya*), các bộ kinh thuộc hệ Nhất Thừa được Phật thuyết dưới dạng Báo thân (*sambhogakāya*), và kinh văn của Mật giáo Kim Cang Thừa được truyền dưới

---

155. Trong văn hóa Trung Hoa chúng ta đã thấy có rất nhiều thiên kiến về Mật tông Kim Cương Thừa và Phật giáo Tây Tạng. Thí dụ như Lữ Trừng (1896-1989) một học giả Phật học danh tiếng của Trung Hoa, viện trưởng viện Phật Học Viện Cao Đẳng Đệ Nhất Trung Quốc cũng kết luận về Mật giáo Kim Cương Thừa trong sách *Ấn Độ Phật Học Nguyên Lưu* của ông như sau "*Mật giáo bắt đầu từ thế kỷ VII-VIII tính chất của nó dần dần giống với Ấn Độ giáo, càng ngày càng xa rời diện mạo Phật giáo, mọi người gọi nó là Tả Đạo. Về sau, càng phát triển càng không còn thuần nhất, đặc biệt là chủ trương của Du-già về tính dục, nên mọi người gọi nó là "Tả Đạo Du Già". Nhưng họ cũng giảng giáo lý Bát Nhã, Khổ, Không v.v. và để phân biệt với Đại Thừa Tiểu Thừa, lại tự gọi là Kim Cương Thừa.*" Theo bản dịch của Thích Phước Sơn, nxb Phương Đông 2011, tr. 387. Nhận định của Lữ Trừng *không sai nhưng không toàn diện*, vì dầu Mật tông Kim Cương thừa tự coi kinh điển của họ nằm ngoài kinh điển truyền thống (tức là không do Đức Phật Thích Ca Mâu Ni thuyết giảng) thì họ vẫn chấp nhận Đức Phật và kinh điển của ngài (dù theo họ là không cao siêu bằng Mật tông). Một cách chủ quan tôi chỉ thấy vài luận như *Nguyệt Xứng Nhập Trung Quán* (nxb Hồng Đức 2018) là có giảng giải về Phật giáo Tây Tạng một cách toàn diện dựa trên giáo lý Tông Khách Ba mà không bị ảnh hưởng của quan điểm Trung Hoa coi "Phật giáo Tây Tạng là Tả Đạo". Một vài tác giả (có lẽ bị ảnh hưởng Lữ Trừng, Thánh Nghiêm vốn rất nhạy cảm về các lối tu *tantra* tính dục và ăn thịt uống rượu của Mật tông) cũng giải thích hiện tượng các ni người Việt đang tu Mật tông là *giải tỏa dồn nén tính dục*.

dạng Pháp thân (*dharmakāya*),[156] và tự coi là cao siêu nhất.

Tóm lại, khi Kim Cương Thừa xuất hiện và phát triển thì kinh Phật Tây Tạng ngoài ba loại kinh văn truyền thống Kinh, Luật và Luận, còn chứa đựng các bộ phận kinh điển Tantra gồm khoảng 500 tantra và 2000 sớ luận liên hệ, ghi những phép tu luyện bí mật và các bài chú giải về các phép tu luyện này. Cho nên theo hiện thực mà nói thì tạng Tantra mới là điểm đặc thù của Phật giáo Tây Tạng. Theo đó thì có tới 4 loại tantra như sau: 1- Tác tantra, 2- Hành tantra, 3- Du già tantra và 4- Vô thượng Du già tantra. Trong thực tế quan sát[157] thì dường như hành trì *kriyā* Tantra mới là sinh hoạt chính của Phật giáo Tây Tạng, vì chỉ có một thiểu số rất nhỏ Lạt ma lớn mới thức ngộ và tu hành theo Vô thượng Du già tantra.[158]

1- Tác tantra (*kriyā-tantra*): Đây là loại tantra chiếm phần lớn kinh văn tantra nhưng ít quan trọng và xuất hiện sớm nhất trong lịch trình tiến triển của tạng tantra. *Tác tantra* xuất hiện lần đầu vào khoảng thế kỷ thứ ba Dương lịch. Gọi là "tác" (*kriyā*) vì tantra này chú ý đến phép tu luyện thông qua hành động nghi

---

156. Xem lý thuyết về "tam thân" trong Vũ Thế Ngọc. *Trí Tuệ Giải Thoát: Giảng Giải Kinh Kim Cương*, nxb Thời Đại, 2012, tr.118-129 và *Bát Nhã Tâm Kinh: Tổ Long Thọ Giảng*, nxb Hồng Đức, 2019

157. Cá nhân tôi có may mắn đến tận Tây Tạng quan sát, nhưng xin nhớ "quan sát" (cỡi ngựa xem hoa mà thôi). Độc giả cần biết chi tiết có thể xem sách rất dễ đọc của Dalai Lama XIV, *The World of Tibet Budhism*, Wisdom Publishing, 1995 hoặc đầy đủ hơn *Speak of Gold: Reason and Enlightenment in Tibetan Buddhism* vốn nguyên tác là *Lamrin Chenmo* (Bồ Đề Thứ Đệ) của Tông Khách Ba (1357-1419) do Robert Thurman dịch và giới thiệu, Motilal Banarsidass in lại 1989.

158. Sự thật đây cũng là lẽ phổ thông thường tình *với hầu hết* các tông môn Phật giáo. Phần tinh túy của các tông môn luôn luôn chỉ có một thiểu số tinh hoa tu hành. Một vài nhà sư Phật giáo Đại thừa có thành kiến với lối hành trì đốt lửa thổi kèn của Phật giáo Tây Tạng xin hãy nhìn lại những nghi thức thủy lục pháp hội, cúng sao giải nạn, thỉnh vong giải kết tại nhiều chùa Đại thừa.

lễ như đốt lửa (*goma*)¹⁵⁹, đánh trống, thổi kèn, bắt ấn. Đây là dạng hình tướng bình dân của giáo lý Mật tông và đang được truyền bá ở Việt Nam vì rất hợp với khuynh hướng tín ngưỡng bình dân thích thần bí phù thủy bản địa.¹⁶⁰ Mỗi tantra đều liên hệ đến nghi thức thờ cúng một vị Phật hoặc Bồ Tát kết nối với những Đà la ni (*dhāraṇī*) lên hệ. Kinh văn tiêu biểu cho nhóm này là *mahā-megha-sūtra* (Đại Vân kinh), *āryamañjuśrīmūla-kalpa* (Văn thù sư lợi căn bản nghi quỹ), *Subhāparipṛcchā-sūtra*, *Aparimitāyurjñāna-hṛdaya-dhāraṇī*.

2- Hành tantra (*caryā-tantra*): Loại tantra này xuất hiện vào khoảng thế kỷ thứ sáu. Chỉ có rất ít kinh văn thuộc loại tantra này. Nội dung các tantra hoàn toàn hướng đến việc tôn xưng Phật Đại Nhật như kinh *mahāvairocanābhisambodhi-tantra* (Đại Tì-lô-giá-na thành Phật thần biến gia trì kinh 大毘盧遮那成佛神變加持經) rất phổ biến trong Chân Ngôn Tông Nhật Bản.

3- Du-già tantra (*yoga-tantra*): Đây là các tantra chỉ cách tu luyện hướng đến Phật Đại Nhật. Kinh điển căn bản là *sarva-tathāgatatattva-saṃgraha-tantra* (Nhất thiết Như Lai chân thật nhiếp tantra) và *sarva-durgatipariśodhana-tantra* (Nhất thiết nghiệp chướng thanh tịnh tantra)

4- Vô thượng du-già tantra (*anuttara-yoga-tantra*): Đây là loại tantra cao nhất và xuất hiện rất muộn từ thế kỷ thứ chín. Có

---

159. *Goma* Hán dịch là "hộ ma" (護摩) có nghĩa là "đốt lửa" nguyên nghĩa là "chay tịnh tâm" nhưng trong một lễ đàn quần chúng người ta đem mọi thứ đốt trong lửa để cúng dường chư Phật và cầu nguyện, trang nghiệm đàn tràng, hiến cúng tịnh thủy vào miệng Phật, dâng hoa và lấy thức ăn ra ăn (xem Vũ Thế Ngọc, *Mật Tông Kim Cương Thừa*)

160. Đây là kết quả của cuộc quan sát thực địa của cá nhân tôi, Traleg Kyabgon Ripoche (tác giả *the Influence of Yogacara on Mahamudra*) và Geshe J.J. Lai (*Tùng Thư Long Thọ*).

lẽ vì lý do này nên các đại sư Mật tông đến Trung Hoa vào đầu thế kỷ thứ bảy chưa kịp phổ biến. Vì vậy Mật tông Trung Hoa và Chân Ngôn tông Nhật Bản không có loại tantra này. Loại vô thượng du già tantra, như tên gọi, tập trung vào sự chuyển hóa tâm thức mà ít lưu ý đến các nghi lễ và nghi quỹ hình tướng như ba loại tantra trước. Quan điểm của Traleg Kyabgon Rinpoche,[161] và cũng là của đại đa số các đạo sư Tây Tạng hiện đang truyền bá Phật giáo Tây Tạng ở Tây Phương, là "khi thảo luận về Mật tông chúng ta chỉ nên thảo luận về dạng vô thượng du già tantra này hơn là các loại tantra hình tướng lễ bái cho quần chúng". Có thể chia loại Vô thượng Du già tantra này vào hai nhóm gọi là *upāya-tantra* (phương tiện tantra) hay *yoga-tantra* (phụ tantra) và *yoginī-tantra* (mẫu tantra). Đây là loại tantra nhắm vào việc thể hiện Phật A Súc và nữ tử *Mamaki* như bộ "Bí Mật Tập Hội Tantra" (*guhyasamāja-tantra*). Đặc biệt của các tantra này là sự xuất hiện và vai trò quan trọng của các Phật nữ. Các tantra quan trọng như *saṃvara-tantra* (Nhiếp Đát tantra), *hevajra-tantra* (Hô Kim Cương tantra), và *kālaca-kra-tantra* (Thời Luân tantra) hay *advaya-tantra* (Bất Nhị tantra) chỉ xuất hiện từ thế kỷ XI trước khi Mật tông kim cang thừa bị Hồi giáo tận giệt ở Ấn Độ.

Các kinh điển khác của Kim cương thừa.

Trong khuôn khổ hiện nay ở đây chúng ta tạm kết luận là ngoài tantra, Mật tông Kim Cang thừa Tây Tạng lại có rất nhiều các bài *ca đạo* của 84 "đại thành tựu giả" (*mahā-siddha*) của Mật tông Ấn Độ và các Lạt ma của Tây Tạng như Milarepa – các bài ca đạo là thể thơ giống như *thơ kệ* của các ông đạo ở miền Nam Việt Nam hay các *thơ thiền* của thiền gia Trung Hoa –

---

161. Traleg Kyabgon Rinpoche, thân hữu của Tùng Thư Long Thọ và Tính Không, là người cực lực phản đối truyền thống coi các nghi quỹ hình tướng tantra (*kriyā* và *caryā tantra*) là cơ bản của Phật giáo Tây Tạng. Sư là tác giả nhiều đầu sách về Phật giáo Tây Tạng

Ngoài ra Phật giáo Tây Tạng còn có loại "Tàng Lục" (藏錄, གཏེར་ མ་) là những văn bản sáng tác của các tổ sư Tây Tạng được chôn giấu để người đời sau tìm thấy trong một thời điểm cần thiết. Một Tàng lục nổi tiếng nhất là bộ "Tử Thư" (བར་དོ་ཐོས་གྲོལ་) đã được dịch ra nhiều thứ tiếng, trong đó có bản Việt văn.

KẾT LUẬN VỀ KINH ĐIỂN PHẬT GIÁO TÂY TẠNG

Như thế, hoàn toàn khác với Phật điển Hán ngữ và Phật điển Pāli, Phật điển Tây Tạng ngoài các kinh tạng Phật giáo được dịch ra từ Phật giáo Ấn Độ (bằng ngôn ngữ Sanskrit, Hán văn hay các ngôn ngữ khác) còn có cả một kho kinh luận hoàn toàn khác biệt với truyền thống Phật giáo truyền thống là *"Tantra Tạng"*. Với lý thuyết "Tam Thân" (*trikaya*) của Phật giáo Đại thừa mà Mật tông giải thích thì đức Phật lịch sử Thích Ca chỉ là một trong muôn ngàn hóa thân (*nirmāṇakāya*) hay báo thân (*sambhogakāya*) của một đức Phật duy nhất. Còn kinh văn của Mật giáo được truyền dưới dạng Pháp Thân (*dharmakāya*) nên được coi là cao siêu nhất. Cho nên theo quan điểm tự đề ra như thế thì không có gì để tranh biện về kinh Phật của Phật giáo Tây Tạng. Vấn đề duy nhất chỉ là Đức Tin trong thực tế hành trì. Có chi phái Phật giáo Tây Tạng còn phát triển Tam Qui đến Tứ Qui (ngoài tam bảo Phật Pháp Tăng thì tứ bảo thứ tư là vị thầy bổn sư của tín đồ) và sự qui thuận với pháp môn và bổn sư là đức tin tuyệt đối.

Cho đến thời hiện đại, khi Phật giáo Tây Tạng phát triển ở Tây Phương thì chúng ta đã thấy Phật giáo Tây Tạng lại một lần nữa chuyển mình. Phật giáo Tây Tạng, ít ra là Phật giáo Tây Tạng do Đức Đại Lai Lạt Ma XIV truyền bá ở ngoài Tây Tạng, lại có khuynh hướng chuyển trở lại Phật giáo cổ truyền của truyền thống Trung Quán và Du Già Hành Tông (*Yogācāra -Mādhyamita*) Ấn Độ như Long Thọ (tổ sư Trung Quán); Vô Trước (tổ sư Du Già Hành Tông) và mười bảy "Đại Thánh

Giả" (Great Panditas) đều là các đại sư Phật giáo Đại thừa: *Vasubandhu* (Thế Thân 316-396); *Bhāviveka* (Thanh Biện 490-570); *Buddhapālita* (Phật Hộ); *Chandrakīrti* (Nguyệt Xứng 600-650); *Shantideva*, Tịch Thiên (thế kỷ VIII): *Dharmakirti* (Pháp Xứng 600-650). Hiện nay các luận của các đại sư Ấn Độ đã đưa Phật giáo Trung Quán vào Tây Tạng như Tịch Hộ (*Śāntarakṣita*, 725-788), Liên Hoa Giới (*Kamalaśīla*), Liên Hoa Sinh (*Padmasambhava*) và A Đề Bà (*Atiśa*) đều được long trọng dịch ra Anh ngữ và các ngôn ngữ Âu châu để phổ biến rộng rãi khắp thế giới.

Trong khi đó chính Đại Lai Lạt Ma XIV cũng xét lại việc thờ cúng các "tà thần" của truyền thống chịu ảnh hưởng của đạo BÔN thần bí bản địa và can đảm xét xử các vụ tai tiếng về tình dục của một số lạt ma còn tiếp tục hành trì các nghi quỹ này.[162] Phật giáo Tây Tạng đang phát triển và sự nghiên cứu của Tây Phương về Phật giáo Tây Tạng cũng tập trung về Long Thọ và 17 Đại Thánh Giả này, chứ không phải về một Phật giáo Tây Tạng bí mật huyền bí với các hình thức nghi lễ nghi quỹ như chúng ta đã thấy ở một số nơi vẫn còn chìm ngập trong đức tin về hình tướng và huyền bí.[163]

---

162. Pháp môn "Đại Lạc" *Mahāsukha* của truyền thống "tính dục" (Anh ngữ phổ thông gọi sai là *Yab-Yum Buddhism*) lần đầu tiên được giải thích chi tiết trong *Mật Tông Kim Cương Thừa*.

163. Đây chính là lý do Phật giáo thường nói về thời "mạt pháp" dù giữa lúc nhiều lễ hội thường vẫn qui tụ đông đảo tín đồ. Các thiện tri thức hiểu rằng nghi lễ hành trì hình tướng đều là những gì cần thiết cho nhu cầu quần chúng, nhưng thật ra bỏ rơi tu học trí tuệ mới là những gì người quan tâm khi nói về "mạt pháp".

PHẦN II
KINH ĐIỂN HÁN TẠNG
LỊCH SỬ THÀNH HÌNH HÁN TẠNG

CHƯƠNG VI
KINH ĐIỂN HÁN TẠNG

Kinh Điển Hán Tạng là một tập hợp kinh luận Phật giáo từ các bản dịch chữ Hán với hai đặc điểm: Thứ nhất, dịch giả không phải là một cá nhân hay một tổ chức mà gồm nhiều cá nhân tự do, không liên hệ tông môn hay chủng tộc. Thứ hai là kinh điển Hán Tạng thành hình trong một diễn trình không tổ chức, không hạn chế và liên tục kéo dài cả ngàn năm.

Kinh Điển Hán Tạng cũng thường được hiểu là *Kinh Đại Thừa* nhưng với một nghĩa rất tổng quát thí dụ như **Đại Chính Tân Tu Đại Tạng Kinh** 大正新修大藏經 (*Taishō Tripiṭaka*) thì đại tạng kinh này không chỉ có kinh điển Đại thừa, mà còn có cả kinh điển Tiểu thừa, Kim Cang thừa và của nhiều bộ phái tông môn khác. Cho nên cuối cùng tôi đã không gọi là Kinh Điển *Đại Thừa* (大乘) mà gọi là Kinh Điển Hán Tạng (漢藏) với nghĩa "kinh điển Phật giáo bằng Hán tự" có lẽ chính xác hơn.

1- PHÂN LOẠI KINH: Nhị Đế và Tứ Tất Đàn

Người học Phật khi xem kinh tạng Hán ngữ đều không khỏi hoảng sợ với số lượng quá lớn kinh luận có trong Đại Tạng Kinh. Kinh tạng Phật giáo Đại Thừa không chỉ kinh khủng về số lượng, nhưng vấn đề còn phức tạp hơn là rất nhiều kinh nói trái ngược nhau. Quả thật chưa cần nói đến kinh tạng của những tông môn khác biệt, ngay kinh luận trong một tông môn thôi người ta đã thấy có những điều mỗi kinh dạy mỗi khác. Cho nên từ xưa đã có những vị đi đến cực đoan là không tin tưởng vào kinh tạng, mà muốn "đi thẳng vào kinh nghiệm thành đạo của Đức Phật". Đó là những vị vin vào giáo pháp Thiền tông "Bất lập văn tự, giáo ngoại biệt truyền, trực chỉ nhân tâm, kiến tính thành Phật" nên đã từng sản xuất ra một vài tu sĩ ung dung phê phán kinh tạng chỉ là phó sản, là "đàm rãi" của kinh nghiệm thực chứng của họ. Lại cũng có những người khác như một số vị Tịnh Độ tông, thì dù không phê bình nhưng không tụng đọc kinh luận. Họ lạc quan tin tưởng rằng chỉ cần nhất tâm niệm tên Phật A Di Đà cũng có thể được tiếp dẫn đến Tây Phương cực lạc.[164]

Sự thực kinh luận chỉ là trò chơi chữ nghĩa vô vị, không cần thiết và chỉ là đàm rãi phó sản như thế sao? Ít nhất là chính Đức Phật và chư tổ đều chưa bao giờ khinh bỏ kinh luận. Các ngài đề giảng nhiều, luận nhiều mà kết quả đó là cả một kho tàng kinh luận khổng lồ mà chúng ta đã thấy. Còn về sự dị biệt đến mâu thuẫn trong các kinh luận? Ngay trong câu mở đầu các kinh *"Như thế tôi nghe..."* thì chúng ta cũng thắc mắc tại sao giữa một giáo pháp dạy *vô ngã* mà lại có ai đó vinh danh cái "tôi" như thế? Trong Đại Trí Luận trước khi giảng về giáo pháp *Nhị Đế* và *Tứ Tất Đàn* để giải thích những mâu thuẫn đó, ngài Long Thọ cũng ghi nhận tương tự "Có phải lạ lùng khi có người đổi tiền vàng lấy tiền đồng? Tại sao? Vì như vậy là trái với nguyên tắc buôn bán. Chúng ta dùng chữ "tôi" thì cũng như vậy. Tại sao người ta có thể nói về một "cái tôi" trong một hệ thống giáo pháp

---

164. Nên biết các đại sư Thiền Tông hay Tịnh Độ Tông cũng giảng kinh viết luận. Như về Tịnh Độ Tông cần phải phân biệt giáo pháp (như trong kinh *Quán Vô Lượng Thọ Kinh* –với các luận giải của các tổ Tịnh Độ như Thiện Đạo) với quan điểm "chỉ cần một niệm hướng về Phật Di Đà cũng được ngài tiếp dẫn về Tây Phương" của những người như Thân Loan (Shinran 1173-1262) – Cũng như cần phân biệt Thiền Tông của Bồ Đề Đạt Ma, Huệ Khả, Đạo Tín, Hoằng Nhẫn, Huệ Năng với Thiền của các thi nhân nhàn sĩ thời sau.

mà hệ thống này lại phủ nhận tự ngã?" (T.25.64).

Nhị Đế

Nhị Đế là lý thuyết cơ bản của triết học Long Thọ và sau đó trở thành tư tưởng lập cước của mọi tông môn để giải thích các đối cực, mâu thuẫn của giáo lý kinh điển. Phần sau đây là xuất phát cơ bản lý luận của triết lý Phật giáo, trong *Bát Nhã Tâm Kinh: Tổ Long Thọ Giảng*, tôi đã chú thích về giáo lý Nhị Đế của Long Thọ rất đơn giản, nên xin được lập lại ở đây mong rằng không đến nỗi dư thừa:

Trong *Trung Luận*, Long Thọ đưa ra luận về Nhị Đế (*satyadvaya* "hai chân lý") mà sau này được coi là giáo pháp căn bản của các tông môn.[165] Hai chân lý đó là chân lý thông tục (tục đế) và chân lý tuyệt đối (chân đế): "Vì chúng sinh, chư Phật đã dùng hai chân lý để thuyết pháp. Một là chân lý thông thường (*saṃvṛti* /tục đế), hai là chân lý tuyệt đối (*paramārtha* /đệ nhất nghĩa đế)."[166]

"Hai chân lý"[167]? Nhiều người thắc mắc đã là "chân lý" (*satya*/ 諦/ đế) mà tại sao lại có đến hai chân lý? Trước hết, ở đây nói về văn tự. Tục đế (*saṃvṛti-satya*) nguyên là chữ Hán 世俗諦 (thế tục đế) dịch từ Phạn ngữ "*Lokasaṃvṛtisatyaṃ*". Đây

---

165. Một số nhà nghiên cứu sau này tìm thấy mô hình sơ khởi "Nhị Đế" đã có trong A tỳ đàm (*abhidharma*) dưới hai ý niệm *samuttisacca* và *paramatthasacca*. Hiện chưa có các nghiên cứu thêm nào để chứng minh việc này một cách rõ rệt. Tuy nhiên nếu quả Long Thọ tìm trong A tỳ đàm mà xây dựng thành mô hình Nhị Đế thì cũng không có gì lạ. Long Thọ luôn luôn khẳng định là ngài chỉ là người học Phật và không có tham vọng lập tông môn riêng với tư tưởng nào khác Đức Phật.

166. (諸佛依二諦 為眾生說法. 一以世俗諦 二第一義諦) *Trung Luận* XXIV.8: dve satye samupāśritya buddhānāṃ dharmadeśanā | lokasaṃvṛtisatyaṃ ca satyaṃ ca paramārthataḥ ||8|

167. Triết học Tây phương cũng có thảo luận về "hai chân lý" (conventional truth và absolute truth) nhưng không rốt ráo bằng Long Thọ.

là một từ kép gồm *loka* (thế giới hữu hạn, thế giới con người), *saṃvṛti* (che đậy) và *satya* (sự thật) – Cho nên *tục đế* có nghĩa là "sự thật bị che đậy của thế giới hữu hạn." Còn "satyaṃ ca paramārthataḥ" La Thập dịch là "Đệ Nhất Nghĩa đế" 第一義諦 (gọi tắt là *paramārtha*/Chân đế, chân lý tuyệt đối) vì từ nguyên *paramārtha* có nghĩa là "kết quả tuyệt đối" cũng là "thực tại tuyệt đối" (*para*: tuyệt đối). Nên Long Thọ mới nói rằng: "Đức Phật vì theo nhận thức của chúng sinh nên ngài đã dùng cả hai sự thật thông tục (tục đế) tức là chân lý quy ước (conventional) và sự thật trên bình diện tối cao (chân đế) tức là chân lý tuyệt đối để giảng thuyết." Vì vậy không nên hiểu "hai chân lý" là có hai chân lý. Cái chân lý thường tục (tục đế) mà chúng ta đang nói chỉ là *cách nhìn* của con người chúng ta còn đang bị vô minh che khuất chân lý. Nhưng giảng về hai sự thực đó không dễ làm chúng ta buông xuôi, nên ngài Long Thọ dạy chúng ta cứ phải chấp nhận hoàn cảnh không hoàn hảo đó mà vượt lên. Thí thí dụ như ta đành phải tạm chấp nhận π là 3,14 là qui ước để tính diện tích hình tròn, dù biết rằng các số lẻ sau đó dù có kéo dài đến vô tận vẫn chưa thực là con số π. Đó chính là loại kinh điển thứ nhất Đức Phật giảng kinh trong thế giới tương đối, thế giới của con người bình thường chúng ta.

Cho nên dù cái chân lý qui ước (conventional truth, *tục đế*) chưa thực là bản lai diện mục của chân lý tuyệt đối, nhưng chúng ta cũng không thể phủ nhận đó là *chân lý qui ước trong nhận thức* của con người thế gian, cho nên gọi là Phật học gọi tục đế là "chân lý của con người còn bị che phủ *Lokasaṃvṛtisatyam*." Đức Phật chưa bao giờ lìa bỏ chúng sinh, lìa bỏ thế giới tương đối của chúng sinh để chỉ giảng về những gì siêu xuất chỉ dành cho những bậc siêu nhân thượng thủ "sắp giác ngộ". Chúng ta hẳn còn nhớ câu truyện một đại quan đến hỏi một đại thiền sư về cốt tủy yếu chỉ cao sâu nhất của Phật giáo. Thiền sư đã trả lời vắn tắt bằng một bài kệ đơn giản trong kinh Pháp Cú "Làm các điều thiện, tránh các điều ác, giữ tâm hồn trong sạch, là tất cả những gì Phật dạy".

Chúng ta cũng thường tưởng tượng rằng ngài Long Thọ vị tổ sư của Không tông, của Thiền tông, của Mật tông sẽ luôn luôn giảng về những gì siêu việt "bất khả nghĩ bàn" hoặc ít nhất cũng dành cho các đại cao tăng, đại thượng thủ, đại trí thức. Quả thật giáo pháp của Long Thọ là giảng về Tính Không về Chân Lý Tuyệt Đối, nhưng chính ngài chưa bao giờ từ bỏ cái chân lý qui ước, mà còn khẳng định "phải dùng chân lý qui ước để tiếp cận chân lý tuyệt đối"[168] – Như kinh thường nói "dùng tay chỉ trăng".[169]

Luôn luôn bên cạnh các sự thực của qui ước tục đế, còn có một sự thật của chân lý tuyệt đối (gọi là *chân* đế hay đệ nhất nghĩa đế) mà không riêng gì Phật giáo mà hầu như các tôn giáo và sau đó nhiều triết gia cũng đã đề cập đến. Lẽ dĩ nhiên cái sự thật tuyệt đối này có thể là với giới hạn của con người, thì người bình thường hầu như không lãnh hội được[170]. Đây là cái giới hạn chung (gồm cả giới hạn tri thức và giới hạn của cấu trúc sinh lý cơ thể) nên con người không dễ thấu thị chân lý một cách toàn diện, cho nên khi nói về sự thật chân lý tuyệt đối nhiều kinh

---

168. *Trung Luận* XXIV.10 vyavahāram anāśritya paramārtho na deśyate | paramārtham anāgamya nirvāṇaṃ nādhigamyate ||10||: 若不依俗諦 不得第一義. 不得第一義 則不得涅槃 (Nhược bất y Tục đế, bất đắc Đệ nhất nghĩa. Bất đắc Đệ nhất nghĩa, tắc bất đắc Niết Bàn): Nếu không nương theo tục đế thì không chứng được nghĩa của Chân đế. Không chứng được nghĩa của Chân đế, thì không chứng đắc giải thoát.

169. 標月指, Vũ Thế Ngọc *Kinh Viên Giác Dịch Giảng*, nxb Hồng Đức 2015, trang 204.

170. Hầu như các tôn giáo lớn và nhiều triết gia đông tây đều phân biệt "chân lý thường nghiệm" với "chân lý tuyệt đối" – thí dụ như với Thiên chúa giáo hay nói về "mặc khải" (revelation) như là sự thể nghiệm về chân lý tuyệt đối. Nhưng thuyết lý về "hai chân lý" ở Trung Luận thì logic và toàn diện hơn.

luận thường nói là những sự thực "bất khả tư nghị" (*aciṅtya*)[171]. Nhưng không phải vì thế mà Long Thọ lại rơi vào quan điểm "bất khả tri" hay lạc vào thế giới "vô ngôn" như một số nhà huyền bí tự xưng là "đệ tử truyền thừa từ tổ sư Long Thọ"[172] chủ trương. Nói như giáo sư Tachikawa mà tôi thường trích dẫn "Long Thọ chưa bao giờ từ bỏ logic để tìm cách lẩn tránh trong nghịch lý siêu hình. Khác hơn, ngài truy cứu tới tận cùng biên tế của ngôn ngữ lý luận." Và đó là tất cả những "bí mật" của loại kinh điển thứ hai. Đây là các kinh điển mà người ta thường gọi là "rốt ráo" hay "tối thượng thừa" và thường có quan điểm "kinh nhi viễn chi", nghĩa là đứng ngoài và đứng xa mà chiêm ngưỡng những gì gọi là "bất khả tư lượng". Có lẽ chưa có quan điểm nào phi Phật giáo và Phản Phật giáo như cái chủ thuyết "bất khả tư tượng" với tư tưởng chủ đạo "bất khả nghĩ bàn" như thế.

Lẽ dĩ nhiên kinh luận Phật học cũng như các sách vở khoa học thường thức đều phải có lớp lang. Như các cháu tiểu học không thể đọc ngay các sách toán đại số, vi phân hay tích phân,

---

171. Chính người rao giảng về nghịch lý siêu hình "bất khả nghĩ bàn, bất khả ngôn thuyết" thường chỉ là những người tự dối mình mê người, hoặc tự cho đã *giác ngộ* nên nay mới cao lời giảng huấn về "những điều bất khả tư nghị" chỉ có những người giác ngộ như họ mới thấu đáo. Cũng vì những lý do này đã khiến nhiều người hiểu lầm các luận của Long Thọ là đều hàm chứa các lý luận kiểu nghịch lý "tứ cú bách phi". Nhưng sự thực hoàn toàn trái ngược, luận của Long Thọ đều là những lý luận biện chứng cao độ, như đã trình bầy trong các giảng luận trong Tùng Thư Long Thọ và Tính Không. Ở đây chỉ xin lập lại một chú thích đã ghi trong phần nhập đề *Long Thọ Hồi Tránh Luận* "Có thể xem Tính Không là siêu việt ngôn ngữ, nhưng Long Thọ chưa bao giờ từ bỏ logic để tìm cách lẩn tránh trong nghịch lý siêu hình. Khác hơn, ngài truy cứu "tính không" tới tận cùng biên tế của ngôn ngữ lý luận." Musashi Tachikawa, *An Introduction to the Philosophy of Nagarjuna*. Motilal Banarsidass, Delhi, 1997, trang 149.

172. Vũ Thế Ngọc, *Nguyệt Xứng Nhập Trung Quán Luận*, nxb Hồng Đức 2018. Long Thọ chưa hề thành lập tông môn và ở Ấn Độ cũng chưa hề có "tông phái" gọi là Trung Quán – Dù có nhiều người tu học theo giáo pháp Long Thọ nhưng họ chưa thành lập một tông môn riêng biệt gọi là "Trung Quán tông".

nhưng các môn toán đó không phải là "bất khả tư lượng". Đức Phật và các tổ như Long Thọ cũng sống với chúng sinh trong thế giới dung tục, nên lẽ dĩ nhiên các ngài phải dùng ngôn ngữ bình thường có những chân lý thông tục (*tục đế*) để thuyết giảng[173] - Giống như chúng ta vẫn phải cố gắng giải thích bằng phương tiện đơn giản nhất để trẻ con hiểu được khoa học thường thức, hay các kiến thức căn bản thô sơ nhất để giúp người nông dân chất phát biết y học phòng ngừa bệnh dịch v.v. – Cho nên Long Thọ nói rằng "Vì chúng sinh, chư Phật đã phải nương theo cả hai chân lý dung tục và chân lý tuyệt đối để thuyết pháp". Bằng cách nào? *Trung Luận* nói rõ "phải dùng tục đế để giải bầy tiếp cận đệ nhất nghĩa đế".[174] Tức là Long Thọ chấp nhận giá trị của chân lý thông tục, dù phải luôn tỉnh thức "Người không nhận ra chỗ khác biệt của hai sự thực này, thì không thể hiểu được ý nghĩa chân thực của Phật Pháp sâu xa" (若人不能知 分別於二諦。則於深佛法 不知真實義).[175] Đó chính là "bí mật" tại sao có rất nhiều loại kinh Phật cho từng cá nhân, từng tầng lớp, từng trình độ - Hoàn toàn khác với các giáo lý của Đức Tin "one size fits all" khi tất cả chỉ dựa vào đức tin,

Tục đế là thế giới của tư duy, của ngôn thuyết. Kinh điển ngôn thuyết không phải là chân lý nhưng là bản đồ chỉ đường, như chính Đức Phật nhiều lần chỉ dậy "lời ta như ngón tay chỉ trăng". Không thể lầm ngón tay là trăng, coi kinh luận là cái tủ chứa đồ ăn "mở ra là no bụng", nhưng kẻ phiêu dạt trong thế giới không dùng một phương tiện hướng đạo hay bản đồ chỉ đường thì quả là những kẻ ngu xuẩn. Vì vậy để hiểu được ý nghĩa cao

---

173. Nhiều người đọc kinh *Kim Cương* thường không hiểu đoạn 18 "Nhất Thể Đồng Quán" nói về Đức Phật có đủ từ *nhục nhãn* (con mắt thế nhân thông thường) đến *thiên nhãn, tuệ nhãn, Phật nhãn* chính là muốn nói về ý này. Xem Vũ Thế Ngọc, *Trí Tuệ Giải Thoát*, sđd, tr. 264-272

174. *Trung Luận*, chương XXIV.,

175. *Trung Luận*, chương XXIV.9: ye 'nayor na vijānanti vibhāgaṃ satyayor dvayoḥ | te tattvaṃ na vijānanti gambhīraṃ buddhaśāsane ||9||

siêu trong Phật Pháp *Trung Luận* nói rõ, để chứng đắc nghĩa của thực tại tối hậu tuyệt đối cần phải nương tựa vào các gía trị tạm thời và đơn giản của thế giới tục đế, của kinh luận "bất liễu nghĩa" chứ không phải giáo pháp Phật giáo chỉ là những gì quá cao xa hay quá huyền bí, quá khả năng của con người - Nếu có, thì cũng chỉ là *tạm thời* như cậu bé tiểu học *chưa* hiểu được sách toán Đại số - Những kẻ 'không nương theo hai chân lý' và 'không phân biệt được hai chân lý' đều 'không hiểu được chân thực nghĩa của Phật Pháp' lại hay thường ba hoa "bất lập văn tự" phá bỏ kinh luận phải biết câu nói đó là công án nghiêm ngặt của nhà Thiền để chỉ bảo riêng cho các bậc căn cơ tối thượng, chỉ cuối đường đến chỗ tuyệt cùng thì *phải biết buông bỏ tất cả* để thâm nhập vào "núi sắt thành đồng", giống như huấn luyện viên nhẩy dù chỉ đẩy các học viên đã được tập luyện và có đeo dù ra khỏi phi cơ mà thôi chứ không phải đẩy bất cứ người nào khác. Tóm lại kinh luận giáo pháp của Đức Phật dù rất nhiều loại chỉ cố ý để dùng cho đủ mọi loại căn cơ, và người học Phật đều có đủ cơ duyên và phương tiện học Phật nếu chịu khó muốn lãnh hội.

Kẻ coi thường trí tuệ kinh luận và lộng ngôn về "vô ngôn thuyết" cần phải đọc lời cảnh huấn nghiêm khắc của tổ sư Long Thọ hay Lục tổ Huệ Năng (người thật sự phát triển Thiền Tông Trung Hoa) đều cảnh giác tín đồ Thiền tông là chúng ta vẫn cần nương vào ý nghĩa căn bản của ngôn từ tục đế, của kinh luận giáo thuyết thì mới thâm nhập vào được chân lý tối hậu. Cá hồi con trước khi ra biển thành kình ngư thì phải học từ thân phận của chú cá lòng tong trong suối khe.[176]

Cho nên như đã nói từ kinh Kim Cương cho đến Trung Luận,

---

176. Trong đời thường cũng không ai mang lý thuyết cơ học lượng tử ra nói với em bé lớp một, nhưng một số người ta, vì lý do nào đó, hay bắt chước lập lại thơ kệ của các đại sư liễu ngộ, khiến cho người dốt thì hiểu lầm, kẻ xấu thì xóa mạ.

kinh luận đều chỉ cho hành giả thực hành trung quán là hành trình phủ nhận tất cả các tri kiến cục bộ, là không trụ ở bất cứ định kiến tri thức, cũng là không đắm trước vào mọi thành tựu nào khác[177]. Nhưng trong mọi trường hợp đối đãi phải biết dùng *biện chứng Nhị Đế như một phương tiện* mà thôi Chúng ta bắt buộc phải dùng "văn tự bát nhã" làm phương tiện để tiếp cận "thực tướng bát nhã" chứ không còn cách nào khác. Tuy nhiên chúng ta cũng không thể trói chặt định kiến thế nào là tục đế thế nào là chân đế rồi dễ dàng vội vàng kết luận "chân đế phủ nhận tục đế". Cho nên khi còn thấy *hữu* đối lập với *không*, thì hữu là tục đế và không là chân đế, nhưng khi thấy *hữu-không* còn đối lập với "phi hữu phi không" thì *hữu-không* là tục đế và "phi hữu phi không" là chân đế [178] … và hành trình nhị đế tiếp tục cho đến không còn phân biệt[179] như Thanh Mục chú thích trong *Trung Luận* "Tục đế nghĩa là dù các pháp vốn không nhưng vì điên đảo nên thế gian sinh ra hư vọng cho là thật có. Các hiền thánh biết được tính điên đảo, nên biết được rằng các pháp vốn không vì không có tự tính, cho nên đối với thánh nhân đó là chân đế "đệ nhất nghĩa đế" mà cũng gọi là "thực tướng bát nhã". Và một khi không còn phân biệt (*vô ngại*) thì đó là Giải Thoát hay là Niết Bàn Giải Thoát.[180]

Cho nên kệ mở đầu của *Thất Thập Không Tính Luận* cũng khẳng định về việc nhiều kinh luận có khi còn dạy trái ngược

---

177. Kinh Kim Cương nói rất rõ về tư tưởng này (xem *Trí Tuệ Giải Thoát*)
178. Cát Tạng, *Trung Quán Luận Sớ,* T. 42, no 1824, tr. 28b11
179. Nhiều người thường phân chia cứng nhắc *tục đế* (chân lý tạm thời phổ biến) và *chân đế* (chân lý tuyệt đối) mà không thấy được cái phân chia "chân đế / tục đế" chỉ là tạm thời và do hỗ tương tùy thuộc mà thiết lập, như đã nói rõ trong *Trung Luận*.
180. *"Tính đích thực của Niết Bàn (giải thoát) và của Thế Gian (luân hồi), hai tính đích thực này không có một mảy may sai biệt."* Vũ Thế Ngọc, *Triết Học Long Thọ,* sđd, tr. 415-416

nhau[181] *"Chư Phật nói về sinh trụ, có không, thiện ác là đều thuận theo tri thức thường nghiệm của thế gian chứ không phải theo nghĩa tuyệt đối."*[182] Tóm lại chúng ta thấy căn bản giáo pháp của Đức Phật là "tùy thuận theo tri thức thường nghiệm" mà ngài thuyết pháp. Và nói như khẩu ngữ chúng ta thường nói "bởi vì thế gian có tám vạn bốn nghìn vô minh khổ đau mà chư Phật cũng mở ra tám vạn bốn nghìn phương tiện pháp môn để cứu độ." Cho nên Phật giáo có rất nhiều kinh luận tùy thuận theo hoàn cảnh và nhân duyên của rất nhiều loại người cá biệt. Nhưng không phải chỉ là việc có nhiều kinh luận mà còn là vấn đề nhiều khi các lời dạy trong kinh luận lại mâu thuẫn nhau? Vì vậy chúng ta cần hiểu về giáo lý *Tứ Tất Đàn* giúp chúng ta giải thích về các mâu thuẫn này.

Tứ Tất Đàn

Để giải thích rốt ráo về sự mâu thuẫn trong kinh Phật, Long Thọ còn nói rõ trong luận Đại Trí Độ về *Tứ Tất Đàn* (四悉檀). Giáo lý Tứ Tất Đàn có thể nói là sự quảng diễn của lý thuyết Nhị Đế để lý giải về vấn đề này. Danh từ "Tất Đàn" (*siddhānta*) trong văn học Phật giáo có nghĩa là "học thuyết" hoặc "phương pháp giảng dạy". Vì vậy "Tứ Tất Đàn" có nghĩa *là bốn phương pháp giảng dạy* của Đức Phật dùng để giải thích sự mâu thuẫn có trong các kinh. Tất cả các kinh, theo sự phân loại Tứ Tất Đàn, thì đều được đưa ra đúng lúc và tùy thời thuyết giáo nên không hề mâu thuẫn. Tứ Tất Đàn gồm Thế Tục Tất Đàn (*laukika siddhānta*), Vị Nhân Tất Đàn (*pratipaurusika siddhānta*), Đối Trị Tất Đàn (*pratipakṣa siddhānta*) và Đệ Nhất Nghĩa Đế Tất Đàn (*paramārthika siddānta*). Ba tất đàn đầu tiên tùy thuận với

---

181. Chú ý kinh dạy trái ngược nhau vì cho thích hợp với hoàn cảnh đặc thù, chứ không phải phi mục đích, hoặc trái ngược

182. Vũ Thế Ngọc, *Long Thọ Không Tính Luận*, nxb Hồng Đức, 2017, tr. 170

giả đế hay tục đế, và tất đàn thứ tư thì tùy thuộc với Đệ Nhất Nghĩa Đế hay chân đế, đã được Long Thọ giải thích rất tường tận trong Đại Trí Luận.

1- *Thế Tục Tất Đàn* là kinh điển được giảng theo nghĩa *thế tục*. Thế tục ở đây có nghĩa là tùy thuộc theo nghĩa duyên sinh. Đây là cách Đức Phật dùng để dạy loại thính chúng bị huân tập quá lâu quá nhiều trong thế giới vật chất nên khó ngộ nhập ngay với giáo lý giải thoát. Theo phương pháp này lời dạy của ngài Thế Tục Tất Đàn giống như giáo pháp đơn giản về nhân quả trong đời sống của mọi người. Mỗi cái thấy trong loại tất đàn này là cách giải thích trong từng trường hợp và hoàn cảnh nhân duyên của nó giống như trong thế giới nhân sinh thế gian. Thí dụ như trong kinh Phật nói "với thiên nhãn, ta thấy chúng sinh chết đây chết kia là theo quả báo nhân duyên, thì phải trả nghiệp mà thọ sinh trong lục độ luân hồi".[183] Đó là Đức Phật giảng với nghĩa tục đế nói về sự hiện hữu giả tạm với nghĩa duyên sinh. Mặc dù kinh điển Thế Tục Tất Đàn có thể đơn giản so với giáo pháp giải thoát toàn triệt của Đức Phật nhưng nó là cơ sở giúp cho quần chúng hiểu về tư tưởng Phật giáo. Cho nên rất nhiều kinh điển Phật giáo phải được hiểu là thế tục tất đàn.

2- *Vị Nhân Tất Đàn* là giáo pháp kinh điển Phật dạy theo căn tính từng người. Loại kinh điển này là phương tiện thiện sảo (*upāya-kauśalya*) để đối trị với căn tính và hoàn cảnh từng người, để cuối cùng tất cả đều có thể từ những hoàn cảnh và điều kiện cá biệt đều có thể đi đến sự ngộ nhập giáo lý Phật giáo. Đại Trí Luận kể ra trường hợp đoạn kinh như chúng ta thường nghe "Vì nghiệp báo khác nhau nên chúng sinh thọ báo

---

183. Chúng ta có thể hiểu rằng với trí giả thì có thể thấy rõ sự khổ não hay sự chết của chúng sinh thiên hạ như một sự báo ứng của định luật nhân quả. Nhưng không vì thế mà trí giả có thể lạnh lùng không khởi tâm từ bi mà phải hành động để chấm dứt chuỗi đau khổ báo ứng này. Và đó chính là ý nghĩa của con đường "thượng cầu giải thoát hạ hóa chúng sinh" của bồ tát đạo.

trong nhiều cảnh giới khác nhau, tiếp xúc và chứng nghiệm khác nhau." Nhưng trong tiểu kinh *Palaguna* của Tương-Ưng Bộ-Kinh (*samyutta-nikāya*) thì lại nói "không có người tiếp xúc, không có người chứng nghiệm" Sự mâu thuẫn này được giải thích vì nhu cầu giáo hóa phải kết hợp với căn cơ từng người. Thí dụ khác dễ thấy nhất là để đối trị với loại người không tin vào nghiệp báo và kiếp sau nên tha hồ làm ác - theo Phật giáo gọi là rơi vào tà thuyết "đoạn diệt" (*ucheda-dṛṣti*) - cho nên Đức Phật vì kẻ này mà xác định và nhấn mạnh là *có tái sinh* và có quả báo. Trái lại có kinh lại nói trường hợp có kẻ tin vào một cái ngã cố định và thường hằng - Phật giáo gọi là cực đoan chấp thường (*nitya-dṛṣti*) - cho nên Đức Phật cũng từng nói là chúng sinh sau khi chết không tái sinh.[184]

3- Đối Trị Tất Đàn là "phương pháp đối trị". Các kinh điển của phương pháp này thì như lối trị bệnh "tùy bệnh mà cho thuốc" mà mọi người đều biết. Đại Trí Độ cho thấy kinh luận như những phương thuốc trị bệnh, có thể trị được bệnh này mà không thể trị được bệnh khác, tốt cho người này mà không tốt cho người khác. Phật Pháp có đưa ra nhiều kinh luận, thì cũng chỉ là nhà thuốc có nhiều loại thuốc mà thôi, cho nên chúng ta thấy có những điều Đức Phật dạy nhiều khi đối lập với nhau. Chúng ta hẳn nhớ công án "Triệu Châu Cẩu Tử" về một ông sư hỏi thiền sư Triệu Châu "Con chó có Phật tính hay không" và được nghe trả lời "không". Thấy nhiều người bàn cãi đòi giải thích, nên có người tìm thấy trong một trường hợp khác Triệu

---

184. Thí dụ rất nhiều người cả tu sĩ Phật giáo cho rằng thuyết tái sinh "ông kia kiếp trước làm quan mà gian ác nên kiếp này bị trả nghiệp nên tái sinh làm anh ăn mày". Thật ra "thuyết" làm người tái sinh lang thang qua nhiều kiếp tùy theo nghiệp làm xấu tốt của anh ta chỉ là một đức tin bình dân của chung các tôn giáo Á Đông. Thuyết luân hồi tái sinh của Phật giáo không hề tin vào một linh hồn hay một nhân cách bất hoại và liên tục tái sinh như thế, nhưng cũng có nhiều truyện tái sinh tương tự thì nên hiểu là 'tái sinh' này cũng chỉ là loại "vị nhân tất đàn".

Châu lại trả lời "có" nên đi hỏi một "thiền giả" khác thì vị này thay vì trực tiếp trả lời, lại ấm ở đáp "vì ông sư đó không có vợ" mà ông cho rằng trả lời như thế là hợp với tác phong thiền."[185]

4. Đệ Nhất Nghĩa Đế Tất Đàn là loại kinh điển Phật thường sử dụng với loại thính chúng có trình độ học Phật cao nên thường có một lập trường trí thức nào đó. Loại kinh luận này Đức Phật lại thường giải thích theo hình thức phủ định để phát biểu ý *vô ngại* (không mâu thuẫn), như kinh Kim Cương Năng Đoạn thường sử dụng để đánh tan các lập trường cố định của thính chúng.[186] Đệ Nhất Nghĩa Đế Tất Đàn cũng thường là loại kinh điển thượng thừa, nên ở loại kinh này Đức Phật còn muốn nói về những nội dung không thể diễn đạt được bằng ngôn ngữ để đòi hỏi thính chúng phải trầm tư quán chiếu hơn là lý giải.

Không phải chỉ có *Trí Độ Luận*, mà trong tất cả các luận Long Thọ đều quảng diễn tư tưởng Nhị Đế và Tứ Tất Đàn để giải thích về sự mâu thuẫn có trong các kinh. Mở đầu *Thất Thập Không Tránh Luận*, một lần nữa Long Thọ còn nói rõ "*Phật dạy sinh trụ hoại, lúc dạy không lúc dạy có, thiện bất thiện cũng là tùy thuộc hoàn thế gian chứ không nói như một chân lý tuyệt đối*".[187] Tóm lại kinh luận của Phật và chư tổ xuất hiện chỉ với

---

185. Thực ra Triệu Châu trả lời tùy theo đối tượng như Tứ Tất Đàn đã nói. Với thường nhân sư trả lời "có" là theo giáo lý cơ bản vẫn dạy "mọi chúng sinh đều có Phật tính", còn với thiền nhân thì chẳng nên để tâm chấp trước kinh điển, vì vậy Triệu Châu trả lời "không" để đánh tan cái tâm chấp trước đó. Lẽ dĩ nhiên ông "thiền giả" kia biết như vậy, nhưng thay vì giảng trực tiếp ông ta lại bắt chước tác phong "thiền sư" để tự mắc vào cái tròng chính ông ta đặt ra khi trả lời "vì ông sư đó không có vợ." Vũ Thế Ngọc, *Vô Môn Quan Giảng Giải* [1983], nxb Văn Nghệ tái bản 2006, tr. 37-43

186. Thí dụ như câu kinh quan trọng khó hiểu trong kinh Kim Cương "*Tất cả mọi loại chúng sinh ta đều phải đưa vào Niết bàn tuyệt đối để được giải thoát. Như thế giải thoát cho vô số vô biên chúng sinh, nhưng phải thấy thực ra không có chúng sinh nào được giải thoát.*"

187. Vũ Thế Ngọc, *Long Thọ Thất Thập Không Tính Luận*, nxb Hồng Đức, 2017 tr, 171-2

mục đích giúp người giải thoát bằng rất nhiều phương cách phù hợp với điều kiện và hoàn cảnh của từng người.[188]

PHÁN GIÁO 判教

Học thuyết về Nhị Đế và Tứ Tất Đàn có lẽ đã quá đầy đủ để giải thích sự đa dạng và mâu thuẫn của kinh luận Phật giáo. Nhưng đến thế kỷ thứ năm người ta lại thấy các giảng sư ở Trung Hoa đua nhau phát triển nhiều học thuyết "Phán Giáo" (判教) sắp hạng và giải thích vấn đề cao thấp khác biệt của các kinh Phật. Đầu tiên các học thuyết Phán Giáo cho rằng kinh Pháp Hoa đã phân là Đại Thừa và Tiểu Thừa, kinh Lăng Già phân làm hai loại Đốn và Tiệm, kinh Giải Thâm Mật phân chia làm ba thời Hữu, Không, Trung. Ở đây chúng ta cần chú ý học thuyết "phán giáo" ngoài sự phân biệt chủ quan về giáo lý kinh điển cao thấp, còn có thiện chí là cố gắng thống nhất các giáo lý trong các loại kinh điển thành một tổng thể, mà sự mâu thuẫn chỉ là khác biệt theo phẩm chất thính giả, thời gian, không gian và nội dung của chủ đề.

Khác với Kim Cương Thừa khẳng định ngay từ đầu bằng với đức tin nên họ chỉ cần tin không cần giải thích khi tự nhận giáo pháp của Kim Cương thừa trực tiếp từ "Pháp Thân Phật" nên cao siêu hơn giáo pháp các tông môn khác của "Hóa Thân Phật" là Phật Thích Ca bằng xương thịt. Ở đây các giảng sư Trung Hoa lại giải thích sự khác biệt giữa kinh điển "cao thấp" bằng học thuyết "*Ngũ Thời Phán Giáo*" 五時判教 của Huệ Quán (慧觀 thế kỷ V) là người đầu tiên đưa ra lý thuyết Phán Giáo. Theo Huệ Quán, Đức Phật đã có đến năm thời giảng thuyết. Theo đó Đức Phật đã theo giáo pháp "đốn/ tiệm" nên có năm thời kỳ

---

188. Những lời dạy đó vẫn còn nguyên vẹn trong các *chân kinh* xưa cũng như nay. Nhưng trong cuộc đời vẫn còn có muôn vạn tà sư (*nhiều như cát sông Hằng*) tay cũng đang cầm những *chân kinh* đó, để thao thao bất tuyệt nhưng với mục đích không chân thiện chút nào.

giảng pháp khác nhau là 1- *Tam thừa biệt giáo* như kinh A Hàm; 2- *Tam thừa thông giáo* như kinh Bát Nhã; 3- *Ức dương giáo* như kinh Duy Ma Cật; 4- Đồng quy giáo như kinh Hoa Nghiêm; 5- *Thường trụ giáo* như kinh Niết Bàn.

Từ đó các lý thuyết về "Phán giáo" (sắp hạng) đua nhau đưa ra như "Ngũ Giáo Pháp" của Lưu Cầu Hoa Nghiêm tông, "Biệt giáo và Thông giáo" của Niết Bàn tông. Trí Khải còn chi tiết hơn, trong *"ngũ thời bát giáo"* sư còn cho biết cả chi tiết "Đức Phật ngay sau khi thành đạo, ngài giảng kinh Hoa Nghiêm trong 21 ngày cho hàng Bồ tát có căn cơ lanh lanh lợi. Tiếp đó là thời kỳ thứ hai kéo dài 12 năm Đức Phật giảng kinh A-hàm cho loại người chậm lụt. Tiếp theo là thời kỳ "phương đẳng" Đức Phật giảng các kinh như Duy Ma Cật…"

Mặc dù thiện ý của các vị này có thể là muốn giải thích sự khác biệt trong các kinh với chủ ý muốn đem tư tưởng khác biệt của các phái Phật Giáo để tập thành một chỉnh thể chung giúp cho sự truyền bá Phật giáo, nhưng ảnh hưởng tiêu cực của các học thuyết này cũng có nhiều tác dụng tai hại. Tác dụng tiêu cực thứ nhất là đa số các giảng sư ngày sau không biết cái thiện ý của Huệ Quán hay Trí Khải, mà tin rằng Ngũ Thời Phán Giáo hay Ngũ Thời Bát Giáo *là sự thật lịch sử*. Cho nên đã đào tạo ra cả nhiều thế hệ tin rằng đức Phật đã dạy năm thời như vậy, cho nên không khỏi có hiện tượng trường tiểu học thì trống không có học sinh, vì ai cũng là "tiến sĩ" với cái nhãn hiệu "học vị" *tối thượng thừa* với các kinh "phương đẳng".

Thứ hai là giống như thuyết "Pháp Thân Phật dạy trực tiếp giáo lý Kim Cương thừa" được coi là tự đề cao giáo lý phi thường của mình, *phán giáo* phân biệt cao thấp ngũ thời dù có thiện ý muốn thống nhất giáo lý như một tổng thể nhưng cũng có ý đồ đề cao tông môn. Ngay việc nhìn bên ngoài vội cho rằng các kinh này nói cao và rốt ráo kinh kia đơn giản và thấp cũng rất chủ quan. *Phán giáo* còn được coi là xuyên tạc lịch sử. Chúng ta hoàn toàn không tìm thấy có kinh luận hay tài liệu nào chứng tỏ Phật dạy Hoa Nghiêm trong 21 ngày đầu tiên sau khi giác ngộ, rồi sau đó là 12 năm chuyên dạy kinh A Hàm, rồi 22 năm tiếp theo chỉ dạy Bát Nhã v.v. Cho nên các lý thuyết "Phán Giáo" chia thời kỳ dù có thiện ý giải thích sự khác biệt và mâu thuẫn giữa các kinh, nhưng cũng bị coi là cố ý đề cao tông môn mình rốt ráo và toàn hảo hơn.[189]

Một số nhà nghiên cứu, có lẽ vì cảm tình tông môn, thì còn cố lấy ưu điểm cho các lý thuyết Phán Giáo là đã giúp cho việc sắp xếp các tiết mục cho các bản mục lục kinh Phật, như *Chúng Kinh Biệt Lục* là cơ bản cho việc thành hình các Đại Tạng Kinh về sau. Những người này lại còn cho rằng lý thuyết "Phán Giáo" còn có năng lực thúc đẩy sự thâm nhập và phát triển của Phật Giáo Trung Hoa, và sự xuất hiện của các học phái thời Nam Bắc triều (317-589) có quan hệ trọng đại với sự hình thành các tông phái Phật Giáo thời Tùy (681-617), Đường (618-907). Vì thế theo họ Phán Giáo là một sự kiện lớn trên lịch sử Phật Giáo Trung Quốc, đồng thời thuyết Phán Giáo cũng quan hệ mật thiết đến vấn đề "kết cấu thế hệ" là yếu tố cơ bản của sự hình thành Đại Tạng Kinh chữ Hán.

---

189. Tây phương cũng có các giáo phái Thiên Chúa giáo như đạo Mormons ở Hoa kỳ, giáo chủ Joseph Smith bị tội rồi bị giam tới chết trong tù và *the Mormon Book*, là phần Thánh Kinh mà Thiên Chúa mặc thị cho ông tìm ra để truyền đạo cũng bị coi là kinh ngụy tạo. Đạo của ông lại chủ trương đa thê sống chung v.v. nhưng nhờ tổ chức tốt, ngày nay trở nên là một tôn giáo lớn, có 15 triệu tín đồ (so với 4 triệu tín đồ Phật giáo ở Hoa kỳ). Tín đồ Mormons có nếp sống thuần lương, ít tội phạm nhất, có nhiều người trở nên thống đốc, nghị sĩ, dân biểu, kể cả đại diện đảng Cộng Hòa tranh cử tổng thống suýt thắng. Đông phương cũng có Thân Loan (親鸞 Shinran 1173-1262) ở Nhật Bản, chủ xướng tu hành tự lực tin vào thiện nghiệp công đức là vô bổ, không thể mang lại giải thoát. Tu sĩ có thể lấy vợ ăn thịt, chỉ cần đức tin nơi Phật A Di Đà là đủ. Ông bị người đương thời cô lập, nhưng ngày nay giáo phái Tịnh Độ Chân Tông (*jodo shin shu*) của ông trở nên là một tông môn lớn – Thống kê năm 1966 có 16 chi phái, 23 ngàn chùa, 14 triệu tín đồ.

Tuy nhiên cái ưu điểm bất ngờ của thuyết *Phán Giáo* không tính trước là cuối cùng người học Phật cũng chấp nhận và không còn thắc mắc về sự mâu thuẫn hay khác biệt giữa các kinh luận. Vì họ cũng hiểu được cái ý chung cuộc, nói như câu khẩu ngữ quen thuộc "vì người ta có tám vạn bốn nghìn điều vô minh khổ đau, nên Phật pháp cũng cần có tám vạn bốn nghìn pháp môn khác biệt để trị liệu." Cho nên cuối cùng cũng là lời dạy của tổ sư Long Thọ, như đã nói về Tứ Tất Đàn, là người học Phật chân chính hãy nhìn ra *phần tích cực* của các pháp môn, của từng kinh luận, để rồi có thể chọn kinh, chọn pháp môn cho hoàn cảnh điều kiện nhân duyên của mình. Khi có chọn lựa là đã có *tín* nhưng quan trọng hơn nữa là *hành* - có nhiều hình thức và trình độ *hành* nhưng nếu không *hành* thì chỉ là "vẽ bánh trên giấy" làm thân ma đói dù anh có tự cho rằng pháp môn của anh là tuyệt diệu nhất.

PHƯƠNG PHÁP CÁCH NGHĨA 格義

Cao Tăng Truyện có kể rõ nghĩa của từ "cách nghĩa" và nguyên lai của phương pháp cách nghĩa là từ buổi luận đạo của thầy trò Đạo An (312-385) và Tuệ Viễn (334-416)[190] với Trúc Pháp Nhã. Khi thảo luận về nghĩa của chữ "Thật Tướng" thì sau nhiều lần bàn cãi càng thấy bế tắc, Tuệ Viễn liền dẫn nghĩa của sách Trang Tử giải thích, thì mọi người đều hiểu. Cho nên Đạo

---

190. Đạo An (312-385) là một đại sư có công nghiệp lớn với Phật giáo Trung Hoa. Ngài được mấy triều vua tôn trọng như vị lãnh đạo tăng già đương thời. Ngài không thạo Phạn văn nhưng vẫn thường được mời tham dự dịch trường. Ngài là người hối thúc vua Phù Kiên sai Lữ Quang chinh phục Hà Tây chỉ để đón La Thập đến Tràng An. Ngài có ân hận là không biết Phạn văn để đọc được kinh Phật, nên chuyên cầu xin tái sinh lên cõi trời Tushita của Bồ tát Di Lặc để được tinh tiến tu hành. Học trò của ngài là Huệ Viễn (334-416) năm năm mươi tuổi cũng bỏ vào Lư sơn tu thiền và chuyên cầu tái sinh Tịnh Độ, sau được coi là sơ tổ Tịnh Độ Tông. Đạo An là người lúc đầu ủng hộ cho việc dùng thuật ngữ ý niệm Lão Trang để giảng kinh Phật, nhưng về sau thấy được nguy hại của phương pháp này nên ngài cực lực bài bác.

An cho phép học trò sử dụng "ngoại thư" (sách Lão Trang) để hiểu kinh Phật. Từ đó "phương pháp cách nghĩa" trở nên một cách giải thích được giới học Phật Trung Hoa đương thời rất ưa chuộng. Tóm lại nghĩa nguyên thủy của *cách nghĩa* (格義) đơn giản chỉ là cách dùng ngôn từ thuật ngữ và ý niệm của Lão Trang để giải thích kinh Phật.

Sự thực đây là phương pháp người ta đã dùng từ lâu trong việc dịch kinh Phật. Đọc lại các kinh Phật được dịch trong nhiều thế kỷ đầu tiên, người ta đều thấy rất nhiều những danh từ, thuật ngữ Lão Trang. Điều lợi ích rõ ràng của phương pháp này là khiến độc giả dễ hiểu được kinh Phật và dễ giảng về Phật giáo trong một văn hóa kỳ thị - như truyện "Lão Tử Hóa Hồ" của Vương Phù thời Đông Tấn. Nên nhớ người Hoa từ lâu vẫn nhận mình là "trung tâm thế giới" (Trung Nguyên) là đất "Thần Châu" vẫn kỳ thị ngoại quốc, không dễ gì để thuyết phục các nhà Nho bảo thủ như thế tìm hiểu "giáo lý mọi rợ" đến từ đất "biên cương chưa được văn hóa Trung Hoa khai hóa" (xem bài "Luận Phật Cốt Biểu" của Hàn Dũ thời nhà Đường)[191].

Việc dùng các ý niệm có sẵn để chuyên trở giải thích một ý niệm mới là một cách tìm hiểu và diễn tả vốn cũng chỉ là một phương pháp suy luận thông thường và phổ thông. Tra tự điển để học ngoại ngữ cũng là một hình thức "cách nghĩa" (cách 格 có nghĩa là *xét kỹ* và *so sánh* như trong chữ "cách vật chí tri"). Tuy nhiên khi chưa hiểu nội dung và nắm được giới hạn của nó mà lạm dụng phương pháp này sẽ gây ra những hậu quả

---

191. Hàn Dũ là một nhà văn lớn của Trung Hoa thời nhà Đường. Đành rằng có những xung đột và mâu thuẫn giữa Phật giáo và văn hóa truyền thống Trung Hoa, Hàn Dũ hay bất cứ người nào đều có quyền phê bình, nhưng thuần về lý luận thì bài *Luận Phật Cốt Biểu* quá quá tệ, cho thấy Hàn Dũ hoàn toàn không hiểu gì về Phạt giáo. Mâu Tử trong *Lý Hoặc Luận* đã dùng chính văn hóa Trung Hoa để giáo huấn những lý luận kiểu này từ nhiều thế kỷ trước. Nếu Hàn Dũ là người học rộng quảng văn đọc được chắc sẽ rất xấu hổ.

nghiêm trọng là khiến người đọc người nghe hiểu sai và xuyên tạc nguyên cảo. Kinh luận Phật giáo Trung Hoa thường đưa ra hai thí dụ của sách *Nhan Thị Gia Nghĩa* và *Ngụy Thư* về phương pháp cách nghĩa. Trước hết là sách Nhan Thị Gia Nghĩa giải thích "ngũ giới" Phật giáo bằng "ngũ thường" của Nho gia "*Nhân* là giới không sát sinh; *Nghĩa* là giới không trộm cắp; *Lễ* là giới không tà dâm; *Trí* là giới không uống rượu; *Tín* là giới không trộm cướp". Sách Ngụy Thư còn so sánh *Tam Bảo* (Phật, pháp, tăng) của Phật giáo với "quân sư phụ" của Nho gia "Tu tâm phải nương vào Phật Pháp Tăng, cũng như Tam Úy của người quân tử. Lại có năm giới là không sát sinh, không trộm cắp, tà dâm, nói dối và uống rượu, đại ý cùng với nhân, lễ nghĩa, lễ, trí, tín giống nhau nhưng tên gọi khác".

Những giải thích so sánh dù khập khễnh như thế cũng chưa quan trọng, nhưng phương pháp Cách Nghĩa trong nhiều trường hợp khác đã làm sai lạc cả cơ bản tư tưởng nền tảng tư tưởng đạo đức Phật giáo, như khi kinh Phật luôn luôn biểu tỏ tinh thần dân chủ và bình đẳng, nhưng đến khi dịch ra Hán văn hầu như các phần đoạn nói về tương quan bình đẳng đạo nghĩa vua-quan, chủ-thợ, chồng-vợ v.v. đều bị cố ý "*cách nghĩa*" cho hợp với khẩu vị luân lý phân biệt giai cấp quân thần phu phụ của Khổng Nho.[192] Tuy sai lầm một cách cố ý khi dịch "chồng phải thương quí vợ" thành "phu xướng phụ tùy" hay tương quan giữa vua và quần thần phải là tương quan coi trọng lẫn nhau biến thành sự trung thành mù lòa tuyệt đối "quân sử thần tử, thần bất tử bất trung" nhưng vẫn có người tán đồng gọi là "khế lý khế cơ" vì hợp với con người và văn hóa Trung Hoa. Thì tôi nhận thấy văn hóa nếu là mang đến một hành xử tốt hơn thì không thể là một văn hóa ăn theo hay bao che củng cố một tư tưởng hay hành

---

192. Nếu Phật giáo được giao truyền với đúng với tư tưởng bình đẳng thì xã hội Trung Hoa sẽ sớm dân chủ hơn, bớt coi thường giới tính hơn, hay là Phật giáo sẽ không bám trụ được trong văn hóa Trung Hoa?

vi sai trái, dù hành vi hay tư tưởng đó đã là một nề nếp truyền thống. Cho nên một trong những di hại lớn của giáo lý "Hoa-Phật" hiểu Phật qua tư tưởng Trung Hoa tai hại đến tận ngày nay là hầu như đại đa số trí thức Trung Hoa (và Việt Nam) là lầm giáo lý *duyên khởi* của Phật giáo với thuyết định mệnh và *thiên mệnh* của Trung Hoa. Cho nên đến tận ngày nay, trong quan điểm nhà nước Trung Hoa thì Phật giáo vẫn tiếp tục đứng trong danh sách các lý thuyết gọi là ru ngủ quần chúng "che đậy sự đấu tranh và đối lập của giai cấp, có lợi cho giai cấp bóc lột"[193] và kết luận Phật giáo "không phải là tôn giáo đại biểu cho lợi ích của người dân lao động".[194]

Phương pháp "cách nghĩa" lạm dụng ngôn từ và ý niệm của Lão Trang thì còn vi tế hơn nhiều. Vì thế dễ mang đến sai lầm rất căn bản, vì nó đã đi vào nghĩa triết học tư tưởng rất sâu, thí dụ như trường hợp tôi hay so sánh là lối dịch cổ, dịch *Nivāna* (Niết Bàn) là *Vô Vi* (無爲) đã kéo theo biết bao phiền lụy sau đó, hoặc lấy ý niệm Hữu Vô của Đạo học để giải thích Không (*śūnyat*ā), Thái Cực của Kinh Dịch để hiểu Chân Như (*tathat*ā) v.v. Điển hình là sự nhầm lẫn cơ bản *śūnyat*ā với "vô" (無) lúc đầu đã là cơ sở cho việc thành lập của các tông môn thời Lục Triều như *Lục Gia Thất Tông* (Bản Vô tông, Bản Vô Dị tông, Ảo Hóa tông, Tức Sắc tông, Duyên Hội tông, Thức Hàm tông, Tức Tâm tông). Nhưng sau đó khi La Thập đến Trường An (năm 401) đã kịp dịch và giải thích giáo ý tính không của Long Thọ thì các tông môn này mới từ từ mất bóng. Tuy vậy văn học Phật giáo Trung Hoa, đặc biệt là Thiền tông, cho đến đời sau vẫn tiếp tục lạm dụng các tu từ thuật ngữ và khái niệm Lão Trang như "huyền" "phản" "qui" đặc biệt là "đạo"[195] đến độ một người có danh là học giả

---

193. Lưu Trường Cửu, *Nền Văn Hóa Phật Giáo Trung Quốc*, nxb Đồng Nai, 2009, trang 19.

194. Ibid.

195. Đạo 道 là một khái niệm tư tưởng xuyên suốt của Đạo học. Trong tác

như Hồ Thích từng coi *"Thiền học là một phát kiến thuần túy Trung Hoa để chống lại Phật giáo"*.¹⁹⁶

Cho nên "cách nghĩa" là cách "mượn ý cũ, chữ cũ" để giải thích "chữ mới, ý niệm mới" có thể vẫn có thể được sử dụng, nhưng điều cơ bản là chính người dịch phải hiểu rõ trước rồi mới mượn chữ mượn lời để giảng cho người sơ cơ, giống như thày giáo giải thích cho học trò nhỏ bằng những ngôn từ tương tự dễ hiểu, thì hoàn toàn khác với các thầy ngoại cảm phong thủy mượn lời dân gian dạy Phật học. Trong vấn đề dịch kinh, điều kiện căn bản là người dịch phải biết rõ ngôn ngữ của hai ngôn ngữ. Đây là điều kiện căn bản nhưng chưa đủ. Chúng ta còn cần chú giải và chú thích để thấy rộng hơn, sâu hơn. Ngày trước các bậc cổ đức rất trọng việc chú giải và chú thích. Cho nên mỗi một kinh một luận xuất hiện (nhiều khi chỉ là một biến kinh hay một phẩm kinh) là có rất nhiều sách, luận, có tên là *chú* (chú thích), *sớ* (khơi thông ý văn, giải thích) đi kèm. Người học Phật học kinh ngày trước bắt buộc phải tìm đọc những *chú sớ* của các bậc thương đức là vì lý này. Hiện nay trái lại, ở Việt Nam chúng ta

---

phẩm Đạo Đức Kinh 5000 chữ danh từ Đạo được lập lại đến 76 lần. Tuy nhiên trong Phật học "đạo" (*mārga*) không phải là một thuật ngữ triết học như thế.

196. Xem tranh luận giữa Hồ Thích và D.T.Suzuki mà tôi có điểm qua trong luận *Trí Tuệ Giải Thoát*. Đây là một đề tài vẫn còn thú vị. Điều sai lầm của Hồ Thích khi nhận định Thiền Học là phản ứng của văn hóa Trung Hoa với Phật giáo Đại thừa không nên coi là một sai lầm bình thường của một giáo sư bình thường, mà thực ra phát nguyên từ kiến thức của một học giả có cái học bao quát *nhưng chưa đủ sâu sắc*. Cần đọc lại toàn bộ sớ luận của các thiền sư như Trúc Đạo Sinh, Pháp Tạng dùng Dịch Lý để hiểu Hoa Nghiêm; Trí Viên (976-1022 tự lấy hiệu là *Trung Dung Tử*) dùng Trung Dung để hiểu Long Thọ; Tôn Mật, Tri Húc (1599-1655 – tác giả *Chu Dịch Thiền Giải*), Đức Thanh (1546-1623 – tác giả Đạo Đức Kinh Giải) dùng Tam Huyền để giải Tính Không... mới phê bình được nhận định của Hồ Thích. Vì Hồ Thích chỉ nhận ra được cái lý tiểu thừa (linear) mà không nhận ra được cái lý biện chứng (dialetic) – cái phát triển synthetic mới là cái phát triển cao hơn. Đây chính là lý luận tam đoạn luận mà Hồ Thích rất ưa thích.

đang thấy hiện tượng có rất nhiều sách dịch về Phật giáo nhưng bỏ qua phần chú thích nên rất khó đọc và dễ hiểu lầm.

Như đã trình bầy, phương pháp dùng thuật ngữ và ý niệm của học vấn Trung Hoa để truyền dịch kinh Phật đã có từ lâu, người đầu tiên ghi lại các cách này chính là Mâu Tử tác giả *Lý Hoặc Luận* đã viết từ thế kỷ thứ hai. Các bản dịch kinh của An Thế Cao là dẫn chứng cụ thể của giai đoạn này vì ngày nay đọc lại, người ta sẽ thấy rõ ngài đã dùng rất nhiều từ lấy từ Lão Trang để dịch kinh Phật. Sau đó lối dịch "cách nghĩa" (dùng chữ dùng ý niệm của *tam huyền* Lão Trang Dịch học để cắt nghĩa Phật điển) đã bị phản đối từ chính Đạo An (312-385) người lúc đầu từng tán thành lối dịch này. Sau đó là các cảnh cáo của các nhà dịch kinh danh tiếng như La Thập (344-413) Huyền Trang (402-465). Tuy nhiên di căn của phương pháp này không phải hoàn toàn đã chấm dứt. Thật dễ hiểu trong một xã hội có tới hai ý niệm khác biệt cùng dùng một ngôn ngữ học thuật giống nhau, thì lẽ dĩ nhiên số người hiểu Phật ý theo khuôn khổ học thuật Lão Trang và văn hóa Trung Hoa không thể không tránh khỏi. Nguy hiểm sai lầm này tiếp tục kéo dài cho đến thời hiện đại, như giáo sư Soothhill cảnh cáo "học giả Trung Hoa đọc kinh luận bằng Hoa ngữ nếu không có căn bản Phạn văn thường hiểu sai Phật Pháp".[197]

Sai lầm này còn quan trọng hơn nữa đối với các dân tộc Á Đông phải dùng nhờ văn tự chữ Hán như Việt Nam, vốn từ xưa bắt buộc phải sử dụng chữ Hán vay mượn của Trung Hoa. Một trong những mục đích của *Tùng Thư Long Thọ và Tính Không* chính là cố gắng nỗ lực giải tỏa những sai lầm văn tự này. Dù bình thường chỉ là các chú thích nho nhỏ đó đây - nhưng cũng

---

197. Một thí dụ tôi thường nhắc đi nhắc lại trong các luận của Long Thọ là học giới Trung Hoa rất thường hiểu lầm ý niệm *svabhāva* của Long Thọ với 自性 của văn hóa Trung Hoa (vì cả hai từ này đều viết là 自性 "tự tính"). Không hiểu ý nghĩa của *svabhāva* thì không thể hiểu được luận của Long Thọ.

không khỏi gây phiền nhiễu và phản cảm với một vài người theo thói quen các huân tập lâu đời. Vì vậy một lần nữa, tôi muốn lập lại đoạn văn mở đầu cho "Nhập Môn Triết Học Tính Không" đã có in trong luận *Long Thọ: Thập Nhị Môn Luận*. Cũng nên chú ý là đoạn sau đây mới chỉ nói được một phần về cái hình thức của phương pháp "cách nghĩa" mà chưa nói hết được nguy hiểm vi tế của lối mượn văn mượn mượn ý trong dịch thuật.[198]

"Khi giới thiệu về nội dung của tư tưởng *Long Thọ và Tính Không* chúng ta phải dùng đến các thuật ngữ vốn là những khái niệm căn bản của Trung Quán làm cơ sở lập cước cho triết học Phật giáo Đại thừa. Các thuật ngữ chuyên trở các khái niệm căn bản này đều đã được thảo luận nhiều lần trong ba luận căn bản trước đây (*Trung Luận, Hồi Tránh Luận* và *Thất Thập Không Tính Luận*) chỉ vì mục đích muốn giới thiệu giáo pháp Tính Không cho nhiều tầng lớp độc giả, đặc biệt là các độc giả quen thuộc với kinh sách của Phật học Trung Hoa – và hy vọng lần này là lần cuối cùng chúng ta phải giải thích dài dòng về các thuật ngữ này. Trước đây, các chú giải được lập đi lập lại nhưng độc giả tinh tế sẽ thấy các giải thích đều có chủ đích hơi khác nhau, với chủ đích để hiểu các thuật ngữ được dùng trong từng luận liên hệ. Ở đây các ý niệm của thuật ngữ được nhắc lại nhưng với chủ ý là đưa ra các tương quan liên hệ giữa các khái niệm này. Chính vì mối liên hệ tương tác giữa các khái niệm này mà giáo pháp Tính Không và tư tưởng Trung Quán được thành lập một cách có hệ thống.

"Thứ Nhất: Tuy chúng ta dùng chung một ngôn ngữ Phật giáo, nhưng các thuật ngữ dùng trong Triết lý Tính Không và Trung Quán thường có nghĩa vi tế hơn với ngôn ngữ Phật học phổ thông[199]. Vì vậy nhiều thuật ngữ trong Tùng Thư Long Thọ

---

198. Thành ngữ phương tây "traductor traditor"
199. Vì dù có dùng chung ngôn ngữ nhưng luôn luôn có sự khác biệt giữa

và Tính Không cần phải hiểu trong ngữ cảnh ngôn ngữ Long Thọ và văn hóa Trung Quán.

"Thứ Hai: Nên biết hầu hết các thuật ngữ Phật học Việt Nam đều là các thuật ngữ của Phật học Trung Hoa. Phần nhiều các từ này không không phải là *dịch* mà chỉ là *cách đọc Hán Việt* của chữ Trung Hoa. Theo thời gian nhiều cách đọc này đã trở thành thuật ngữ Phật học Việt Nam thông dụng nhưng vẫn còn nhiều từ khác không thống nhất và chưa phổ biến. Lý do căn bản là các thuật ngữ chữ Hán của Phật học Trung Hoa nhiều khi cũng chưa tiêu chuẩn hóa vì bốn lý do chính:

"1- Đại đa số các thuật ngữ của Phật Học Trung Hoa là chữ Hán dịch từ chữ Phạn. Trong nhiều thế kỷ các dịch giả thường quen dùng các thuật ngữ có sẵn trong văn hóa Trung Hoa (Lão Trang Khổng) – đặc biệt là phương pháp 格義 "cách nghĩa" - Mặc dù sau đó có nhiều sớ sao giải thích nhưng không phải ai cũng đọc đến các sớ sao này, cho nên ngay trong giới học giả Trung Hoa vẫn còn nhiều người thường hiểu và dùng các từ này với nghĩa gốc của triết lý văn hóa Trung Hoa hơn là nghĩa của Phật học.

"2- Cùng một chữ Phạn nhưng có nhiều người dịch khác nhau. – Thí dụ như chữ "Buddha" đã có đến 12 cách dịch khác nhau như 佛陀, 浮圖, 浮陀, 浮頭, 浮塔, 沒馱, 勃陀, 勃馱, 母馱, 都陀, 体屠 … cho đến khi chữ 佛 (Phật) được phổ biến.

"3- Cùng một chữ Hán nhưng dùng để dịch nhiều chữ Phạn khác nhau.[200]

---

loại ngôn ngữ thông dụng và thuật ngữ dùng trong các khoa học. Nên biết thuật ngữ về Tính Không cũng còn vi tế hơn thuật ngữ Phật học phổ thông như đã trình bầy trong các luận Tùng Thư Long Thọ và Tính Không.

200. "Các kinh luận chữ Hán thường dùng nhiều chữ khác nhau để dịch một chữ Phạn. Các thuật ngữ này lại cũng không đồng nghĩa trong tất cả các trường hợp mà phải hiểu theo ngữ cảnh (context) riêng. Thí dụ như các danh

"4- Có nhiều *thuật ngữ của riêng Phật Học Trung Hoa* trùng lập với các thuật ngữ đã được dùng để dịch Phạn ngữ, cho nên có những trường hợp có các thuật ngữ Phật học Trung Hoa khác nghĩa với các thuật ngữ đã dùng để dịch Phạn ngữ. Thí dụ sự khác biệt vô cùng lớn lao giữa thuật ngữ *"tự tính svabhāva"* của Phật học (*"vô tự tính"* là cơ sở căn bản của tư tưởng Long Thọ) với *"tự tính* 自性*"* của Phật học Trung Hoa mà tôi đã lập đi lập lại trong tất cả các luận của *Tùng Thư Long Thọ và Tính Không."*

"Cho nên ngay từ đầu thế kỷ trước, trong phần giới thiệu quyển tự điển Hoa-Phạn-Anh quen thuộc của nhiều thế hệ học giả Trung Hoa, giáo sư Soothill của Đại Học Oxford đã khẳng định rằng *"học giả Trung Hoa đọc kinh luận bằng Hoa ngữ nếu không có căn bản Phạn văn thường hiểu sai Phật Pháp"*[201] vì họ chỉ bàn và suy luận văn tự theo nghĩa chữ Hán, mà các chữ này lại thường mang nghĩa triết lý và văn hóa Trung Hoa. Cho nên khi đọc các luận giảng của các luận sư Trung Hoa chúng ta luôn luôn phải đọc thêm nhiều *sớ sao* chú giải, đặc biệt là khi đọc các sách Hoa ngữ viết về Long Thọ. - Hết trích dẫn *Long Thọ: Thập Nhị Môn Luận*.[202]

---

từ *Phật tính, tự tính, bản tính, chân tâm, như lai tạng, chân như* mà chúng ta thấy trong Pháp Bảo Đàn Kinh có thể coi là đồng nghĩa, nhưng không phải đồng nghĩa trong các kinh luận khác" Vũ Thế Ngọc, *Nghiên Cứu Lục Tổ Đàn Kinh*, sđd, tr. 45-46

201. Soothhill, W.E. & Lewis Hodous [1937]. *A Dictionary of Chinese Buddhist Terms*, Routledge in lại năm 2006, tr. vii. – 17 thế kỷ sau Đạo An và 100 năm sau Soothill, đa số trí thức Trung Hoa vẫn tiếp tục hiểu các thuật ngữ Phật học trong ngữ cảnh văn hóa Trung Hoa.

202. Vũ Thế Ngọc, *Long Thọ: Thập Nhị Môn Luận*, nxb Hồng Đức, 2018, các trang. 43-45

CHƯƠNG VII
DỊCH KINH

I- LÝ LUẬN DỊCH KINH

Lý luận dịch kinh và công tác dịch kinh có quan hệ mật thiết. Lẽ dĩ nhiên người dịch đều tự đặt ra những nguyên tắc chỉ đạo cho mình nhưng không có một nguyên tắc chung. Trước hết, chúng ta đã thấy sự nghiệp dịch kinh hầu như là một công trình tự nguyện và độc lập của nhiều dịch giả cho nên hầu như trong quá trình cả ngàn năm phiên dịch đều không có một phương pháp nhất định cho tất cả mọi người. Tuy nhiên mặc dù không có nguyên tắc nhất định, nhưng người ta thường hay nhắc đến các nguyên tắc dịch nổi tiếng, và ít nhiều đều đồng ý về một số nguyên tắc bất thành văn. Trong số các nguyên tắc này người ta hay nói đến "Ngũ Thất Bản Tam Bất Dị" của Đạo An, "Bát Bị" của Ngạn Tôn, "Ngũ Chủng Bất Phiên" của Huyền Trang, "Lục Lệ" của Tán Ninh.

A. LÝ LUẬN DỊCH CỦA ĐẠO AN

Đạo An (312-385)[203] là người không trực tiếp dịch kinh

---

203. Đạo An (312-385) là lãnh tụ Phật giáo đương thời. Sư là một tôn sư đạo đức và có nhiều đóng góp lớn cho việc phát triển Phật giáo như thiết lập lần đầu tiên bản tổng mục về kinh điển Phật giáo và loại bỏ những ngụy kinh, thiết lập nguyên tắc dùng "họ" thích cho người xuất gia (trước đó, tu sĩ

nhưng từng tham dự nhiều dịch trường, nơi qui tụ những pháp sư Ấn Độ và Tây Vực với những tu sĩ *chứng nghĩa* và *xuyết văn* người Hoa. Đạo An vì thế có dịp đọc nhiều và nổi tiếng với nguyên tắc "ngũ thất bản, tam bất dị" 五失本三不易. Đây có thể gọi là lý luận dịch kinh đầu tiên về dịch thuật kinh điển từ chữ Phạn (lúc đó gọi là tiếng Tây Trúc) ra Hán ngữ do Đạo An trình bầy trong bài tựa của bộ *Ma-Ha Bát-nhã Ba-la mật* vào năm Kiến Nguyên 18 (384 Dương lịch). Đầu tiên là "Ngũ Thất Bản" nói về năm điều khiến bản dịch Hán văn mất gốc so với chính bản Phạn văn:

1. "Tiếng Thiên Trúc đảo lộn vị trí so với tiếng Hán, nên bản dịch chữ Hán phải đổi lại. Đó là điều mất gốc thứ nhất". Nói theo ngôn ngữ ngày nay thì Sanskrit là loại ngôn ngữ có biến cách (inflected) cao độ. Nhờ có các tiếp vĩ ngữ đính liền theo từng từ trong câu mà người ta có thể tùy tiện chuyển biến vị trí chủ từ (S), động từ (V) và đối tượng (O) theo bất cứ thứ tự nào. Trong khi đó Hán ngữ (giống như Việt ngữ) mỗi tự là một khối vuông bất di bất dịch, thí dụ câu văn "tôi ăn cơm" câu văn chỉ có thể hiểu được nếu viết theo thứ tự S+V+O ("tôi + ăn + cơm") mà không thể theo các nào khác (như OSV "cơm ăn tôi") trong khi nhờ tiếp tố chỉ rõ nhiệm vụ từ trong câu "tôi+s" "ăn+v" "cơm+o" mà Sanskrit có thể viết theo bất cứ thứ tự nào SVO, SOV, VOS, OVS ... đều có nghĩa như nhau (và theo thông lệ thì thường đặt động từ (V) ở cuối câu như tiếng Đức, Nhật). Đến đây tôi thấy cần đưa ra một thí dụ thực tế. Thí như trong tam qui Phật Pháp Tăng, thì câu đầu tiên "Tự Qui y Phật" (自歸依佛) thì chúng ta thấy rất tự nhiên vì câu này viết theo thứ tự quen thuộc

---

Phật giáo thường lấy "họ" theo nguồn gốc quê hương, thí dụ Trúc Pháp Lan (là Pháp Lan từ Thiên Trúc Ấn Độ), An Thế Cao (là Thế Cao đến từ An-Tây Parthia). Đạo An là người yêu cầu vua Phù Kiên mời Cưu Ma La Thập đến Trường An. Tuy không gặp La Thập nhưng nhiều người tâm huyết trợ giúp cho La Thập dịch kinh là đệ tử của sư.

SVO "tôi + qui + Phật" của chúng ta. Nhưng đọc lại nguyên văn Phạn ngữ "*Buddham saranm gacchami*" là viết theo thứ tự OSV "phật + tôi + qui" (to the Buddha - to the refure place - I go). Lẽ dĩ nhiên dịch ra Hán văn (và Việt văn) thì không ai dịch theo thứ tự đó, cho nên điều mất gốc thứ nhất mà Đạo An nói là ở đây.

2. "Kinh văn Thiên Trúc thì chuộng thực chất nên đơn giản, còn người Hoa thì ưa âm điệu và văn hoa. Cho nên bản dịch Hán văn vì chuộng văn hoa bóng bẩy nên đã làm mất đi cái thực chất của nguyên cảo". Cao Tăng Truyện có kể chuyện khi Chi Khiêm (222-280) muốn dịch kinh Pháp Cú (*dharmapada*) ra loại văn chương bóng bẩy của Hán văn, nhà sư Ấn Độ Duy-Chi-Nan (người mang nguyên tác Phạn văn đến Trung Hoa) đã can ngăn Chi Khiêm đừng gọt rũa lời Phật theo lối văn bóng bẩy này, vì ngài cho rằng quan trọng nhất là chính xác để người đọc nắm được lời Phật dạy và hiểu được rõ ràng. Chi Khiêm nghe theo lời khuyên này nên đã dịch kinh Pháp Cú một cách mộc mạc nhưng rất chính xác.

3. "Kinh Luận của Thiên Trúc rất rốt ráo và nhấn mạnh sự chính xác, cho nên việc lập đi lập lại cũng không ngại bị coi là rườm rà". Cũng nên nhớ nguyên trạng kinh Phật là khẩu truyền cho nên để nhấn mạnh cũng là phương pháp để dễ nhớ, cho nên nguyên bản Phạn văn ưa dùng lối lập đi lập lại này (ngày nay cần nhấn mạnh chúng ta có thể đổi font chữ ra **chữ đậm** *chữ nghiêng*, nhưng Phạn văn luôn luôn chỉ có viết một kiểu chữ không có chữ TO chữ nhỏ hay chữ đứng chữ *nghiêng*). Khi dịch qua Hán văn thì coi là rườm rà nên thường cắt bỏ. Đó là điều mất gốc thứ ba.

4. "Văn Thiên Trúc thì câu văn chính được đi kèm với chú thích, nhiều khi phần chú thích dài cả ngàn chữ, xen cả vào chính văn của đoạn tiếp theo" - Ngày nay chúng ta dùng chú thích hay cước chú. Khi dịch qua Hán văn thì thường bị cắt bỏ

vì người dịch không hiểu hay vì có thói quen coi trọng sự trôi chảy văn chương, nên thường loại bỏ các đoạn chú thích bị coi là không cần thiết. Đây là điều mất gốc thứ tư.

5. "Kinh văn Thiên Trúc thì khi việc đã hoàn thành trong đoạn trước lại còn lập lại lời giải thích trong đoạn sau. Khi dịch qua Hán văn thì các đoạn giải thích viết thêm vào đoạn dưới như thế thường bị cắt bỏ vì coi là sự lập lại không cần". Đây là điều mất gốc thứ năm.

Khi viết *Trí Tuệ Giải Thoát: Dịch Giảng Kinh Kim Cương*[204] tôi có dịp so sánh khá kỹ hai bản Hán dịch của La Thập và Huyền Trang với bản Sanskrit thì càng thấy rõ quan điểm "ngũ thất bản" này ảnh hưởng như thế nào với hai đại dịch giả này. Với Huyền Trang ngài hầu như theo rất sát năm nguyên tắc này. Với cá nhân người có chút học vấn Sanskrit thì đọc bản dịch của Huyền Trang rất thú vị. Huyền Trang không bỏ một chữ nào của bản Sanskrit (cứ tạm xem bản Sanskrit hiện nay là bản chuẩn mà Huyền Trang dùng). Đôi chỗ dường như Huyền Trang còn bị ảnh hưởng của lối văn Sanskrit. Cho nên đọc bản dịch Huyền Trang còn giúp người học Sanskrit. Còn với người sử dụng Hán văn (Hoa, Việt, Nhật, Hàn) *phần lớn* họ sẽ thích bản dịch La Thập hơn, vừa dễ đọc vừa chao chuốt (nhưng vẫn không xa nguyên văn). Có lẽ vì thế mà trong kho sách Hán Nôm ở Hà Nội chúng ta chỉ thấy các cụ Việt Nam khi xưa chỉ biết có bản La Thập mà không hề biết đến 7 bản dịch khác có đủ trong các Đại Tạng Kinh Hán ngữ. Còn "Tam Bất Dị" có nghĩa là "Ba điều không dễ" là khó khăn chung của tất cả dịch giả phải dịch từ nguyên cảo Phạn văn qua Hán văn:

1- Khó thứ nhất là nguyên cảo quá cổ kính trang nhã. Kinh Phật là kết quả của truyền thống cổ kính trang nhã, nay phải

---

204. Vũ Thế Ngọc, *Trí Tuệ Giải Thoát: Dịch Giảng Kinh Kim Cương*, Tùng Thư Long Thọ và Tính Không, tái bản 2020.

chuyển qua văn phong ngôn ngữ đương thời cho thích hợp với người thường thì đó là điều không dễ thứ nhất.

2. Nguyên cảo kinh Phật là lời vi diệu của thánh nhân từ ngàn năm trước, nay phải chuyển dịch cho phàm phu ngày nay lãnh hội. Đây là điều không dễ thứ hai.

3. Kinh Phật ngày trước vốn được các thánh nhân đại trí đại ngộ kết tập, nay đưa cho những kẻ bình thường phiên dịch, thì làm sao dễ được.

Học vấn Đạo An uyên thâm, học đạo cũng đến chỗ sâu sắc, lại được tôn trọng như tăng thống của toàn quốc. Ngài lại có nhiều công nghiệp với sự nghiệp tăng già cho nên dù ngài không phải là dịch giả trực tiếp nhưng thời ở Trường An chính ngài thường được mời tham dự nhiều dịch trường. Cho nên dù nguyên lý *"ngũ thất bản, tam bất dị"* không phải là nguyên tắc mọi người bắt buộc phải tuân thủ, nhưng luôn luôn là những nguyên lý được các dịch giả đương thời và đời sau coi trọng. Đệ tử cự phách của ngài là sư Tăng Duệ sau đó là người chấp bút cho Cưu Ma La Thập từng hay nói "khi cầm bút tôi luôn luôn nhớ lời răn dạy của tiên sư" là có ý nhắc lại các nguyên lý này.

B. NGUYÊN TẮC DỊCH CỦA LA THẬP

Cưu Ma La Thập (344-413) là một trong "Tứ Đại Dịch Giả" của Phật học Trung Hoa. Ngài để lại những bản dịch đã trở thành tiêu chuẩn mà học giả cận đại Lương Khải Siêu phải tôn ngài là "vua dịch thuật". Sự nghiệp của ngài không phải chỉ là những bản dịch danh tiếng, mà quan trọng hơn nữa là qua những bản dịch này ngài đã đặt để cơ sở cho ngôn ngữ Hán-Phật cho học giả Trung Hoa. Chính từ lối dịch dùng những từ Phật giáo nguyên thủy của Phạn ngữ chuyển qua Hán văn một cách vừa chính xác vừa sáng tạo, nên người học Phật Trung Hoa (và sau đó là toàn cõi Á Đông những nước sử dụng Hán văn như Nhật Hàn Việt) mới hiểu được tinh túy chính xác của kinh luận Phật giáo. Cho nên sau những bản dịch kinh của La Thập mà nhiều tông môn Phật giáo nổi lên và phát triển ở Trung Hoa như Tam Luận tông, Thiên Thai tông, Thành Thật tông đều khởi phát từ các bản dịch của La Thập. Trái lại, cũng nhờ hiểu được chính xác hơn về Không tông Đại thừa cũng như Trung Quán, mà các phong trào tông môn thời Lục Triều như *Lục Gia Thất Tông* (Bản Vô tông, Bản Vô Dị tông, Ảo Hóa tông, Tức Sắc tông, Duyên Hội tông, Thức Hàm tông, Tức Tâm tông) rầm rộ một thời thì nay cũng tự động tan rã và biến mất.

La Thập để lại nhiều tuyệt phẩm, ngài lại chỉ huy cả một *dịch trường* lớn nhất trong lịch sử dịch kinh, nhưng ngài không lập ngôn hay để lại nguyên lý hay nguyên tắc dịch thuật của mình. Tuy nhiên qua nội dung kinh bản, lời tựa và lời dẫn trên những bản dịch của các đệ tử ngài như Tăng Triệu, Tăng Duệ, chúng ta cũng có thể từ đó rút ra những kinh nghiệm và chủ trương của ngài trong vấn đề dịch kinh, mà ở đây tôi tạm gọi là "nguyên lý dịch kinh" của La Thập

Nguyên lý căn bản thứ nhất của La Thập là trau chuốt văn chương. Trong *Cao Tăng Truyện* (高僧傳)[205] truyện về Cưu Ma La Thập theo lời của Tăng Duệ cho biết sư thường nói "Phong tục của Ấn Độ rất coi trọng chau chuốt lời văn, cân nhắc nhịp điệu trầm bổng, lại còn theo nội dung mà biến hóa. Nếu khi dịch ra tiếng Trung Hoa mà không chú ý đến câu văn trao chuốt nhịp điệu trầm bổng của văn thì dù có được ý nhưng không phải là thể văn Ấn Độ". Có lẽ thời La Thập người Trung Hoa đã theo thói quen ngâm vịnh của Hán văn khi dịch kinh Phật. Cho nên La Thập cũng thường dịch theo thệ *kệ*, tức là thể văn có vần đối nhịp điệu. Cách dịch này phù hợp với lối tán tụng kinh của người Trung Hoa nên các bản kinh của La Thập rất phổ biến, ngay cả

---

205. Cao Tăng Truyện 高僧傳

đến khi có bản trùng dịch của Huyền Trang – Huyền Trang vừa là một người Hoa chính gốc có thực học và uyên thâm về văn tự văn chương Hán ngữ, vừa nổi tiếng là người dịch kinh rất chính xác nhưng các bản dịch của ngài vẫn không được ưa chuộng bằng bản dịch của La Thập khi có trùng dịch. Một thí dụ cho thấy La Thập rất thích nguyên tắc trao chuốt văn chương, cũng trích từ truyện Tăng Duệ trong *Cao Tăng Truyện* là trường hợp sư dịch lại *Chánh Pháp Hoa Kinh Thụ Quyết Phẩm* mà trước đó Trúc Pháp Hộ đã dịch. Đến câu "trời thấy người, người thấy trời" La Thập bèn nói "Dịch như thế là đúng với văn phong Tây Trúc, nhưng lời văn như vậy còn quá chất phát". Tăng Duệ bèn góp ý "Hay dịch là, *trời người giao tiếp, hai bên thấy nhau.*" La Thập hoan hỷ đồng ý và dịch theo cách dịch của Tăng Duệ.

Nguyên lý dịch căn bản thứ hai của La Thập là tôn trọng diệu lý nghĩa kinh mà có thể chấp nhận dịch một cách không cần chao chuốt. Nguyên lý này cần đi song song với nguyên lý trước, nên nếu gặp trường hợp phải chọn lựa, ngài luôn luôn chấp nhận chọn cách dịch lấy *chất* mà bỏ *văn*. Tăng Duệ và Tăng Triệu đều tâm đắc với nguyên lý "lấy chất mà bỏ văn" này mà họ gọi là *"yếu chỉ không trái với kinh giáo"* theo nghĩa ngày nay chúng ta gọi là "lấy ý tưởng nội dung làm chỉ đạo". Tăng Triệu là người rất trọng *kinh Duy Ma Cật* và chính là người đã yêu cầu La Thập dịch lại kinh này, khi dịch xong (và chính do Tăng Triệu chấp bút) thì Tăng Triệu không khỏi vô cùng phấn khích và phê bình các bản dịch cũ là "lý bế tắc bởi chuộng theo văn".[206] Trong lời tựa cho bản dịch *Bách Luận*[207] của La Thập, Tăng Triệu cũng

---

206. *Duy Ma Cật Sở Thuyết Kinh* (*vimalakirtinīrdeśa-sūtra*): 1- Chi Khiêm dịch thời Tam Quốc (223-253), 2- Cưu Ma La Thập dịch (406), 3- Huyền Trang dịch (650)

207. *Bách Luận* (*śata-śāstra*) của Thánh Thiên Đề Bà (*deva*) đệ tử Long Thọ, La Thập dịch năm 404, *Bách Luận* cùng với *Trung Luận* và *Thập Nhị Môn Luận* của Long Thọ (cả ba luận này do Vũ Thế Ngọc dịch trong Tùng Thư Long Thọ và Tính Không) là ba luận Căn bản của Tam Luận Tông. Cũng

nhận định "văn chất phát mà không quê mùa, văn đơn giản mà đạt được mục đích". Tăng Duệ khi viết tựa Đại Trí Độ mà sư làm bút thọ cho La Thập cũng nhận định tương tự "Văn nước Hồ thanh nhã chất phát, nên dựa vào nguyên bản mà dịch thì sự đẹp đẽ kéo léo không chưa đủ, mà sự mộc mạc chính xác (của La Thập) lại có thừa".

Nguyên lý quan trọng khác về dịch kinh Phật của La Thập là đòi hỏi người dịch phải thấu triệt nguyên bản. Thí dụ cụ thể là dù đã có văn bản sẵn sàng nhưng sư vẫn trì hoãn việc dịch *Daśabhūmika sūtra* (Thập Địa Kinh – T.286) để chờ cho được *Buddhayaśas* (Phật Đà Da Xá) đến được Trường An mới bắt đầu dịch, vì theo ngài sư *Buddhayaśas* (Phật Đà Da Xá)[208] là người hiếm hoi hiểu được chân nghĩa của kinh này. Đó cũng là trường hợp khi *Punyatrata* (Phất Nhã Đa La) phụ La Thập dịch *Sarvāstivādin-vinaya* (Thập Tụng Luật – T 1435) mất trước khi hoàn tất, La Thập đã không chịu dịch tiếp – dù chúng ta biết La Thập đã nổi tiếng thuộc lòng luật này từ hồi 20 tuổi ở quê nhà.

Nguyên lý dịch căn bản thứ tư trong việc dịch kinh Phật của La Thập là dùng *luận* để hỗ trợ cho việc dịch *kinh*. Đó là nhờ luận mà nắm được ý kinh. Dịch kinh nhưng vẫn cần cân nhắc theo luận để diễn tả cho người đọc thấu được ý chỉ của kinh. Cho nên chúng ta thấy dù đôi chỗ La Thập không ngần ngại cắt gọt nguyên bản rườm rà mà vẫn diễn tả được thần thái và ý tưởng của nguyên cảo.

Nguyên lý thứ năm là trọng văn bản. Đa số các bản dịch kinh trước kia là dịch theo khẩu truyền – Nên nhớ truyền thống nặng *khẩu truyền* nhẹ *văn bản* của Phật giáo Ấn Độ đã được đề cập

---

xem Vũ Thế Ngọc, *Thánh Thiên Tứ Bách Luận*, Tùng Thư Long Thọ và Tính Không. Tứ bách Luận được coi là sâu và rộng hơn *Bách Luận*.

208. **Phật Đà Da Xá** (*Buddhayasas*) là người cùng Trúc Phật niệm dịch **Tứ Phần Luật**

trong các chương trước – Sử Phật (như *Cao Tăng Truyện* hay *Chúng Kinh Mục*) không nói về điều này nhưng qua các câu văn "tay cầm sách, miệng dịch thẳng v.v." hay tự than "người trước dịch từ ngôn từ nước Hồ, nên đọc tên thường sai so với kinh điển Thiên Trúc .v.v." nên chúng ta biết ông sử dụng văn bản. Vì có văn bản nên ông dễ sửa hay cắt bỏ các phần rườm rà của kinh luận mà ông hoàn thành được các bản dịch vừa chính xác vừa dễ hiểu.

Tóm lại vì các nguyên tắc dịch như thế mà so với tất cả các bản dịch kinh của các dịch giả trước đã từng dịch cùng một bộ kinh, vì họ luôn luôn lấy chính kinh làm cơ bản và quá kính trọng nguyên bản (nhất là khi nguyên bản lại là lời của Phật) cho nên họ càng cố theo sát nguyên bản thì càng dễ tiến đến cách diễn tả giáo lý không rõ ràng và trở nên luộm thuộm làm người đọc không hiểu được chính ý – chưa nói đến dịch nhầm hay hiểu sai. Cho nên đôi chỗ La Thập không ngại cắt lược nguyên cảo nếu cần thiết. Đây chính là điều Tăng Duệ và Tăng Triệu đã khen thày mình chủ trương *"tôn trọng yếu chỉ miễn là không trái với kinh giáo"*. Nhưng như thế có thể là La Thập đã cắt bớt ý hay đã chuyển ý nguyên cảo? Kinh nghiệm trong việc so sánh các bản dịch kinh Kim Cương, Tâm Kinh và Trung Luận của La Thập với các bản Hán dịch khác và nguyên cảo Phạn văn,[209] thì tôi có thể nói rằng ngay ở những đoạn có lược bỏ nguyên cảo, bản dịch của La Thập chưa bao giờ làm thay đổi ý nguyên tác hay có thể làm người đọc hiểu sai nguyên tác, mà trái lại còn luôn luôn giúp người đọc tập trung vào được ý chỉ nguyên cảo chặt hơn. Đây chính là nhận định chung của các học giả đạo gia Trung Hoa từ xưa cho đến các học giả thời hiện đại. Như ngài Nam Sơn Đạo Tuyên (596-667) khai tổ của Luật tông đã kết luận "Những kinh luận do La Thập phiên dịch một đời, đến nay vẫn luôn mới mẻ

---

209. Xem các bản dịch và giảng của các bản dịch này trong *Tùng Thư Long Thọ và Tính Không*.

và được mọi người thọ trì càng ngày càng nhiều ... những bộ kinh ngài dịch, *cắt chỗ thừa thêm chỗ thiếu, đều là tùy cơ mà vận dụng.*"

Nguyên lý quan trọng hơn tất cả là La Thập cố gắng khôi phục lại diện mạo Phật điển bằng chính nguyên cảo (văn bản Sanskrit) – La Thập thường than các bản dịch cũ (cựu dịch) thường dựa trên "Hồ ngữ" của các đại sư người Tây Vực cho nên khi phiên âm những danh từ Phạn văn ra Hán văn không chỉnh, nhiều người không hiểu cho rằng La Thập chỉ nói về những danh từ đọc âm không chỉnh như "nghiệt đế nghiệt đế" so với "yết đế yết đế" hay "Tu Bồ Đề" so với "Tô Bộ Để" như Huyền Trang, mà đây chỉ là lối nói "uyển ngữ" của La Thập. Ngài vừa là người ngoại quốc vừa là hậu bối, không tiện nói thẳng ra là các tiền bối đã không dựa vào nguyên cảo chính xác của văn bản Phạn ngữ mà chỉ dịch từ kinh luận học thuộc lòng bằng phương ngữ ngoại quốc (Hồ ngữ) nên nhiều khi đã không dịch chính xác. (Trong trường hợp này thì Huyền Trang mạnh miệng hơn và sẽ nói thẳng là "dịch sai vì không theo văn bản nguyên cảo Phạn văn" nên đã có lúc ban đầu Huyền Trang đã không chịu tụng giảng các kinh cựu dịch).

Cho nên một khổ tâm của La Thập là cố gắng dùng chính xác thuật ngữ Hán văn, dù rất nhiều khi phải tốn công sức sáng chế mà không chịu dùng các câu cú thuật ngữ có sẵn của Hán văn – Một vài hậu bối dù đa văn như Lữ Trừng còn không hiểu mà cho rằng La Thập là người ngoại quốc không hiểu hết "thông ngữ" Hán văn, mà không biết là trong trường dịch của La Thập còn có rất nhiều danh gia văn học lo việc xuyết văn - Đây là sự nghiệp đóng góp lớn bậc nhất của La Thập mà ít người để ý. Thứ nhất là đại đa số các Pháp sư dịch kinh trước La Thập, người nếu giỏi Phạn ngữ thì không thông suốt Hán văn, người giỏi Hán văn thì thường không giỏi Phạn văn. Cho nên thường hay mượn ngôn từ thuật ngữ có sẵn của Hán ngữ. Lẽ dĩ nhiên việc dịch kinh đều có người hợp tác hay xuyết văn, nhưng các vị này hầu hết cũng rơi vào một trong hai trường hợp trên. Ngay cả trường hợp có được vị dịch giả hiếm hoi thông thạo cả hai ngôn ngữ, thì đa phần các vị cũng ở vào hai trường hợp giới hạn khác: Thứ nhất là nhiều vị đều thuộc lòng kinh luận (theo truyền thống truyền pháp khẩu truyền) nhưng không có văn bản, nên các ngài đều thường dịch theo trí nhớ. Thứ hai là các kinh luận các ngài thuộc trong đầu hay có mang theo thì cũng thường không phải là Phạn văn (Sanskrit) mà là "Hồ ngữ" (*Kuchean*/ Qui Tư, *Khotanese*/ Vu Điền, *Uigur*/ Hồi Hột, *Turkic*/ Đột Quyết v.v.). Cho nên ngoài sự thêm bớt nguyên điển theo tư kiến, phần dịch thuật qua nhiều lần thông dịch như thế làm sao có thể mong cầu chính xác? Rồi nguy hiểm nhất còn là tệ nạn lạm dụng các thuật ngữ hay các từ có sẵn trong văn chương triết học Trung Hoa để chuyển dịch tư tưởng ngôn ngữ Phật giáo (xem phần riêng viết về phương pháp "cách nghĩa" (格義) và "hợp bản" (合版)[210] trong việc dịch kinh Phật). Phương pháp cách nghĩa, hay biến thể của phương pháp này là sử dụng thành thạo các 'thông ngữ' có sẵn trong kinh điển Trung Hoa. Phương pháp này như thế này vừa dễ dàng, bớt nhức đầu để tìm chữ tìm ý mới, lại dễ vừa lòng với giới trí thức – họ sẵn hiểu các ngôn ngữ này. Nhưng cũng dễ bị hiểu sai là "không hiểu đủ thông ngữ Hán văn" (như Lữ Trừng phê bình). La Thập đã chọn con đường khó đi hơn, và cũng vì vậy ông đã để lại một sự nghiệp vượt cao hơn chỉ là một dịch giả tài năng.

Cho nên có thể nói là trước khi La Thập đến Trường An năm 401 ngoài những kinh điển nhập môn dễ hiểu như *Tứ Thập Nhị Chương* v.v. có thể nói người Hoa chưa từng biết đến kinh luận sâu sắc hơn như các luận của Long Thọ.[211] Tóm lại, việc La Thập

---

210. Hợp Bản (合版) là cách dùng cả hai hay nhiều bản văn để đoán nghĩa.

211. Trong sách thường có ngôn từ và nhận định có thể gây hiểu lầm về "cái tôi" của người viết, thí dụ như "trước khi có Phật giáo du nhập *Trung Hoa không có tôn giáo*" (không phải là nhận định của *tôi* mà là nhận định của triết

phải làm đầu tiên là dịch lại nhiều kinh luận đã được dịch một cách võ đoán này bằng chính văn bản Phạn ngữ mà ngài có được (vì vậy phần lớn dịch thuật của La Thập là dịch lại các kinh luận quan trọng đã được dịch, gọi là *trùng dịch*). Trong nỗ lực này La Thập đã phải khổ công tạo ra cả ngàn Phật ngữ Hán tự mới và cách diễn tả mới, để thay thế cho các cách dịch võ đoán hoặc mượn văn mượn chữ của các dịch giả cũ. Vì vậy La Thập đã tự gọi các kinh luận mới dịch của sư là "tân kinh" để đánh dấu các bản dịch này khác với "cựu kinh". Cho nên trong bài viết về hành trạng La Thập tôi đã kết luận về công nghiệp lớn nhất của ngài là "sự nghiệp lớn của ngài là việc đặt lại cả cơ cấu Hán ngữ cho Phật học".[212]

C. LÝ LUẬN DỊCH CỦA HUYỀN TRANG

Về tiểu sử và công nghiệp của Huyền Trang (602-664) chúng ta đã có phần viết riêng trong phần phụ lục. Ở đây chúng ta chỉ nói về việc phiên dịch và phương pháp phiên dịch của sư trong suốt hai mươi năm công sức kiên trì làm việc hầu như không có một ngày gián đoạn. Với sự nghiệp dịch 73 bộ kinh gồm 1330 quyển, thì chỉ với số lượng như thế quả thực ngài đã xứng đáng là người dịch kinh số một trong lịch sử phiên dịch kinh Phật ở Trung Hoa. Tuy nhiên con số lớn lao đó chưa đủ diễn tả hết về sự nghiệp của ngài. Thứ nhất là khác với La Thập, đa số các bộ kinh của ngài mang về và dịch là những bộ kinh chưa bao giờ được dịch trước đó. Thứ hai là phạm vi dịch thuật của ngài rất rộng. Huyền Trang không chỉ dịch kinh của cả Tiểu thừa lẫn Đại thừa, mà sư còn dịch nhiều luận của nhiều tông môn khác nhau từ

---

gia Phùng Hữu Lan trong *Tân Nguyên Đạo*) hoặc ở đây "*người Trung Hoa chưa hiểu được Phật giáo*" (không phải là của *tôi* mà là của nhiều học giả Trung Hoa). Lẽ dĩ nhiên tôi phải cố tìm xuất xứ để chú thích, nhưng không dễ tìm rõ sách, trang và cũng không thể chú thích quá nhiều quá dài.

212. Vũ Thế Ngọc, *Trí Tuệ Giải Thoát*, nxb Thế Giới 2012, tr.359

Trung Quán Không tông đến Du Già Hành Tông. Không những thế sư còn dịch và giới thiệu nhiều chuyên môn trong Phật học. Điển hình là sư là người đầu tiên dịch và giới thiệu môn luận lý học Phật giáo, gọi là *Nhân Minh Học*, một môn học phát triển *luận lý học* và *tri thức học* rất sâu của Phật giáo đã được phác họa trong các luận của Long Thọ từ thế kỷ thứ hai và sau đó được Trần Na (*dignāga* 480-540) rồi Pháp Xứng (*dharmakirti* 600-650) phát triển - Nhân Minh Học từ đó trở thành một trong năm môn học bắt buộc của các trường Phật học chính qui của Phật giáo ở *Nalānda* Ấn Độ trước kia và Tây Tạng hiện nay. Trước khi Huyền Trang dịch và giới thiệu *Nhân Minh học* thì Phật giáo Trung Hoa không hề biết gì về bộ môn học quan trọng này.

Về lý luận và phương pháp dịch thuật, thì người ta đều biết sư chủ trương trung thành tuyệt đối với nguyên bản (khác với La Thập)[213]. Trong luận về kinh Kim Cương[214] tôi đã có dịp so sánh bản dịch kinh Kim Cương của Huyền Trang và bản dịch của La Thập cùng với nguyên tác Sanskrit và bản dịch Anh ngữ của Eward Conze. Tôi đã cho thấy bản dịch của Huyền Trang là một bản dịch không những không cắt gọn hay nhuận sắc, mà còn theo sát đến từng chi tiết nhỏ của nguyên cảo.[215] Thí dụ rất nhỏ trong phẩm "Nhất thể đồng quán" khi Đức Phật hỏi "Tu Bồ Đề! Ý ông như thế nào? Như Lai có nhục nhãn hay không? Tu Bồ Đề trả lời "Bạch Thế Tôn, đúng như thế…" Đức Phật lập lại

---

213. Một thí dụ nhỏ cùng nguyên tác *prajñā-pāramitā* La Thập chỉ chuyển bằng năm âm "bát nhã ba la mật" nhưng Huyền Trang luôn luôn chuyển dịch bằng đủ sáu âm là "bát nhã ba la mật đa"

214. Vũ Thế Ngọc, *Trí Tuệ Giải Thoát: Dịch Giảng Kinh Kim Cương* [2013] nxb Hồng Đức tái bản 2020.

215. Trong *Trí Tuệ Giải Thoát* tôi đã có dịp tâm sự riêng tư: "Hạnh phúc nhất của người học kinh luận Phật giáo như tôi, là trước mặt có cả bản dịch Hán văn của La Thập lẫn Huyền Trang bên cạnh bản văn Sanskrit có bản dịch của các học giả Tây phương."

năm lần như thế với thiên nhãn, tuệ nhãn, pháp nhãn, Phật nhãn. Huyền Trang đều dịch đầy đủ như thế. Nhiều bản dịch như của Edward Conze đến các lần sau chỉ tóm chung lại "Như Lai hỏi: Tu Bồ Đề, Như lai có thiên nhãn, có tuệ nhãn, có Phật nhãn hay không?"[216] Ngay cả trong nguyên bản Sanskrit sau danh xưng Như Lai, thường có thêm rất nhiều danh tự xưng tán khác như "bậc cao cả ứng cúng, bậc chính đẳng chính giác v.v." La Thập thường bỏ đi, nhưng trong bản dịch của Huyền Trang mỗi lần có tên Như Lai, Huyền Trang lại tiếp tục viết theo đầy đủ các danh hiệu xưng tán đó y như nguyên cảo. Ngay cả danh xưng "*bodhisattva*" trong nguyên tác thường đi kèm đủ "*mahasattva*" La Thập thường dịch gọn "Bồ tát" nhưng Huyền Trang luôn luôn là "bồ tát ma ha tát."

Theo nguyên tắc trung thành với nguyên điển cho nên Huyền Trang cũng phê bình cả bản dịch *kinh Kim Cương* đã quá phổ biến và nổi tiếng của La Thập. Trong Đại Đường Đại Từ Ân Tam Tạng Pháp Sư Truyện của Huệ Lập, Huyền Trang phê bình bản dịch này "Ba câu hỏi của Tu Bồ Đề đã thiếu một câu"[217] và đặc biệt là bỏ mất chữ "năng đoạn" nên không giải thích rõ kim cương không phải là ví với trí tuệ (*prajñā*) như xưa nay các nhà chú giải, mà kim cương được ví như lòng ngã chấp và phiền não cứng chắc như kim cương và chỉ có kinh này mới có thể đoạn trừ nó được. Nguyên văn viết rõ lời Huyền Trang "Các bản chữ

---

216. Edward Conze dịch "The Lord asked: What do you think, Subhuti, does the Tathagata's heavenly eye exist, his wisdom eye, his Dharma-eye, his Buddha-eye?" *Trí Tuệ Giải Thoát*, sđd, tr. 265-9

217. Trong kinh *Kim Cương*, đoạn hai "Tu Bồ Đề Khải Thỉnh" theo bản Sanskrit, luận của Thế Thân và các bản Hán dịch khác thì quả thật Tu Bồ Đề hỏi Phật gồm có ba câu hỏi (1) Làm sao để trụ tâm? (2) Làm sao để tu hành? (3) Làm sao để chế phục tâm? Trong khi bản La Thập chỉ tập trung vào hai câu (1) Làm sao để trụ tâm? (2) Làm sao để hàng phục tâm? (應云何住, 云何降伏其心/ Ưng vân hà trụ, vân hà hàng phục kỳ tâm). Xem chi tiết trong *Trí Tuệ Giải Thoát*, sđd.

Phạn đều viết "*Năng đoạn kim cương bát nhã*" nhưng bản cũ chỉ viết "*Kim cương bát nhã.*" Rõ ràng là Bồ tát xem sự phân biệt là phiền não, mà *cái mê hoặc phân biệt thì cứng chắc như kim cương,* chỉ có kinh này giải thích rõ, chỉ có trí tuệ phi phân biệt mới có thể đoạn trừ được nó".

Việc Huyền Trang khi dịch lại kinh Kim Cương cương quyết lấy lại đủ tên *Năng Đoạn Kim Cương Bát Nhã Ba La Mật Đa* còn bao hàm ý nghĩa chủ trương trung thành với nguyên điển để tránh hiểu lầm tai hại. Như luận án "Phật Điển Hán Dịch Chi Nghiên Cứu" của Vương Văn Nhan có viết có năm cách đặt tên kinh, nhưng cách dùng nghĩa khái quát của bộ kinh để đặt tên kinh thì phải cẩn thận "Nếu không sẽ biến hay thành dở, làm trò cười cho thiên hạ. Chẳng hạn "*Kim cương bát-nhã*" với "*Năng đoạn kim cương bát-nhã*" hoàn toàn tương phản. Đề trước rất dễ dẫn tới sự ngộ nhận kinh Bát Nhã cứng như kim cương (*bát-nhã kinh kỳ ngạnh như kim cương*), đề sau biểu đạt ý nghĩa chính xác kinh bát-nhã sắc bén có thể cắt đứt kim cương (*bát-nhã kinh kỳ lợi năng đoạn kim cương*). Thế nên tên dịch của loại sau là ổn nhất."[218] Nếu tác giả Vương Văn Nhan biết thêm rằng cách hiểu "bát nhã cứng rắn sắc bén như kim cương" (*bát-nhã kinh kỳ ngạnh như kim cương*) đã đưa nhiều dịch giả Việt Nam đến giải thích hoàn toàn khác với nội dung kinh Kim Cương có lẽ ông còn phải chú thích nhiều hơn nữa.

Chủ trương trung thành với nguyên điển nên Huyền Trang không những không cắt gọn hay nhuận sắc mà còn theo sát cả đến cách hành văn nhiều khi rất lề mề của nguyên cảo Sanskrit. Quan điểm tổng quát thì đa số người có dịp đọc hai bản "Kim Cương Bát Nhã" và "Năng Đoạn Kim Cương Bát Nhã" thì thường ưa thích bản của La Thập vì văn chương chao chuốt và

---

218. Xem bản dịch *Lịch Sử Phiên Dịch Hán Tạng* của Thích Phước Sơn, trang 281-3

dễ đọc hơn, vì vậy bản dịch này phổ biến hơn. Như trường hợp ở Việt Nam hầu như trước đây người ta còn không biết đến các bản dịch Hán văn khác ngoài bản dịch của La Thập (trong tất cả các bản văn còn giữ được ở kho văn khố Hán Nôm Hà Nội chỉ thấy có bản La Thập). Tuy nhiên cũng là một người có đôi chút học vấn về chữ Hán và Sanskrit thì cá nhân tôi có thú vị riêng khi đọc bản Huyền Trang. Đọc bản dịch của La Thập vì quá trau chuốt khiến người ta nhiều khi quên rằng mình đang đọc một bản dịch. Trái lại đọc bản Huyền Trang rõ ràng biết mình đang đọc bản dịch nên phần nào thấm được tư vị của nguyên cảo. Vì rõ ràng là bản dịch của Huyền Trang có trúc trắc, có lẻ mẻ, nhưng dường như chính ngài cố tình dịch luôn cả cái trúc trắc luộm thuộm của nguyên cảo. Đây có phải là một ưu điểm hay không? Nhưng rõ ràng đó là điểm độc đáo văn dịch của Huyền Trang.

Huyền Trang là một học giả Phật học cẩn trọng, là dịch giả hiếm hoi vừa giỏi cả hai ngôn ngữ vừa từng sống lâu trong cả hai xã hội chịu ảnh hưởng của hai văn hóa này. Huyền Trang lại còn là người tường tận cả tri thức luận và logic ngôn ngữ Phật học (Nhân Minh Học), vì vậy ngài quả thật hội đủ tất cả các phẩm chất cần và đủ để trở thành một dịch giả kinh Phật lý tưởng. Sự nghiệp dịch kinh của sư đã là một minh chứng rõ ràng. Vì vậy lý thuyết "Ngũ Chủng Bất Phiên" của sư không còn là một lý thuyết mà chính là kết quả của một thực hành lâu dài. Ở đây chúng ta cần nghiêm thẩm về lý thuyết này một cách kỹ lưỡng hơn là chỉ có tính cách liệt kê.

Ngũ Chủng Bất Phiên 五種不番

Ngũ Chủng Bất Phiên là năm trường hợp cần giữ nguyên nguyên ngữ (qua các dịch âm / *transliteration*) mà không phiên dịch (dịch nghĩa / *translation*). Sau đây là năm trường hợp:

1. Vì bí mật nên không dịch, như chữ đà-la-ni (*dhārani*).

2. Vì hàm nhiều nghĩa nên không dịch, như chữ "bạt-già-phạm" (*bhagavat*), a-la-hán (*arhat*).

3. Vì ở Trung Hoa không có thứ đó nên không dịch, như chữ cây "diêm-phù" (*jambū*)

4. Vì giữ theo người dịch xưa nên không dịch, như chữ "bồ-đề" (*bodhi*).

5. Vì trân trọng nên không dịch, như chữ "bát-nhã" (*prajñā*).

Cách không dịch nghĩa thứ nhất, Huyền Trang giải thích là không nên dịch nghĩa các từ Phạn ngữ có ý nghĩa sâu sắc bí mật mà khi dịch chỉ dùng một từ đơn giản có một nghĩa giới hạn thì nên dùng lại nguyên từ (qua cách đọc / transliterate). Huyền Trang thí dụ như chữ Phạn *dhārani* thì chỉ cần đơn giản dùng cách đọc âm "đà-la-ni" để bảo tồn được phần nào nguyên âm của nguyên trạng. Không dịch vì ngoài sự bảo vệ ý nghĩa bí mật, mà tránh cách dịch nghĩa một cách trực tiếp nhiều khi không có nghĩa gì hết như thần chú "*oṃ ma-ṇi pad-me hūṃ*" dù có thể dịch nghĩa là "om, ngọc quí trong hoa sen" thì câu này thật ngô nghê chẳng có nghĩa gì, thế thì đành "dịch" âm (đọc theo Hán Việt) là "án ma-ni bát-mê hồng". Nguyên tắc với các thần chú như thế không phải do Huyền Trang chủ trương mà nó đã là nguyên tắc của thần chú từ xưa. Cho nên như thần chú *gate* ở cuối kinh *Bát Nhã Tâm Kinh* từ các bản dịch xa xưa của La Thập qua các bản dịch Hán, Tạng, Mông cho đến Anh Pháp Đức hiện đại cũng đều là "dịch âm" là "*gate, gate, pāragate, pārasaṃgate, bhodi svāhā*" như thế.

Trường hợp thứ hai không dịch nghĩa là những từ trong nguyên cảo quá hàm xúc và nhiều nghĩa. Huyền Trang thí dụ như chữ *bhagavat* "bạt già phạm" (Thế Tôn) có đến sáu nghĩa, nếu chỉ một nghĩa được dịch, thì năm nghĩa kia cũng mất. Trong thí dụ chữ *Bhagavat* (thế tôn) theo Huyền Trang từ này gồm sáu nghĩa: (1) người có những hảo tướng, (2) người chiến thắng các ảo tưởng và ma quỉ, (3) người chia sẻ những thiện đức như tự tại trước các cám dỗ của danh vọng tiền tài vật chất, (4) người hoàn toàn thấu triệt chân lý Bốn Thánh Đế, (5) người luôn thực hành thánh sự, (6) người đã từ bỏ luân hồi. Cả sáu nghĩa đó đồng lúc nói lên trong từ *Bhagavat* "bạt già phạm" nay nếu chỉ dịch một nghĩa thì mất luôn năm nghĩa kia. Đây là trường hợp rất thường thấy trong thuật ngữ Phật giáo, tỷ như từ thông thường là *mahā* chúng ta tưởng rằng dễ dàng dịch ra là "đại" như "đại thừa" *Mahāyāna*. Thực ra *mahā* trong Phật học có đến 6 nghĩa chính "1- *Thường* nên gọi là *mahā*, 2- *Rộng* nên gọi là *mahā*, 3- *Cao* nên gọi là *mahā*, 4- *Sâu* nên gọi là *mahā*, 5- *Nhiều* nên gọi là *mahā*, 6- *Hơn* nên gọi là *mahā*." Nên cuối cùng để mở "*mahā*" là tốt nhất.

Cách không dịch nghĩa thứ ba là các danh từ chỉ các địa danh, sự vật, cây cỏ, muôn thú v.v. không có ở Trung Hoa và Trung Hoa cũng không có tương tự. Huyền Trang cho thí dụ như loại cây *jambū* "diêm phù" là loại cây chỉ thấy ở Ấn Độ, một năm thay lá đến ba lần, và thay lá rất nhanh trong khoảng khắc. Ở Tây phương các thuật ngữ triết học khoa học nhiều khi cũng bắt buộc phải dùng nguyên tự gốc, như ngày nay chúng ta thấy đại đa số các quốc gia dùng mẫu tự la-tinh khi viết về các thuật ngữ điện tử điện toán cũng thường viết theo Anh ngữ, mà không cố dịch ra ngôn ngữ mẹ đẻ của họ, dù có thể dịch được.

Không dịch nghĩa thứ tư là gồm các từ mà qui ước truyền thống đã quen dùng lối phiên âm theo phạn âm (transliteration). Huyền Trang cho thí dụ chữ *anuttarā-saṃyak-saṃbodhi* dù có thể dịch được là "vô thượng chính đẳng chính giác", nhưng chúng ta có thói quen dịch âm (a nậu đa la tam miệu tam bồ đề) cho nên dù có thể dịch nghĩa cũng không nên dịch.

Loại thứ năm không dịch là những từ có nghĩa đặc biệt sẽ

mất khi dịch ra Hán ngữ. Thí dụ như từ *prajñā* (bát nhã) dù có thể dịch ra là "trí tuệ" nhưng cách dịch này đã làm mất đi ý nghĩa sâu sắc của nó. Cho nên cách dịch âm (bát nhã) thì cái nghĩa toàn vẹn của chữ *prajñā* sẽ được gìn giữ.[219]

D. LÝ LUẬN DỊCH CỦA TÁN NINH

Tán Ninh (919-999) là người Ngô Hưng, Hàng Châu và là tác giả Đại Tống Cao Tăng Truyện. Tán Ninh là một người bác học, nổi tiếng trong giới Luật sư đương thời, viết nhiều sách còn truyền đến tận ngày nay. Lý luận về dịch kinh của ông được ghi trong Tống Cao Tăng Truyện gọi là "Tân Ý Lục Lệ" (sáu quy tắc mới) là tổng kết các kinh nghiệm của tiền nhân gồm sáu tiêu đề như sau:

1- *Dịch Chữ, Dịch Âm*:

Tán Ninh phân biệt thành bốn trường hợp: 1- Âm chữ đều dịch, đây là lối dịch bình thường. 2- Âm chữ đều không dịch; đây là trường hợp thông thường ngày nay chúng ta cùng dùng chung mẫu tự abc như Boston, London. 3- *Dịch chữ không dịch âm*, tức không phiên dịch (translating) mà chỉ dùng chữ Hán chú âm chữ Phạn (transliterating); đây là loại Huyền Trang nói là "Bí Mật không nên dịch" chi dùng chữ Hán chú âm chữ Phạn, như chữ đà-la-ni (*dhāranī*). 4- *Dịch âm không dịch chữ*, tức trường hợp chữ "vạn" 卍 dùng nguyên chữ Phạn chỉ dịch âm.

2- *Tiếng Hồ, Tiếng Phạn*:

Qui tắc này cũng chia làm bốn loại: 1- Thanh Tạng là ngôn ngữ thuần Phạn ngữ (Sanskrit) khác với ngôn ngữ các nước Hồ.

---

219. Học giả Tây phương sau khi cố thay chữ "wisdom" bằng "Wisdom" hay "transcendental wisdom" rồi cũng thường dùng lại chữ *Prajna*. Xem giảng chi tiết về từ *prajñā* trong Vũ Thế Ngọc, *Bát Nhã Tâm Kinh: Tổ Long Thọ Giảng*, nxb Hồng Đức 2019.

2- Miền bắc Tuyết Sơn thuộc về Hồ, có chữ viết và ngôn ngữ khác với Thiên Trúc (Sanskrit). Đây là sai lầm về địa lý, người Trung Hoa xưa gọi chung các nước Tây Vực là *Hồ* [220]. 3- Vừa Hồ vừa Phạn; tỷ dụ như trường hợp kinh Phật truyền đến nước Quy Tư, người nước này dịch ra tiếng của họ, chỗ nào dễ hiểu thì để nguyên tiếng Phạn. Khi kinh này mang qua Trung Hoa thì lẫn lộn vừa Phạn vừa Hồ. 4- Chỉ thuần tiếng Hán, nhiều thành ngữ tục ngữ tiếng Phạn dịch theo nghĩa chữ cũng không được, mà dịch theo âm thì cũng không ai hiểu. Nên chỉ có cách chuyển thành thành ngữ, tục ngữ Trung Hoa tương đương.

3- *Tái dịch, trực dịch*:

Kinh Phật truyền đến các vùng Lâu Lan, Yên Kỳ v.v. được dịch ra tiếng bản xứ. Rồi các kinh này mới đưa đến Trung Hoa và dịch ra chữ Hán văn thì gọi là *dịch lại* (tái dịch). Còn kinh điển từ Thiên Trúc (Ấn Độ) mang thẳng đến Trung Hoa, rồi người Hoa dịch ra Hán văn thì gọi là *dịch thẳng* (trực dịch)

4- *Thô ngôn, tế ngữ:*

Kinh Phật được kết tập nhiều lần nên ngôn ngữ cũng không đồng nhất. Thô ngữ là ngôn ngữ phổ thông của đời thường, tế ngữ là ngôn ngữ tế nhị tao nhã.

5- *Hoa ngôn, nhã tục:*

Hán văn (Hoa văn) cũng có nhã (như văn cao nhã của kinh điển) có tục (như văn thường đàm thông dụng). Nếu các bản dịch kinh qua tay các nhà bậc cao sĩ nổi tiếng làm công việc xuyết văn nhuận sắc thì chung cuộc sẽ có bản dịch tao nhã, còn chỉ có người bình phàm học thức nông cạn thì chỉ có được các

---

220. Theo sách cổ người Hoa gọi chung các thứ tiếng như *Kuchean* (Qui Tư), *Khotanese* (Vu Điền), *Uigur* (Hồi Hột), *Turkic* (Đột Quyết) v.v. đều là "Hồ ngữ", rồi từ nhà Tùy lại gọi chung 'Hồ' là Phạn

bản dịch bình thường dung tục.

6- Trực ngữ, mật ngữ:

Căn cứ vào văn tự (trực dịch) là dịch theo "nghĩa đen". Căn cứ vào nghĩa sâu kín gọi là "mật ngữ" tức là dịch theo "nghĩa bóng." Thí dụ dịch *pāramitā* là "bỉ ngạn" (bờ bên kia) là trực dịch, dịch "viên mãn, rốt ráo" là dịch theo mật ý, mật ngữ.

II. CÁCH TỔ CHỨC MỘT DỊCH TRƯỜNG

Dù có thể được trợ giúp, nhưng tuyệt đại đa số người dịch kinh Phật là cá nhân. Đầu tiên các tăng nhân Thiên Trúc (Ấn Độ) hay Tây Vực (các quốc gia Phật giáo ở phía Tây Trung Hoa) đến truyền pháp ở Á Đông đều là cá nhân và nhiều người cũng không thông thạo Hán ngữ. Cho nên các bản dịch kinh dù có thể thường sẽ nhờ một vị sư hay một nhà trí thức nội địa "xuyết văn" thì từ căn bản vẫn chỉ là công tác của một cá nhân. Tuy nhiên trong lịch sử phiên dịch Hán ngữ chúng ta có hai trường hợp nhà vua cho thiết lập cả một "quốc gia dịch trường" qui mô mà chúng ta để biết. Đó là dịch trường của La Thập và dịch trường của Huyền Trang. Chi tiết về dịch trường của La Thập thì hầu như chúng ta chỉ biết nhà vua và triều đình cựu kỳ tôn kính và hỗ trợ vô giới hạn cho công cuộc dịch thuật của ngài, ngoài ra chúng ta hoàn toàn không biết chi tiết nào về tổ chức của dịch trường này. Tuy nhiên về dịch trường Huyền Trang thì chúng ta tương đối có một số tài liệu.

Điều quan trọng chúng ta thấy các sách hiện tại khi nghiên cứu về Huyền Trang không chú ý. Đó là qua cách sắp đặt vị trí và trách nhiệm trong dịch trường, chúng ta biết dịch trường của Huyền Trang là dịch trường tổ chức trên căn bản là *dịch theo văn bản*. Có lẽ đây là điểm độc đáo then chốt của dịch trường Huyền Trang.

Chúng ta nên biết vào những thế kỷ xa xưa thì mang được tấm thân trần đi được từ Ấn Độ đến Trường An đã là cả một kỳ công hãn hữu (theo *Cao Tăng Truyện* "mười người đi chỉ có hai người đến được Trung Nguyên") nói gì đến việc mang theo văn bản, vốn thời đó không gọn nhỏ như quyển sách của chúng ta ngày nay. Rất may là sau thời gian thỉnh kinh gian khổ, chuyến trở về của Huyền Trang là cả một chuyến đi hoành tráng, có người tổ chức, có ngựa xe, có người phụ trách mang kinh sách, với các giấy giới thiệu hết sức trân trọng của vua các quốc gia mà ngài đi qua. Sử nói rõ chuyến trở về Huyền Trang "có 20 con ngựa để chở kinh sách" nên ta hiểu ngài đã mang theo được rất nhiều văn bản kinh luận.

Khi Huyền Trang từ Ấn Độ trở về, vua Thái Tông đã để riêng Huyền Trang ở chùa Hoằng Phúc để làm dịch trường. Sau cho xây riêng Đại Từ Ân Tự cũng ở kinh đô rất qui mô và hoàn bị cho mục đích tổ chức trường dịch. Sau về già ngài Huyền Trang lại hay về dịch ở Ngọc Hoa Cung trong núi Chung Nam cũng ở gần kinh đô. Chúng ta thường nghe nói dịch trường có cả ngàn nhân viên giúp việc, nhưng có lẽ phần lớn là công việc chép kinh hay hành chính. Thứ nữa là các nhân vật trực tiếp tham dự dịch không phải luôn luôn có mặt mà là tùy theo kinh. Khi dịch đến kinh nào thì triều đình mới thỉnh các vị phụ dịch đến tham gia, khi dịch xong người nào về lại trú xứ cũ.

Trong một số trường hợp chúng ta còn được biết tên và chức vị của từng người tham dự, như tên tuổi các vị sư danh tiếng về kinh điển chuyên môn và danh tính chức vụ phẩm hàm của các văn quan khoa cử giỏi văn chương. Như trường hợp khi Huyền Trang dịch kinh ở chùa Hoằng Phúc ở kinh đô Trường An, triều đình đã cho triệu tập hầu như hầu hết các đại đức hòa thượng danh tăng ở Kinh Đô và phụ cận, cùng với các văn quan khoa cử nổi tiếng văn chương về tập trung trợ dịch. Thí dụ như khi dịch Đại Bồ Tát Kinh tháng 5 năm Trinh Quán 19 (645) có tên tuổi 11 hòa thượng sa môn làm công tác "Chứng Nghĩa", 9 vị làm công tác "Xuyết Văn" v.v. Khi dịch *Du Già Địa Sư Địa* tháng 5 năm Trinh Quán 22 (648) có 5 vị phụ trách "Bút Thọ", 7 vị phụ trách "Chứng Văn", 8 vị phụ trách "Chứng Phạn ngữ", 2 đại thần giữ việc "Giám Duyệt".[221]

Đại khái theo các kinh lục còn có hiện nay chúng ta tạm thời có thể biết tổ chức Dịch Trường của Huyền Trang lãnh đạo gồm có các chức vụ như sau:

1. **Vi Chủ** tức dịch chủ, Huyền Trang là người chủ dịch, tuyên xướng Phạn văn, đọc nguyên văn Phạn ngữ của bộ kinh được phiên dịch.

2. **Chứng Phạn Nghĩa**, tức chứng nghĩa chữ Phạn, bàn luận với dịch chủ về nghĩa lý nguyên văn Phạn ngữ, để cân nhắc điều chỉnh ngữ nghĩa.

3. **Chứng Văn**, cũng gọi là chứng Phạn Bản, nghe dịch chủ đọc tụng Phạn văn, kiểm sự sai sót khi tụng đọc.

4. **Độ Ngữ** còn gọi là Thư Tự, có nhiệm vụ nghe đọc Phạn văn rồi viết theo âm Hán văn (transliteration).

5. **Bút Thụ** hay Chấp Bút, dịch nghĩa Phạn âm (Sanskrit transliteration) thành Hán ngữ.

6. **Xuyết Văn**, có nhiệm vụ chỉnh lý sắp xếp câu văn theo thứ tự văn pháp Hán ngữ thành câu cú có nghĩa lý theo Hán văn.

7. **Chứng Dịch**, còn gọi là Tham Dịch, tham khảo đối chiếu

---

221. Trong thí dụ khác khi Nghĩa Tịnh (635-713) dịch luận *Căn Bản Thuyết Nhất Thiết Hữu Bộ Ni-dà-na* vào năm 710 đời nhà Đường, còn ghi rõ tên tuổi địa chỉ trú xứ của 20 vị tăng nhân, đa số là sư gốc người Thiên Trúc và Tây Vực phụ trách phần vụ chứng văn, chứng nghĩa, chứng Phạn nghĩa, đọc Phạn bản, chứng dịch, bút thọ... còn có tên tuổi chức vụ cả 30 đại quan của Triều đình tham dự phần giám dịch.

văn pháp Phạn ngữ và Hán ngữ để tranh sai lầm.

8. **San Định** hay Khảo Đính, có trách nhiệm hiệu đính, cắt bỏ rườm rà, trau chuốt câu văn thành câu văn trong sáng

9. **Nhuận Văn**, nhiệm vụ phụ trách nhuận sắc câu văn sau khi san định.

10. **Phạn Xuy**, thử tụng đọc niệm xướng cho thuận miệng êm tai.

Tóm lại công tác tại dịch trường cứ như được diễn tả thì quả thật phức tạp nhưng cho thấy tổ chức phân công rất kỹ lưỡng. Đọc một số sách chúng ta thấy người ta còn vẽ ra sơ đồ cả một dịch trường to lớn với vị trí của từng người, giống như phòng họp của một hội thảo lớn ngày nay. Nhưng nếu như thế không thể dịch nhanh như Huyền Trang đã có thể làm được. Cho nên dù có phân trách nhiệm công tác, tôi trộm nghĩ rằng có lẽ dịch chủ Huyền Trang vẫn làm việc chính là một mình, chỉ có khi cần mới họp với vài cộng sự cần thiết. Dịch chủ Huyền Trang không thể cùng một lúc họp trong một hội trường lớn và đông đảo như vậy thì sẽ rất chậm. Cho nên có lẽ nhiều công đoạn chỉ có các thành viên của từng ủy ban họp riêng, trước khi chuyển qua các ủy ban khác. Khi hoàn thành thì mới tập hợp chung nghe tụng đọc (Phạn Xuy) lần cuối cùng. Việc xuy nghĩ như trên chỉ là ý kiến riêng của tôi, mọi người có lẽ cũng không cần biết chi tiết dịch trường làm việc. Điều cần biết là trường dịch được tổ chức qui mô và làm việc rất trật tự.

CHƯƠNG VIII
VIẾT KINH VÀ IN KINH

I. DÙNG VĂN TỰ VIẾT KINH

So với các tôn giáo ở Ấn Độ cũng như ở các nước khác, Phật giáo là tôn giáo tiên phong dùng văn tự ghi chép kinh sớm nhất. Trong khi các tôn giáo khác vẫn tiếp tục trung thành với truyền thống khẩu truyền trong một thời gian dài hơn vì những lý do riêng. Lý do cụ thể dễ thấy là có thể vào thời cổ chữ viết chưa được chuẩn mực khó có thể ghi lại được trung thành lời nói. Hơn nữa kỹ thuật làm giấy viết chưa được phát triển, phương tiện viết trên vải lụa da thú hay khắc trên gỗ trên tre hay kim khí vừa phức tạp vừa tốn tiền tốn thời gian. Tuy nhiên lý do tinh thần mới càng quan trọng khiến triều đình bảo trợ dù có khả năng tài trợ, thì người kết tập cũng không muốn viết hay in khắc kinh luận. Đó là ưu thế của ngôn ngữ khẩu truyền. Việc dùng kinh điển truyền khẩu vừa giữ được bí mật của giáo pháp của tông môn không lan truyền ra các ngoài, vừa giữ cho kinh điển có tính cách linh thiêng. Truyền khẩu còn mang một tính cách tư riêng và thân thiết như lời "biệt truyền" của thầy truyền thụ riêng cho trò - Vì thời xưa chỉ có một thầy với một hai đệ tử "nhập thất" mà chưa có nhiều đệ tử "đại trà" của thời sau. Hơn nữa số người tu hành này là những người tự nguyện sống cả đời dưới chân thầy, cả thầy và trò thường sống chung và truyền thụ trực tiếp cho nhau.

Phương tiện viết thành sách thành văn chưa phải là cần thiết.

Trong khi đó Phật giáo cũng có lý do riêng để bắt buộc phải viết kinh luận sau nhiều thế kỷ trung thành với lối truyền thụ khẩu truyền. Chúng ta có thể tóm lược các nhân duyên này vào ba lý do lớn: Thứ nhất là ý của đức Phật muốn lời dạy của ngài được phổ biến đến tất cả, không phân biệt thành phần giai cấp hay ngay cả các khác biệt văn hóa. Thứ hai là quan điểm cởi mở công truyền, không giấu diếm hay bí mật thần hóa giáo pháp. Thứ ba là khi Phật giáo Đại thừa xuất hiện với tư tưởng giáo lý không giới hạn trong lớp tu sĩ xuất gia mà còn hướng đến lớp quần chúng học Phật. Chúng ta cần giải thích rõ hơn như sau:

Ý nghĩa quan trọng là từ căn bản giáo lý viên dung của Đức Phật ngài chưa hề lên án hay bài xích một giáo điều hay tôn giáo nào, mà chỉ cho thấy chúng chưa hoàn hảo vì không thể mang lại giải thoát cho con người.[222] Đó cũng là giáo thuyết của Long Thọ ngài phê bình các quan điểm (*dristis*) ngoại đạo hay các tông phái Phật giáo đương thời là *prapañca* (La Thập dịch là "*hí luận*", Thanh Mục gọi là "*tà kiến*" (ý kiến nghiêng ngả) nên Long Thọ chỉ bằng cách cho thấy các khuyết điểm của các quan điểm này mà không cần đưa ra một quan điểm mới để chống lại một quan điểm khác.[223]

Cho nên ngay từ thời đức Phật còn tại thế, ngài đã khuyến

---

222. Trong luận *Bát Nhã Tâm Kinh* (nxb Hồng Đức 2019) tôi có thảo luận chi tiết về ý kiến của Đức Phật về thần chú hay thần thông thì ngài không kết luận về hiệu nghiệm đúng sai về thực hành thần chú hay tu luyện huyền thuật nhưng khẳng định "*chúng không phải là giáo thuyết giải thoát*". Có chuyện cổ quen thuộc "đám người mù sờ voi" trong kinh Phật mà chúng ta thường hiểu sai. Sự thật phải hiểu là khi người mù khi sờ tai voi nói con voi giống như cái quạt, người ôm chân voi nói voi giống như cái cột nhà ... thì phải hiểu là anh ta không hoàn toàn sai lầm mà thật ra là anh ta chỉ biết một phần của con voi mà thôi.

223. Vũ Thế Ngọc, *Triết Học Long Thọ*, nxb Thế Giới, 2016, tr. 42

khích các đệ tử của ngài đi giảng pháp các nơi bằng chính ngôn ngữ địa phương trong ý nghĩa văn hóa địa phương. Đây chính là bản hoài của đức Phật muốn phổ biến giáo pháp của ngài cho tất cả các thành phần quần chúng gần xa của mọi giai cấp chủng tộc đều có hoàn cảnh và điều kiện nghe được chính pháp giải thoát như nhau. Cho nên sau khi Đức Phật nhập Niết Bàn nhiều thế kỷ, thời gian đầu văn tự vẫn chưa phải là một yêu cầu thúc bách. Nhưng sau đó Phật giáo phát triển trong một phạm vi quá rộng lớn, kinh điển phải dịch (dịch miệng) qua nhiều ngôn ngữ địa phương, nên đến kỳ kết tập thứ ba đã có dấu hiệu chia rẽ theo địa phương. Nên tăng đoàn đã có tư tưởng bắt buộc phải dùng văn tự viết xuống để thống nhất và chính thống hóa tư tưởng Phật giáo.

Lý do thứ hai là giáo pháp của Đức Phật luôn luôn lấy trọng tâm công truyền phổ độ tất cả chúng sinh, hoàn toàn khác với các tôn giáo vẫn thường giữ bí mật kinh điển của mình.[224] Rất nhiều lời dạy của Đức Phật chúng ta còn ghi lại như "ta không phải là ông thầy làm ảo thuật mà giữ lại bí quyết, ta không có gì che dấu các người" đều được ghi trong kinh tạng Phật giáo, nói rõ chủ trương công truyền của đức Phật. Cho nên việc chép kinh phổ biến không là điều gì phải ngăn cấm, mà luôn luôn còn được coi là công đức đối với giáo luật của đức Phật đặt ra.

Lý do quan trọng thứ ba còn là lý do quyết định, là khởi từ thế kỷ thứ nhất Dương lịch Phật giáo Đại thừa xuất hiện và phát triển. Phật giáo Đại Thừa là các tông môn nhấn mạnh việc học Phật vào quần chúng cư sĩ chứ không chỉ giới hạn trong giới tu sĩ xuất gia. Ngày trước người Phật tử sống rất đơn giản và bị động, chỉ chăm lo sống theo đạo đức Phật giáo, làm lành bố thí. Bây giờ giới học Phật không phải chỉ là tu sĩ xuất gia, mà phát triển

---

224. Lẽ dĩ nhiên cũng có những trường hợp sau này đã có trường hợp nhiều nhà đi thỉnh kinh đến nhiều nơi chính vua quan và giáo sĩ Phật giáo còn không cho phép mang kinh Phật ra ngoài vương quốc của họ.

ra giới cư sĩ, đầu tiên là giới trí thức rồi lan tràn ra quần chúng. Họ tin tưởng vào giáo pháp "mọi người đều có phật tính, có khả năng thành Phật". Họ cũng học Phật và cũng kỳ vọng giải thoát giác ngộ như mọi tu sĩ xuất gia. Các kinh điển như Duy Ma Cật hay Thắng Man xuất hiện cũng nhấn mạnh đến việc cư sĩ không những có thể ngộ đạo như tu sĩ mà còn có thể chứng ngộ sâu sắc hơn. Nhưng đời sống tại gia không cho phép họ có thể ngồi dưới chân thày học đạo toàn thời gian như các tu sĩ xuất gia. Cho nên nhu cầu phải có kinh sách bằng chữ viết đối với họ rất cần thiết. Nghề in và kỹ thuật in mộc bản lại tiến bộ. Kinh được truyền bá khắp nơi. Rồi nhu cầu phải có một thư mục (Kinh Lục) mới liệt kê và giới thiệu các kinh đã được dịch và mới dịch. Cuối cùng đến công tác khắc in Đại Tạng Kinh là việc cuối cùng.

Cho nên trong kinh Đại thừa, từ lâu người ta đã thấy nói rất nhiều đến công đức in kinh, chép kinh và tôn thờ kinh như kinh Kim Cương nói: "Chỗ nào có kinh này là có Phật" (đoạn 12) "Chỗ nào có kinh này thì cả trời người a tu la đều nên cúng dường, vì đó là tháp miếu" (đoạn 16). Kinh Liên Hoa nói rõ: "Bất cứ nơi nào lưu giữ kinh này, hoặc ở chùa, hoặc ở trên gò, hoặc ở dưới gốc cây, hoặc ở nơi tư gia, ở cung điện, hay ở núi rừng, người đều phải dựng tháp miếu mà dâng hương hoa …" (chương 21). Từ đó truyền thống chép kinh, in kinh, tôn thờ kinh phát triển, được coi là tối trọng công đức, là công đức pháp thí thù thắng hơn tất cả các công đức bố thí tiền bạc vật chất khác.

Từ đầu thời nhà Đường (618-907) triều đình đã có lệ cho thành lập và chép các kinh luận thành một tập hợp gọi là "Đại Tạng Kinh". Theo lệnh triều đình tất cả những bản kinh mới dịch hoặc các luận của các đại sư danh tiếng cũng đều phải dâng lên triều đình để được tập hợp vào đây (Lẽ dĩ nhiên vẫn có những kinh luận vì một lý do nào đó không có mặt trong Đại Tạng Kinh này). Tuy nhiên cho đến thế kỷ thứ mười các "Đại Tạng Kinh" này mới chỉ là chép tay.

Lịch sử các dạng "Đại Tạng Kinh chép tay" đã bắt đầu từ lâu. Danh từ "Đại Tạng Kinh" (ở đây chỉ có nghĩa là tập hợp các kinh luận) đầu tiên đã thấy có dưới thời Nam Bắc Triều (317-589). Ở miền bắc vua Hiếu Minh Đế (làm vua 515-529) của Bắc Ngụy và ở phía nam các vua Vũ Đế (làm vua 494-498) Văn Đế (làm vua 559-566), Huyền Đế (làm vua 568-582) của nhà Trần (557-589) đều cho lệnh chép và tập hợp các kinh như thế rồi phân phối cho các chùa lớn trong nước. Sau đó đến lúc các nhà giầu cũng bắt đầu có tập tục thuê người chép kinh để cúng dường cho các chùa.

Sau đó thì mỹ tục chép kinh cúng dường vẫn tiếp tục, sử còn ghi chính Huyền Trang chép tay bản Bát Nhã Tâm Kinh bằng mực vàng mừng vua Cao Tông khi nhà vua có con trai.[225] Tuy nhiên người thích chép kinh nổi tiếng sau này là vua Càn Long nhà Thanh. Nhà vua là người thường tự tay chép *Bát Nhã Tâm Kinh* tặng cho sứ thần ngoại quốc hay các công thần vào ngày tết lễ. Ngày nay một số chùa lớn ở Nhật Bản vẫn có mỹ tục cho người ta đến chép kinh công đức. Mọi người có thể đến chùa thay quần áo, đeo khẩu trang, rồi được dẫn vào một đại giảng đường. Ở đó có sẵn bản kinh chính Bát Nhã Tâm Kinh bằng Hán ngữ và giấy bút cho người ta tập đồ theo. Việc chép kinh công đức này ngày nay còn truyền cả đến Hoa Kỳ không còn chỉ có nghĩa công đức, nhưng được coi là một phương pháp thiền rất tốt để tập trung và giải quyết các nhiễu loạn tâm lý (stress). Hiện nay người muốn chép kinh có thể liên lạc với *Amazon.com* mua nguyên cả một bộ để ở nhà tự chép kinh cúng dường công đức, hay hành trì pháp môn "thiền chép kinh".

Từ nhu cầu cần ghi chép kinh bằng văn tự, ở đây chúng ta có thể nói về kỹ thuật ghi chép kinh theo thời gian bằng nhiều

---

225. Vũ Thế Ngọc, *Bát Nhã Tâm Kinh: Tổ Long Thọ Giảng*, nxb Hồng Đức, 2018, tr.

phương phương tiện trước khi giấy trở nên một phương tiện ghi chép đơn giản và thuận tiện. Ở đây chúng ta cũng theo dõi từ việc in chép từng kinh tiến riêng biệt, rồi tiến đến việc in toàn bộ thành một tập hợp đầy đủ tất cả gọi là Đại Tạng Kinh (kho chứa kinh).

1. Kinh khắc trên đá.

Từ khi có chữ viết, trong quá trình hoàn thành kinh chúng ta đã thấy cổ nhân từng khắc, viết trên đồng, trên đá, trên vỏ cây, trên gỗ, trên lá từ lâu trước cả khi người ta sáng chế ra giấy. Kinh Phật đã được khắc trên bia đá, núi đá từ rất sớm. Bình thường kinh khắc trên đá thường là cổ nhân muốn lưu lại kinh cho hậu thế trong một công trình có thể chịu đựng được sự phá hoại của thời gian. Chúng ta vẫn thường thấy những bài thơ, kệ tụng ngắn được khắc tại núi cao hay bia đá của nhiều tùng lâm. Nhưng có những chương trình lớn kéo dài rất lâu, như trường hợp *Phòng Sơn Thạch Kinh* kéo dài nhiều thế kỷ.

Trước hết là *Phòng Sơn Thạch Kinh* 房山石經 hiện nay tạm tổng kê gồm 1500 bia đá khắc trên chùa Vân Cư, núi Phòng Sơn, Hà Bắc cách Bắc Kinh chừng 40 dặm. Các kinh này được khắc từ thế kỷ thứ bẩy khởi đầu là nỗi âu lo trong thời Bắc Chu Vũ Đế (577) bách hại Phật giáo. Vào thời gian niên hiệu Đại Nghiệp (605-617) đời Tuỳ có nhà sư Tịnh Uyển bắt đầu tổ chức khắc kinh trên đá, khắp cả vách chùa hang động, kể cả nhiều bia dấu dưới khám thờ. Các tu sĩ thời này lo đến việc cần lưu giữ kinh điển có thể bị hủy diệt vì chiến tranh hay vì bách hại của triều đình. Sau đó giai đoạn bách hại qua đi, chương trình tạm dừng khi sư Tịnh Uyển mất vào năm Trinh Quán 13 (639). Sau đó chư tăng lúc dừng lúc tiếp tục công việc khắc kinh trong nhiều thế kỷ, mãi cho đến năm thứ 30 của của Khang Hy nhà Thanh mới dừng hẳn. Tổng số các bia đá hiện tạm kiểm kê lên đến 1,500 bia khắc được 1.122 bộ kinh. Năm 2017 người ta còn khám phá ra ở đây tấm bia *Bát Nhã Tâm Kinh* cổ nhất khắc năm 661, khắc trước cả tấm bia danh tiếng ở Hoằng Phúc tự khắc năm 672 mà tôi đã có dịp giới thiệu trong luận *Bát Nhã Tâm Kinh: Tổ Long Thọ Giảng* nxb Hồng Đức in năm 2019.

Bộ kinh đá thứ hai chúng ta có thể quan tâm là Tam Tạng *Pāli* được khắc sau kỳ kết tập thứ năm của Phật giáo Theravāda vào năm 1868 ở Mandalay, thủ đô lúc đó của Miến Điện, cũng được khắc trên 729 phiến đá hoa cương. Các tấm bia đá này cũng được khắc trong nỗi hoang mang về viễn cảnh chiến tranh với thực dân Tây Phương. Quả thực sau đó quân đội Anh đã chiếm Miến Điện, nhưng người Anh không khủng bố hay hủy diệt Phật giáo như người Hồi giáo mà người Miến Điện rất sợ. Bộ kinh đá Pāli được tàng giữ trong 450 ngôi chùa ở Rangoon đến nay vẫn còn nguyên vẹn.

2. Kinh viết trên lá.

Trong bài thơ nổi tiếng "Tặng Sơn Trung Nhật Nam Tăng" 贈山中日南僧 danh sĩ Trung Hoa Trương Tịch 張籍 (786-830) đến Việt Nam từng viết về một nhà sư người Việt sống trong núi viết kinh trên lá chuối "*Chép kinh trên lá chuối. Rũ áo rụng hoa mây*".[226] Chép kinh trên lá chính là tập tục chép kinh trên lá xưa kia. Đây là một tục đã xuất hiện từ lâu, cho đến ngày nay dù kỹ thuật làm giấy rất tốt và phổ biến người ta vẫn thấy ở Tích Lan vẫn còn giữ được tập tục dùng lá này để chép kinh.

Lá dùng để chép kinh là hai loại lá cây cọ giống như là cây làm nón lá ở Việt Nam nhưng lớn và cao hơn, Phạn ngữ gọi loại cây này là *Pattra* và lá gọi là *tala* (Việt Nam thường dịch là "lá bối"). Ở miền nam Ấn Độ kéo dài tận đảo Sri Langka vẫn

---

226. 獨向雙峰老, 松門閉兩崖. 翻經蕉葉上. 掛衲落藤花… (Độc hướng song phong lão, tùng môn bế lưỡng nha. Phiên kinh tiêu diệp thượng, quải nạp lạc đàng hoa).

thường có các rừng cọ nguyên sinh. Huyền Trang trong ký sự *Tây Vực Ký* còn kể đến các rừng cọ dài hằng trăm dặm. Cho đến tận ngày nay người ta vẫn vào rừng hái lá này về làm giấy chép kinh. Đây là lá loại cây cọ *"talipot palm"* (lấy từ tên Sanskrit *tala*) sống cả trăm năm cao hằng hai mươi lăm thước tây, có lá lớn dễ hái. Lá non được mang về hấp và xấy trong chảo và cắt thành từng phiến chừng 5 x 8 cm. Các xấp lá có đục hai lỗ ở giữa đóng thành quyển để chép kinh. Ngày nay kinh dù được in trên giấy nhưng tập tục vẫn chừa hai khoảng nhỏ hình tròn ở giữa tập. Đó là dấu vết của hai cái lỗ để cột kinh thời chép kinh trên lá bối.

3. Kinh viết trên vỏ cây Bhoja-patra

Từ đầu thế kỷ XX người ta đã khám phá ra nhiều kinh Phật được viết bằng văn tự *Kharosthi* trên vỏ loại cây Bhoja-patra sống ở các vùng cao khô lạnh kéo dài từ Gandhara biên giới A Phú Hãn và Iran đến tận Tân Cương. Bản kinh *Pháp Cú* cổ nhất viết bằng văn tự Kharosthi (*Kharosthi Dhramapada*) trên vỏ cây cũng tìm được ở đây. Trong khu vực vốn từng là trung tâm Phật học lớn này, nhiều di tích kinh Phật là những mảnh của bản kinh Bát Nhã cổ nhất cũng đã tìm được ở đây. Năm 1994 giữa cuộc "chiến tranh giải phóng" của loạn quân Hồi giáo Taliban là vụ đánh bom dựt xập hai bức tượng Phật cao nhất và cổ nhất ở động Bamiyan ở Gandhara, người ta lại khám phá ra 29 cuộn vỏ cây viết kinh Phật bằng chữ *Kharosthi* chôn trong ba chiếc chum sành lớn từ thế kỷ thứ nhất – Tài liệu này hiện nay được coi là văn bản kinh Phật cổ nhất hứa hẹn có những tài liệu chưa hề biết về lịch sử truyền thừa Phật giáo.

II. IN KINH (in Mộc Bản)

Không biết người ta bắt đầu khắc gỗ in kinh Phật từ bao giờ, nhưng chỉ biết nhiều năm qua Thư Viện Luân Đôn thường trưng bầy bản kinh Kim Cương được in bằng mộc bản sớm nhất thế giới được khắc in vào năm 868.²²⁷ Trước khi phổ biến lối khắc trên gỗ để in kinh, Trung Hoa ta đã có tập tục chép kinh để cúng dường công đức trước đó từ lâu. Trong thời Nam Bắc Triều (317-589) các vua Nam Tề, Trần đều cho chép Đại Tạng Kinh phân phối cho các chùa. Tuy nhiên danh tiếng nhất là việc vua Tùy Văn Đế (làm vua 581-604) cho chép 64 toàn bộ Tam Tạng Kinh để cúng dường các chùa trong các địa phương khi ông vừa thống nhất Trung Hoa lần thứ nhất sau hai thế kỷ nội chiến gọi là *Nam Bắc Triều*.

Tuy nhiên việc in toàn bộ Đại Tạng Kinh bằng mộc bản thì phải đợi đến thời nhà Tống người ta mới có phương tiện hoàn thành lần khắc in đầu tiên. Đó là Đại Tạng Kinh thường gọi là *Thục Bản* (蜀版) hoặc *Tống Quan Bản Đại Tạng Kinh* (宋官本大藏經) được khắc in trong 13 năm (971-983) vào đời nhà Tống. *Thục Bản* là đại tạng kinh được khắc in đầu tiên nên thường được dùng làm tiêu chuẩn cho các Đại Tạng Kinh về sau. Vì thời gian sưu tầm, khắc ván in rất lâu, cho nên khi xảy ra chiến tranh hay thiên tai nhiều Đại Tạng Kinh còn phải trải qua nhiều lần khắc. Như Tam Tạng Kinh danh tiếng Triều Tiên *Cao Ly Tạng* (高麗藏) cũng phải trải dài hơn bốn mươi năm qua ba lần khắc kinh bị hủy bỏ vì chiến tranh. Một Đại Tạng Kinh danh tiếng khác của Nhật Bản do thiền sư Tetsugen (1630-1682) của Hoàng Bá Tông khởi công in, cũng phải trải dài đến ba chục năm.

Hình thức một cuốn kinh in mộc bản

Khuôn khổ một quyển kinh của Hán Tạng lúc đầu thường không theo một hình thức nhất định, sau dần dần trở thành một khuôn khổ khá đồng nhất. Trước hết là các bản chép tay đầu tiên người ta còn giữ được vài trang rời có từ thời Tam Quốc (220-

---

227. Hình bản kinh *Kim Cương* in mộc bản đầu tiên này tôi có cho in trong sách bản tái bản *Trí Tuệ Giải Thoát: Dịch Giảng Kinh Kim Cương*, nxb Hồng Đức 2020

280) thì kinh được chép theo truyền thống – có nghĩa là chép theo cột dọc, từ trái qua phải – mỗi cột chép từ trên xuống dưới, có 17 chữ. Đó là kinh chép tay.

Đến khi khắc in mộc bản thì theo bản cổ nhất là *kinh Kim Cương* (khắc in năm 868) thì mỗi cột có 20 chữ. Còn theo khuôn khổ Đại Tạng Kinh khắc in mộc bản sớm nhất vào năm 971 là *Thục Bản* (蜀版) có tên đầy đủ là *Thục Bản Đại Tạng Kinh* hay *Khai Bảo Tạng* thì Đại Tạng Kinh in theo khuôn khổ 23 cột mỗi cột 14 chữ. Đến ấn bản *Cao Ly Tạng* (Goryo Tripitaka 高麗藏) hoàn thành năm 1251 thì vẫn giữ mỗi cột viết 14 chữ nhưng số cột trong một trang là 25 cột. Người nghiên cứu nói đó là sự trở lại lối viết của Đại Tạng Kinh thời còn viết tay.

Ở đây ta cần biết danh từ *"quyển"* 卷 trong kinh sách cũ. Một tác phẩm chữ Hán dù kinh luận hay thơ văn thường được sắp theo *quyển*. Chữ *quyển* 卷 ở đây không theo nghĩa là *quyển sách* như chúng ta hiểu ngày nay. Trong kinh sách cổ, danh từ "quyển" 卷 chỉ có nghĩa là "một cuộn" như "một cuộn giấy" sách hay tranh cũng được cuộn vào, khi đọc sách hay xem tranh thì mở ra (Anh ngữ thường dịch *quyển* là *fascicle*). Cho nên một tập thơ có thể gồm nhiều quyển, một bộ kinh có thể có nhiều quyển. Người ta cũng không xác định chính xác một *quyển* là dài bao nhiêu (theo nghĩa sách có có bao nhiêu trang). Hơn nữa sự phân quyển cũng thường phân theo người biên tập. Cùng một sách mà nhiều người phân quyển khác nhau. Cho nên khi nói *"kinh Duy Ma Cật* bản dịch của Chi Khiêm có 2 quyển, bản dịch của La Thập có 4 quyển, bản dịch của Huyền Trang có 6 quyển" thì không chắc chắn là bản dịch của Huyền Trang dài hơn bản dịch của La Thập bao nhiêu hay có nhiều hơn bao nhiêu chữ. Vì vậy khi nói *"bộ Lăng Già Kinh 4 quyển, kinh Bát Nhã Tâm Kinh 1 quyển"* thì chúng ta chỉ *tạm* biết rằng kinh Lăng Già dài hơn Bát Nhã Tâm Kinh thế thôi. Vì để phân biệt với *quyển* chỉ có nghĩa là "khổ sách" hay "một cuộn" nên người ta cũng tránh gọi một kinh là "quyển" mà gọi là "bộ", thí dụ *Lịch Đại Tam Bảo Ký* (歷大三寶記) liệt kê 1,076 bộ (3,292 quyển)" thì đơn giản chỉ có nghĩa là bản ký này liệt kê có 1,076 kinh.[228]

Trong chương tiếp theo chúng ta sẽ tiếp tục hành trình theo dõi sự hình thành của Hán Tạng, từ khi kinh Phật giáo được khắc in từng quyển đơn lẻ cho đến việc khắc in *toàn bộ* các kinh gọi là "Đại Tạng Kinh".

KINH PHẬT

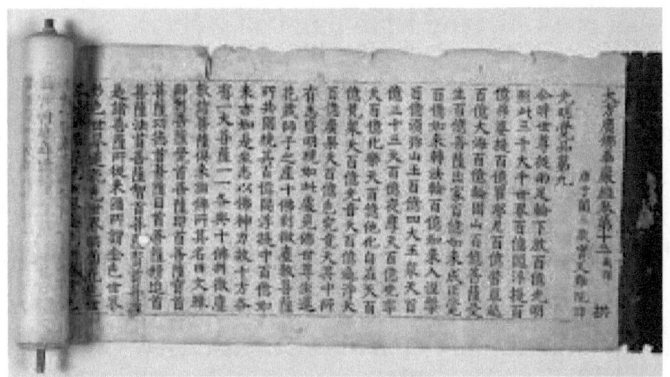

.một quyển (卷) kinh.

---

228. Cuối cùng là "Tập" (集) thì bây giờ Tập có nghĩa là một "quyển sách" khi in xong thành sách. Thí dụ giới thiệu Đại Chính Tân Tu Đại Tạng Kinh sẽ được nói là "*100 Tập, gồm 3,053 Bộ (11,970 Quyển)*" thì chúng ta hiểu là Đại Tạng Kinh có "100 quyển in khổ lớn 17X24 cm" gồm có 3053 kinh và cũng không cần thắc mắc về số 11,970 "*quyển*" chỉ cho biết độ chừng dài ngắn.

Kinh chép trên lá bối

Nhà giữ mộc bản Cao Ly Tạng

Một bộ kinh bằng lá bối

Một tấm mộc bản của Cao Ly Tạng

Kinh khắc trên đá ở chùa Vân Cư, Phòng Sơn Thạch kinh

Kinh Kim Cương, in năm 868,
được coi là cuốn sách in mộc bản đầu tiên

CHƯƠNG IX
TỪ KINH LỤC ĐẾN ĐẠI TẠNG KINH

I. KINH LỤC

Kinh luận Hán Tạng càng ngày càng nhiều. Nhu cầu cần phải có một thư mục hay mục lục để sắp xếp các loại kinh luận giúp cho người học Phật cũng giống như thư viện tổ chức sắp xếp kinh luận một cách ngăn nắp và có hệ thống trở nên cần thiết. Vì vậy Phật học Hán văn đã có một loại sách dành riêng cho nhu cầu này gọi là "*Lục*" (錄) hay "*Mục Lục*" (目錄) hoặc "*Kinh Lục*" (經錄). Kinh Lục hay Mục Lục không chỉ liệt kê con số các kinh điển đã được dịch trong thời gian mà còn phần giới thiệu và so sánh các bản dịch. Vì vậy Kinh Lục có nhiệm vụ liệt kê, phân tích và sắp loại kinh luận. Nội dung và sắp đặt của Kinh Lục sẽ dẫn đến việc sắp xếp nội dung kinh luận cho việc thành hình khắc in đại tạng kinh trong tương lai. Cho nên có thể nói Kinh Lục chính là cái xương sống cho việc khắc in đại tạng kinh.[229]

---

229. Đời nhà Tùy (581-619) tuy đã có danh từ "Đại Tạng Kinh" nhưng danh từ này chỉ có nghĩa là "tập hợp nhiều kinh" như trường hợp Tùy Văn Đế cho chép tay 48 bộ "Đại Tạng Kinh" để cúng dường các chùa lớn nhân ngày thống nhất Trung Hoa, nên chưa có nghĩa như "Tam Tạng Đại Tạng Kinh" của thời sau. Đại Tạng Kinh theo nghĩa chúng ta hiểu ngày nay chỉ đến đời

Đến nay trong lịch sử thành lập Hán Tạng người ta có thể kể đến tên rất nhiều Kinh Lục đã được biên tập, nhưng đa số đã thất lạc. Hiện nay chúng ta chỉ còn lưu giữ được chừng trên dưới 30 Lục. Điều cần nhắc lại Kinh Lục không phải chỉ liệt kê kinh luận Phật học đã được dịch thuật hay biên soạn, mà nó còn đi kèm cả lời giới thiệu dịch giả, thời đại, phê bình và so sánh, cho nên đối với ngày nay các Kinh Lục còn trở nên một nguồn sử quí cho người nghiên cứu sử và cổ văn học, không chỉ giới hạn trong văn học sử hay sử Phật giáo.

Để dễ quan sát, chúng ta có thể chia sự hình thành Kinh Lục thành bốn giai đoạn: 1- Thời kỳ phôi thai khi bắt đầu có việc dịch kinh; 2- Sự xuất hiện loại sách liệt kê kinh luận đã được dịch gọi là Kinh Lục; 3- Giai đoạn phát triển Kinh Lục, 4. Giai đoạn thống nhất tiến đến việc in Đại Tạng Kinh.

A- THỜI KỲ PHÔI THAI

Giai đoạn đầu tiên của Đại Tạng Kinh Hán ngữ đương nhiên là khởi từ những bộ kinh riêng lẻ được dịch ra Hán ngữ. Chúng ta có thể tạm sắp đặt khung thời gian cho giai đoạn này khởi đầu từ năm 76 là năm quyển kinh nổi tiếng là *Tứ Thập Nhị Chương* được dịch ra Hán văn dưới triều Hán Minh Đế sau sự tích Hán Minh Đế nằm mơ thấy "người Vàng" (Phật) đến từ phương Tây, nên cho người đi tìm hiểu về "Phật". Kết quả là Ca Diếp Ma Đằng (*Kāśyapa-mātanga*) và Trúc Pháp Lan (*Mdian Dharmaraksa*) đã dịch ra quyển *Tứ Thập Nhị Chương Kinh* 四十二章經. Quyển Tứ Thập Nhị Chương được coi là quyển kinh được dịch ra chữ Hán đầu tiên. Nhưng *Tứ Thập Nhị Chương Kinh* thực ra không phải là tên một kinh Phật nào mà chỉ là một tập hợp các đoạn kinh với mục đích giới thiệu Phật giáo cùng với các bài học đạo

---

nhà Tống (960-1126) mới có và được in mộc bản lần đầu tiên năm 971 (*Thục Bản* (蜀版) Đại Tạng Kinh)

đức tổng quát. Cho nên hiện nay trong đại tạng kinh chúng ta có nhiều bản cùng tên là *Tứ Thập Nhị Chương Kinh* nhưng dài ngắn khác nhau.

Cho nên nếu nói về "dịch Kinh" thì quyển kinh đầu tiên được dịch ra Hán văn phải là các dịch phẩm của An Thế Cao và Chi Lâu Ca Sấm. An Thế Cao tên là Thế Cao là hoàng tử nước An Tức (Parthia).[230] Thế Cao đến Trung Hoa vào năm 148. Ngài là người có danh phận lớn nên có tổ chức trường dịch khá qui củ, cho nên ngài dịch được rất nhiều. Các Kinh Lục cũ ghi ngài đã dịch đến 95 bộ, nhưng trong Đại Chính Tạng ngày nay chỉ còn 54 bộ (59 quyển). Thời đó đại đa số việc dịch kinh thường đều là những nỗ lực cá nhân. Dịch trường của An Thế Cao có lẽ là trường dịch có tổ chức đầu tiên ở Trung Hoa. Thế Cao chính là người dịch đầu tiên và là người đầu tiên truyền bá giáo pháp Thiền của pháp tu quán hơi gọi là An Ban Thủ Ý (ānāpanasati) của kinh Tứ Niệm Xứ (satipatthāna sutta). Cho nên có thể coi ngài là tổ thiền đầu tiên của Trung Hoa.

Cùng thời với An Thế Cao là Chi Lâu Ca Sấm (*Lokakshema*) – Lâu Ca Sấm người Việt Chi. Lâu Ca Sấm là người đầu tiên giới thiệu Phật giáo Đại thừa đến Trung Hoa. Đa số kinh ngài dịch là kinh luận Đại thừa. Trong số này có Đạo Hành Bát Nhã chính là quyển kinh căn bản "Bát Nhã Bát Thiên Tụng" của văn học Bát Nhã. Quyển kinh quan trọng khác do ngài dịch là kinh *Bát Châu Tam Muội* ngày nay vẫn còn được rộng truyền. Lâu Ca Sấm dịch rất nhiều, theo các Kinh Lục cũ ghi ngài dịch 23 bộ, ngày nay chỉ còn giữ được 11 bộ (26 quyển).

---

230. Trước khi Đạo An (312-385) đặt ra lệ người xuất gia mang họ Thích (họ của đức Phật Thích Ca) thì người ta quen gọi các đại sư theo quốc gia họ sinh trưởng (như An Thế Cao là "Thế Cao người An Tức" hay Chi Lâu Ca Sấm là "Lâu Ca Sấm người Nhục Chi"). Người Hoa xuất gia bỏ thế danh thì cũng lấy theo "họ" thầy, như Pháp Nhã người Hoa xuất gia theo thầy người Thiên Trúc nên gọi là Trúc Pháp Nhã)

Đó là sự thật lịch sử của giai đoạn truyền bá sơ kỳ và về các kinh luận đầu tiên được dịch ra Hán văn. Nhưng ở thế giới ưa thích truyền kỳ Trung Hoa chúng ta còn thường nghe những truyền kỳ mơ hồ nhưng cũng có thể cho chúng ta biết một phần về phản ứng của quần chúng với Phật giáo. Trước hết là vài nhà nghiên cứu Phật học Trung Hoa còn cho rằng Trung Hoa có thể biết đến Phật giáo từ thời Hán Vũ Đế (làm vua 141-87 trước Dương lịch) là người vào năm 139 B.C. đã gửi Trương Hàn mang quân viễn chinh miền Tây giúp Việt Chi chống Hung Nô. Trương Hàn thua trận và bị Hung Nô bắt giữ suốt 11 năm. Đến năm 126 B.C. ông trốn đến được Việt Chi rồi về nước. Đây là thời gian đầu tiên Trung Hoa biết về thế giới Tây Vực và do đó Trung Hoa phải biết đến Phật giáo. Một số học giả khác lại đề nghị một niên đại sớm hơn nữa, là Phật giáo được truyền vào Trung Hoa từ thời Tần Thủy Hoàng (246-210 trước Dương lịch) vì thời đại của vị hoàng đế đầu tiên của người Trung Hoa này cũng trùng hợp với triều đại vua A Dục. Khi Tần Thủy Hoàng cho xây Vạn Lý Trường Thành thì cũng trùng hợp với thời gian các phái đoàn truyền bá Phật giáo do vua A Dục gửi đi. Tuy nhiên các truyền kỳ lý thú này cho đến nay vẫn chưa đưa ra một chứng cớ nào đáng kể.

Đặc điểm trong giai đoạn này là các dịch giả hoàn toàn dịch các kinh luận theo ý của mình. Cho nên chúng ta thấy nhiều kinh luận của cả Đại thừa lẫn Tiểu thừa đều được dịch, và người Hoa cũng chưa phân biệt được rõ ràng Đại thừa Tiểu thừa. Nội dung kinh luận được dịch trong giai đoạn này bắt đầu là các kinh luận thuộc loại tổng quát và đơn giản, tuy đơn giản nhưng vẫn có các pháp môn nhằm giới thiệu cho người Hoa giáo pháp thiền định căn bản nhưng rất thực tế và hữu hiệu cho đến ngày nay vẫn còn "hợp thời" với các lớp trí thức trẻ Tây phương như kinh Tứ Niệm Xứ (*satipatthāna sutta*). Tuy nhiên nội dung căn bản của kinh luận Phật giáo trong giai đoạn này là các bài học đạo đức tổng quát như *Tứ Thập Nhị Chương Kinh,* hay các kinh nói về tiểu sử Đức Phật qua các kiếp quá khứ như kinh *Bản Sinh* (*jakatas*) nguyên thuộc Tiểu Bộ-Kinh (*khuddaka nikāya*). Sau giai đoạn các kinh cơ bản, thì đặc biệt các dịch giả Đại thừa bắt đầu giới thiệu các kinh hệ Không tông Bát Nhã như *Tiểu Phẩm Bát Nhã* (Chi Lâu Ca Sấm dịch), Quang *Tán Bát Nhã Ba-la-mật-đa kinh* (Trúc Pháp Hộ dịch), *Phóng Quang Bát nhã Ba-la-mật-đa kinh* (Vô La Xoa dịch). Thì đến lúc này người học Phật Trung Hoa bắt đầu thấy khó hiểu và không thâm nhập được. Đó là lý do xuất hiện phương pháp 格義 (*cách nghĩa*) tức là dùng các ý niệm của Lão Trang để diễn tả ý kinh Phật.

Nguyên nhân được Phật sử ghi là do Đạo An và đệ tử là Huệ Viễn thảo luận với Trúc Pháp Nhã đến khái niệm "Thực Tướng" của tư tưởng Tính Không thì bế tắc, nhưng sau khi thử dùng các từ và ý niệm của Lão Trang thì mọi người đều hiểu. Từ đó phương pháp *Cách Nghĩa* rất phổ biến trong việc dịch kinh. Nhờ phương pháp này mà Phật Pháp được phổ biến rất nhanh và từ đó nhiều tông môn Phật giáo Trung Hoa được nẩy sinh. Tuy nhiên cũng vì vậy mà đa số người học Phật đã đi xa giáo pháp Phật giáo. Điển hình là các tông môn như "Lục Gia Thất Tông" phát triển rất mạnh trong sự sai lầm căn bản của giáo lý *Tính Không* với khái niệm *Hữu Vô*, Niết Bàn (Nivana) với Vô Vi của Lão Trang. Các tông môn và giáo pháp như thế phải đợi cho đến khi La Thập vào Trường An (năm 401) chính thức dịch các luận căn bản của Long Thọ, thì người Trung Hoa mới thật hiểu ra giáo lý Tính Không của Trung Quán, cho nên các tông môn này cũng từ từ biến mất. Cũng nên nhắc đến Đạo An, vốn là người tiền phong hậu thuẫn cho việc dùng ngôn từ và ý niệm Lão Trang để chuyên chở Phật lý, nhưng cũng chính ngài là người sớm biết trước sự tai hại này. Cho nên cuối đời chính Đạo An lại là người cực lực phản đối phương pháp *cách nghĩa*.

Sự thực phương pháp dùng thuật ngữ và ý niệm của học vấn

Trung Hoa để truyền dịch kinh Phật đã có từ lâu, người đầu tiên ghi lại các cách này chính là Mâu Tử tác giả *Lý Hoặc Luận* đã vạch ra từ thế kỷ thứ hai. Các bản dịch kinh của An Thế Cao là dẫn chứng cụ thể của giai đoạn này vì ngày nay đọc lại, người ta sẽ thấy rõ ngài đã dùng rất nhiều danh từ mượn từ Lão Trang để dịch kinh Phật. Tuy nhiên di căn của phương pháp này không phải hoàn toàn đã chấm dứt. Thật dễ hiểu trong một xã hội có tới hai ý niệm khác biệt cùng dùng một ngôn ngữ học thuật giống nhau, thì lẽ dĩ nhiên số người hiểu Phật ý trong khuôn khổ học thuật Lão Trang không thể không tránh khỏi. Sai lầm này còn quan trọng hơn nữa đối với các dân tộc Á Đông phải dùng nhờ văn tự chữ Hán như Việt Nam, vốn từ xưa bắt buộc phải sử dụng chữ Hán vay mượn của Trung Hoa. Một trong những mục đích của *Tùng Thư Long Thọ và Tính Không* là cố gắng nỗ lực giải tỏa những sai lầm văn tự này. Dù bình thường chỉ là các chú thích nho nhỏ đó đây - nhưng cũng không khỏi gây phiền nhiễu và phản cảm với một vài người theo thói quen các huân tập lâu đời.

B. SỰ XUẤT HIỆN CÁC KINH LỤC

Khi có nhiều kinh luận được dịch thì đương nhiên phải cần các bảng Kinh Lục để liệt kê, xắp đặt và giới thiệu các kinh luận. Giai đoạn này có thể đánh dấu bởi bản mục lục kinh luận đầu tiên của Đạo An (312-385) có tên là *Tổng Lý Chúng Kinh Mục Lục* 綜理衆目錄 còn gọi là *Đạo An Lục* 道安錄 hay *An Lục* 安錄 năm 374. *An Lục* thống kê cho biết kinh luận Phật giáo trong thời gian này có đến 639 bộ (886 quyển). An Lục là quyển mục lục đầu tiên liệt kê các kinh luận Phật giáo đang có đương thời. Hiện nay bản An Lục đã không còn nhưng nhiều dữ kiện đã được một số các thư mục sau đó kịp lập lại và nhờ đó ta biết thời Đạo An đã có đến 639 bộ kinh luận đã được dịch ra Hán văn. Điểm độc đáo khác của *An Lục* là lần đầu tiên tác giả đã sử dụng các khái niệm về *Ngụy Kinh và Nghi Kinh* để cho biết trong số kinh này đã có hơn một phần ba là kinh giả gọi là *ngụy kinh* do người Hoa tự chế tác (xem chi tiết trong phần viết về *ngụy kinh*). Nhờ An Lục chúng ta cũng biết thời đại này Phật học Trung Hoa cũng chưa có khái niệm phân biệt giữa Tiểu thừa và Đại thừa một cách rõ rệt. Chúng ta cũng không biết chi tiết về thực tế hành trì Phật giáo trong thời gian này, nhưng biết rõ kinh điển Tiểu thừa và Đại thừa tiếp tục được dịch song song.

C. GIAI ĐOẠN PHÁT TRIỂN KINH LỤC

Giai đoạn phát triển loại Kinh Lục được đánh dấu bằng sự có mặt của Cưu Ma La Thập (344-413) ở Trường An năm 401 để dịch kinh, và kéo dài cho đến giai đoạn Phí Trường Phòng 費長房 soạn *Lịch Đại Tam Bảo Ký* 歷代三寶記 năm 587. Trong giai đoạn này hình ảnh vĩ đại của La Thập đã che lấp nhiều dịch giả tài ba khác. Thực ra giai đoạn này là giai đoạn dịch kinh rất phát triển và có rất nhiều dịch giả quan trọng khác ngoài La Thập như Phật-đà Bạt Đa la (*Buddhabhadra* 369-429), Pháp Hiển (法顯 330-420). Giai đoạn này cũng đánh dấu bằng cuộc hành trình Tây du cầu Pháp đầu tiên của Chu Sĩ Hành (khoảng năm 260) hay của Pháp Hiển trước Huyền Trang cả 260 năm. Pháp Hiển còn để lại tập du ký quan trọng là *Phật Quốc Ký* 佛國記 thuật lại cuộc Tây Du Thỉnh Kinh của ngài bằng đường bộ (như Huyền Trang sau này) nhưng khi trở về ngài đã đi bằng đường biển gian truân đến sáu tháng mới trở về được. Đây là tài liệu rất quí báu, vì đây là tài liệu gần như đầu tiên cho chúng ta biết đến sinh hoạt tự viện ở Ấn Độ và Phật giáo ở Tích Lan, Java và Đông Nam Á trong thế kỷ thứ IV. Đây là phần quan trọng mà tác phẩm danh tiếng hơn sau này là Đại Đường Tây Vực Ký (大唐西或記) của Huyền Trang khiếm khuyết.

Đặc điểm của việc dịch kinh ở giai đoạn này là người dịch đã bắt đầu dịch từ văn bản. Trong thời gian trước, đa số được dịch từ trí nhớ vì đại đa số các đại sư dịch giả vẫn thuộc về thời đại thuộc lòng kinh điển và việc cưu mang kinh sách vừa khó tìm vừa khó mang theo. Chúng ta nên nhớ trong *Phật Quốc Ký* của Pháp Hiển (340-420) cho biết khi đến được Ấn Độ trong mấy năm đầu ngài thăm nhiều tự viện nhưng đều không tìm thấy kinh văn (vì các tăng quen truyền thống khẩu truyền). Cho đến khi ngài Pháp Hiển đến Magadha (Ma Kiệt Đà) mới tìm được kinh văn để chép. Nhờ các sách Kinh Lục này chúng ta biết được phần nhiều kinh La Thập dịch là *trùng dịch*, và ngài nhiều lần than là các bản dịch cũ vì dịch theo "Hồ ngữ" (các ngôn ngữ Tây Vực) không phải là chính văn Thiên Trúc (Sanskrit) nên nhiều cách đọc không chuẩn nên dịch cũng không chuẩn, ngài cần phải dịch lại cho chuẩn xác hơn.[231] Chính La Thập dùng chữ "cựu kinh" và "tân kinh" để phân biệt.

Chính nhờ có những dịch phẩm trường qui của La Thập mà lần đầu tiên giới học Phật ở Trung Hoa biết về nội dung chân thực của kinh luận Phật giáo. Kết quả chính là lý do của hai biến cố rất quan trọng sau khi các dịch phẩm của La Thập được phổ biến. Thứ nhất là dựa trên những bản dịch kinh luận của La Thập nhiều tông môn Phật giáo Trung Hoa đã được thành lập như *Tam Luận Tông* (dựa trên ba luận là *Trung Luận, Thập Nhị Môn Luận* của Long Thọ và *Bách Luận* của Thánh Thiên học trò Long Thọ). Rồi đến *Thiên Thai Tông, Thành Thực tông, Tịnh Độ tông* v.v. (Tất cả thành lập qua các kinh luận do La Thập dịch). Thứ hai, ngược lại, đó là là sự tàn rụi của nhiều tông môn trước đó như *Lục Gia Thất Tông* (Bản Vô tông, Tâm Vô tông, Bản Vô Dị tông, Thức Hàm tông v.v.) Lý do là nhờ kinh luận Long Thọ

---

231. Cho đến Huyền Trang (602-664) lại càng coi thường những bản dịch cũ cho rằng không nguyên vẹn và không trung thành với nguyên bản. *Tục Cao Tăng Truyện*, chuyện Pháp Xung kể khi về nước Huyền Trang không chịu mở xem các bản dịch cũ, cũng không chịu giảng những bản dịch cũ. Nên Pháp Xung nói rằng "Ngài nương theo kinh cũ mà xuất gia, nếu nay không chịu hoằng truyền kinh cũ thì nên hoàn tục, rồi nương vào kinh mới dịch mà xuất gia." Huyền Trang lúc đó mới bỏ ý không tụng giảng kinh cựu dịch.

dịch, họ mới biết họ đã hiểu sai Tính Không của Phật giáo với tư tưởng Hữu Vô của Đạo học.

Cuối giai đoạn này được đánh dấu bằng *Lịch Đại Tam Bảo Ký* 歷代三寶記 của Phí Trường Phòng 費長房 soạn năm 597. *Lịch Đại Tam Bảo Ký* còn gọi là *Trường Phòng Lục* (長房錄) thống kê cho thấy thời gian này số kinh luận Hán nghữ đã có đến 1,076 bộ kinh luận (3,292 quyển).

Tuy nhiên trước Phí Trường Phòng chúng ta còn có *Xuất Tam Tạng Ký Tập* (出三藏記集) còn gọi là Hựu Lục (祐錄) của Tăng Hựu (僧祐) thời nhà Lương soạn khoảng năm 510-518. Trong Lục này Tăng Hựu cũng đã liệt kê tất cả các kinh luận được dịch ra Hán ngữ từ thời Đông Hán đến thới nhà Lương gồm có 1,306 bộ (1,570 quyển) chia làm tập ký, danh mục, kinh tự và liệt truyện bốn bộ 15 quyển. Đây là một tác phẩm rất quan trọng vì Hựu Lục là Kinh Lục sớm nhất mà hiện nay còn tồn tại. Cho nên *Hựu Lục* không những được dùng như tiêu chuẩn cho loại sách "Lục" của đời sau, mà cho đến nay vẫn còn giá trị nghiên cứu. Vì chúng ta nên nhớ các Kinh Lục không chỉ liệt kê kinh luận Phật giáo, mà nó còn mang giá trị sử liệu quan trọng qua các mục như Ký Tự, Truyện Ký, So Sánh và Phê Bình các kinh luận. Tuy nhiên con số bộ và sách quá khác biệt giữa Tăng Hựu và Phí Trường Phòng khiến chúng ta có một thắc mắc lớn vì số lượng của hai tài liệu này không thống nhất.[232]

Tuy nhiên tạm lấy con số 639 bộ kinh trong Đạo An Lục 道安錄 năm 374 (và trừ đi số ngụy kinh hay kinh giả) so với *Trường Phòng Lục* 長房錄 chúng ta thấy số kinh Phật đã được

---

232. Với trình độ nghiên cứu hiện tại về Phật học Trung Hoa thì các nghiên cứu cơ bản để trả lời cho các câu hỏi tương tự có lẽ phải đợi đến thế kỷ XXII. Ngay ở Hoa Kỳ nhiều nhà tỷ phú Trung Hoa (như Ho Foundation) đã có thiện ý tài trợ cho các đại học lớn Hoa Kỳ (như Stanford) thiết lập các trung tâm nghiên cứu về Phật học Trung Hoa với đầy đủ học bổng toàn phần nhưng vẫn không có sinh viên (đủ tiêu chuẩn) để theo học.

dịch trong hơn hai thế kỷ này đã gia tăng đến gần 300 bộ, quả là một con số rất lớn. Nhưng con số đó là thực tế, vì cứ theo con số kinh luận đang có trong Đại Chính Tạng, riêng một mình La Thập (344-413) hiện nay chúng ta còn giữ đến 52 bộ (302 quyển). Cũng theo con số kinh luận còn trong Đại Chính Tạng ngày nay thì trong thời gian này, về số lượng chúng ta cũng có nhiều dịch giả khác có rất nhiều đầu sách, như Trúc Phật Niệm (7 bộ, 61 quyển), Phật Đà Đa Xá (4 bộ, 84 quyển), Đàm Ma Sấm (12 bộ, 118 quyển), Đàm Ma Phật Đa (7 bộ, 7 quyển), Cầu Na Bạt Đà la (26 bộ, 100 quyển), Bồ Đề Lưu Chi (29 bộ, 97 quyển), Chân Đế Ba La Mạt Đà (6 bộ, 15 quyển) … Quả là một giai đoạn cực kỳ phát triển của sự nghiệp dịch kinh Phật.

D. KINH LỤC TIẾN ĐẾN ĐẠI TẠNG KINH

Từ giai đoạn *Lịch Đại Tam Bảo Ký* của Phí Trường Phòng (soạn năm 597) cho đến giai đoạn *Khai Nguyên Thích Giáo Lục* do Trí Thăng (soạn năm 730) chúng ta có thể gọi là giai đoạn thống nhất. Về chính trị thì nhà Tùy đã thống nhất được Trung Hoa, chấm dứt giai đoạn chiến tranh sử gọi là Nam Bắc Triều, rồi mở ra nhà Đường lẫy lừng. Về Phật giáo thì đây là thời gian Phật học Trung Hoa phát triển cực kỳ với những dấu mốc quan trọng như Trí Khải (538-597) thành lập *Thiên Thai tông*, Pháp Tạng (545-712) thành lập *Hoa Nghiêm tông*, Huyền Trang (602-664) thành lập *Pháp Tướng Tông* / Duy Thức tông, Huệ Năng (638-713) phát triển *Thiền Trung Hoa*.

Về phát triển việc dịch kinh tạng Phật giáo trong giai đoạn này chúng ta tạm bắt đầu bằng *Chúng Kinh Mục Lục* (眾經目錄) do nhóm Pháp Kinh (法經) soạn năm 597 vào đời nhà Tùy nên cũng còn gọi là *Pháp Kinh Lục* (法經錄). Pháp Kinh Lục liệt kê 2,257 bộ kinh (5,310 quyển). Chỉ trong vài năm sau, đến năm 603 chúng ta thấy *Tùy Chúng Kinh Mục Lục* (隋眾經目錄) ra đời. *Tùy Chúng Kinh Mục Lục* liệt kê 2,190 bộ kinh (5,059 quyển). Đến đây chúng ta lại thấy hai con số kinh dịch ở đây không thống nhất. Tuy nhiên số khác biệt không nhiều.

Đến triều đại nhà Đường chúng ta có danh lục *Đại Đường Nội Điển Lục* (大唐內典錄) của Đạo Tuyên, soạn năm 664. Rồi *Tịnh Thái Lục* (靜泰錄) do Tịnh Thái soạn cùng năm. Cuối giai đoạn này là *Khai Nguyên Thích Giáo Lục* 開元釋教錄 còn gọi là *Khai Nguyên Lục* 開元錄 hay *Trí Thăng Lục* 智昇錄 vì do nhà sư Trí Thăng soạn vào năm 730 thời Khai Nguyên nhà Đường. *Trí Thăng Lục* đưa ra con số là 1,076 bộ (5,048 quyển). So với số lượng kinh luận ở đầu giai đoạn này, thì tổng thể số lượng *quyển* (quyển là tạm thời để đo lường số trang kinh dài hay ngắn) không biến động nhiều. Nếu so số kinh luận thời này với số lượng kinh luận chúng ta hiện có (trong Đại Chính Tạng) thì số kinh luận Phật giáo tính đến đầu thế kỷ thứ tám (theo Trí Thăng Lục) đã chiếm đến một phần ba. Cuối cùng của thời kỳ hoàng kim về dịch kinh chúng ta có thể thấy trong *Trinh Nguyên Tân Định Thích Giáo Mục Lục* (貞元新定釋教目錄) hay *Viên Chiếu Lục* (圓照) liệt kê được 2,417 bộ (7,388 quyển) do Viên Chiếu chủ biên năm 800.

Sau đó là biến cố Phật giáo bị triều đình bách hại, sử Phật giáo gọi là "Hội Xương phế Phật" (843-846) của Đường Vũ Tông. Vũ Tông làm vua có 5 năm (841-846) nhưng thời kỳ này chính sự nhà Đường hoàn toàn xuy thoái, nội bộ thì tham nhũng phe phái bên ngoài thì liên tiếp chiến tranh với ngoại bang. Tất cả vua nhà Đường đều kính trọng Phật giáo, nên Phật giáo phát triển cực độ. Nhưng nay lại đến một ông vua cực kỳ chống Phật giáo. Hội Xương Phế Phật là cuộc phế diệt Phật giáo đến độ tàn khốc chưa từng thấy trong lịch sử Trung Hoa. Chỉ trong hai năm số tăng ni bị bắt hoàn tục lên đến hơn 260 ngàn người, số chùa thất bị phá hủy lên đế hơn 40 ngàn tự viện, tất cả các tăng ngoại quốc đều bị đuổi ra khỏi nước. Tất nhiên bên cạnh đó là thời thế cũng phát triển nhiều tệ đoan trong nội bộ Phật giáo, ngay sau khi Vũ Tông tận diệt Phật giáo chúng ta còn thấy *Tục Trinh Nguyên Thích Giáo Lục* (續貞元釋教錄) viết tắt là *Tục Trinh Nguyên Lục* soạn năm 945 liệt kê chỉ còn có 1,258 bộ (5,390 quyển) so với số 2,417 bộ (7,388 quyển) của *Trinh Nguyên Lục* soạn năm 800. Đó cũng là lý do thầm kín tại sao *Tục Trinh Nguyên Lục* được soạn trong thời gian lửa bỏng này. Sau đó dù Phật nạn chấm dứt ngay, nhưng nguyên khí của Phật giáo không thể nào còn như cũ. Các tông môn Phật giáo hầu đều điêu tàn, chỉ còn Thiền Tông và Tịnh Độ Tông là tiếp tục sinh hoạt mạnh. Đó cũng là giai đoạn từ thời nhà Tống (960-1279) Phật giáo Trung Hoa phát triển đường lối pháp môn "Thiền Tịnh Song Tu" ảnh hưởng sâu rộng và lâu dài cho đến ngày nay.

Bức tranh về lịch sử thành hình và phát triển của Kinh Luận càng rõ ràng hơn là trong gần 200 năm trước và sau *Hội Xương Phế Phật* (844-846) tức là khoảng thời gian gian giữa triều đại Trinh Quán (789) đến đầu đời nhà Tống (982) chúng ta không hề thấy xuất hiện một nhà dịch giả nào hay một bản dịch mới nào xuất hiện. Sự kiện này để cho thấy hành động hủy Phật của Đường Vũ Tông đương nhiên là lý do cụ thể và trực tiếp, nhưng có thể còn là nhiều lý do khác mà ở đây chưa phải là diễn đàn cho chúng ta thảo luận. Tuy nhiên lịch sử dịch kinh và thành lập kinh tạng Phật giáo Đại Thừa có lẽ cũng có thể được coi là kết thúc ở giai đoạn này để tiến qua việc khắc in toàn bộ ba tạng Kinh Luật Luận gọi là Đại Tạng Kinh.

Tóm lại, trong dòng lịch sử, các Lục hay Mục Lục đã trở thành một thể loại kinh sách quan trọng gọi chung là Kinh Lục (mục lục về kinh luận Phật giáo) để làm đề phóng cho việc thiết lập và in ấn đại tạng kinh sau đó. Về Phật học, Kinh Lục không giới hạn chỉ là một bản liệt kê và cập nhật hóa các kinh luận mới được dịch hay trùng dịch, Kinh Lục còn có thêm các ghi chú giới thiệu về các luận, thích, sớ, sao của các đại sư và các nhà Phật học trong nước. Vì thế Kinh Lục còn là những thông tri tin tức liên quan đến hoạt động trong công việc học Phật. Nhờ có Kinh Lục nên giới nghiên cứu ở một quốc gia bao la và nhiều thiên tai tao loạn là Trung Hoa có thể theo dõi được các tin tức và những hoạt động nghiên cứu Phật học khắp nơi[233] – Nhất là trong thời đại truyền thông, giao thông còn vô cùng hạn chế. Nhờ có Kinh Lục mà các thiện trí thức học giả Phật giáo còn có một sợi dây liên lạc tinh thần, biết đến tình trạng học Phật của thiểu số người ưu tú trong thời gian khó khăn của một quốc gia vừa rộng lớn vừa phức tạp vừa vì chiến tranh liên tục. Cho nên họ không bị thời thế và tầng lớp tu sĩ thiếu phẩm chất ảnh hưởng, thiểu số "sĩ phu" tinh hoa của Phật giáo vẫn tiếp tục biên tập những nghiên cứu Phật học ngày nay chúng ta còn học tập.[234]

Danh Sách Các Lục Quan Trọng Theo Thời Gian

Năm 420 **Chúng Kinh Biệt Lục** 衆經別錄 soạn khoảng 420-479 vốn là thư mục riêng lập liệt kê kinh luận cho Trung Quán tông.

Năm 479 **Chúng Kinh Mục Lục** 衆經目錄 (2 quyển) do Thích Vương Tông soạn khoảng 479-502

Năm 510 **Xuất Tam Tạng Ký Tập** (出三藏記集) của còn gọi là *Tăng Hựu Lục* (僧祐錄) do Tăng Hựu (僧祐) nhà Lương soạn khoảng năm 510-518, liệt kê 1,306 bộ (1,570 quyển)

Năm 511 **Lý Quách Lục** (soạn năm 511)

Năm 515 **Hoa Lâm Phật Điện Chúng Kinh Mục Lục** (華林佛殿衆經目錄) gồm 4 quyển

---

233. Cũng nên nhớ đừng nghĩ là Trung Hoa là cường quốc, thật ra 1/3 lịch sử Trung Hoa là bị các dân tộc nhỏ bé hơn cai trị.

234. Khác hẳn thời hiện tại dù nước hòa bình, thế giới ổn định và đều chú ý đến Phật giáo, dân giầu hơn và tất cả các phương tiện từ giao thông đến thông tin đều tiến bộ khủng khiếp, nhưng Trung Hoa vẫn không tiến bộ một chút nào so với tiền nhân và thế giới.

Năm 518 **Lương Đại Chúng Kinh Mục Lục** (梁代眾經目錄) soạn năm 518

Năm 570 **Cao Tề Chúng Kinh Mục Lục** (高齊眾經目錄) gọi là Tề Thế Chúng Kinh Mục Lục hay Cao Tề Lục, soạn vào năm 570-576.

Năm 479 **Chúng Kinh Mục Lục** (眾經目錄) do Thích Quảng Tông soạn năm 479-502

Năm 594 **Chúng Kinh Mục Lục** (眾經目錄) còn gọi là *Pháp Kinh lục* 法經錄 do Pháp Kinh (581-617) đời Tùy Văn Đế soạn năm 594 liệt kê 2,257 bộ (5,310 quyển),

Năm 597 **Lịch Đại Tam Bảo Ký** (歷代三寶紀) còn gọi là *Trường Phòng Ký* (長房紀) do Phí Trường Phòng đời nhà Tùy soạn năm 597, liệt kê 1,076 bộ (3,292 quyển)

Năm 602 **Tùy Chúng Kinh Mục Lục** (隋眾經目錄) còn gọi là *Nhân Thọ Lục* (仁壽錄) đời nhà Tùy liệt kê được 2,109 bộ (5,059 quyển)

Năm 664 Đại Đường Nội Điển Lục (大唐內典錄) của Đạo Tuyên gọi tắt là *Nội Điển Lục* (內典錄) viết năm Lân Đức Nguyên Niên (664). Đại Đường Nội Điển Lục gồm 10 quyển. Năm quyển đầu giống *Lịch Đại Tam Bảo Kỳ*, năm quyển sau ghi thêm mục lục kinh sách tác giả và danh sách các kinh luận nghi ngụy từ trước đến đầu nhà Đường.

Năm 664 **Chúng Kinh Mục Lục** (眾經目錄) còn gọi là *Tịnh Thái Lục* (静泰錄) do Tịnh Thái soạn năm 664,

Năm 695 Đại Châu San Định Chúng Kinh Mục Lục (大周刊定衆經目錄) cũng gọi là *Vũ Châu San Định Chúng Kinh Mục Lục* (武周刊定衆經目錄) hay Đại Châu San Định Mục Lục (大周刊定目錄)

Năm 730 **Khai Nguyên Thích Giáo Lục** 開元釋教錄 còn gọi là *Khai Nguyên Lục* 開元錄 hay *Trí Thăng Lục* 智昇錄 gồm 20 quyển, do Trí Thăng soạn năm 730 thời Khai Nguyên nhà Đường Huyền Tông, liệt kê 1,076 bộ (5,048 quyển). Đây là một Lục hoàn bị nhất vì Lục tập trung được các ưu điểm của nhiều Lục có trước. Khai Nguyên Thích Giáo Lục có 10 quyển ghi chép theo thứ tự thời gian các nhà dịch kinh từ thời nhà Hán đến thời nhà Đường. Hệ thống thứ tự này trở thành mẫu mực cho các Đại Tạng Kinh được in vào thời sau.

Năm 800 **Trinh Nguyên Tân Định Thích Giáo Mục Lục** (貞元新定釋教目錄) viết gọn là *Trinh Nguyên Thích Giáo Lục* (貞元釋教錄) hay *Viên Chiếu Lục* (圓照) gồm 30 quyển, liệt kê được 2,417 bộ (7,388 quyển) do Viên Chiếu chủ biên năm 800.

Năm 945 **Tục Trinh Nguyên Thích Giáo Lục** (續貞元釋教錄) viết tắt là *Tục Trinh Nguyên Lục* soạn năm 945 liệt kê 1,258 bộ (5,390 quyển).

Năm 1112 **Khai Nguyên Tự Bản** (開元寺版) còn gọi là Phúc Châu Khai Nguyên Tự Bản (福州開元寺版), soạn khoảng thời gian 1112-1148 liệt kê 1,429 bộ (6,117 quyển).

Năm 1287 **Chí Nguyên Pháp Bảo Khám Đồng Tổng Lục** (至元法寶勘同總錄) viết tắt là *Chí Nguyên Lục* (至元錄) soạn năm 1287 vào đời Nguyên Thế Tổ. Lục này liệt kê 1,440 bộ (5,586 quyển). Vì Lục được soạn vào đời Nguyên (Mông Cổ cai trị Trung Hoa 1271-1368) nên Lục có phần đối chiếu kinh tạng của Tây Tạng, có ghi Hán tự dịch âm chữ Phạn v.v có ích cho người nghiên cứu.

Cuối cùng trước khi qua phần giới thiệu về các Đại Tạng Kinh chúng ta còn có thể kể đến một sách Mục Lục được coi là một trong những Kinh Lục cuối cùng trước khi Trung Hoa bị nô lệ và cai trị bởi người ngoại quốc trong gần ba trăm năm (1636-

1911) từ sau thời nhà Minh (1644) cho đến thời hiện đại (1911). Đó là Đại Minh Tam Tạng Thánh Giáo Mục Lục (大明三藏聖教目綠) viết tắt là *Bắc Tạng Mục Lục* (北藏目綠) vào đời nhà Minh (1368-1644).

II. KHẮC IN ĐẠI TẠNG KINH

Trong lịch sử hình thành Hán Tạng, Kinh Lục được coi như tiền đề của việc khắc in Đại Tạng Kinh. Trước khi in Đại Tạng Kinh, một công đoạn quan trọng là phải thiết lập danh sách các kinh luận sẽ được khắc in phải cần rất nhiều năm để sưu tầm và tập hợp, rồi dàn trải và sắp xếp hạng mục. Rất may mắn là phần vụ này đã có những Kinh Lục hay Mục Lục giúp người ta hoàn thành phần khâu cần thiết này. Các kinh lục liên tiếp đời để *cập nhật hóa* mục lục kinh luận có trước nó. Các bảng liệt kê kinh luận và sắp xếp hạng mục của các mục lục đã giúp người biên soạn Đại Tạng Kinh rất nhiều công tác, từ thiết lập danh sách kinh luận cần thu nhập cho đến việc phân loại và tổ chức sắp xếp Đại Tạng Kinh.

Trước khi có đại sự là in Đại Tạng Kinh bằng mộc bản, Trung Hoa đã phát triển nghề in mộc bản. Đó là việc khắc kinh sách trên các tấm gỗ có khắc ngược phần văn tự muốn in. Sau đó trải mực lên và in xuống giấy (đúng ra là để giấy trên mặt gỗ rồi lăn trên giấy). Trong kỳ tái bản năm 2022 của luận *Trí Tuệ Giải Thoát: Dịch Giảng Kinh Kim Cương* độc giả đã có dịp thấy hình chụp bản Hán dịch kinh Kim Cương in bằng mộc bản năm 868 được coi là cổ bản sớm nhất của kỹ thuật in mộc bản ở Trung Hoa. Chúng ta khó có thể tưởng tượng được trước Tây phương nhiều thế kỷ, Á Đông đã có kỹ thuật in sắc sảo như thế. Bản kinh Kim Cương này là di cảo tìm lại được đầu thế kỷ trước ở Đôn Hoàng. Bản in mộc bản cổ này đang được tàng giữ và trưng bầy ở Viện Bảo Tàng Luân Đôn. Sự có mặt của di cảo này cho thấy ở Trung Hoa người ta đã in kinh bằng mộc bản ít nhất là vào thời trước đó, nghĩa là vào đầu triều đại nhà Đường (618-907). Tuy nhiên đó chỉ là trường hợp in mộc bản riêng lẻ một vài kinh nổi tiếng. Vẫn theo chứng cớ tài liệu lịch sử cho biết thì phải cho đến đầu thời nhà Tống (960-1126) người ta mới cho in mộc bản toàn Đại Tạng Kinh đầu tiên gọi là *Tống Bản Đại Tạng Kinh* (971).

CHƯƠNG X
HOÀN THÀNH TAM TẠNG ĐẠI TẠNG KINH

I. ĐẠI TẠNG KINH QUA CÁC THỜI ĐẠI

Trước khi được khắc in mộc bản – là nội dung chúng ta sẽ thảo luận trong chương này – thì hình thức đại tạng kinh chép tay xuất đã xuất hiện từ thời Nam Bắc Triều (317-589). Danh từ Đại Tạng Kinh (大藏經) có nghĩa là "toàn thể kinh Phật trong ba tạng Kinh Luật Luận" bắt đầu dùng từ thời nhà Đường (618-907), triều đình lại còn ra lệnh các kinh Phật mới dịch hoặc các sớ luận quan trọng của các danh sư đều phải nộp một bản vào đại tạng. Trong thời *Nam Bắc Triều* (317-589), ở miền bắc vua Bắc Ngụy là Hiếu Minh Đế (tại vị 515-528), ở miền nam vua Nam Tề là Minh Đế (tại vị 494-498) đều từng cho lệnh biên chép đại tạng kinh. Sử còn ghi các vua Vũ Đế (tại vị 557-559), Văn Đế (tại vị 559-566), vua Huyền Đế (tại vị 568-582) của nhà Trần đều cho lệnh chép đại tạng kinh phân phối cho các chùa. Sử Trung Hoa còn ghi rõ khi thống nhất đất nước, chấm dứt thời Nam Bắc Triều, Tùy Văn Đế (tại vị 581-604) đã ra lệnh chép 64 bộ Đại Tạng Kinh để cúng dường các đại tự trong lãnh thổ mà ông mới thống nhất.

Lịch sử hình thành Đại Tạng Kinh chữ Hán là một kết quả

trọng yếu của lịch sử Phật Giáo Trung Hoa trải qua các triều đại Hán, Ngụy, Lưỡng Tấn, Nam Bắc triều, Tùy, Đường, Ngũ Đại. Mỗi thời kỳ trong quá trình hình thành Đại Tạng Kinh này cũng là những giai đoạn phát triển Phật Giáo Trung Quốc mà chúng ta vừa xem qua lịch sử phát triển các Kinh Lục trong chương trước. Cho nên việc khắc in toàn bộ tam tạng kinh luật luận gọi là Đại Tạng Kinh chính là kết quả cuối cùng của lịch sử phát triển và hình thành kinh điển Phật giáo Hán Tạng.

Việc tổ chức in mộc bản toàn thể các kinh luận xứng đáng gọi là Tam Tạng Kinh (*Tripiṭaka*) là một công tác vô cùng lớn lao. Bình thường thì chỉ có triều đình mới có khả năng khắc in mộc bản toàn thể một Đại Tạng Kinh gồm có cả ngàn bộ kinh như thế. Tuy nhiên sau đó nghề in mộc bản cũng tiến bộ hơn, tư nhân và tự viện cũng thường tự đứng ra khắc in. Truyền thống đó tiếp tục cho đến thời hiện tại, cho nên đại đa số các cơ sở in ấn Đại Tạng Kinh ngày nay đều là các tổ chức công cộng phi lợi nhuận. Trước thế kỷ thứ mười, Trung Hoa đã tổ chức nhiều lần khắc in kinh Phật riêng rẽ, nhưng cho đến năm 971 Trung Hoa mới có khả năng in *toàn bộ Tam Tạng Đại Tạng Kinh* lần đầu tiên. Đó là đại tạng kinh có tên là *Thục Bản* (蜀版) tên đầy đủ gọi là *Thục Bản* Đại Tạng Kinh (蜀版蜀版大藏經) vì được khắc in ở đất Thục (Tứ Xuyên) vào năm 971. *Thục Bản Đại Tạng Kinh* là đại tạng được in lần đầu tiên và có tiêu chuẩn rất cao trong thời đại đó, vì vậy *Thục Bản* có ảnh hưởng rất lớn trên các Đại Tạng Kinh in sau, dù khắc in ở Trung Hoa hay ở nước ngoài như Nhật Bản hay Cao ly.

Những bản kinh của Thục Bản cũng như các Đại Tạng Kinh cổ cuối cùng ở Trung Hoa đã bị cách mạng văn hóa thời Mao Trạch Đông tìm thấy và đốt gần hết. Nhưng may mắn chúng ta vẫn nhờ Nhật Bản còn giữ lại được một số. Mới đây, năm 2018, Thư Viện Quốc Gia Trung Ương Bắc Kinh nhờ sự hỗ trợ của Phật Giáo Nhật Bản đã hoàn tất việc phục chế ấn bản *Tư Khê*

Viên Giác Đại Tạng Kinh (思溪圓覺大藏經) do chùa Viên Giác ở Triết Giang khắc in hoàn toàn vào năm 1132 cuối đời Bắc Tống. Đại tạng kinh Viên Giác tuy không phải là đại tạng kinh đầu tiên, nhưng nó vừa lấy tiêu chuẩn *Thục Bản* (Đại Tạng Kinh khắc in đầu tiên) vừa bổ túc được nhiều sai sót của bản này, nên từ xưa vẫn được đánh giá quan trọng hơn cả Thục Bản.

Nhưng bản khắc in (mộc bản) thì vì nhiêu khê nặng nề và thời gian mối mọt, chúng ta hầu như khó có thể giữ được, trừ một kỳ công là mộc bản của *Cao Ly Tạng* (高麗藏) là Đại Tạng Kinh của Triều Tiên. Cao Ly Tạng được nhiều nhà nghiên cứu cho rằng mang nhiều dấu vết của đại tạng kinh đầu tiên in bằng mộc bản là Thục Bản. Tuy nhiên điều thần kỳ ở đây không phải chúng ta chỉ còn giữ ấn phẩm in giấy mà còn giữ được toàn vẹn hơn 82 ngàn bản khắc gỗ của đại tạng này từ thế kỷ XIII, hiện được tàng giữ tại chùa Hải Ấn (海印寺) Nam Triều Tiên. Trong luận *Bát Nhã Tâm Kinh: Tổ Long Thọ Giảng* mới xuất bản (2019) tôi cũng đã giới thiệu về bộ kinh độc đáo này. Sau đây chúng ta sẽ lược qua các Đại Tạng Kinh Hán ngữ quan trọng đã được khắc in trong lịch sử Trung Hoa.

ĐẠI TẠNG KINH IN THỜI NHÀ TỐNG

Triều nhà Tống (960-1279) có tám lần khắc in Đại Tạng là: 1. Khai Bảo Tạng (Thục Bản), 2- Sùng Ninh Vạn Thọ Tạng (Đông Thiền Tự Bản), 3- Tỳ Lô Tạng (Phúc Châu Khai Nguyên Tự Bản), 4- Viên Giác Tự Đại Tạng Kinh (Viên Giác Tạng), 5- Tư Phúc Tạng (Tư Khê Pháp Bảo Tự Bản), 6- Thích Sa Tạng, 7- Khất Đan Tạng (Liêu Tạng), 8- Triệu Thành Tạng (Kim Tạng). Trừ bộ *Khai Bảo Tạng* là do triều đình khắc in các đại tạng còn lại phần nhiều đều do tư nhân khắc in.

971- **Thục Bản Đại Tạng Kinh** 蜀版大藏經 (971-983)

Thục Bản Đại Tạng Kinh hay *Khai Bảo Tạng* là Tam Tạng

Đại Tạng Kinh đầu tiên được khắc in mộc bản vào năm 971 ở Ích Châu, Thành Đô Tứ Xuyên. Tứ Xuyên tên cũ là Thục nên tam tạng kinh còn có tên là *Thục Bản* (蜀版) hay *Tứ Xuyên bản* (四川版). Thục Bản cũng gọi là *Tống Quan Bản* (宋官版) vì là do vua Tống Thái Tổ (960-976) cho in. Khi in đại tạng này người ta đã phải dùng đến 130,000 bảng gỗ khắc. Từ khi khắc gỗ đến khi hoàn thành kéo dài đến 12 năm (971-983). Thục Bản Đại Tạng Kinh gồm có 5,586 bộ kinh luận (trong đó có 5,048 bộ đã có tên trong *Khai Nguyên Thích Giáo Lục* của Trí Thăng viết năm 730). Thục Bản như vậy gồm 279 bộ mới chưa hề có trong các liệt kê Kinh Lục cũ. Là bản in mộc bản đầu tiên, và phải cần đến 13 năm để hoàn thành, cho nên chúng ta thấy *Thục Bản Đại Tạng Kinh* có tiêu chuẩn rất cao trong thời đại đó. Vì vậy *Thục Bản* có ảnh hưởng rất lớn trên các bản Đại Tạng Kinh in sau, dù khắc in ở Trung Hoa hay ở nước ngoài như Nhật Bản hay Cao ly. Cũng vì được in mộc bản nên số lượng *Thục Bản Đại Tạng Kinh* có khá nhiều nên cũng được phân phối rất rộng. Triều Tiên và Nhật Bản nhờ có được toàn bộ Đại Tạng Kinh này nên sau đó Phật học đều tiến bộ. Riêng về việc in kinh ở hai quốc gia này, sau đó phát triển rất tốt. Trong đó có *Cao Ly Bản Đại Tạng Kinh* từ thế kỷ XIII chúng ta đã giới thiệu ở trên. Cao Ly Tạng có thể gọi là Đại Tạng Kinh tốt nhất cho đến khi Đại Chính Tạng của Nhật Bản xuất hiện vào đầu thế kỷ XX. Việt Nam cũng đã ba lần xin được Đại Tạng Kinh nhưng trong lịch sử Phật giáo Việt Nam chưa hề thấy có ai tham khảo Đại Tạng Kinh.[235]

Thục Bản Đại Tạng Kinh được mang tặng vua Triều Tiên Songjong của triều đại Cao Ly (918-1392) vào năm 990. Thục Bản chính là cơ sở cho việc khắc in *Cao Ly Tam Tạng Kinh*

---

235. Người Việt dường như không có duyên với học thuật, ngay cả Nho học dù là cái học chính thống của triều đình vốn có rất nhiều tiến sĩ trạng nguyên nhưng thường chỉ có tên trên bia đá nên trừ thi ca mà không có tác phẩm học thuật nào (cũng có thể vì tính khiêm nhượng của Nho gia Việt Nam)

thường được thế giới gọi là *"Cao Ly Tạng"* (Goryo Tripitaka 高麗藏). *Cao Ly Tạng* được in khắc trong hơn nửa thế kỷ (1011-1087). Thời gian sở dĩ kéo dài như thế vì thật ra trong thời gian này Triều Tiên đã khắc in chính thức đến ba lần. Lần thứ nhất là do vua Hiển Tông nước này sau khi đuổi được quân Khiết Đan về nước, nhà vua liền phát nguyện khắc in Đại Tạng Kinh. Lần thứ nhì khi vua Cao Tông vừa phát động in thì Triều Tiên bị quân Mông Cổ xâm lăng và đốt hết nên phải đợi ba năm sau mới tiến hành việc in kinh. Lần in cuối cùng cũng hoàn thành được công tác lớn lao này vào năm 1251. *Cao Ly Đại Tạng Kinh* có tổng số chữ là 52,382,960 chữ Hán được khắc trên 81,137 tấm mộc bảng. Điều kỳ diệu của Đại Tạng này là hơn 52 triệu chữ Hán đó không hề có chữ nào bị khắc sai. Điều kỳ diệu khác còn thần bí hơn nữa là từ năm 1399 tám mươi hai ngàn tấm mộc bản đó được di dời về Hải Ấn Tự (海印寺) cho đến ngày nay, trải qua gần tám trăm năm chiến tranh lớn như thế mà Đại Tạng vẫn còn như nguyên vẹn. Đại Tạng Kinh danh tiếng hiện đại Đại Chính Tạng của Nhật Bản có được cũng là nhờ phần tham khảo bộ kinh cổ kính này.

1080- Đông Thiền Bản (東禪版)

Đông Thiền Bản còn gọi là *Tôn Ninh Bản* hay *Phúc Châu Đông Thiền Tự Bản* (福州東禪寺版) được khắc in cuối đời Bắc Tống, gồm 1,450 bộ (6,434 quyển). Đây là đại tạng lần thứ hai sau Thục Bản được khắc in và là đại tạng đầu tiên do tư nhân đứng khắc in, cho nên thời gian hoàn tất kéo dài đến 23 năm (1080-1103),

Ở Trung Hoa thì sau *Thục Bản* chúng ta phải kể đến đại tạng kinh gọi là Đông Thiền Tự Bản (東禪寺版) vì vốn được in ở chùa Đông Thiền thuộc thủ phủ Phúc Châu (福州) của tỉnh Phúc Kiến ngày nay, nên cũng thường được gọi là *"Phúc Châu Đông Thiền Tự Bản"* (福州東禪寺版). Đông Thiền Tự Bản được khắc in trong thời gian 24 năm từ năm 1080 đến năm 1103. Đại tạng kinh Đông Thiền Tự lấy mẫu mực từ Thục Bản, nhưng Đông Thiền Tự Bản có đến 6,434 quyển so với 5,586 quyển của *Thục Bản* in năm 971. Như thế thì trong hơn trăm năm số lượng kinh đã tăng đến 848 quyển. Tuy nhiên việc có ý nghĩa hơn là Đông Thiền Tự Bản là Đại Tạng Kinh đầu tiên do tư nhân tự đứng lên huy động khả năng để tự in và cũng là đầu tiên sử dụng cách thức xếp lại thành sách (như sách ngày nay, mặc dầu theo truyền thống vẫn gọi là *quyển*). Đời sau, vào các năm 1156, 1172 và 1176 đều có tu bổ, khắc thêm và in lại.

1112- **Phúc Châu Tạng** 福州藏

Phúc Châu Tạng hay còn gọi là *Tỳ Lô Tạng* hay *Phúc Châu Khai Nguyên Tự Bản*, do ngài Bản Minh trụ trì chùa Khai Nguyên ở Phúc Châu, bắt đầu khắc in vào thời Tống Huy Tông Chánh Hoà năm thứ hai (1112) và hoàn tất vào năm 1150. Sau đó cũng được khắc thêm và in lại hai lần. Tổng cộng Phúc Châu Tạng có 1,451 bộ (6,132 quyển). Hiện nay toàn tạng đã mất

1231- **Thích Sa Duyên Thánh Viện Bản** 磧砂延聖院版

Thích Sa Duyên Thánh Viện Bản gọi tắt là *Thích Sa Tạng* là đại tạng do Ni Sư Hoằng Đạo ở Trần Hồ Phủ Bình Giang (nay là Trần Hồ ở Giang Tây) khắc in trong 79 năm từ đời Nam Tống (1231-1322) và hoàn tất vào thời nhà Nguyên, gồm có 1,532 bộ (6,362 quyển).

1132- **Tư Khê Viên Giác Tạng** (思溪藏)

Tư Khê Viên Giác Đại Tạng Kinh (思溪圓覺大藏經) do chùa Viên Giác ở Hồ Châu (Nay là Ngô Hưng Triết Giang) được khắc in hoàn toàn vào năm 1132 vào cuối đời Bắc Tống (960-1126). Tất cả mộc bản và bản in đã mất từ lâu ở Trung Hoa. Tuy nhiên một bản in còn giữ được tại chùa Iwaya-ji ở tỉnh Ehime Nhật Bản do nhà ngoại giao nhà Thanh là Yang Shoujing (1839-

1915) tặng. Tư Khê Tạng gồm có 1,433 bộ (5,824 quyển).

Tháng 6 năm 2018 ủy ban liên hợp giữa *Thư Viện Quốc Gia Trung Hoa* Bắc Kinh và các chuyên gia Nhật Bản trong buổi lễ tổ chức ở tòa thị chính Hồ Châu thông báo họ đã hoàn thành việc tái tạo bản Tư Khê Tạng sau bảy năm nỗ lực. Quả thật đây là tin vui cho những người nghiên cứu Phật học vì Tư Khê Tạng hiện nay được coi là cổ bản Đại Tạng Kinh Hán ngữ cổ nhất còn hiện hữu đầy đủ sau cả ngàn năm. Bà Xu Liling giám chế chương trình hợp tác đã cảm động rơi lệ cho biết "Khi tôi nhận được hộp đĩa cứng chứa đựng bộ Đại Tạng quí báu này từ Nhật gửi qua tôi chỉ biết run rẩy ôm nó mà không thể nói được gì."

1237- Tư Khê Pháp Bảo Tự Bản (思溪法寶寺版)

Tư Khê Pháp Bảo Tự Bản còn gọi là *Tư Phúc Tạng* vì do Tư Phúc Thiền Tự tại Tư Khê khắc in giữa những năm Nam Tống, khắc in từ năm 1237 cho đến 1252 mới hoàn thành. Đại Tạng này gồm 1,459 bộ (5,740 quyển). Có người cho rằng chùa Tư Phúc chính là hậu thân của Tư Khê Viên Giác thiền viện vì hình thức của bản Viên Giác và bản Tư Phúc tương đồng.

Ở Trung Hoa, các mảnh kinh sót lại của hai bộ Đại Tạng Kinh Tư Khê đã bị phong trào cách mạng văn hóa thời Mao Trạch Đông đốt gần hết, nhưng nhiều bản Tư Khê mang đến Nhật Bản hãy còn được gìn giữ ở các chùa như *Zōjō-ji* ở Tokyo, *Hase-Deera* gần Nara, *Kita-in* ở hạt Saitama. Tại Nhật Bản thời Edo (1603-1868) sư trưởng Tenkai của chùa *Kan'eiji* cũng cho in một Đại Tạng Kinh bằng kỹ thuật hoạt tự (chữ rời thay vì khắc thành bản) gọi là "Ban Tenkai" dựa trên nội dung của bản *Thư Khê Pháp Bảo Tự*.

- Liêu Tạng

Nhà Tống Trung Hoa bị các quốc gia phía bắc Liêu, Kim, Mông lần lượt chiếm giữ. Sau lui về miền nam gọi là Nam Tống rồi lại bị Mông Cổ hoàn toàn chiếm giữ và lập ra triều đại nhà Nguyên. Cho nên sử Trung Hoa, trong đó có sử Phật giáo Trung Hoa cũng lẫn lộn các danh từ nhà Liêu, nhà Kim với nhà Tống. Cho nên có hai Đại Tạng Kinh do nước Liêu và Kim khắc in, cũng được gọi là "Tống" như hai Đại Tạng Khất Đan và Kim. Liêu Tạng tức *Khất Đan Đại Tạng Kinh* bắt đầu khắc từ thời Liêu Thánh Tông và hoàn thành vào đời Liêu Đạo Tông, tổng cộng có khoảng 1,373 bộ (6,006 quyển).

- Kim Tạng

Kim Tạng này do chùa Thiên Ninh ở Giải Châu đời Kim khắc in. Kim Tạng bắt đầu khắc vào năm 1149 và hoàn thành vào năm 1173 gồm 1,570 bộ (6,900 quyển).

ĐẠI TẠNG KINH IN THỜI NHÀ NGUYÊN

Nhà Nguyên (Mông Cổ) khi đô hộ Trung Hoa lấy Phật giáo Mật tông Tây Tạng là quốc giáo nhưng cũng có khắc in đại tạng kinh Hán ngữ. Lần thứ nhất là Hoằng Pháp Tạng do vua Nguyên Thế Tổ hạ chỉ khắc bản tại chùa Hoằng Pháp ở Bắc Bình vào năm 1277. Các đại tạng khắc in vao thời nhà Nguyên sau đây chúng ta chỉ biết được tên, vì hiện nay các bản khắc vào thời nhà Nguyên đều không còn.

1277- **Hoằng Pháp Tự Bản** (弘法寺版).

Đến đời nhà Nguyên (1279-1368) cho in Đại Tạng ở chùa Hoằng Pháp Bắc Kinh gọi là *Hoằng Pháp Tự Bản* (弘法寺版). Đại Tạng Kinh này gồm 1,654 bộ (7,128 quyển) in vào những năm 1277-1294.

1278- **Đại Phổ Ninh Tự Bản** (大普寧寺版).

Đại Phổ Ninh Tự Bản do chùa Đại Phổ Ninh ở Hàng Châu khắc in nên có tên đầy đủ là *Hàng Châu Dư Hàng Huyện Bạch*

Vân Tông Nam Sơn Đại Phổ Ninh Tự Đại Tạng Kinh. Đại Tạng này được khắc in vào khoảng năm 1278-1294. Toàn tạng gồm có 1,278 bộ (6,010 quyển).

1330- **Nguyên Quan Tạng** (元官藏).

Nguyên Quan Tạng **tên gọi đủ là** *Nguyên Đại Quan Khắc Bản Đại Tạng Kinh*, bắt đầu khắc khoảng đời Nguyên Văn Tông Thiên Lịch thứ 3 (1330) và hoàn thành vào năm 1336.

ĐẠI TẠNG KINH IN THỜI NHÀ MINH

Đời Minh có sáu lần khắc in Đại tạng kinh: Nam Minh Bản (*Hồng Vũ Nam Tạng*), Bắc Minh Tạng (*Vĩnh Lạc Nam Tạng*), Vĩnh Lạc Bắc Tạng, Vũ Lâm Tạng, Vạn Lịch Tạng (*Lăng Nghiêm Tự Bản*) và Kính Sơn Tạng (*Gia Hưng Tạng*). Ngày nay các tạng này tại Trung Hoa cũng thất lạc gần hết. Duy *Vạn Lịch Tạng* và *Kính Sơn Tạng* còn giữ được ở một vài chùa ở Nhật Bản.

1372- **Nam Minh Bản** (南明版) (1372-1403)

Nam Minh Bản được khắc ở Nam Kinh vào đời Hồng Vũ thứ năm (1372) nên còn được gọi là *Hồng Vũ Nam Tạng*. Chu Nguyên Chương (làm vua 1368- 1398) sau khi thành lập nhà Minh (1368 -1644) cho in Tam Tạng Kinh ở Nam Kinh dựa trên bản Đông Thiền Tự Bản (1080). Nam Minh Tạng đến mãi năm 1403 mới hoàn thành, gồm có 1,610 bộ (7,000 quyển).

1421- **Vĩnh Lạc Nam Bản** (北明版) (1412-1417)

Vĩnh Lạc Nam Bản khắc in từ năm 1412 đến năm 1417 dưới triều Vĩnh Lạc làm vua (1403-1424). Toàn tạng gồm 1,625 bộ. Thật ra đây chỉ là *Nam Minh Tạng* có thay đổi đôi chút.

1421- **Vĩnh Lạc Bắc Bản** (北明版) (1421-1440)

Đại tạng này được gọi là *Vĩnh Lạc Bắc Tạng* vì vua dời đô

lên Bắc Kinh. Tạng này bắt đầu khắc từ năm Vĩnh Lạc thứ 19 (1421) đến năm Chính Thống thứ năm (1440) thì mới hoàn tất. *Vĩnh Lạc Bắc Tạng* tổng cộng có 1,621 bộ (6,361 quyển).

1422- **Vũ Lâm Tạng**

Vũ Lâm Tạng là đại tạng do tư nhân khắc ở Vũ Lâm (Hàng Châu) tỉnh Triết Giang được khắc in khoảng năm Vĩnh Lạc thứ 20 (1422). *Vũ Lâm Tạng* dựa vào bản *Hồng Vũ Nam Tạng* mà phục khắc.

1589- **Vạn Lịch Bản** 萬歷版 (1589-1657)

Vạn Lịch Bản còn gọi là *Lăng Nghiêm Tự Bản* (楞嚴寺版) vì khắc in ở chùa Lăng Nghiêm và cũng gọi là *Kính Sơn Tạng* vì in ở Kính Sơn huyện Dư Khang tỉnh Chiết Giang. Đây cũng là Đại Tạng do tư nhân là chùa Lăng Nghiêm ở Triết Giang khắc in nên cũng là bộ đại tạng từ khi bắt đầu khắc đến khi hoàn tất rất lâu – Kéo dài từ cuối đời nhà Minh Vạn Lịch thứ 17 (1589) qua thời nhà Thanh Thuận Trị 14 (1657). Bản đại tạng này cách mạng lối sắp xếp là tuy là cũng in một mặt nhưng gấp lại nên khi mở ra giống như quyển sách ngày nay. *Vạn Lịch Tạng* tổng cộng có 1,659 bộ (6,234 quyển). *Vạn Lịch Tạng* cũng chữa được các lỗi trong *Tống Bản* lại phát hành giá khá rẻ nên rất phổ biến. Nhiều bản được mang đến Nhật, làm nồng cốt cho bộ Đại Tạng in ở Nhật sau đó là *Obaku Bản* (Hoàng Bá bản)

1589- **Kính Sơn Tạng** (1589-1676)

Kính Sơn Tạng còn gọi là *Gia Hưng Tạng* còn gọi là *Kính Sơn Tạng*, do tư nhân khắc in vào cuối đời nhà Minh đầu đời Thanh. Đại tạng được khởi sự khắc bản tại Ngũ Đài Sơn rồi rời đến Kính Sơn, Dư Hàng Triết Giang, mãi tới niên hiệu Khang Hy thứ 15 (1676) mới hoàn tất tại chùa Lâm Nghiêm - Gia Hưng. Toàn Tạng phân làm 3 bộ: chánh, tục và hựu tục. Đặc điểm của tạng này là hai bộ tục và hựu tục thu thập rất nhiều điển tịch ngoài tạng nên là một tài liệu rất quí cho người nghiên cứu. Hiện vẫn còn đầy đủ ở Nhật Bản

ĐẠI TẠNG KINH IN THỜI NHÀ THANH

1735- Càn Long Đại Tạng Kinh (1735-1738)

Càn Long Đại Tạng Kinh còn gọi *Long Tạng*, tên gọi đầy đủ là Càn *Long Bản Đại Tạng Kinh,* do triều đình đứng khắc in. *Long Tạng* khởi sự khắc vào năm Ung Chính thứ 13 (1735) hoàn thành năm Càn Long thứ ba (1738). Toàn tạng gồm có 1,669 bộ (7,168 quyển). Tạng này gần như khắc in lại *Bắc Tạng* của đời Minh.

1909- Tần Già Tạng (1909-1913)

Tần Già Tạng tên gọi đầy đủ là *Tần Già Tinh Xá Hiệu San Đại Tạng Kinh* là đại tạng kinh do tư nhân in. Khởi in vào vào năm cuối cùng của nhà Thanh trước khi độc lập và hoàn thành năm Dân Quốc thứ 2 (1913). Toàn tạng gồm có 1,916 bộ, (8,416 quyển). Tạng này do Tinh Xá Tần Già ở Thượng Hải căn bản là theo *Hoằng Giáo Tạng* của Nhật Bản.

ĐẠI TẠNG KINH IN THỜI DÂN QUỐC

Trung Hoa Đại Tạng Kinh 中華大藏經

Trung Hoa Đại Tạng Kinh được in dưới thời Trung Hoa Dân Quốc, sau khi thoát được nô lệ trong ba trăm năm dưới thời nhà Thanh Mãn Châu. Tạng này đặc biệt thu thập những trước tác dịch thuật về Phật học thời cận hiện đại. Đại Tạng lấy bản *Triệu Thành Tạng* làm bản gốc và dùng tám bộ đại tạng tiêu biểu làm đối chiếu là *Phòng Sơn Thạch kinh, Tư Phúc Tạng, Thích Sa Tạng, Phổ Ninh Tạng, Vĩnh Lạc Nam Tạng, Gia Hưng Tạng* và *Cao Ly Tạng*. Đây là bộ đại tạng kinh thu thập kinh điển phong phú nhất từ trước đến này của Trung Hoa.

Phật Giáo Đại Tạng Kinh 佛教大藏經

Khởi in từ năm 1977 đến năm 1983 tại Đài Loan gồm cả Chính Tạng lẫn Tục Tạng, gồm 162 tập (2.643 quyển). Đây là bộ Đại Tạng tương đối hoàn chỉnh nhất vì đã tổng hợp các bản Đại Chính Tạng, Tích Sa Tạng, Gia Hưng Tạng, Vạn Tự Chính và Tục Tạng. Điểm độc đáo của tạng này là có cả kinh tạng Pali và Tạng ngữ.

Phật Quang Sơn Đại Tạng Kinh 佛光山大藏經

Do pháp sư Tinh Vân của hội Phật Giáo Phật Giáo *Phật Quang Sơn* chủ biên. Nội dung công phu. Có lẽ sau Đại Chính Tạng và *Tạng Chữ Vạn* đại tạng Phật Quang Sơn phổ biến rất rộng nhất hiện nay.

Đài Loan Phật Giáo Đại Tạng Kinh 臺灣佛教大藏經

Được in từ lễ Song Thập năm 1977 do Phật giáo Thư Cục Đài Loan xuất bản, gồm 82 tập. Tạng này lấy *Tần Già Tạng* làm nền, dùng Đại Chánh tạng, Thích Sa tạng và *Gia Hưng tạng* để hiệu đính.

DANH SÁCH CÁC ĐẠI TẠNG KINH QUAN TRỌNG

971 **Thục Bản Đại Tạng Kinh** (蜀版大藏經) là Đại Tạng Kinh lần đầu tiên được in mộc bản, in khắc trong thời gian 971-983 ở Tứ Xuyên, gồm 5,586 quyển.

1080 **Đông Thiền Bản** (東禪版) tức *Phúc Châu Đông Thiền Bản* (福州東禪寺版). Đây là Đại Tạng Kinh đầu tiên do tư nhân đứng khắc in trong thời gian 23 năm (1080-1103), gồm 1,450 bộ (6,434 quyển)

1112 **Khai Nguyên Tự Bản** (開元寺版) còn gọi là *Phúc Châu Khai Nguyên Tự Bản* (福州開元寺版) khắc in trong thời gian 1112-1148 do chùa Khai Nguyên tổ chức, gồm 1,429 bộ

(6,117 quyển)

1132- **Tư Khê Viên Giác Viện Bản** (思溪圓覺院版) Nam Tống Đại Tạng Kinh gồm 1,433 quyển (5,824 quyển) in khoảng năm 1132-

1149 **Kim Bản Đại Tạng Kinh** (金版大藏經) in khắc trong thời gian 1149-1173 nhà Kim

1231 **Thích Sa Duyên Thánh Viện Bản** (磧砂延聖院版) soạn vào đời Nam Tống (1231-1322), gồm có 1,532 bộ kinh (6,362 quyển)

1237 **Tư Khê Pháp Bảo Tự Bản** (思溪法寶寺版) Đại Tạng Kinh do chùa Pháp Bảo in khắc in trong khoảng 1237-1252 thời Nam Tống gồm 1,459 bộ (5,740 quyển)

1277 **Hoằng Pháp Tự Bản** (弘法寺版) do chùa Hoằng Pháp ở Bắc kinh khắc in trong thời gian 1277-1294 gồm 1,654 bộ (7,182 quyển)

1278 **Đại Phổ Ninh Tự Bản** (大普寧寺本) còn gọi là *Nguyên Bản Đại Tạng Kinh* (元版大藏經) do Đại Phổ Ninh Tự khắc in trong thời gian 1278-1294, gồm 1,422 bộ (6,010 quyển).

1372 **Nam Tạng** (南藏) Đại Tạng Kinh khắc in ở Nam Kinh trong thời gian 1372-1403, dưới thời nhà Minh, gồm 1,612 bộ.

1420 **Bắc Tạng** (北藏) Đại Tạng Kinh khắc in ở Bắc Kinh trong thời gian 1420-1440, trong thời nhà Minh, gồm 1,615 bộ.

1586 **Lăng Nghiêm Tự Bản** (楞嚴寺版大藏經) còn gọi là *Vạn Lịch Bản Đại Tạng Kinh* (萬曆版大藏經) khắc in 1586-1620, gồm 1655 bộ.

II. ĐẠI TẠNG KINH TRIỀU TIÊN

Trong lịch sử thành lập đại tạng kinh Hán tạng, Triều Tiên

là quốc gia thứ hai khắc in đại tạng Hán ngữ sau Trung Hoa và khắc in đến ba lần. Lần thứ nhất đại tạng kinh được in phỏng theo *Khất Đan Tạng* (Khất Đan lay Liêu lúc này cai trị miền bắc Trung Hoa). Ngày nay tạng này không còn dấu vết. Tuy nhiên chính thức là lần in Đại Tạng Kinh thứ hai trải dài từ 1011 đến 1087 gọi là *Cao Ly Tam Tạng Kinh* (Goryo Tripitaka), còn được gọi là *Cao Ly Tạng* (高麗藏). *Cao Ly Tạng* được in khắc trong hơn nửa thế kỷ (1011-1087). Thời gian sở dĩ kéo dài như thế vì thật trong thời gian này Triều Tiên đã khắc in chính thức đến ba lần. Lần thứ nhất là do vua Hiển Tông nước này sau khi đuổi được quân Khất Đan về nước, nhà vua vua liền phát nguyện khắc in Đại Tạng Kinh. Toàn tạng kỳ này gồm 5,924 mộc bản. Đến năm 1086 Cao Ly lại cho khắc in thêm *Cao Ly Tục Tạng* do pháp sư Nghĩa Thiên biên tập. Nghĩa Thiên là hoàng tử con vua Văn Tông đi sứ Trung Hoa về có thu thập được rất nhiều kinh sách, nên sư xin triều đình tổ chức cho in *Tục Tạng* để bổ túc những kinh luận mới mà chính tạng chưa có. *Cao Ly Tạng* (高麗藏) được in lần thứ hai do vua Cao Tông vừa in thì Triều Tiên bị quân Khidan (Mông Cổ) xâm lăng và đốt phá (năm 1232) nên phải đợi ba năm sau mới tiến hành việc khắc in kinh bổ túc vào năm 1236. Bộ kinh này tổng số về lượng có 1,524 bộ (6,589 quyển). Tạng cuối cùng này được khắc bản từ năm 1236 và xong vào năm 1251.[236]

Cao Ly Đại Tạng Kinh là đại tạng cuối cùng, có tổng số chữ là 52,382,960 chữ Hán được khắc trên 81,258 tấm mộc bản. Mỗi tấm có kích thước 70x24 cm, dày từ 2,6 đến 4 cm, nặng khoảng 3-4 kg. Điều kỳ diệu của Đại Tạng này là hơn 52 triệu chữ Hán đó không hề có chữ nào bị khắc sai. Điều kỳ diệu khác còn độc đáo hơn là từ khi năm 1399 được di dời về Hải Ấn Tự (海印寺)

---

236. Lancaster, Lewis and Sung-bae Park. *The Korean Buddhist Canon: A Descriptive Catalog*, California Uiversitry Press, 1979 được bổ túc thêm số liệu mới năm 2015 của Cục Văn Vật Hàn Quốc

cho đến ngày nay, dù trải qua gần tám trăm năm chiến tranh lớn và 7 lần Hải Ấn Tự bị cháy, như thế mà Đại Tạng vẫn còn như nguyên vẹn. Đại Tạng Kinh danh tiếng hiện đại Đại Chính Tạng của Nhật Bản cũng phải tham khảo bộ kinh cổ kính này. Hiện nay có hai chương trình lớn là số hóa /digitalize đại tạng (đã hoàn thành năm 2009) và đúc lại bằng đồng (đang tiến hành). Triều Tiên ngày nay là một quốc gia có lực lượng chủ động là Thiên Chúa Giáo,[237] nhưng cổ thời là một quốc gia Phật giáo quan trọng, từng có nhiều đại sư đi truyền giáo tận Trung Hoa hay Nhật Bản.

III. ĐẠI TẠNG KINH NHẬT BẢN

Nhật Bản bắt đầu biết đến Phật giáo từ Trung Hoa qua cửa ngõ Triều Tiên. Ngôn ngữ người Nhật không có liên hệ chủng tộc gì với người Hoa nhưng vì không có chữ viết riêng người Nhật phải dùng chữ Hán giống như người Việt phải dùng nhờ Hán văn. Thời trước, từ kinh sách đến biên chép họ đọc và dùng Hán tự như người Hoa, cho nên kinh luận Phật giáo bằng Hán tự phổ biến ở Nhật Bản cũng giống như ở Trung Hoa.[238] Tuy nhiên cũng khác với Việt Nam có rất ít người đến Trung Hoa để học Phật, nhiều tăng sĩ Nhật Bản liên tiếp đến Trung Hoa học pháp. Vì thế nhiều kinh luận Hán ngữ đã mất hết ở Trung Hoa hiện nay vẫn còn được tồn giữ ở Nhật Bản khá nhiều. Cũng khác với Việt Nam không có duyên với học thuật, các đạo sư Nhật Bản đã để lại nhiều danh tác Phật học, trong đó có việc biên tập Đại Tạng Kinh. Nhật Bản từ trước Đại Chính tạng đã nổi tiếng về nghiên cứu Phật học. Họ đã khắc in nhiều đại tạng quan trọng.

---

237. Nam Triều Tiên có 15,5 % Phật giáo và 27,6% Thiên Chúa giáo (Tin Lành 19,7%. Công giáo 7,9%)

238. Chính vì Phật giáo phổ biến ở Nhật mà loại văn pháp *Kojiki* phát triển từ thế kỷ thứ tám đã là một phần nguyên nhân thúc đẩy người Nhật phát triển ra văn tự sau này của họ.

Nhật Bản từ thời *Kamakura* (1185-1336) đã khắc in nhiều kinh nhưng chưa bao giờ in toàn đại tạng. Cho đến thời Giang Hộ (Edo 1603-1867) họ mới bắt đầu in toàn bộ đại tạng. Cho nên đến năm 1637 *Tenkai* (天海 1536-1643) vị trụ trì chùa *Kan'ei-ji* ở Tokyo mới bắt đầu lần đầu tiên cho khắc in toàn bản đại tạng bằng Hán ngữ. Trước sau Nhật Bản biên tập và cho in đại tạng kinh đến 9 lần. Đến thời cận đại thì các đại tạng do Nhật Bản in trở nên hoàn bị hơn các đại tạng in ở Trung Hoa. Dù từ thời Giang Hộ (Edo 1603-1867) Nhật Bản đã phát triển dùng loại chữ riêng của họ (gọi là *Katakana* và *hiragana*), nhưng trong đó còn một phần tự căn bản gọi là *Kanji* (Hán tự) cho nên đến tận ngày nay họ còn đọc được chữ Hán. So với các đại tạng chữ Hán trong thời cận đại thì nhiều đại tạng do Nhật Bản biên tập cũng trở nên phổ biến vì cách sắp xếp được tổ chức theo hình thức thư viện học.

Trước khi có công trình nổi tiếng là Đại Chính Tân Tu Đại Tạng Kinh 大正新修大藏經 (gọi tắt là *Đại Chính tạng*) người Nhật cũng có nhiều công trình in các đại tạng danh tiếng khác. Từ năm 1911 đến năm 1922 người Nhật cũng xuất bản *Dai Nihon Bukkyo Zensho* (Đại Nhật Bản Phật Điển Thiền Thư) gồm 150 tập khổ lớn, gồm bản dịch Nhật văn kinh Phật và luận viết từ đất Nhật của các đại sư Phật giáo Nhật Bản. Năm 1919 đến năm 1921 họ cũng cho xuất bản 51 tập đại tạng kinh là *Nihon Daizokyo* (日本大藏經 Nhật Bản Đại Tạng Kinh). Năm 1953-1941 giáo sư Takakusu Jujiro, người biên tập *Đại Chính Tạng*, cũng cho xuất bản bộ dịch Nhật văn toàn bộ Đại Tạng Pali tên là *Nanden Daizokyo* (Nam Truyền Đại Tạng Kinh). Trước sau ngoài công trình in và dịch Đại Tạng Pali và Đại Tạng Tạng ngữ, Nhật Bản đã biên tập 9 đại tạng kinh chữ Hán Văn. Nhiều đại tạng đã được liên tiếp trùng tu và tái bản ở Nhật Bản cũng như ngoại quốc. Sau đây là danh sách chín đại tạng chữ Hán do người Nhật biên tập đã xuất bản.

1. Khoan Vĩnh Tự Bản 寛永寺版 (1637-1648)

Khoan Vĩnh Tự Bản (*Kan'ei-ji-ban*) hay *Thiên Hải Bản* (天海版) được khắc in tại chùa Khoan Vĩnh, Nhật Bản. Toàn tạng gồm có 1.453 bộ (6.323 quyển) hiện nay còn đầy đủ. Để ghi nhớ *Tenkai* (天海) người đầu tiên khắc in đại tạng kinh, tạng này còn có tên là *Thiên Hải Bản* (天海版). Đại tạng kinh Tenkai trên nguyên tắc là bản in theo Nam Tống *Tư Khê Pháp Bảo Tự Bản* 思溪法寶寺版 (in năm 1234-1252). Tuy nhiên đặc điểm của bản Tenkai có lẽ là bản Đại Tạng Kinh đầu tiên không in bằng nguyên bản mộc bản khắc nguyên khối mà in bằng hoạt tự - các chữ rời ghép lại thành bản vỗ, in xong lại tháo rời các chữ ra.[239] Lối này in nhanh và bớt nhiều công sức. Tuy nhiên khuyết điểm của nó là không in lại được. Lối in mộc bản cũ thì chỉ cần dùng bản gỗ có sẵn (mộc bản).

2. Hoàng Bá Bản Đại Tạng Kinh 黄檗版大藏經 (1669-1681)

Hoàng Bá Bản Đại Tạng Kinh (*Obaku-ban Daizokyo*) còn gọi là *Thiết Nhãn Bản* (鉄眼版) được khắc in theo khuôn mẫu *Kính Sơn Tạng* đời Minh của Trung Hoa. Toàn tạng gồm có 6.771 quyển do thiền sư Tetsugen (鉄眼) của Hoàng Bá Tông (Obaku) biên tập và quyên góp khắc in. Tuy nhiên ngài đã phải tốn rất lâu để quyên góp đủ tiền in kinh, vì trong hai lần đầu vừa khởi công khắc ván thì Nhật Bản lại gặp thiên tai, ngài đều mang hết tiền in kinh để cứu trợ. Cho nên người Nhật thường kể câu chuyện này mà kết luận "hai lần in kinh vô tự của sư có công đức còn lớn hơn lần in thứ ba".[240] Dù sao, đến lần thứ ba năm 1669

---

[239]. Lối in hoạt tự là một cách mạng nhỏ trong việc ấn loát bằng mộc bản. Tuy nhiên có lẽ vì khó tái bản nên sau đó không thấy ai tiếp tục – Mộc bản khắc nguyên cả tấm bản, mỗi lần in thêm chỉ cần mang ra in, còn dùng chữ rời khi in xong là phải tạch rời các chữ trả lại.

[240]. Vũ Thế Ngọc, *Góp Nhặt Cát Đá*, nxb Phương Đông 2009, tr. 64

ngài cũng bắt đầu khắc in và năm 1681 thì hoàn thành, một năm trước khi ngài qua đời. Mộc bản của đại tạng này ngày nay hãy còn được tàng giữ ở chùa Mampuku-ji.

3- Súc Loát Tạng Kinh 縮刷藏經 (1880-1885)

Súc Loát Tạng Kinh (Shukusatsu zokyo) có tên đầy đủ là "Đại Nhật Bản Giáo Đính Đại Tạng Kinh"[241] (*Dai Nippon Kotei Daizokyo* - 大日本校訂大藏經). Nguyên nhân là do Nhẫn Trừng thượng nhân ở Sư Tử cốc ở Kyoto phỏng theo Minh Tạng và Cao Ly Tạng để hiệu đính trong 15 năm (1706-1720). Sau đó hơn một thế kỷ, đến năm Vạn Chánh thứ chín (1836) sư Thuận Huệ ở chùa Kiến Nhân mới trùng hiệu (1836-1847). Đến năm 1880-1885 Shimada Mitsune và Kufuda Gyokai cho in ở Tokyo. Toàn tạng in thành 418 tập, gồm có 1,916 bộ (8,534 quyển). Học giới Tây phương quen gọi đại tạng kinh này là "bản Tokyo" (*Tokyo Edition*).

4- Vạn Tự Tạng Kinh 卍字藏經 (1902-1905)

Vạn Tự Tạng Kinh (*Manji-zokyo*) tên đầy đủ là "Đại Nhật Bản Giáo Đính Tạng Kinh" (*Dai Nippon Kotei Zokyo*-大日本校訂藏經) do Kinh Đô Thư Viện Tàng Kinh ấn hành từ năm 1902 đến năm 1905. Toàn tạng in thành 347 tập, gồm có 1.625 bộ (7,082 quyển). Năm 1905-1912, lại in thêm Tục Tạng Kinh. Qua đời Minh Trị thứ 35 (1902) Kinh Đô Tàng Thư Viện căn cứ vào bản của ngài Thuận Huệ, song đổi ra hình thức, chia toàn tạng ra làm 36 bộ, mỗi bộ 10 cuốn, bộ thứ nhất có hai cuốn mục lục và bộ thứ 36 có 3 cuốn mục lục. Về tổ chức thì *Vạn Tự Tạng* dùng kinh mục theo Minh tạng, kinh văn và kinh danh thì theo *Cao Ly Tạng*. *Vạn Tự Tạng* in xong vào thời Minh Trị Thiên Hoàng thứ 38 (1905) do Hamada Chikuha và Yoneda Mujo xuất bản.

---

241. Người Việt thường đọc 校 là "hiệu"

5- Vạn Tự Tục Tạng 卍字續藏 (1905-1912)

Vạn Tự Tục Tạng tên đầy đủ là "Đại Nhật Bản Tục Tạng Kinh" (*Dai Nippon Zoku Zokyo*). Sau khi *Vạn Tự Tạng Kinh* ra đời, Kinh Đô Tàng Thư Viện tiếp tục biên tập *Tục Tạng* (續藏) tức *Vạn Tự Tục Tạng*. Tạng này thu thập tư liệu hết sức rộng, cứ thấy bất cứ tài liệu nào Vạn Tự chính tạng chưa có thì đều thâu vào tạng này. Cho nên dù sau này có Đại Chính Tạng (Đại Chính Tạng) người ta vẫn tiếp tục sử dụng Vạn Tự Tạng để tìm xem các kinh luận Trung Hoa sáng tác không có trong Đại Chính Tạng. Sau khi tục tạng xuất bản (1912), họ cho hợp với chính tạng và thành ra 750 tập do Maeda Eun và Nakano Tatsue xuất bản. *Vạn Tự Tạng* gồm có 1,750 bộ (7,140 quyển) xuất bản năm 1912 và được trong nước và ngoại quốc tái bản nhiều lần.

Cùng với Đại Chánh Tạng bản này thường được đối chiếu để khảo cứu. Từ đó chúng ta quen gọi tắt chung là "*Tạng Chữ Vạn*" (卍字藏). Vạn Tự Tạng đã được Thương Vụ Ấn Thư Quán của Trung Hoa và các tăng ni ở Hương Cảng và Đài Loan ảnh ấn lại. Năm 1979, Tân Văn Phong Xuất Bản Công Ty dùng cả chính tạng và tục tạng ảnh ấn lại toàn bộ, gồm *Vạn Tự Chính Tạng* 70 tập và *Vạn Tự Tục Tạng* 81 tập, tổng cộng 151 tập.

6. Đại Chính Tân Tu Đại Tạng Kinh 大正新修大藏經

Đại Tạng Kinh này được chuẩn bị in trong mười năm (1924-1934), khi hoàn tất gồm có 100 tập, gồm 3,053 bộ (11,970 quyển). Là một Đại Tạng Quốc Tế nên Đại Chính Tạng liên tục được cập nhật và tiếp tục in. Cho **đến ngày nay Đại Chính Tạng đã trở nên tiêu chuẩn của giới nghiên cứu Phật học. Chúng ta sẽ có bài giới thiệu riêng.**

7- Chiêu Hoà Súc Loát Tạng 昭和縮刷藏

Ba đại tạng có tên sau đây *Chiêu Hòa Súc Loát Tạng, Thánh Ngữ Tạng* và *Cung Tạng* thường ít người biết vì được coi là "chuyên tạng" chỉ dùng cho một số chuyên viên. Chiêu Hòa Súc Loát Tạng (gọi tắt là *Chiêu Hòa Tạng*) do hội Súc Loát Đại Tạng Kinh xuất bản vào năm 1935 (Chiêu Hòa năm thứ 10). Về nội dung hình thức Chiêu Hòa Tạng đều giống với *Súc Loát Tạng Kinh* (縮刷藏經 Shukusatsu zokyo 1880-1885) đã được giới thiệu ở trên, tạng mới chỉ thêm vào phần đính chính, cho nên đây chỉ coi là tái bản lại *Súc Loát Tạng*.

8- Thánh Ngữ Tạng

Thánh Ngữ Tạng (聖語藏) là một tạng kinh gồm những bản kinh viết tay (tả bản) của Trung Hoa và Nhật Bản. Vì là nguồn gốc là bản chép tay nên có khi cùng một kinh nhưng có hai ba *tả bản*.

9- Cung Tạng

Cung Tạng (宮藏) là những bản kinh tàng trữ ở cung đình hoàng gia (Thư Viện Tỉnh Cung Nội). Theo *Chiêu Hoà Pháp Bảo Tổng Mục Lục* thì đây là sự hợp lại của Sùng Ninh Vạn Thọ Tạng và Tỳ Lô Tạng của đời Bắc Tống, Trung Hoa.

ĐẠI CHÍNH TÂN TU ĐẠI TẠNG KINH
大正新修大藏經

Đến thế kỷ XX thế giới bắt đầu tiến vào thế kỷ hiện đại, giới học thuật Phật học chuyển mình với sự tham dự của các học giả Tây Phương. Có thể nói rằng ngoài việc cải cách học thuật, ngay cả cuộc cách mạng đổi mới giáo chế giáo sản như phong trào chấn hưng Phật giáo Trung Hoa "Phật Giáo Nhân Gian" của ngài Thái Hư chủ xướng cũng có một phần do ảnh hưởng tác động từ trào lưu Tây phương hướng về văn hóa tôn giáo phương đông. Trong bối cảnh đó **Đại Chíng Tân Tu Đại Tạng Kinh** 大正新修大藏經 hay Đại Chính Tam Tạng Kinh (*Taishō Tripiṭaka*) gọi tắt là Đại Chính Tạng xuất hiện như một đại tạng kinh của thời đại mới.

Lúc này, về học thuật, các nghiên cứu hàn lâm của những nhà nghiên cứu Tây phương đã trở thành mẫu mực cho các nghiên cứu Phật học mới. Mặc dù nhiều nghiên cứu Phật học của Tây phương khởi đầu từ các nhà truyền giáo Tây phương. Họ nghiên cứu Phật học chỉ là hoạt động với ý đồ tìm hiểu về văn hóa và tôn giáo con người Á Đông cho mục đích truyền giáo. Cho nên phần lớn các nghiên cứu trong giai đoạn đầu thường vừa cố tình xuyên tạc vừa cố tình đề cao văn hóa Thiên Chúa giáo. Nhưng cuối cùng nghiên cứu vẫn là nghiên cứu, các thiên kiến đen tối không thể che dấu lâu dài được phần bản chất. Các nghiên cứu chân chính lần lượt xuất hiện. Sau đó nhiều học giả Tây phương bắt đầu tham dự vào việc nghiên cứu và tìm hiểu Phật giáo và văn hóa Đông phương. Cuối cùng là cả một phong trào tìm hiểu và nghiên cứu Phật học một cách khoa học và khách quan ra đời và phát triển. Mỹ từ "Ánh Sáng Đến Từ Phương Đông" đã trở nên một khẩu hiệu mới cho trào lưu này. Cho nên tác giả luận *Trí Tuệ Giải Thoát* đã mở đầu luận này "Sử gia Arnold Toynbee (1889-1975), người đã chứng kiến nhiều biến động lịch sử làm thay đổi hướng đi của lịch sử nhưng cuối đời ông cũng phải nói *'Cuộc xâm nhập Phật Pháp vào Tây phương là một sự kiện quan trọng nhất của thế kỷ hai mươi'*".[242]

Lẽ dĩ nhiên có rất nhiều công trình, nhiều tác phẩm của nhiều cá nhân cũng như tập thể ở phương đông lẫn phương tây đã đóng góp cơ bản vào công cuộc nghiên cứu này, nhưng trong khuôn khổ của quyển sách viết về Kinh Phật, tôi chỉ muốn giới thiệu về một tác phẩm lớn có tên là Đại Chính Tân Tu Đại Tạng Kinh 大正新修大藏經 (Taishō Tripiṭaka) gồm một trăm tập sách khổ lớn dầy hơn ngàn trang mỗi tập, ấn loát trong mười năm trời (1924-1934). Hiện nay tạng này tiếp tục được cải tiến và phát

---

242. Trang 7

hành tự do dưới các hình thức các ấn bản điện tử, phổ biến trên các mạng điện tử mà tất cả các máy điện toán cá nhân, kể cả điện thoại cầm tay đều có thể cập nhật xem hay sưu chép. Đây là một tác phẩm cơ bản đã giúp thế giới một phương tiện thâm cứu về Phật giáo trong một trăm năm vừa qua.

Đã có nhiều sách báo giới thiệu về bộ Đại Tạng Kinh danh tiếng này như một trợ thủ, một phương tiện đồng hành của *tất cả* các nhà nghiên cứu Phật học trong cả trăm năm qua, cho nên ở đây tôi chỉ muốn lập lại lời tựa cuốn *Mục Lục* Đại Chính Tân Tu Đại Tạng Kinh (1921) của người chủ biên là tiến sĩ *Takakuru Junjirō*, đã tóm tắt 5 đặc điểm ưu việt của Đại Tạng này:

1. Nghiêm mật sâu rộng:

Đại Chính Tân Tu Đại Tạng Kinh rất đầy đủ, vì nó không những thu nhặt kinh điển từ nhiều Đại Tạng Kinh xưa mà còn có thêm cả các tài liệu mới phát hiện ở các di chỉ khảo cổ Phật giáo như Đôn Hoàng, Vu Điền, Qui Tư, Cao Xương ... và cả những mảng văn liệu tản mát ở những chùa xưa tháp cũ. Đại Tạng Kinh chia làm ba phần:

Phần I có 55 tập, gồm 2,184 bộ là kinh điển Đại Tạng Hán ngữ. Phần này có hai nhóm. Nhóm đầu 32 tập gồm kinh, luận dịch từ Phạn ngữ, nhóm sau 22 tập gồm kinh luận viết từ Trung Hoa. Nhóm đầu 32 tập (từ A-Hàm Bộ đến Luận Sớ Bộ) đã có 1,692 bộ, tức là gấp rưỡi so với 1,076 bộ đã liệt kê trong *Khai Nguyên Thich Giáo Lục* danh tiếng năm 730 của Trí Thăng.[243]

Phần II có 30 tập, gồm 736 bộ là luận của các đại sư người Nhật, cũng như các tác phẩm thu được từ Đôn Hoàng khi động

---

243. Có vài học giả người Hoa phê bình là Đại Chính Tạng bỏ sót một số tác phẩm của vài tác giả người Hoa. Lẽ dĩ nhiên không thể có tạng nào có thể bao gồm *tất cả* các sách luận của *tất cả* các tác giả người Hoa, cũng vì vậy là học giả nghiêm chỉnh cần phải ít nhất xem thêm *Tạng Chữ Vạn*.

này được tái khám phá vào năm 1900. Phần III có 12 tập, gồm 363 hình tượng tranh ảnh nghệ thuật Phật giáo. Phần IV có 3 tập, gồm 77 biểu đồ và thư mục.

Tổng cộng Đại Chính Tạng có 100 tập khổ lớn, mỗi tập trên dưới 1000 trang, tổng cộng gồm 3,360 tác phẩm kinh luận chú sớ Hán ngữ. Đây là một Đại Tạng Kinh đồ sộ, đầy đủ và tổ chức khoa học nhất từ trước cho đến nay. Có thể nói Đại Tạng Kinh này đã cố thu góp hầu như tất cả những gì cần có (lẽ dĩ nhiên không thể tất cả). Thí dụ điển hình như về *Bát Nhã Tâm Kinh*, thì Đại Tạng Kinh này thu nhập đầy đủ các 8 bản dịch tiêu chuẩn có tromg tập VIII là:

1. T. 250 摩訶深般若波羅蜜大明呪經 "Ma ha bát nhã ba la mật đại minh chú Kinh" do Cưu Ma La Thập (*Kumārajīva*) dịch vào khoảng năm 412, có 299 chữ Hán.

2. T. 251 深般若波羅蜜多心經 "Bát nhã ba la mật đa Tâm Kinh" Huyền Trang dịch vào năm 649, có 260 chữ Hán.

3. T. 252 普遍智藏般若波羅蜜多心經 "Phổ biến trí tạng bát nhã ba la mật đa Tâm Kinh" do Pháp Nguyệt (*Dharmacandra*) dịch năm 732, có 648 chữ Hán.

4. T. 253 般若波羅蜜多心經 "Bát nhã ba la mật đa Tâm Kinh" do Bát Nhã (*Praj*ñā) và Lợi Ngôn dịch năm năm 790, có 545 chữ Hán.

5. T. 254 般若波羅蜜多心經 "Bát nhã ba la mật đa Tâm Kinh" do Trí Tuệ Luân (*Prajñacakra*) dịch năm 850, có 562 chữ Hán.

6. T. 255 般若波羅蜜多心經 "Bát nhã ba la mật đa Tâm Kinh" do Pháp Thành dịch năm 856, có 562 chữ Hán.

7. T. 256 唐梵翻對字音深般若波羅蜜多心經 "Đường Phạm phiên đối tự âm bát nhã ba la mật đa Tâm Kinh" của Bất

Không (*Amoghavajra*) dịch khoảng năm 7000. Bản này như thế là gồm hai bản: bản phiên âm Phạn văn và bản dịch Hán văn.

8. T. 257 佛説聖佛母般若波羅蜜多經 "Phật thuyết thánh mẫu bát nhã ba la mật đa Kinh" do Thí Hộ (*Dānapāla*) người Tây Thiên dịch, có 627 chữ Hán.

2. Chu đáo mới lạ:

Trong Đại Chính Tạng các kinh luận đều được đối chiếu, cân nhắc và chia thành bộ loại như A-hàm, Bát-nhã, Pháp-Hoa v.v. và sắp theo thứ tự thời gian trước sau (xem thí dụ về kinh Bát Nhã Tâm Kinh ở trên) và cũng không chia rẽ rạch ròi kinh Tiểu thừa hay Đại thừa. Kinh luận nào đoán là ngụy tạo cũng sẽ được thu nạp, nhưng sẽ được in ở chỗ khác (Tập 85b) chứ không để xen lẫn với các kinh luận chính thống. Nếu có câu hay chữ nào sai khác giữa các bản, thì đều có cước chú ở dưới trang. Tôi muốn các tác giả người Hoa của tôi học được cách cần phải chú thích như thế.

3. Phạn Hán đối chiếu:

Đây là phần rất cần cho học giả, như trong các luận tôi thường phải chú giải khá nhiều vì nhiều dịch giả chữ Hán đã mượn các thuật ngữ có sẵn trong văn hóa Trung Hoa mà không cần chú thích. Cho nên trong Đại Chính Tạng các thuật ngữ Hán tự thường đều được đối chiếu và tìm ra nguyên tự Sanskrit hoặc Pāli giúp người sử dụng hiểu chính xác và đúng ý nghĩa theo nguyên tác Phạn văn. Rất mong đây là bài học căn bản cho thế hệ học Phật tương lai của chính giới học Phật ở Trung Hoa. Cá nhân tôi từng dạy sinh viên người Hoa – Lẽ dĩ nhiên Hoa văn là ngôn ngữ mẹ đẻ của họ, nhưng đến khi có dịp thảo luận sâu hơn thì thật ra họ chỉ rất giỏi về chữ Hoa chữ Hán (lẽ đương nhiên), nhưng về "Hán Phật" thì rất nhiều khi họ hiểu lạc cả căn bản. Thí dụ hầu như tuyệt đại "nghiên cứu sinh" của tôi không phân biệt được *tự tính* (自性) của Hán văn với *tự tính* (自性 svabhāva) của "Hán văn Phật học", hữu-vô (有無) của Đạo học Trung Hoa với hữu-vô (*bhava, abhāva*) của tư tưởng Trung Quán - Xem phần viết về "Cách Nghĩa" 格義 -

4. Có ghi xuất xứ:

Cũng như điểm 2 và 3 ở trên, nội dung và thuật từ trong Đại Chính Tạng đều được đối chiếu và trưng dẫn xuất xứ. Vì các sách Hoa ngữ về Phật học thường không đối chiếu và trưng dẫn xuất xứ, cho nên thí dụ như họ không phân biệt được "Lục Hạnh" (bố thí, trì giới, tinh tiến …) với "Lục Độ" (ṣāḍpāramitā: Bố thí ba la mật, trì giới ba la mật …) – Xem *Bát Nhã Tâm Kinh: Tổ Long Thọ Giảng*, tr. 62-64

5. Tiện lợi:

Tóm lại Đại Chính Tân Tu Đại Tạng Kinh rất tiện lợi cho việc tra cứu và trích dẫn. Đây là một Đại Tạng được biên tập và tổ chức giúp người nghiên cứu, trích dẫn và đi vào chi tiết nội dung.

Nội Dung *Đại Chính Tân Tu Đại Tạng Kinh*

Tập	Số Bộ	Hán	Sanskrit	Bộ
T01–02	1–151	阿含部	Āgama	A-hàm
T03–04	152–219	本緣部	Jātaka	Bản Duyên
T05–08	220–261	般若部	Prajñāpāramitā	Bát Nhã
T09a	262–277	法華部	Saddharma Puṇḍarīka	Pháp Hoa
T09b–10	278–309	華嚴部	Avataṃsaka	Hoa Nghiêm
T11–12a	310–373	寶積部	Ratnakūṭa	Bảo Tích

T12b	374–396	涅槃部		Nirvāṇa	Niết Bàn
T13	397–424	大集部		Mahāsannipāta	Đại Tập
T14–17	425–847	經集部		Sūtrasannipāta	Kinh Tập
T18–21	848–1420	密教部		Tantra	Mật Giáo
T22–24	1421–1504	律部		Vinaya	Luật Bộ
T25–26a	1505–1535	釋經論部		Sūtravyākaraṇa	Thích Kinh
T26b–29	1536–1563	毗曇部		Abhidharma	A Tỳ Đàm
T30a	1564–1578	中觀部類		Mādhyamaka	Trung Quán
T30b–31	1579–1627	瑜伽部類		Yogācāra	Duy Thức
T32	1628–1692	論集部		Śāstra	Luận Tập
T33–39	1693–1803	經疏部		Sūtravibhāṣa	Kinh Sớ
T40a	1804–1815	律疏部		Vinayavibhāṣa	Luật Sớ
T40b–44a	1816–1850	論疏部		Śāstravibhāṣa	Luận Sớ
T44b–48	1851–2025	諸宗部		Sarvasamaya	Chư Tông
T49–52	2026–2120	史傳部			Sử Truyện
T53–54a	2121–2136	事彙部			Sự Vựng
T54b	2137–2144	外教部			Ngoại Giáo
T55	2145–2184	目錄部			Mục Lục
T56–83	2185–2700	續經疏部			Nhật Bản
T84	2701–2731	悉曇部		Siddham	Tất Đàn
T85a	2732–2864	古逸部			Cổ tập
T85b	2865–2920	疑似部			Nghi Kinh

T86–97	圖像部		Ảnh Tượng
T98–100	昭　和 法　寶 總目錄		Tài liệu thêm

Chú thích cuối: Tổ chức ấn hành Đại Chính Tân Tu Đại Tạng Kinh là một tổ chức quốc tế vô vụ lợi chỉ nhằm phổ biến kinh luận Phật giáo đến tay từng mỗi người. Cho nên toàn bộ đại tạng không hề giữ bản quyền hay tác quyền. Hơn nữa từ khi kỹ thuật điện toán phát triển họ còn tổ chức phát hành những đĩa CD, DVD phát không cho mọi người. Hiện nay nhờ hệ thống internet phát triển, tất cả mọi người có thể đọc, sao chép tự do tất cả những gì có trong Đại Tạng chỉ bằng điện thoại cầm tay. Đặc biệt là ấn bản điện tử (web-page) *Đại Chính Tạng* luôn luôn được cập nhật liên tục để sửa sai những sai lầm có trong ấn bản cũ. Tổ chức còn mở ra cả một trang mạng làm nơi trao đổi các tin tức nghiên cứu liên quan đến Đại Tạng.

IV. ĐẠI TẠNG VIỆT NGỮ

Linh Sơn Pháp Bảo Đại Tạng Kinh

Cuối cùng là tin mừng chung cho người Việt Nam là sau 20 năm công phu (1994-2014) Hòa thượng Thích Tịnh Hạnh (nguyên là sinh viên khóa đầu tiên của Đại học Vạn Hạnh đi du học ở Đài Loan từ 1967) giáo sư văn học đại học quốc lập Đài Loan và viện trưởng Linh Sơn Đại Học Viện Đài Loan, đã điều hành và hoàn tất bản dịch Việt ngữ của *Đại Chính Tạng* dưới tên *Linh Sơn Pháp Bảo Đại Tạng Kinh* (do Hòa Thượng Quảng Độ giới thiệu). Đặc điểm của tạng Việt ngữ này là kết hợp tất cả các bản dịch Việt văn các kinh riêng rẽ trước đây của các tiền bối vào đại tạng này. Công trình hai mươi năm tổng hợp thành 203 tập lớn, mỗi tập dày khoảng 1000 trang khổ 17X26 cm hiện đang được phân phối rất rộng rãi. Thành quả này là tâm nguyện ao ước của biết bao thế hệ người Việt học Phật xưa nay.[244]

Việt ngữ *Linh Sơn Pháp Bảo Đại Tạng Kinh* (203 tập)

Hán văn *Càn Long Đại Tạng Kinh* (168 tập, 1669 kinh)

---

244. Công trình *Linh Sơn Pháp Bảo Đại Tạng Kinh* vừa hoàn tất thì vị chủ trương (H.T. Tịnh Hạnh) và vị giám chế (Tiến Sĩ Nguyên Hồng Lý Kim Hoa) cũng bất ngờ lần lượt ra đi. 故人還不見長江日東流

CHƯƠNG XI
KINH ĐẠI THỪA VÀ KINH GIẢ

II. TRANH LUẬN VỀ XUẤT XỨ CỦA KINH ĐẠI THỪA

Chúng ta đã thấy nguồn gốc của kinh tạng Phật giáo phát khởi từ ba kỳ kết tập kinh điển (*saṅgīti*).[245] Tuy nhiên chúng ta cũng khẳng định không phải các kỳ kết tập này đã gồm *tất cả* kinh điển Phật giáo. Để nói về việc này chúng ta cũng nhắc lại truyền thuyết về lời ngài Phú Lâu La (*Purna*) và 500 tỷ kheo khất thực ở Nam Sơn về muộn khi kết tập đã xong nên ngài tuyên bố: *"Chư đức đã kết tập xong Phật Pháp như vậy rồi, nhưng những pháp mà tôi đã được riêng nghe từ kim ngôn của Phật, cũng nên thọ trì"*. Từ câu chuyện tuy là truyền thuyết, cũng giúp chúng ta hiểu ngay kỳ kết tập thứ nhất đã không thể hoàn toàn thu thập được tất cả các pháp thoại của đức Phật. Nhưng ở đây tôi muốn nói thêm rằng ngay từ thời đức Phật còn tại thế chúng ta đã có một số kinh Phật tối cổ như "Nghĩa Phẩm Kinh" 義品經 (P. *Atthakavagga*) và "Bỉ Ngạn Đạo Phẩm" 彼岸道品 (P. *Pārāyanavagga*). Đây là sự thực đã được ghi trong cả *Samyukta āgama* (雜阿含經) và *Ekottara-āgama* (增一阿含經) kinh Nam

---

245. Kết Tập (*saṅgīti*) với nghĩa căn bản của *saṅgīti* có nghĩa là "cùng tụng đọc"

truyền lẫn Bắc truyền.²⁴⁶

Trong phần thảo luận về kinh nguyên thủy Phật giáo, chúng ta cũng còn thấy rằng các kinh nguyên thủy trong *Nikāya* hay *Āgama* cũng chỉ nên coi là lời dạy của đức Phật nhưng không thể nói rằng từng câu từng chữ là nguyên văn từ kim khẩu đức Phật khi ngài còn tại thế, thì huống gì khi nói đến kinh điển Đại thừa chỉ xuất hiện sau khi đức Phật nhập Niết Bàn cả năm trăm năm. Quả thật ngay tên của các kinh rất quen thuộc của Đại thừa cũng chưa hề đề cập đến trong tất cả các kinh điển căn bản *Nikāya* hay A-Hàm *Āgama*. Ngay cả bộ kinh Bát Nhã coi như là kinh hệ sớm nhất của Đại thừa, cho thấy chúng chỉ xuất hiện từ thế kỷ thứ nhất trước Dương lịch cho đến thế kỷ thứ tư Dương lịch vẫn còn xuất hiện.²⁴⁷ Cho nên ngay từ khi xuất hiện kinh Đại thừa đã bị giới Phật giáo bảo thủ đương thời coi là "Phi Phật Thuyết". Trong *Cao Tăng Truyện còn kể về ngài Chu Sĩ Hành ở thế kỷ III đi Tây Vực tìm được kinh Phóng Quang Bát Nhã* còn bị chư tăng sở tại xin với vua không cho mang kinh Đại thừa ra khỏi nước vì sợ "truyền bá tà kinh nhiễu loạn nhân gian". Giữa không khí nghi ngờ và kỳ thị như vậy của chính nội bộ Phật

---

246. *Atthakavagga*: Là chuyện về chú tiểu tên Soṇa đã đọc thuộc lòng "Nghĩa Phẩm Kinh" cho đức Phật nghe và được ngài rất ca ngợi có ghi trong Tự Thuyết (*Udāna*) của Tiểu Bộ Kinh *khuddaka-nikāya* và Luật Tạng (*vinya-pitaka*). Soṇa vốn là thị giả của một đệ tử Phật là ngài *Mahā-Kāccāyana* đi truyền Pháp ở Avanti là chính quê hương của sư. Chú tiểu Soṇa rất tinh tiến giới hạnh, muốn được thụ giới và rất ao ước được gặp đức Phật. Nhưng ở Avanti lúc này không đủ số tỳ khưu để truyền giới nên Soṇa xin với ngài *Mahā-Kāccāyana* được đến Kỳ Viên Tịnh Xá. Đến được Kỳ Viên Tịnh Xá, đức Phật rất hoan hỉ gặp chú tiểu thông minh và tinh tấn giới hạnh này, chính đức Phật bảo Ananda sửa soạn cho Soṇa ở ngay chính trong tịnh thất của mình, Soṇa đã cùng Phật ngồi thiền suốt đêm đến sáng. Đến sáng khi đức Phật hỏi Soṇa có thể nói Pháp gì cho tăng đoàn nghe, Soṇa đã tụng thuộc lòng cả mười sáu chương *Nghĩa Phẩm Kinh* trước tăng chúng, khiến đức Phật rất hài lòng.

247. Có nhiều chứng cớ kinh Bát Nhã phát triển từ Abhidharma. Xem Vũ Thế Ngọc, *Kinh Bát Nhã và A Tỳ Đàm*.

giáo, các nhà Đại thừa đã trả lời ra sao? Trong luận *Kinh Viên Giác Dịch Giảng*[248] tôi đã viết:

Trong quá khứ từng đã có trào lưu "khảo chứng" nhắm vào kinh văn Đại Thừa tập trung vào vấn nạn cho rằng kinh Đại thừa không có mặt trong cả ba kỳ kiết tập kinh điển trước đó trong lịch sử. Có người cho rằng kinh Đại Thừa chỉ là của ngoại đạo hay ít nhất chỉ là các kinh sách của các đạo sư nhân danh Phật giáo mà thêm vào gia tài kinh điển Phật giáo. Cho nên đã có người phủ nhận toàn bộ kinh điển Đại Thừa. Sự thật ngay từ thời mới phat triển Đại Thừa, vác nhà Phật học xưa đã có nhiều giải thích:

1- Trước hết là các giải thích nặng về đức tin hay huyền thoại, như truyền thuyết ngài Long Thọ (*Nāgārjuna*, thế kỷ thứ hai) xuống Long Cung (*nāga*) lấy kinh Đại thừa về, hay ngài Vô Trước (*Asaṅga*, thế kỷ thứ tư) mỗi đêm thường nhập định, lên cung trời Đâu-suất được Di-lặc Bồ Tát giảng giải đạo lý, nên ngài ghi chép thành các luận đề thành hình giáo lý Duy Thức tông (*yogācāra*).

2- Sau đó là đến giai đoạn với lý luận cho rằng chính Đức Phật đã giảng nhiều loại giáo lý tùy theo căn cơ thính chúng hoặc vì trình độ người nghe cũng khác biệt nên có người nghe thông tuệ hiểu sâu hơn kẻ phàm phu. Cho nên có những kinh Đại thừa đã được giữ gìn đặc biệt và giao truyền cho một nhóm đệ tử nào đó và chỉ được phổ biến khi gặp thời gian thích hợp.

3- Cuối cùng khi lý thuyết về Tam Thân (*trikāya*) thành hình từ thế kỷ thứ tư thì vấn đề kinh điển Đại thừa có một cơ sở riêng để giải thích. Theo thuyết Tam thân thì Đức Phật lịch sử, tức đức Phật Thích Ca Mâu Ni mà chúng ta biết, chỉ là một ứng thân

---

248. Vũ Thế Ngọc, *Kinh Viên Giác Dịch Giảng*, nxb Hồng Đức, 2015, tr. 21-5

(*nirmākāya*) của Pháp thân Phật. Pháp thân (*dharmakāya*) được hiểu như là một thể tính thanh tịnh chân thật của Phật. Theo đó, Pháp thân mới là nguyên lý, đó là Phật Pháp (*Buddha-Dharma*) mà chính Đức Phật Thích Ca lúc còn tại thế giảng dạy. Khi nhìn Đức Phật Thích Ca chỉ là một hóa thân hay ứng thân, thì giáo lý Đại thừa cho thấy Phật có vô số ứng thân và xuất hiện khắp nơi trong mọi thời gian. Muôn vạn các ứng thân này chiếu hiện chỉ vì theo lòng từ bi với mục đích giáo độ chúng sinh. Từ quan điểm Tam Thân này mà các kinh Đại thừa xuất hiện với không gian vô tận trong vô tận thế giới với vô số Phật và đại Bồ tát. Với lập cước này thì vấn đề giải thích sự xuất hiện muộn màng của kinh điển Đại thừa coi như đã được giải quyết trên quan điểm giáo lý của Phật Giáo Đại Thừa.

Nhưng ngay cả trước khi thuyết Tam Thân được phổ biến và trở nên một lập cước chung của Phật giáo Đại thừa và cũng để giải thích cho câu hỏi về nguồn gốc của kinh điển Đại thừa, thì các nhà tu tập Đại thừa thật sự cũng không bận tâm chú ý đến nguồn gốc kinh điển. Mà quan trong là nội dung của nó có thực sự là giáo huấn của Đức Phật hay không. Ở đây một lần nữa, giáo lý Tam Pháp Ấn (vô ngã, vô thường, khổ) và Bất Nhị thường được đưa ra coi như là một "chứng nhận". Đối với họ, niềm xác tín vào "như thị ngã văn" là đủ, phần quan trọng hơn là *kết quả tu tập* trong kinh nghiệm thực chứng.

Các thắc mắc về nguồn gốc kinh điển Đại thừa thường chỉ là ý kiến của các nhà nghiên cứu ngoại đạo hay các tông môn Phật giáo không phải Đại thừa. Tuy nhiên khi các hành giả không thắc mắc về nguồn gốc kinh điển của mình, họ không thơ ngây hay mê tín vì điều quan trọng nhất đối với họ là *hành trì và thực chứng* điều đã được dạy trong kinh điển. Vì có quá nhiều kinh điển trong tam tạng mà chỉ đọc không thôi cả đời cũng không đọc hết. Rồi cũng có quá nhiều pháp môn tu tập (như thành ngữ "tám vạn bốn ngàn pháp môn" mà chúng ta thường nghe) cho nên trong thực tế các hành giả cũng chỉ tu tập theo một pháp môn mà chính thầy của họ giao truyền thích hợp với căn cơ của họ, hay chính họ tự thấy *thích hợp và thực chứng được* trong việc tu tập.[249] Thiền Tông, tông môn phát triển sau cùng của Đại thừa còn dõng dạc tuyên thuyết "bất lập văn tự" chẳng cần căn cứ vào kinh điển, tự nhận là "giáo ngoại biệt truyền" với pháp môn tu tập "trực chỉ nhân tâm, kiến tính thành Phật."[250] Cho nên các thiền đường đầu tiên cũng không tụng kinh hay trưng bầy ảnh tượng đức Phật. Thực ra đây không phải mới. Trong truyền thống Đại thừa, kim ngôn của chính Đức Phật cũng chỉ được coi là *ngón tay chỉ trăng* (kinh Pháp Hoa), *kinh cuối cùng cũng cần phải buông bỏ* (kinh Kim Cương). Trong truyền thống Nam tông, kinh điển Pāli cũng thường nhắc lại lời dạy *"qua sông bỏ bè"* (kinh Tăng Nhất A Hàm) và nhắc lại chính Đức Phật đã răn dạy Phật tử đừng mù quáng tin ngay lập tức chính lời dạy của ngài mà mọi người đều phải cẩn trọng so sánh phân tích kỹ lưỡng "Đừng vội tin những gì truyền thống nói, thánh nhân nói, mà phải tự thân phân giải, như người thợ vàng để thử vàng thật, anh phải dùng đá mài để thử, dùng dao gọt để thử, dùng lửa để thử."

---

249. Một đại quan đến hỏi một thiền sư danh tiếng: "Cốt tủy của lời Phật dạy là gì?" Ngài trả lời: "Tránh các điều ác, làm điều lành, đó là tất cả lời Phật dạy" (giống như một kệ quen thuộc trong kinh Pháp Cú). Vị đại quan ngạc nhiên nói tiếp: "Câu nói đó trẻ tám tuổi cũng biết, có gì lạ đâu?" Thiền sư đáp "Trẻ tám tuổi nói được, nhưng người già tám mươi làm không được." Truyện khác kể, ngài Đại Mai sau khi đắc pháp với Mã Tổ Đạo Nhất liền vào rừng sâu tu tập. Nhiều năm sau có người đến hỏi: "Đại sư được gì nơi Mã Tổ?" Ngài trả lời "Tổ dạy "tức tâm tức Phật." Bần tăng đã ngộ ra lời đó và tu theo đó." Người hỏi nói: "Bây giờ tổ lại dạy rằng "Vô Tâm Vô Phật." Ngài Đại Mai trả lời "Kệ cho ông già trào lộng vô tâm vô phật với thiên hạ. Bần tăng chỉ biết tức tâm tức Phật." Người đi hỏi về thưa lại với Mã Tổ. Ngài tán thán: "Trái mận lớn đã chín rồi!" Vũ Thế Ngọc, *Vô Môn Quan*, Eatwest Institute 1988, tr.82

250. Xem *Nghiên Cứu Lục Tổ Đàn Kinh*, sđd, để thấy sự thực lập cước của Thiền Tông đã có nguồn gốc sâu xa trong kinh Phật.

Tóm lại kinh luận Phật giáo không phải được giao truyền chỉ vì đức tin hay vì giáo điều mà vì *thực chứng* của các bậc thày bậc tổ trong quá khứ. Điều quan trọng như các bậc cổ đức đã nói "tranh vẽ thực phẩm dù nhiều, dù đẹp nhưng không thể làm no bụng". *Cơ bản thực chứng* cuối cùng chính là tự thẩm định của từng cá nhân trong quá trình tu học của chính mình. Cho nên ngay một nhà khoa học nghiên cứu Phật học tây phương hiện đại như Edward Conze cũng từng viết "Mặc dù bạn có thể bị hấp dẫn vô cùng vì triết lý sâu viễn của đạo Phật, nhưng bạn chỉ có thể thấu hiểu được giá trị của nó trong đời sống hằng ngày của bạn."[251] Cũng chính trong thời gian ông đã nghỉ hưu nhưng vẫn nhận hướng dẫn cho người viết này với lời răn bảo thẳng thắn "Người thuần túy nghiên cứu (Phật học) nếu không có được *kinh nghiệm chứng nghiệm* thì sự thành thạo văn bản tờ a tờ b của anh chỉ có thể là một người sưu tầm kinh sách thế thôi."[252]

II. TRANH LUẬN Ở NHẬT BẢN

Về phê bình và tranh luận "kinh Đại thừa không phải do Phật thuyết" đã được nói đến rất nhiều trong quá khứ, tuy nhiên cuộc tranh luận ở Nhật Bản có nhiều lý do chúng ta có thể chú ý. Đó là sự phê bình tranh luận có những đặc điểm khác với hầu hết các phê bình tranh luận khác. Trước hết đây là một phê bình tranh luận khoa học khách quan ở thời hiện tại (thế kỷ hai mươi), trong bối cảnh tại một quốc gia Phật giáo Đại thừa (Nhật Bản) và người nêu ý kiến tranh luận lại cũng chính là tu sĩ Phật giáo Đại thừa.

Đầu tiên người nêu ý kiến là tiến sĩ Murakami Sendho (1853- 1929). Ông là tu sĩ Tịnh Độ Tông thuộc chùa Higashi

---

251. *Trí Tuệ Giải Thoát*, sđd, tr. 391.

252. *Ibid*, trang 298. Và kinh nghiệm tự thân thì không phải vị Phật nào trao cho hoặc ngồi thiền mà có được" (xem Huệ Năng *Pháp Bảo Đàn Kinh*, Bồ Đề Đạt Ma *Tuyệt Quan Luận*, Nhị Nhập Tứ Hạnh),

Hongan. Vốn là một nhà nghiên cứu Phật học đồng thời là giáo sư Triết học Ấn Độ của đại học Tokyo và cũng là trưởng ban phân khoa triết học Ấn Độ ở đây. Năm 1901 ông xuất bản bộ sách năm quyển với đề tài "Về sự thống nhất của Phật giáo" (*Bukkyo Toitsu Rong*) với quyển đầu là tổng hợp các bài giảng của ông về giáo lý của các tông môn Phật giáo Nhật Bản.[253]

Trong quyển này ông tuyên bố rằng đức Phật Thích Ca là một vị Phật lịch sử duy nhất và Phật A Di Đà (là vị Phật mà tông môn Tịnh Độ Tông tin tưởng) không thật có mà chỉ là một nhân vật trừu tượng của một thế giới lý tưởng (*sukhāvati*-Cực Lạc). Theo ông không có bằng chứng rõ ràng nào chứng minh đức Phật Thích Ca thuyết giảng hay không thuyết giảng giáo lý Đại thừa. Ông còn tuyên bố thêm "nói Phật Thích Ca không thuyết giảng giáo lý Đại thừa là đúng với chứng cớ lịch sử".

Trên bề mặt thì lời tuyên bố của Murakami vừa phủ nhận sự chính thống của giáo lý Tịnh Độ tông và của chùa Higashi Hongan nơi ông là tu sĩ. Bởi ông khẳng định Phật A Di Đà chẳng qua chỉ là một ý tưởng trừu tượng khởi từ nhận thức trừu tượng về một thế giới lý tưởng và kinh Đại thừa mà Tịnh Độ tông lấy làm cơ sở giáo lý, sự thật không phải là lời đức Phật dạy. Từ những nhận định này được người chống đối coi là là phủ nhận sự chính thống của tất cả các tông môn Đại thừa.

Vì vậy lập tức tác phẩm *Bukkyo Toitsu Rong* khởi lên một cơn bão phê bình, vừa ủng hộ vừa chống đối. Đa số đồng sự của ông ở chùa Higashi Honggan không đồng ý với quan điểm của ông, và cuối cùng để tránh việc hiện diện của mình chỉ làm vấn đề thêm phức tạp, ông đã phải rời bỏ chức vụ của ông ở chùa. Báo chí đủ loại khắp nơi tham dự vào tranh luận, ủng hộ lẫn chống đối, và ông cũng nhận được vô số thơ lên án. Mức độ phê

---

253. Đoạn viết về tiến sĩ *Murakami Sendho* là viết theo sách của *Kogen Mitzuno*, sđd, tr. 130-135

phán trở nên càng căng thẳng hơn. Trong vòng vài tháng nhiều sách phê bình về đề tài này liên tiếp xuất hiện, một sưu tầm tập hợp các bài phê bình cũng được xuất bản.

Thuyết của Murakami cho rằng đức Phật lịch sử không giảng thuyết kinh Đại thừa cũng không nhằm tấn công hay phá hủy Phật giáo Đại thừa. Murakami đơn giản chỉ làm rõ vi trí của từng loại Phật giáo trong ánh sáng của chứng cớ lịch sử - Đề tài bộ sách năm quyển của ông là "Về sự thống nhất của Phật giáo" (*Bukkyo Toitsu Rong*) – Hơn nữa, là một người Phật tử chân thành, ông chỉ hy vọng chứng rõ sự liên hệ giữa Phật giáo chân thật và *tinh thần giáo lý* của đức Phật, để chứng tỏ rằng dù kinh không phải lời của đức phật nhưng vẫn phù hợp với giáo lý của ngài.

Giáo sư Murakami khẳng định rằng đức Phật lịch sử không thuyết giảng kinh Đại thừa là dựa trên ba cơ sở. Thứ nhất, đức Phật Thích Ca xuất hiện trong kinh luận Đại thừa không phải là đức Phật lịch sử mà là một biểu trưng lớn hơn con người, mà là một siêu nhân. Thứ hai, trừ bồ tát Di Lặc, những bồ tát xuất hiện trong kinh Đại thừa trong các pháp hội là *nhân cách hóa* các phẩm tính của bồ tát. Và một khi các bồ tát trong pháp hội nghe Phật giảng pháp chỉ là những nhân cách tượng trưng thì vị Phật giảng pháp cho họ nghe cũng không phải là đức Phật Thích Ca con người lịch sử. Thứ ba, kinh Đại thừa không thể coi là ngôn thuyết ghi nhận từ lời đức Phật, vì không có chứng cớ lịch sử nào chứng minh các Pháp thoại thần sự đó.

Murakami không hạn chế trong sự khảo nghiệm lịch sử của kinh Đại thừa, mà ông khảo nghiệm chúng trong vị trí quan trọng hơn là giáo lý. Trong quan điểm của ông sự việc đức Phật không thực sự giảng kinh điển Đại thừa không có nghĩa là kinh Đại thừa không đại diện cho Phật giáo hay là tinh thần của giáo lý đức Phật. Murakami nghĩ là câu hỏi Phật giáo Đại thừa có là trực tiếp lời dạy của đức Phật hay không, phải nhìn từ cả quan điểm lịch sử lẫn quan điểm giáo lý. Ông nhấn mạnh nói rằng kinh Đại thừa không phải là lời dạy của đức Phật chỉ là thuần túy nói từ quan điểm lịch sử, trong khi từ quan điểm giáo lý thì phải chấp nhận rằng đó là lời dạy của đức Phật.

Mặt khác ông cũng khẳng định "Không nghi ngờ, rõ ràng chính thống Đại thừa là đại diện của Phật giáo chân chính và phản ảnh đúng tinh thần giáo lý của đức Phật." và cho rằng kẻ mất lòng tin vào Phật giáo đơn giản chỉ vì kinh Đại thừa không phải đúng là lời Phật thì không có lòng tin chân chính: Câu hỏi có phải đức Phật giảng kinh Đại thừa không liên quan gì đến việc nuôi dưỡng đức tin ở Phật giáo.

Hai năm sau khi Murakami xuất bản *Bukkyo Toitsu Ron*, giáo sư Maeda Eun cho xuất bản *Daijo Bukkyo-shi Ron* (về Lịch sử Phật giáo Đại thừa). Tiến sĩ Maeda (1855-1930) một nhà nghiên cứu Phật học danh tiếng, giáo sư đại học Tokyo và cũng là biên tập Đại *Nhật Bản Hiệu Đính Đại Tạng Kinh* và Đại Nhật Bản Tục Tạng Kinh, và cũng là tu sĩ Phật giáo Tịnh Độ Tông của chùa Nishi Hongan.

Sách của giáo sư Maeda không gây sóng gió như sách của Murakami nhưng được khen ngợi vì phần chú giải chi tiết và văn liệu của ông. Điểm ông dẫn chứng là giáo lý của đức Phật rất sâu sắc nên mỗi người nghe có thể thẩm thấu qua nhiều trình độ khác nhau tùy theo khả năng thấu hiểu của từng người. Cho nên theo ông, *tư tưởng Đại thừa và Tiểu thừa cùng xuất hiện đồng thời* từ giáo pháp của đức Phật, chứ không phải khởi phát sau khi đức Phật nhập Niết Bàn. Vì có nhiều chứng cớ các tư tưởng cơ bản của giáo lý Đại thừa đã được các đệ tử của đức Phật xác tín từ khi đức Phật còn tại thế - như thể là chính ngài đã giảng dạy Đại thừa (Chúng ta đã thấy rằng nhiều hạt giống của tư tưởng Đại thừa đã tìm thấy trong kinh *Āgam*/ A Hàm, có nghĩa là trước khi phân biệt Tiểu thừa và Đại thừa)²⁵⁴.

Nhận định của Maeda chính là nhận định của đa số các học giả hiện đại, nhưng ở đây chúng ta thấy cái bác học của ông, là ông đã dẫn chứng bằng văn bản để cho thấy các chứng liệu tư tưởng Đại thừa đã phát triển từ các tư tưởng có mầm mống từ kinh Tăng Nhất A-hàm (*Ekattara-āgama*) và ông cho rằng các nhà biên tập Đại thừa sau đó đã khai triển quá xa để người sau không thấy dấu vết này, và quan trọng hơn là không cho thấy các mầm mống tư tưởng này đã tiến triển thành các tư tưởng cơ cấu của các tông môn Đại thừa sau này – Đây cũng chính là phần tôi đã trình bày khá chi tiết trong phần nói về đối chiếu giữa *Nikāya* và A-hàm qua nhận định của ngài Ấn Thuận "phần giống nhau giữa A-hàm và Nikaya chính là tư tưởng nguyên thủy của Phật giáo" và cũng là nhận xét của Hòa thượng Minh Châu trong luận án "So sánh kinh Trung Bộ A-hàm Hán ngữ và kinh Trung Bộ Pāli" (*The Chinese Madhyana Āgama and the Pāli Majjhima Nikāya*: *A Comparative Study*). Đây là một luận án quan trọng mà lúc đương thời học giả Edward Conze không ngại lời tán thưởng luận án đã "bổ túc phần thiếu sót từ lâu của giới nghiên cứu về sự liên hệ giữa Phật giáo Bắc truyền với Nam truyền" để ý thức rằng "cả hai căn bản đều khởi từ một suối nguồn duy nhất".²⁵⁵

Vì vậy câu hỏi "Đức Phật có giảng dạy giáo lý Đại thừa hay không?" ngày nay không còn là vấn đề bàn cãi tranh luận của giới nghiên cứu Phật học ở Nhật Bản cũng như trên thế giới vì mọi người đều đồng ý ba lý do: *Thứ nhất*, rất đơn giản là không thể chứng minh được rằng giáo lý Đại thừa là do chính lời dạy

---

254. Như tôi đã trình bày, các đề tài nghiên cứu về sự liên hệ giữa Abhidarma và kinh điển Bát Nhã, sự tương quan giữa Nikaya- A-hàm và tư tưởng Đại thừa sẽ là những đề án nghiên cứu lớn của Phật học.

255. Conze, Edward, *Buddhist Studies 1934-1972*, Futher Buddhist Studies, Bruno Cassier 1975, tr. 214-5

của đức Phật Thích Ca (đức Phật lịch sử). *Thứ hai* là, xuất hiện cả năm trăm năm sau khi đức Phật nhập Niết bàn, kinh Đại thừa vừa là hiện thân của lời dạy nguyên thủy của ngài và cũng vi diệu hơn kinh điển *Āgama*. *Thứ ba*, nghiên cứu đối chiếu giữa Nikāya và Āgama, rồi đối chiếu với tư tưởng nồng cốt của giáo lý Đại thừa, người ta sẽ thấy có một liên hệ hữu cơ không thể chối cãi. Bởi ba lý do này mọi người đều đồng ý trên nguyên tắc kinh điển Đại thừa là giáo pháp của đức Phật (dù không thể chứng minh được rằng giáo lý Đại thừa là do chính lời dạy của đức Phật Thích Ca như điều thứ nhất nhận định).

Tóm lại, đạo Phật không phải là tôn giáo của đức tin. Tất cả các pháp môn dù Bắc truyền hay Nam truyền, không có tông môn nào là tôn giáo tín điều. Người nghiên cứu Phật học thấy rõ là bên cạnh các khác biệt bì phu, phần cốt lõi căn bản của tất cả các tông môn chỉ là một (như giáo lý duyên khởi, tứ diệu đế, bát chánh đạo, tam pháp ấn [256]). Vấn đề duy nhất còn lại, như chính đức Phật khẳng định trong các kinh Nikāya, "Đừng vội tin vì truyền thống nói, vì các thánh nhân nói, mà hãy tự phân tích thẩm định như người thợ thử vàng phải cắt ra, mài đi, đốt lên …" Cho nên ngày nay các Phật học viện từ Nhật Bản đến Tích Lan, từ Trung Hoa đến Hoa Kỳ đều dạy đủ về giáo lý các tông môn.

III. KINH GIẢ: DỊ KINH và NGỤY KINH

NGHI KINH CHỮ HÁN (*Chinese Buddhist Apocrypha*)

Ngày nay giới nghiên cứu khảo chứng không thắc mắc về cội nguồn của kinh điển Đại thừa nữa mà đặt nghi vấn phần lớn vào các quyển kinh luận chỉ có văn bản bản chữ Trung Hoa

---

256. *Tam Pháp ấn*: Ba căn bản giáo lý cơ bản của Phật giáo (vô thường, vô ngã, không) dùng để xác tín giáo pháp của đức Phật.

(Hán văn) nên gọi là vấn đề "Nghi kinh Phật giáo bằng tiếng Hoa" (*Chinese Buddhist Apocrypha*). Các khảo chứng ngày nay thường chỉ đặt vấn đề với các kinh bằng chữ Hoa không có bản Phạn ngữ và cũng không có cả bản dịch tiếng Tây Tạng hay bất cứ một cổ ngữ nào khác. Nhiều nghiên cứu đã chứng minh trên văn bản, nhiều kinh này chỉ có thể do các đại sư người Hoa sáng tác trong một không gian và thời gian nhất định, chứ không thể xuất phát từ thực tế và không gian Phạn ngữ và Ấn Độ.

Từ thế kỷ hai mươi đã có nhiều nghiên cứu về các kinh Phật ngụy tạo đã được giới học giả bàn thảo với các phương pháp khảo chứng khoa học và khách quan. Cho đến nay vấn đề đã được tạm coi là có cơ sở để giải quyết. Người đọc quan tâm có thể đọc Hayashiya Tomojiro, *Kyoroku Kenkyu*, Tokyo: Iwanami Shoten, 1940; Mochizuki Shinko, *Bukko kyoten seritsu-shi ron*, Kyoto: Hozokan 1946; *Gikyo Kenkyu*, Kyoto: Kyoto Daigaku Jinbun Kagaky Kenkyujo, 1976. Hiện nay trong Anh ngữ, có một tác phẩm bàn kỹ về các bản kinh Phật gọi là ngụy kinh do người Trung Hoa sáng tác là *Chinese Buddhist Apocrypha* của Robert Buswell. Giáo sư Buswell là một người có thời gian dài nghiên cứu Phật học ở Hàn quốc và Nhật Bản và từng là giáo sư Phật học ở University of California, San Diego. Từ *apocrypha* (異經 dị kinh) thực ra là một từ quen thuộc trong giới nghiên cứu về Kinh Thánh Thiên Chúa giáo (Bible) lấy từ chữ Hy Lạp *apokruphos* chỉ các book (phẩm) có tính cách bí mật, được phát hiện ra khác với văn bản Kinh Thánh truyền thống.

Trong Hán văn có hai từ tương đương là 異經 *iching* (dị kinh) và 偽經 *weiching* (ngụy kinh) dùng để chỉ những kinh không được xác định là chính thống. Căn bản của sự ấn chứng này là câu hỏi rằng ba giáo lý căn bản của Phật đạo (vô thường, vô ngã và khổ) có được thể hiện trong kinh hay không. Sự ấn chứng này được gọi là Tam Pháp Ấn (trilakṣaṇa).

Tam Pháp Ấn (trilakṣaṇa)[257]

Tất cả giáo pháp của đức Phật (qua các kinh *Nikāya*, A-hàm và nhiều kinh khác) đều khởi từ nhận thức rằng bản chất của vạn pháp thế gian chỉ là *vô thường "anicca"* vô ngã "anātman" và *khổ* (bất toàn) *"dukkha"* vì mục đích giáo pháp của đức Phật là *giải thoát* con người. Nói cách khác cơ bản giáo lý của Phật giáo chính là từ ba nhận định này. Đây là tư tưởng lập cước của Phật giáo, khác biệt với mọi tôn giáo xưa và nay, cho nên ba giáo lý căn bản này được coi như *ba con dấu* ấn chứng và xác định cho sự chính thống của giáo lý đạo Phật.

Tam Pháp Ấn đã được dùng để ấn chứng rất nhiều kinh quen thuộc với Phật tử Á Đông nhưng không có nguyên bản Phạn văn như các kinh *Viên Giác* (圓覺經), *Phạm Võng Kinh* (梵網經). *Bồ Tát Anh Lạc Bản Nghiệp Kinh* (菩薩瓔珞本業經), *Vô Lượng Nghĩa Kinh* (無量義經), *Quán Vô Lượng Thọ Kinh* (觀無量壽經), *Kim Cương Tam Muội Kinh* (金剛三昧經), *Thủ Lăng Nghiêm Kinh* (首楞嚴經) v.v. Đây là những kinh mà các học giả hiện đại không công nhận là kinh Phật giáo vì chúng ta có thể chứng minh chúng được sáng tác ở Trung Hoa, nhưng vì nội dung của chúng được chuẩn định qua *ba pháp ấn*, chứng tỏ chúng vẫn chuyên chở tư tưởng Phật giáo một cách xuất sắc với thực chứng của biết bao thế hệ hành trì. Thí dụ như *Phạm Võng* rõ ràng là khai thác khái niệm đạo Hiếu của Khổng giáo Trung Hoa vào giới luật Bồ Tác Đạo cũng là để cân bằng giữa hai khái niệm

---

257. *Vô ngã*: vạn pháp không hề có một cái gọi là tự tính (svabhāva) để có thể tự sinh, tự diệt hay tự hiện hữu; sự hiện hữu của chúng chỉ là sự tương tác với rất nhiều nhân do (nhân) và điều kiện (duyên). *Vô thường*: vạn pháp luôn luôn là một tiến trình và biến động với các điều kiện nhân duyên, vì chúng không hề có tự tính (svabhāva). *Khổ*: có nghĩa là bất toàn, không hoàn hảo; vạn pháp luôn luôn không hoàn hảo (khổ), nói cách khác vạn pháp vô thường vô ngã nên bất toàn (khổ). Giáo lý Tam Pháp Ấn này được giảng trong tất cả các kinh *Nikāya* lẫn A-hàm. Có người giảng Tam Pháp Ấn thay *Khổ* bằng *Niết Bàn*

giới hạnh tu hành, *Kim Cương Tam Muội* thì cũng là cố gắng cung cấp tất cả các học thuyết Đại thừa làm nền tảng cho sự thực hành thiền, thì một khi sử dụng các "kinh" này như một bài Pháp thoại để dẫn dắt người ta vào Đạo thì có gì quá đáng? – *Miễn là ý thức chúng chỉ là phương tiện mà thôi* (Đó cũng là giáo lý *Nhị Đế* mà Long Thọ xiển dương "phải dùng tục đế để tiếp cận chân đế", nhưng không tỉnh táo phân biệt thì chính là "chơi trò bắt rắn độc bằng tay không"). Cho nên các bậc long tượng xưa nay vẫn trích giảng những kinh này với ý thức đó. Còn các vị không hiểu mà vẫn tiếp tục giảng như kinh thì là lỗi của các vị này. Quần chúng nếu được hướng dẫn như thế thì cũng chẳng ai còn thắc mắc hay truy cứu về nguồn gốc của chúng. Vì vậy từ xưa cho đến ngày nay các "dị kinh" này vẫn thường được ghi trong các Đại Tạng Kinh.

Trong quan điểm của Phật giáo đại thừa thì ngay những kinh này xuất hiện ở Ấn Độ hay Trung hoa thì cũng không có gì ngạc nhiên. Ngay trường hợp các luận kệ sáng tác của các đại sư Phật giáo – tức là những sáng tác của những nhân vật có thật trong lịch sử - cũng vẫn được trang trọng nếu được ấn chứng qua Tam Pháp Ấn và kết quả hành trì. Người viết từng thấy Phật tử Tây Tạng tụng đọc luận của ngài Long Thọ không khác gì tụng đọc kinh Phật. Thấy người Hoa ở Quảng Châu tụng đọc Pháp Bảo Đàn Kinh của Lục Tổ Huệ Năng người Lĩnh Nam như tụng kinh Pháp Hoa. Ngày nay người Việt tụng đọc *Lục Thời Sám Hối* hay *Bình Đẳng Lễ Sám* Văn của vua Trần Thái Tông thì cũng không làm ai ngạc nhiên.

Vấn đề "dị kinh" nếu hiểu như vậy chỉ còn là vấn đề chính danh (gọi tên cho đúng) như trường hợp gây tranh cãi lâu dài vừa qua về quyển luận nổi tiếng Đại Thừa Khởi Tín Luận - Khởi Tín Luận chỉ là *Luận* nên vấn đề chỉ giới hạn trong đề tài *"chính danh tác giả"* – Nếu người ta ý thức được nội dung của *luận* này cuối cùng cũng chỉ là *Luận* của *một đại sư* cố gắng giải thích giáo lý chính thống của Phật giáo là Tính Không (Śūñyata) trong hai khái niệm về *ālaya* thức (*ālaya-vijñāna*) trong thuyết Bát Thức và Thai tạng giới (*Tathāgata-garbha*) trong thuyết Tam Thân (*trikāya*), thì rõ ràng luận này không phải của Mã Minh (*Aśvaghoṣa*) là một tác giả và thi nhân sống vào thế kỷ thứ nhất, trước khi tư tưởng *ālaya* thức và Thai tạng giới được phát triển. Khi luận về "Đại Thừa Khởi Tín Luận" của Mã Minh (*Aśvaghoṣa*) trong thời chân ngụy tác giả của luận này chưa được ai đặt ra, Thiền sư Hám Sơn thời nhà Minh Trung Hoa trong Đại Thừa Khởi Tín Luận Trực Giải cũng đã từng viết: "Quyển luận này y cứ vào hằng trăm bộ kinh Đại thừa là do hóa thân Phật kiến lập, tức thật là *quyền*. Nay luận này tổng nhiếp quyền thừa qui về một cái thật, chủ ý muốn hiển tức quyền là thật, cũng là qui dẫn về biển Viên Dung ..." Ngài Hám Sơn muốn nói vấn đề là "nội dung" mới là điểm quan trọng - "Khởi Tín Luận là *quyền*, nhưng kết quả của nó là *thật*". Nếu Đại Thừa Khởi Tín *Luận* giảng được cái uyên náu của lời dạy đức Phật thì hà huống gì là luận của *Aśvaghoṣa* sinh ra ở Ấn Độ hay một đạo sư vô danh nào đó sinh ra ở Á Đông?

IV. PHÂN LOẠI NGỤY KINH

Cuối cùng còn lại là câu hỏi tại sao lại có người chế tác ra ngụy kinh và chế tác ngụy kinh nhằm mục đích gì? Dấu hiệu đầu tiên là các loại kinh sách này không có văn bản Phạn ngữ mà chỉ có các văn bản bằng Hoa ngữ. Nếu chúng ta có đôi chút hiểu biết về Phật học chúng ta sẽ không khó gì trả lời câu hỏi này. Vấn đề cho thấy rõ cái tâm đã quyết định. Mở đầu kinh *Pháp Cú* đức Phật đã dạy rất rõ và đơn giản *"Tâm dẫn đầu mọi pháp. Tâm làm chủ, tâm tạo tác mọi việc. Nếu nói hay hành động với tâm tư ô nhiễm, khổ não sẽ theo ta như xe theo người kéo."* Cái tâm dẫn dắt mọi hành động cũng rất tế nhị khó thấy, có kẻ rất giầu có nhưng tâm vẫn gian tham từng xu, có kẻ danh sĩ lẫy lừng nhưng tâm vẫn đố kỵ với người bạn khi thấy bạn làm được một bài thơ nổi tiếng, có kẻ là tu sĩ xuất gia miệng luôn tụng vô ngã vô thường khuyên dạy bá tính đủ điều nhưng thực sự sai trái nghiêm trọng giới luật căn bản. Vì vậy có rất nhiều lý do tâm lý khiến người ta chế tác kinh giả. Vì danh lợi người ta làm ngụy kinh còn dễ hiểu, nhưng có kẻ còn khổ công sáng tác ngụy kinh chỉ vì ngông cuồng, và lại cũng có người tự sáng tác ngụy kinh vì thiện ý muốn mượn danh Phật để giúp đời. Cho nên số ngụy kinh trong lịch sử truyền bá Phật pháp có rất nhiều. Quyển Kinh Mục đầu tiên của Tăng Hựu (445-518) là *Xuất Tam Tạng Tập Ký* 出三藏集記 cho biết trước đó cả gần hai trăm ngài Đạo An đã liệt kê có đến 175 quyển "kinh lạ" trong số này có 143 bản dịch không có tên người dịch và không có nguyên tác Phạn văn. Cho nên chúng ta cần ghi nhận, truyền thống làm giả của người Hoa không chỉ giới hạn trong thương trường. *Khai Nguyên Thích Giáo Lục* của Trí Thăng khắc in năm 730 liệt kê có *1076* kinh, nhưng cũng ghi chú *hơn một phần ba là ngụy kinh* – con số chính xác là 392 kinh giả chưa nói đến 14 kinh thuộc loại tồn nghi chưa xác định được - Có lẽ các số lượng kinh giả quá nhiều khiến một người bình thường khó hiểu rằng tại sao giữa chốn "yên tĩnh bụi hồng" lại có những sự giả mạo trá ngụy kỳ quái đó? Cứ theo từ động năng tâm lý thì chúng ta thấy có năm lý do chính đã phát sinh quá nhiều kinh giả:

1. Thứ nhất là sáng tác của những người muốn phá hoại Phật giáo với một mục đích nào đó.

2. Thứ hai là sáng tác của kẻ ngông cuồng hoặc ham vui thích chơi một trò kích thích – Lý do này rất dễ hiểu với chúng ta trong thời @ như hiện nay đang có rất nhiều người thích ngụy tạo những tài liệu giả, văn liệu giả một cách bí mật, dù không phải vì kiếm tiền hay nổi tiếng.

3. Thứ ba là trái với loại người trên. Đây là những kẻ nhân cơ

hội làm kinh ngụy tạo chỉ vì muốn có chút lợi hay danh nào đó.

4. Thứ tư là sáng tác kinh luận Phật với mục đích đề cao hoặc có lợi một tín điều nào đó của một bang hội hay củng cố uy tín cho một một đức tin nào đó. Đây là một hiện tượng phổ biến của nhiều tổ chức tín ngưỡng địa phương thường ngụy tạo hay khai thác bản kinh Phật nào đó để tuyên truyền cho hoạt động hay tổ chức của mình. Đây là việc thường có ngay cả với các đại tông môn. Trong lịch sử Trung Hoa còn có các phong trào chính trị cũng lợi dụng tiện nghi này.

5. Thứ năm là ngụy tạo kinh luận Phật còn có thể khởi từ ý đồ tốt. Đây là điều có thật và rất thường xẩy ra. Đó là trường hợp có người nghĩ rằng họ hiểu Phật giáo và muốn nhân đó "sáng tác kinh Phật" để giải thích cho phù hợp với thời thế và trình độ quần chúng. Đây cũng là loại "kinh" người Hoa thường sáng tác để quảng diễn tư tưởng Phật giáo Ấn Độ cho phù hợp với tâm lý và văn hóa của người Trung Hoa nên mượn danh "kinh Phật" để dễ thâm nhập vào quần chúng. Đây là trường hợp tôi đã nói về các *dị kinh* và *ngụy kinh* danh tiếng và phổ biến rất rộng ở Trung Hoa từ *Phạm Võng Kinh* vay mượn giả danh khá khéo léo cho đến các "kinh" quá dễ dãi bình dân như *Thập* (Điện Diêm) *Vương Kinh* hay *Đại Báo Phụ Mẫu Trọng Ân Kinh*. Vấn đề cuối cùng là chính từ người học Phật (đặc biệt là giới tu sĩ xuất gia) phải biết phân biệt giữa *Tây Vực Ký* của Huyền Trang với truyện *Tây Du Ký* trên màn ảnh thế thôi.[258]

Chúng ta có một thí dụ điển hình là trường hợp một nhân vật có danh vọng là vương tử Cánh Lăng (竟陵 459-494) của Nam

---

258. Căn bản của Phật giáo là một tôn giáo cá nhân. Cả ngàn năm Phật giáo vẫn đặt căn bản trên sự *tự thức* của cá nhân, từ tu sĩ đến quần chúng. Đây là đặc điểm của Phật giáo, đặc biệt là ở Đại thừa, có lẽ chúng ta không nên hy vọng Phật giáo sẽ có một tổ chức trung ương có giáo quyền giáo qui như giáo hội Roman Catholic.

Tề thời Nam Bắc Triều. Vị hoàng tử này là một trí thức Phật tử. Ông và những học giả thân hữu sáng tác ra đến 36 "kinh" để mong trợ giúp cho quần thần triều đình có thể "hiểu Phật dễ dàng hơn". Trong những "tóm lược kinh" (抄) có một số kinh từng được lưu truyền như *Sao Hoa Nghiêm Kinh* (抄華嚴經), Phẩm 23 của *Pháp Hoa Kinh* là phẩm *Sao Pháp Hoa Dược Vương Phẩm* (抄法華藥王品), *Sao Phương Đẳng Đại Tập Kinh* (抄方等大集經), *Sao Phổ Hiền Quán Sám Hối Pháp* (抄普賢觀懺悔法). Dù sao chúng ta cũng ghi nhận thiện ý của ông trái ngược với ni cô Tăng Pháp.

Trong lịch sử truyền bá kinh giả ở Trung Hoa, vị "Pháp Vương" tên tuổi nhất là ni cô Tăng Pháp (僧法 sinh năm 489). So với hiện tượng các *siêu sao* hiện nay trong sinh hoạt Phật giáo quốc tế lẫn quốc nội, thì trường hợp Tăng Pháp vẫn còn *siêu* hơn một bực. Trong thời hiện tại chỉ thấy vài chùa thiếu căn bản mới mời bà bóng hay thầy ngoại cảm lên tòa giảng giảng Pháp, bắt ma trừ vong, nhưng Tăng Pháp từ năm 16 tuổi đã được Lương Võ Đế (làm vua 502-549) một vị đế vương từng được so sánh với vua A Dục của Ấn Độ, cung nghinh vào triều nói Pháp. Nên nhớ Lương Võ Đế là vị đế vương từng mặc áo giảng Pháp, từng đối Pháp với Bồ Đề Đạt Ma, và là vị hoàng đế duy nhất trong lịch sử Trung Hoa tôn Phật giáo làm quốc giáo. Lương Võ Đế cũng phải đón Tăng Pháp vào tận cung đình để cùng triều thần nghe pháp thoại của đức Phật mà Tăng Pháp từng nghe ở vườn Lộc Uyển trong tiền kiếp xa xưa. Tăng Pháp có trí nhớ rất tốt từ bé, nhiều bài kinh cô chỉ nghe người ta tụng một lần mà cô có thể tụng lại không vấp váp. Lợi dụng khả năng này cô hồ hởi *sáng tác* rất nhiều kinh với ngoa trương chính cô được nghe từ đức Phật *"như thị ngã văn"* trong tiền kiếp xưa. Từ năm 9 tuổi đến 13 tuổi, Tăng Pháp có truyền lại nhiều "kinh Phật" với những tên rất giống các kinh quan trọng của Đại thừa như *Pháp Hoa Kinh* (法華經), *Bảo Đỉnh Kinh* (寶頂經), *Tịnh Độ Kinh* (淨土經),

Chính Đỉnh Kinh (正頂經), *Dược Thảo Kinh* (藥草經), *Bát Nhã Đắc Kinh* (般若导經). Có một thời "kinh Tăng Pháp" được coi là "kinh Phật" được ghi trong một số Kinh Lục.

Phụ Lục I

KINH PHẬT CỔ NHẤT
BẰNG VĂN TỰ KHAROSTHI
VIẾT TRÊN VỎ CÂY BHOJA-PATRA

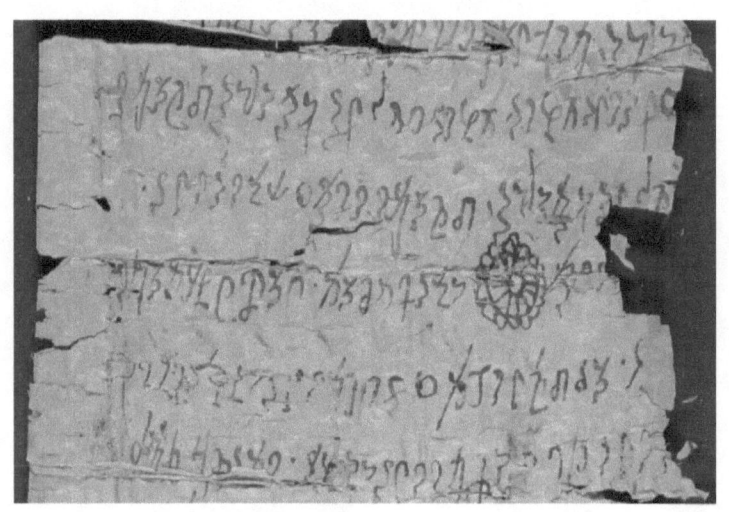

Ý NGHĨA TRỌNG ĐẠI CỦA KINH PHẬT CHỮ KHAROSTHI VIẾT TRÊN VỎ CÂY Ở GANDHARA

I - LỊCH SỬ THÁNH ĐỊA GANDHARA

Gandhāra trong kinh điển Hán Tạng quen gọi là "Càn Đà La" 乾陀羅 ngày trước là một trung tâm Phật giáo và cũng là thủ phủ văn hóa nghệ thuật và chính trị quan trọng của Ấn Độ. *Gandhāra* là trung tâm giao tiếp giữa Ấn Độ với Tây Á. Con đường Tơ Lụa thương mại quốc tế cổ đại cũng dừng ở đây. Alexander Đại Đế (356-323 B.C.) đã chiếm đóng thủ phủ Taxila (gần Peshawar) và Gandhāra trở thành một phần của khu vực cai trị rộng lớn của Alexander Đại Đế cho đến khi ông qua đời. Sau đó đến thời kỳ Đế quốc Khổng Tước (*Maurya* 300-185 B.C.) vua A-Dục (*Aśoka*) cũng bành trướng đến Gandhāra và để lại nhiều Pháp Trụ (Indicts of Aśoka) coi vùng đất này là cửa ngõ phát triển về phương tây. Đến triều đại Quí Sương (*Kushan* 50-300) vua Ca-nị-sắc-ca (*Kaniṣka* lên ngôi năm 120) người hộ trì Phật giáo và bảo trợ đại hội Kết Tập Kinh lần thứ tư, cũng lập thủ đô ở đây - Triều đại Kushan cũng bắt đầu phát triển việc biên chép kinh Phật Sanskrit.[259] Về Phật giáo, chúng ta nên biết *Gandhāra cũng là quê hương của Mã Minh (Asvaghoṣa* t.k.I), Thế Thân (*Vasubandhu* 316-396) và Vô Trước (*Asaṅga* 310-390). Các nhà Tây du thỉnh kinh Á Đông danh tiếng như Pháp Hiền (320-420), Huyền Trang (600-664), Nghĩa Tịnh (635-713) cũng đều đến đây chiêm bái và học tập trước khi tiến sâu vào nội địa Ấn Độ.

1. GANDHARA TRUNG TÂM HỘI TỤ VĂN HÓA

---

259. Cho đến nay văn cảo sớm nhất mà chúng ta có được bằng Sanskrit là 14 khổ đầu của tác phẩm *Buddhacarita* (Phật Sở Hạnh Tán 佛所行讚) của Mã Minh (Asvaghosa thế kỷ I). Trúc Pháp Hộ (*Dharmarakṣa*) dịch ra Hán văn vào khoảng năm 414.

Nghệ thuật là sự phản ảnh tâm thức con người trong đời sống văn hóa, cho nên từ thời Alexander Đại Đế đến triều đại Quí Sương, một nghệ thuật tượng hình điêu khắc kiến trúc mang sắc thái hòa hợp văn hóa Ấn Âu đã thai sinh. Qua hằng ngàn các tượng Phật và ảnh tượng trạm trổ trong chùa tháp và trên núi đá khắp khu vực và hiện nay tản mát khắp các bảo tàng viện thế giới, chúng ta luôn luôn thấy được dấu ấn vô cùng đặc sắc ấy. Đó là một dấu ấn vừa mang truyền thống Ấn Độ vừa tiếp thu được nét tinh xảo hiện thực của Hy Lạp.[260] Nghệ thuật đó đã phát triển thành một trường phái riêng biệt độc đáo *Gandhāra* có ảnh hưởng sâu sắc trên nghệ thuật Phật giáo cho đến thời hiện đại. Quả thật, dù Phật giáo Gandhāra sau này suy tàn sau nhiều lần xâm lăng của rợ Hung Nô và Hồi giáo, trải qua hai ngàn năm nghệ thuật Gandhāra vẫn tiếp tục là một nguồn cảm hứng quan trọng trong nghệ thuật điêu khắc và tạc tượng của Phật giáo Á Châu.

Thủa Phật giáo còn hưng thịnh, khi thời đại cho phép nghệ sĩ sáng tác hình tượng đức Phật (trước đó Phật giáo không chấp nhận) nghệ thuật *Gandhāra* đã trở thành đại diện và tiên phong cho sự ra đời hình tượng của đức Phật trong nghệ thuật Phật giáo. Những hình tượng đức Phật còn tồn tại đến nay cho thấy sự đột phát thần kỳ và có thể coi là một hình thái tâm linh siêu nghiệm, mà trải qua bao nhiêu thế kỷ với biết bao nghệ sĩ tài hoa của nhiều truyền thống văn hóa khác nhau đã không thể tái tạo được. Cho nên từ Ấn Độ đến Trung Hoa, qua Tích Lan đến Nhật Bản dù có vô số các hình tượng đức Phật, nhưng hầu như những tượng Phật đẹp nhất đều chỉ là một cố gắng sao chép thần thái siêu phàm của hình tượng đức Phật *Gandhāra*.

Ngày nay *Gandhāra* nằm giáp ranh giữa tây bắc Ấn Độ, bắc

---

260. Đây tôi chỉ nói về hai truyền thống chính (Hy Lạp và Ấn Độ) nên biết hai truyền thống này cũng đã có ảnh hưởng từ các truyền thống khác.

Pakistan, đông Afganistan và cũng gần với biên giới các tiểu quốc Hồi giáo mới độc lập sau khi Liên Xô tan rã. Dù không còn là một thủ phủ kinh tế quốc tế, nhưng từ đầu thế kỷ XX Gandhāra đã trở nên một địa chỉ khảo cổ danh tiếng, nơi còn tồn tại các di chỉ Phật giáo cổ đại với các địa danh lẫy lừng như Gilgit (Cơ nhĩ tập), Peshawar (Bạch hạ ngõa), Taxila, Hadda, Jalabad là những nơi các cổ vật, cổ thư Phật giáo vô giá liên tiếp được khám phá và buôn bán, trước khi vùng này biến thành trung tâm chiến tranh của các lực lượng quân sự cách mạng Hồi giáo quá khích trong những năm vừa qua.

Từ thế kỷ XIX, người ta đã chú ý đến những đền đài cung điện Phật giáo khổng lồ bằng đá hay được đào đục vào lòng núi và những thủ bản kinh Phật cổ xưa nhất cũng đã đều tìm được là ở khu vực này. Danh tiếng của Gandhāra đã mau chóng trở thành một một tính từ quen thuộc *Gandhāran Buddhism, Gandhārī Art* hay *Gandhārī Model* trong giới nghiên cứu nghệ thuật và mỹ thuật. Các bảo tàng danh tiếng thế giới đều có trưng bày các cổ tượng Phật giáo Gandhāra. Khu vực *Gandhāra* trong những năm qua lại một lần làm chấn động thế giới với việc "quân cách mạng Taliban" đã dùng đạn chiến xa và chất nổ phá hủy toàn diện hai bức tượng Phật vĩ đại nhất và cổ kính nhất ở Kabul – Bamiyan. Đây chỉ là hành động cuối cùng của quân Hồi giáo sau một thời gian dài phá hoại các di tích Phật giáo tuyệt đẹp và cổ kính trong miền này như đã từng truy diệt Phật giáo trước đây ở Ấn Độ. Dù ngày nay không còn tăng nhân hay Phật tử sinh sống ở đây, thì họ nhắm vào các thắng tích di tượng Phật giáo. Cuộc phá hủy hai tượng Phật vĩ đại ở Bamiyan Gandhāra đã gây thành đợt sóng thần phẫn nộ của toàn thế giới, đặc biệt với thành phần những người yêu chuộng văn hóa và nghệ thuật. Người Nhật đã bất lực khi đề nghị với quân cách mạng để mua lại những bức tượng Phật lịch sử ở đây. Hoàng hậu Nhật Bản trước đây đã từng đến chiêm bái vùng này và khi nghe tin quân đội Taliban phá hủy hai bức tượng Phật này bà đã viết một bài thơ Hòa Ca tuyệt diệu, hoàn toàn không có ý tưởng căm thù nào mà qua sự kiện rất đau buồn này cũng chỉ nhắc nhở chúng ta đến lẽ vô thường mà Đức Phật vẫn dạy.

Nhưng cũng trong thời gian này một biến cố khác, không nổ như vụ phá hủy hai bức tượng đại Phật nhưng có lẽ còn quan trọng hơn nữa. Đó là vào tháng 9 năm 1994 một vị bồ tát vô hình vô danh nào đó đã âm thầm gửi đến phòng tư liệu Đông Phương và Ấn Độ của Thư Viện Anh (*The British Library's Oriental and Indian Office Collection*) một di liệu gồm 29 cuộn kinh Phật viết trên vỏ cây bu-lô (Bhoja-patra) trong ba khạp đất nung. Qua nội dung kinh bản và các chữ khắc trên ba khạp đất, người ta đã bàng hoàng khi khám phá đó là thủ bản các bản kinh tối cổ của Phật giáo, cổ hơn cả hai ba trăm năm so với các thủ bản kinh Phật Sanskrit và Pāli mà chúng ta đang có. Tóm lại, cuối cùng giới nghiên cứu Phật học cũng đã tìm ra được những tài liệu kinh Phật vô giá bằng chữ Kharosthi viết trên vỏ cây bhoja-patra có niên đại từ thế kỷ thứ nhất Dương lịch. Trước đây mọi người đều biết kinh tạng *Pāli* được coi là cổ xưa nhất, nhưng đó chỉ là truyền thống khẩu truyền, còn đây mới là chứng tích *văn tự cụ thể* kinh Phật sớm nhất mà chúng ta có được.

Thư viện Anh đã lập tức liên lạc với giáo sư Richard Salomon của đại học Washington, một trong vài học giả trên thế giới có thể đọc được văn tự Kharosthi. Liên thủ Thư Viện Anh và đại học Washington nhanh chóng thành lập "Dự Án Nghiên Cứu Nguyên Cảo Kinh Văn Phật Giáo Thời Sơ Khai" (*The British Library/ University of Washington Early Buddhist Manuscripts Poject*) – EBMP- và lập tức hoạt động. Năm năm sau (1999) Gandhāran Buddhist Texts (GBT) xuất bản nghiên cứu đầu tiên có tên là *Ancient Buddhist Scrolls from Gandhāra: The British*

Library Kharoṣṭhī Fragments [261] giới thiệu tổng quát toàn bộ chương trình nghiên cứu này, mở đầu cho một chuỗi sách với chủ đề "nghiên cứu văn bản Phật giáo thời sơ kỳ ở Gandhāra". Tiếp tục làm việc không ngưng nghỉ, hai mươi năm trôi qua, cho đến nay GBT đã xuất bản được 6 quyển và nhiều nghiên cứu có liên hệ với dự án – Trong số này có ba luận án tiến sĩ của các nghiên cứu sinh đã hỗ trợ và sẵn sàng thay thế các sư phụ trong cuộc nghiên cứu dài hạn này.

2. KINH PHẬT Ở GANDHARA

Trong thế kỷ trước giới nghiên cứu thế giới đã phát hiện ra nhiều văn mảnh kinh Phật quan trọng tại Gandhāra mà quan trọng nhất là bản kinh *Pháp Cú* (kinh điển Tiểu thừa) và các mảng kinh *Bát Nhã* (kinh điển Đại thừa) viết bằng cổ tự Kharosthi trên vỏ cây bu-lô (*bhoja-patra*). Các văn kiện cổ kính này không chỉ cho thấy Gandhāra từng là trung tâm Phật giáo của cả Đại thừa và Tiểu thừa mà còn có thể cho chúng ta biết được thêm chi tiết về thời kỳ phát triển đầu tiên của Phật giáo Đại thừa – vốn là một khâu nghiên cứu quan trọng từ xưa chúng ta thường không có tài liệu. Tuy nhiên những văn bản trước đây chỉ là những thủ bản có niên đại khá muộn, phải đến năm 1994 khi thư viện Anh và đại học Wasington có được 29 cuộn kinh Phật viết bằng cổ tự Kharosthi trên vỏ cây Bu-lô tìm được ở Gandhāra có niên đại từ thế kỷ thứ I Dương lịch, giới nghiên cứu thế giới mới thực sự thấy rõ hơn tầm quan trọng của các kinh điển Phật giáo bằng văn tự Kharosthi rất cổ này, như lời Đức Đạt-lai Lạt-ma XIV trong lời giới thiệu sách *Ancient Buddhist Scrolls from Gandhāra* "Những cuộn kinh khắc trên vỏ cây bu-lô này sẽ cho chúng ta bằng chứng văn tự sớm nhất về những lời dạy nguyên thủy của

---

261. Năm vừa qua Richard Salomon đã bổ túc và cho xuất bản ấn bản mới dưới tựa đề *The Buddhist Literature of Ancient Gandhāra: An Introduction with Selected Translations*, nxb Wisdom Publications, 2018

chính đức Phật." Graham Shaw của Thư Viện Anh Quốc cũng tiếp lời khẳng định "Giá trị của các bản kinh này thật khó thể đo lường được… Sự khám phá di liệu này tạo cơ hội cho các học giả có thêm tài liệu trong nỗ lực tìm hiểu giáo pháp do chính đức Phật đã thuyết giảng, cũng như xác định ngôn ngữ chính đức Phật đã dùng để giảng dạy giáo thuyết đó. Chúng còn giúp chúng ta chứng thực các kinh điển được thành lập về sau".

Đúng như hy vọng của Graham Shaw, sau khi thành lập tổ chức xuất bản các nghiên cứu về các di cảo này (Gandhāran Buddhist Texts) các học giả thế giới đã qui tụ cộng tác mật thiết với đại học Washington trong nỗ lực chung. Đầu tiên là cùng chia sẻ nguồn tài liệu về kinh Phật ở Gandhāra mà nhiều năm trước đã tản mát khắp thế giới. Ngoài Sưu Tập Thư Viện Anh, hiện nay chúng ta đang có những sưu tập rải rác khắp thế giới như sau.

3. CÁC SƯU TẬP VỀ KINH PHẬT Ở GANDHARA

Kinh Phật ở Gandhāra (*Gandhāran Buddhist Texts*) là những văn bản kinh Phật cổ nhất của thế giới được tìm ra ở Gandhāra, chủ yếu là các thủ bản được viết bằng văn tự Kharoshthi trên vỏ cây bu-lô có niên đại từ thế kỷ thứ nhất trước Dương lịch cho đến thế kỷ thứ ba Dương lịch.[262] Từ thế kỷ trước người ta đã tìm thấy hoặc mua được từ những tay săn tìm cổ vật khá nhiều các *mảnh* (fragment) kinh như thế. Các di liệu này thường tản mát trong tay những người sưu tầm cổ vật và một vài thư viện lớn khắp thế giới. Tuy nhiên phần lớn các di liệu còn bị hủy hoại vì các toan tính *mở xem* chúng. Nên nhớ đây là những mảnh vỏ cây mỏng đã được lưu giữ từ hai ngàn năm. Theo phim ảnh ghi nhận và tường trình mới đây thì chúng ta thấy rõ chúng thường đã vỡ thành các mảnh vỏ (*fragment*) vô cùng mỏng manh và rất

---

262. Ibid. tr. 1

dễ vỡ vụn - giống như những lớp giấy vàng mã đã được đốt sau ngày tết lễ ở Việt Nam chúng ta. Phương pháp cũ là tẩm dầu hay ngâm dầu thì dù có thể cứu chữa tạm thời sự vỡ vụn nhưng hầu như vẫn không đọc được bao nhiêu những cổ tự Kharosthi viết trên đó. Hiện nay, nhờ kỹ thuật hình chụp cắt lớp của y khoa và "adobe photoshop" cuối cùng của những năm cuối thế kỷ XX vừa qua người ta mới không hủy hoại nó mà còn có thể đọc được nó rõ hơn dù với mắt thường. Và đây chỉ mới là giai đoạn *nhìn được* chúng. Văn tự Kharosthi vẫn còn là một cổ tự có nhiều vấn đề không dễ diễn dịch.[263]

1- SƯU TẬP CỦA THƯ VIỆN ANH

Đầu tiên là sưu tập gọi là "the British Libaray Collection" 1994. Đây là một sưu tập gồm 29 cuộn vỏ cây bu-lô bỏ trong ba chiếc chum đất chôn sâu trong một cổ tự ở Gandhāra. Theo sự ghi chú trong kinh và trong chữ khắc trên chum thì người ta ước đoán được niên đại của chúng là vào khoảng tiền bán thế kỷ thứ nhất Dương lịch. Ngôn ngữ của kinh gọi là "tiếng phổ thông của Gandhāra" (Gāndhārī language hay Gandhāran Prākrit) viết bằng văn tự Kharosthi, nên cũng thường gọi là *Kharoṣṭhī Manuscripts*. Hiện nay toàn bộ sưu tập được chia thành 57 mảng vỏ cây (fragment) lớn thì có vài chục dòng nhỏ thì chỉ có vài chữ, được bảo trì trrong 57 hộp kính được trưng bầy tại Thư Viện Luân Đôn. Tất cả các đoạn mảng này đều đã được chụp lại và mọi học giả muốn nghiên cứu có thể nhìn xem trên màn hình internet.

Nội dung chính của kinh được nhận diện lên đến gần 20 bộ kinh nhưng hầu như không có kinh nào có đầy đủ trọn bộ. Các kinh sớm được nhận diện là một bản kinh Pháp Cú (*Dharmapāda*)

---

263. Allon, Mark. "Wrestling with Kharosthi Manuscripts," *BDK Fellowship Newsletter*, No 7, 2004.

hơi khác với bản truyền thống, *Kagga-visana-suta* (kinh Sừng Tê Giác), *Avadanas* (thí dụ kinh 13 Tiểu Bộ-Kinh), *Purvayoas*, Luận và văn bản A-tì-đàm .v.v. Bốn quyển sách đầu tiên của GBT xuất bản mới chỉ là một phần của các văn liệu này.

Theo Salomon[264] đây là kinh bản của Pháp Tạng Bộ (*Dharmaguptaka*) một chi phái xuất phát trực tiếp từ Nhất Thiết Hữu Bộ (*Sarvāstivāda*) vốn là một bộ phái quan trọng nhất và lâu dài nhất ở *Gandhāra*.[265] Từ xưa người nghiên cứu tin rằng Nhất Thiết Hữu Bộ là khâu quan trọng nhất trong sự phát triển của Phật giáo Đại thừa, thì nay chúng ta sẽ có văn cảo cụ thể để chứng minh giả thiết này.

Hiện nay, trong thời gian tôi viết sách này, GBT đã xuất bản được 6 nghiên cứu từ Sưu Tập Thư Viện Anh gồm:

GBT 1 (2000): Richard Salomon, *A Gāndhārī Version of the Rhinoceros Sūtra: British Library Kharoṣṭhī Fragment 5B*.

GBT 2 (2001): Mark Allon, *Three Gāndhārī Ekottarikāgama - Type Sūtras: British Library Kharoṣṭhī Fragments 12 and 14*.

GBT 3 (2003): Timothy Lenz, *A New Version of the Gāndhārī Dharmapada and a Collection of Previous - Birth Stories: British Library Kharoṣṭhī Fragments*.

GBT 4 (2007): Andrew Glass, *Four Gāndhārī Saṃyuktāgama Sūtras: Senior Kharoṣṭhī Fragment 5*.

---

264. GBT 1 (2000): Richard Salomon, *A Gāndhārī Version of the Rhinoceros Sūtra: British Library Kharoṣṭhī Fragment 5B*. tr. 7

265. Cũng nên biết "Tứ Phần Luật" 四分律 (*dharmagupta-vināya*) của Pháp Tạng bộ đã được *Buddhayasa* (Phật-đà-da-xá) và Trúc Phật Niệm dịch ra Hán văn vào khoảng năm 405 là luật có ảnh hưởng rất lớn đến Phật giáo Đại thừa Á Đông. Thế Thân (*vasubandhu* 316-396) viết A-tì đạt-ma Câu Xá Luận khi còn là tu sĩ của Nhất Thiết Hữu Bộ. - Nhất Thiết Hữu Bộ lại xuất phát từ Hóa Địa Bộ (*mahīsasaka*) thuộc Đại Chúng Bộ (*mahāsānghika*).

GBT 5 (2008): Richrd Salomon, *Two Gāndhārī Manuscripts of the Songs of Lake Anavatapta (Anavatapta - gāthā): British Library Kharoṣṭhī Fragment 1 and Senior Scroll 14.*

GBT 6 (2010): *Timothy Lenz, Gandhāran Avadanas: British Library Kharoṣṭhī Fragments 1, 2, 3, and 21, and Miscellaneous Fragments A-Z.*

Thêm vào danh mục trên, nhiều nghiên cứu liên quan đến văn bản "Tạng Kharosthi" của Sưu Tập Thư Viện Anh và các Sưu Tập khác sẽ được xuất bản gồm các nghiên cứu:

Mark Allon. *Ancient Buddhist Scrolls from Gandhāra II: The Senior Collection;*

Stefan Baums. *A Gāndhārī Commentary on Early Buddhist Verses: British Library Fragments 7, 9, 13 and 18;*

Collett Cox. *A Gāndhārī Abhidharma Text: British Library Kharoṣṭhī Fragment 28;*

Timothy Lenz. *Gandhāran Avadanas II: British Library Kharoṣṭhī Fragment 4;*

Jason Neelis and Timothy Lenz. *Gandhāran Avadanas III: British Library Kharoṣṭhī Fragment 16;*

Richard Salomon et al. *Mahāyāna Sūtras in Gāndhārī in the Schøyen Collection: The Bodhisattvapiṭaka- and Sarvapuṇyasamuccaya-sūtras;*

Richard Salomon. *The Gāndhārī Bahubuddha-sūtra: The Library of Congress Scroll;*

Tien-chang Shih. *A Gāndhārī Version of the Dārukkhanda-sutta: Senior scroll 19.*

Salomond ước lượng GBT sẽ xuất bản đến 40 đầu sách như

thế và sẽ không giới hạn trong Sưu Tập Thư Viện Anh mà còn từ những sưu tập khác như dưới đây.

2- SƯU TẬP SENIOR

The Senior Collection là sưu tập của nhà nghiên cứu người Anh tên là Robert Senior. So với Sưu Tập Thư Viện Anh, thì sưu tập này tuy cũng là bằng vỏ cây Bu-lô và bỏ trong khạp đất nung. Salomon cho biết nó được viết muộn hơn sưu tập Thư Viện Luân Đôn đôi chút (nghĩa là vào khoảng cuối thế kỷ thứ nhất).[266] Tuy nhiên điểm tốt của sưu tập này thay vì gồm nhiều đoạn kinh, Sưu Tập Senior gồm có nguyên vẹn kinh.

Senior có hơn 20 thủ bản vỏ cây ngôn ngữ Gandhāra cũng viết bằng văn tự Kharosthi bỏ trong khạp đất nung và có lẽ được chôn trong cổ tự gần với Sưu Tập Thư Viện Anh. Salomon giới thiệu "Trong khi Sưu Tập Thư Viện Anh viết bằng nhiều lối văn tự do và do nhiều người viết thì Sưu Tập Senior dường như chỉ dùng một bút pháp vì chỉ do một người viết. Nếu Sưu Tập Thư Viện Anh bị phân chia thành nhiều mảng văn và dường như không hoàn toàn, thì văn bản Senior cho thấy đã hoàn hảo trước khi đem chôn dấu."[267]

Cuối cùng và quan trọng nhất là Salomon báo cáo rằng phần lớn các văn liệu trong Senior giống như đã có trong kinh điển Tướng Ưng Bộ Kinh (*Saṃyutta Nikāya*) của Theravāda và *Tạp A Hàm* của Hán Tạng. – Điều này cho thấy giả thuyết Tạp A Hàm của Hán Tạng không dịch từ Sanskrit như nhiều người nghĩ trước đây mà từ ngôn ngữ địa phương gọi là *Gandhārī Prākrit* (nên nhớ văn tự brahmi và Kharosthi được dùng để viết ngôn

---

266. <u>Salomon, Richard. "The Senior Manuscripts: Another Collection of Gandhāran Buddhist Scrolls"</u>, *Journal of the American Oriental Society*, 123, 2003, tr. 78

267. Ibid.

ngữ phổ thông Prākrit vùng *Gandhāra* (gọi là *Gandhārī Prākrit*) trước rồi sau đó mới được dùng để viết Sanskrit – suy ra văn tự Hán Tạng có thể cổ hơn Pāli vì Pāli cùng thời với Sanskrit nhưng sau thời vua A Dục người ta mới dùng văn tự Kharosthi và Brahmi để viết Sanskrit và Pāli.²⁶⁸

3- SƯU TẬP SCHØYEN

The *Schøyen* Collection nguyên là một sưu tập của Martin Schøyen vốn là một nhà sưu tầm người Thụy Điển gồm một số kinh Phật viết trên vỏ cây, lá bối và da thuộc được định niên đại từ thế kỷ thứ hai đến thế kỷ thứ tám, xuất thổ từ các hang động vùng Bamiyan Gandhāra. Số kinh Phật này Schøyen mua được phần lớn, phần còn lại do các nhà sưu tầm khác người Nhật mua được. Ngôn ngữ của kinh là tiếng phổ thông Gandhāra (*Gandhārī Prākrit*) nhưng còn có thêm một phần kinh quan trọng văn hệ Sanskrit thuộc Phật giáo Đại thừa. Đa phần sưu tập này viết bằng chữ Brahmi chỉ có một phần viết bằng chữ Kharosthi (chữ Brahmi cùng thời với chữ Kharosthi và là tiền thân của chữ Tất Đàn/ *Siddham*).²⁶⁹

Phần đặc biệt của sưu tập *Schøyen* là trong những phần bằng văn tự Kharosthi được nhận diện thuộc về Pháp Tạng Bộ (*Dharmaguptaka*) viết về giáo pháp Lục Ba La Mật (*sādpāramitā*) là giáo pháp căn bản của hàng Bồ Tát của Phật giáo Đại thừa.²⁷⁰ Hiện nay các tông môn Đại thừa đang tụng học *Tứ Phần Luật* 四

---

268. Salomon, Richard. "Brahmi and Kharoshthi", Peter T.; Bright, William (eds.). <u>The World's Writing Systems</u>. <u>Oxford University Press</u>, 1996.

269. Chữ Brahmi cùng thời với chữ Kharosthi và là tiền thân của chữ Tất Đàn (Siddham). Kinh luận Phạn văn của Cưu Ma La Thập (344-413) dùng thường viết bằng Brahmi, kinh luận Huyền Trang (601-664) mang về thường là Phạn văn viết bằng chữ Tất Đàn.

270. <u>Olivelle, Patrick</u>, *Between the Empires: Society in India 300 BCE to 400 CE*, <u>Oxford University Press</u>, *2006, tr.356*

分律 thì đó cũng là kinh điển của Pháp Tạng Bộ.

4- SƯU TẬP CỦA ĐẠI HỌC WASHINGTON

Sau khi thành lập "Dự Án Nghiên Cứu Nguyên Cảo Kinh Văn Phật Giáo Thời Sơ Khai" (EBMP) Đại học Washington cũng cố gắng tìm mua thêm tài liệu cổ thư tịch Phật giáo cho dự án này. Đến năm 2002 thư viện đại học Washington cũng mua được một sưu tập kinh Phật viết trên vỏ cây bu-lô viết vào khoảng thế kỷ thứ nhất đến thứ hai. Đây là kinh luận của các tự viện thuộc thời kỳ truyền thống 18 bộ phái. Nội dung sưu tập này là các luận thảo của A-tỳ-đàm giảng về Khổ (*Duhkha*) trong Tứ Diệu Đế.

5- SƯU TẬP CỦA THƯ VIỆN QUỐC HỘI

Năm 2003, Thư Viện Quốc Hội Hoa Kỳ (Library of Congress) cũng mua được một cuộn kinh Phật bằng vỏ cây bu-lô nhưng đã bị bẻ nhỏ, bỏ trong một hộp đựng bút máy cho nên đã mất phần đầu và phần cuối mà chỉ còn độ 80 phần trăm nội dung – tài liệu được bẻ nhỏ chắc để dấu trong thời gian khu vực Gandhāra đang là một thị trường chợ đen của những nhà khảo cổ quốc tế lẫn với giới kinh doanh đồ cổ và các người đào trộm đồ cổ.

Nội dung chính của Sưu Tập này là bộ kinh có tên là *Bahubuddha Sutra*, một kinh giống như "kinh Đại Sự" (*mahāvastu*) nói về tiền kiếp của đức Phật cũng như đường lối tu tập Thập Địa Bồ Tát thuộc kinh điển Xuất Thế Bộ (*lokattaravāda*) một trong 18 bộ phái của thời kỳ A-tỳ-đàm. Nội dung văn cảo là giới thiệu về lịch sử các giáo luật của Luật Tạng (*Vinaya*). Phần còn lại là các phần giống như tiểu kinh Bản Sinh (*Jātaka*)[271] giảng về Nghiệp (*Karma*) và các tiền kiếp của đức

---

271. Chú thích về Jataka, Thượng Tọa Bộ xem Trường Bộ Kinh *Digha Nikāya* (DN 19), Trung Bộ Kinh *Majjhima Nikāya* (MN 26, MN 36). Đại

Phật có trong Tiểu Bộ-Kinh và tiểu kinh Thí Dụ (*Avadana*). Đây là các kinh quan trọng coi như gạch nối Tiểu thừa và Đại thừa

6- SƯU TẬP "SPLIT"

Một sưu tập kinh Phật viết trên vỏ cây bu-lô bằng văn tự Kharosthi khác gọi là "Split Collection". Đây là một tập hợp kinh Phật quan trọng liên quan đến sơ kỳ Phật giáo Đại thừa nhưng chưa được thu thập toàn vẹn vì một số phần hãy còn ở trong tay một vài cá nhân sưu tầm chưa biết tên. Theo Harry Falk[272] người duy nhất viết về sưu tập này thì tài liệu này từng được thấy ở Peshawar Gandhāra vào năm 2004 nhưng sau đó mất dấu người sở hữu ngoài phần có được thuộc về cơ quan chính quyền. Cứ theo Falk thì sưu tập này được tìm thấy ở trong một hang đá vùng Gandhāra, biên giới Pakistan và Afghanistan.

Năm 2012 Harry Falk và Seishi Karashima lấy từ sưu tập này, biên tập và cho xuất bản thủ bản quyển kinh Bát Nhã rất quen thuộc của Đại thừa là "Bát Nhã Bát Thiên Tụng" (*Aṣṭasāhasrikā Prajñāpāramitā Sūtra*).[273] Theo chứng nghiệm carbon thì thủ bản kinh này được chép khoảng năm 75 và là bản kinh Bát Nhã cổ nhất mà chúng ta có thể thấy được (đúng như lời Edward Conze đã thảo luận từ năm 1960). Nội dung của nó tương tự với bản Hán dịch của Chi Lâu Ca Sấm (*lokaksema*)[274] dịch khoảng

---

Chúng Bộ (Mahāsāṃghika) xem *Mahāvastu*

272. Falk, Harry, "The 'Split' Collection of Kharoṣṭhī Text." *Annual Report of the International Research Institute for Advanced Buddhology* XIV (2011), tr. 13–23. (Có thể xem online)

273. Falk, Harry và Seishi Karashima, "A first - century Prajñāpāramitā manuscript from Gandhāra - parivarta 1" (Texts from the Split Collection 1). *Annual Report of the International Research Institute for Advanced Buddhology* XV (2012), tr. 19–61. (Có thể xem online)

274. Chi Lâu Ca Sấm là Lâu Ca Sấm (*Lokaraksa*) người Nguyệt Chi (Scythian) là nhân vật trung tâm khi nghiên cứu về giai đoạn sơ khởi của Đại Thừa trong nghiên cứu của tôi về sự liên hệ giữa kinh Bát Nhã và A-Tỳ-Đàm

năm 180. So sánh thủ bản vỏ cây này với bản kinh Sanskrit truyền thống thì chúng ta có thể thấy rằng bản kinh truyền thống (bản Sanskrit) chỉ là bản dịch của kinh này vì bằng chứng là có nhiều từ và cách biểu tỏ trong bản truyền thống không có trong ngôn ngữ *Gandhāra*. Và thủ bản viết trên vỏ cây này lại là bản chép lại từ một văn bản sớm hơn nữa, có thể từ thế kỷ thứ hai trước Dương lịch.

CÁC SƯU TẬP CŨ

Đến đây chúng ta cũng cần nhắc lại những sưu tập về văn tự Kharosthi từng nổi tiếng trong quá khứ, nhưng không cổ như các thủ bản của 6 sưu tập chúng ta vừa nói ở trên. Thứ nhất là sưu tập kinh điển Bát Nhã được khám phá ở Gilgit, Gandhāra (*Gilgit Buddhist Manuscripts*) do Raghu Vira và Lokesh Chandra biên tập xuất bản thời 1959-1974,[275] đã được Edward Conze giới thiệu trong "*The Gilgit Manuscript of the Aṣṭasāhasrikā Prajñā-pāramitā* (series Orientale Roma XXVI, Ismeo Rome 1960)[276] và tôi đã lập lại trong các nghiên cứu về Long Thọ. Thứ hai là thủ bản kinh Pháp Cú (*dhammapada*) của ngôn ngữ phổ thông Gandhāra (*Gandhārī Prākrit*) cũng viết bằng văn tự Kharosthi. Bản kinh Pháp Cú quan trọng này đã trải qua số phận khá long đong nên cũng cần vắn tắt ở đây. Trước hết một phần thủ cảo "*Gandhārī Dharmapada*" được nhà du hành người Pháp là Dutreuit de Rhins tìm thấy vào năm 1892. Cũng trong khoảng thời gian này viên lãnh sự người Nga cũng mua được

---

(*Abhidharma and the Prajñāpāramitā Sūtras*)

275. Sách tái bản và bổ xung năm 1995 gồm 3 tập lớn do Satguru, Delhi xuất bản.

276. *Aṣṭasāhasrikā Prajñā-pāramitā* "Bát Nhã Bát Thiên Tụng 8000 kệ" tức là *Tiểu Phẩm Bát Nhã Ba La Mật Đa Kinh* 小品般若波羅蜜多經 do Chi Lâu Ca Sấm (*Lokaksha*) dịch từ năm 180 dưới tên là Đạo Hành Bát Nhã Kinh (T.227), La Thập (Kumārajīva) dịch lại năm 402, Huyền Trang dịch lại năm 660.

một số mảnh khác. Trải qua rất nhiều nghiên cứu riêng biệt, đến thập niên 1960's giáo sư Sanskrit của Đại học London là John Borough mới tổng hợp cả hai văn bản và cho xuất bản dưới tên là *The Gandhārī Dharmapada* cũng do Oxford University xuất bản năm 1962.

II – GIÁ TRỊ VĂN BẢN KINH PHẬT Ở GANDHARA

Sau hai mươi năm hoạt động giáo sư Richard Salomon đã điều hành xuất sắc tổ chức "Dự Án Nghiên Cứu Nguyên Cảo Kinh Văn Phật Giáo Thời Sơ Khai" (*The British Library/ University of Washington Early Buddhist Manuscripts Poject*) gọi tắt là EBMP. Là một nhà nghiên cứu, Richard Salomon và các cộng sự đã công bố những tác phẩm nghiên cứu kinh điển quan trọng về chủ đề này lấy từ EBMP. Là một nhà quản trị giỏi, Salomon đã điều hành một trung tâm có tầm vóc quốc tế một cách thành công, vừa về liên hệ chặt chẽ giữa các nhà nghiên cứu khắp thế giới, vừa có các quan hệ tốt với các mạnh thường quân và tài trợ cho chương trình. Quan trọng nhất là ông cũng có viễn kiến nhìn xa vào tương lai, để không quên nhiệm vụ đào tạo những chuyên gia tương lai, kế thừa cho một nghành học thuật hết sức độc đáo nhưng cũng rất tập trung là nghiên cứu về văn bản cổ Phật giáo. Trong hai mươi năm Salomon cũng đã đào tạo được hai lớp sinh viên tiến sĩ và hậu tiến sĩ chuẩn bị cho tương lai ấy.[277] Năm 1999 Salomon cho xuất bản quyển sách đầu tiên giới thiệu tổng quát về mục đích và chương trình hoạt động có tên là *"Ancient Buddhist Scrolls from Gandhāra: The British Library Kharoṣṭhī Fragments"*. Hai mươi năm sau (năm 2018) Salomon cho giới thiệu quyển thứ hai, tường trình thành tựu sau hai mươi năm miệt mài làm việc *"The Buddhist*

---

277. và còn tạo nên một "phong trào học thuật" mang tên là "câu lạc bộ văn học Gandhara Kharosthi" đang soạn bộ từ điển chuyên nghành gọi là "Từ Điển Kharosthi"

Literature of Ancient Gandhāra: An Introduction with Selected Translations". Sách được đại đa số độc giả lẫn giới nghiên cứu nhiệt liệt hoan nghênh và tán thán thành quả tốt đẹp của chương trình EBMP. Tuy nhiên vẫn có những phê bình. Không phải là những phê bình cá nhân hay về nội dung có vấn đề của các tác phẩm đã được xuất bản. Mà đây có thể còn còn là phê bình của những người quá thiện chí đòi hỏi EBMP phải làm nhiều và sâu hơn nữa. Sự phê bình của những người dù thán phục nhưng vẫn phê phán[278] vì không thấy được sự quan trọng của nhiều vấn đề khó khăn của những nhà nghiên cứu trong cuộc. Ở đây chúng ta có thể đặt lại câu hỏi và tìm cách trả lời một cách tích cực hơn. Đó là đề tài "*Sự quan trọng của đề án thủ cảo kinh Phật Gandhāra*" để trả lời phê phán mà có lẽ hàm ngụ rằng Salomon đặt trọng tâm vào việc dịch thuật mà không đặc biệt quan tâm về tầm mức quan trọng của đề án.

Tôi cần nói ngay ở đây rằng vấn đề không phải là sai lầm hay là trách nhiệm của Salomon. Ông đã làm nhiệm vụ của ông và các cộng sự đã hoàn thành, phần còn lại là của người sử dụng các tài liệu. Tuy nhiên tôi nghĩ Salomon và những nhà nghiên cứu cộng sự sẽ không dừng lại công việc của những người sưu tầm cổ vật. Họ biết sự quan trọng đó và sớm muộn cũng tiến đến vấn đề khai thác sâu hơn và rộng hơn.

Trước hết, hầu như tất cả các nhà nghiên cứu về Phật giáo Đại thừa đều cho rằng không có tài liệu về giai đoạn khởi phát của kinh điển Đại thừa. Cho đến thế kỷ XX thì giới nghiên cứu đã thấy được mối liên hệ giữa Tiểu thừa và Đại thừa trong một số kinh. Luận án năm 1962 của Hòa thượng Thích Minh Châu "So sánh kinh Trung Bộ A-hàm Hán ngữ và kinh Trung Bộ Pāli" (*The Chinese Madhyana Āgama and the Pāli Majjhima Nikāya: A Comparative Study*); rồi nghiên cứu của học giả Analayo

---

278. So What? - *Because it's there!*

"Nghiên cứu tỷ giảo Trung Bộ-kinh" (*A Comparative Study of the Majjhima-nikaya*) năm 2011; cả hai bộ sách *Tạp A Hàm Hội Biên* hay *Nguyên Thủy Phật Giáo Thánh Điển Chi Tập Thành* của Pháp sư Ấn Thuận và luận văn của tôi về sự liên hệ giữa kinh Bát Nhã và A-tì-đàm (Abhidharma and the Prajñā-pāramitā Sutras) [279] chính là đại biểu điển hình cho hướng nghiên cứu tỷ giảo văn bản.

Tuy nhiên ngày nay với các thủ bản chữ Kharosthi này thì chúng ta lần đầu tiên có những chứng cứ văn liệu cụ thể để chứng minh rằng một số kinh luận Phật giáo Hán Tạng đã được dịch thẳng từ văn bản văn tự Kharosthi chứ không phải thông qua Sanskrit (Phạn ngữ). Cho nên ở đây sự quan trọng trong việc khai thác các tài liệu văn bản Kharosthi sẽ giúp cho chúng ta nghiên cứu sâu hơn những nghiên cứu của Thích Minh Châu, Analayo và Ấn Thuận về ba lãnh vực có tính liên hoàn:

(1) Nghiên cứu văn liệu Phật giáo "tiền Sanskrit" nghĩa là vào những văn kiện, thủ bản đầu tiên của kinh Phật được viết xuống bằng văn tự, trước khi có các văn bản Sanskrit hay Pāli.[280]

(2) Nghiên cứu những bản kinh Hán tự dịch thẳng từ ngôn ngữ *Prākrit* (văn tự Kharisthi) hay qua ngôn ngữ truyền khẩu có trước thời văn tự.

(3) Nghiên cứu sự phát triển của Kinh Điển Phật Giáo Đại Thừa – Đây là nghiên cứu trên văn bản cụ thể (trước đây thường chỉ là suy luận hay lý luận theo đức tin hoặc huyền thoại)

Ba bước nghiên cứu này tôi nghĩ Salomon và các nhà nghiên

---

279. Bản tiếng Việt chưa xuất bản.

280. Xin nhắc lại Sanskrit và Pāli đều là "ngôn ngữ nói" (spoken languages) chứ không phải "văn tự" (written languages). Văn tự Kharosthi hay Brahmi trước khi dùng để viết Sanskrit người ta đã dùng để viết các ngôn ngữ phổ thông *Prākrit*.

cứu Phật học không phải không nghĩ đến.

Cũng nên chú ý ở đây, như đã giới thiệu ngoài Sưu Tập Thư Viện Anh còn có nhiều Sưu Tập khác về văn liệu Gandhāra đang nằm rải rác tại nhiều thư viện và bảo tàng viện lớn trên khắp thế giới (trong các sưu tầm này có những thủ cảo còn sớm hơn Sưu Tập Thư Viện Anh và có liên quan nhiều hơn với Đại thừa). Học giả quốc tế hiện nay không chỉ giới hạn trong Sưu Tập Thư Viện Anh đang được Đại học Washington tập trung nghiên cứu mà còn nghiên cứu các sưu tập khác như có thể thấy trong hai tường trình "Kharosthi Manuscript Fragments in the *Pelliot Collection*, Bibliotheque Nationale de France" (Những phần của văn bản Kharosthi có trong Sưu Tập Pelliot trong Thư Viện Quốc Gia nước Pháp) của Salomon đăng trong *Bulletin d' Études Indiennes* 16, 1998 và "Fragments of a Gandhārī Version of the Mahaparinirvana Sutra in the *Schøyen Collection*" (Những phần của thủ cảo Gandhāra kinh Đại Niết Bàn có trong Sưu Tập Schøyen) của Mark Allon và Salomon có in trong volume 1 của tuyển tập *Buddhist Manuscripts in the Schøyen Collection*, Oslo Hemles Publishing.

Cho nên dù tôi chưa được đọc nội dung, nhưng đọc tên các sách sẽ được xuất bản của GBT như *Mahāyāna Sūtras in Gāndhārī in the Schøyen Collection: The Bodhisattvapiṭaka- and Sarvapuṇyasamuccaya-sūtras* (Kinh Đại Thừa ở Gandhāra trong Sưu Tập Schøyen)*; The Gāndhārī Bahubuddha-sūtra: The Library of Congress Scroll* (Kinh Chư-Phật trong Sưu Tập Gandhāra của *Thư Viện Quốc Hội*) thì thấy rằng họ đang đi theo đường hướng ba bước nghiên cứu mà tôi vừa phác họa ở trên.

Chú thích, xin nhắc lại kinh Phật Sanskrit và kinh Phật Pāli chỉ xuất hiện sau thời gian kinh Phật ngôn ngữ Māgadhī được viết bằng văn tự Kharosthi, điển hình như thời vua A-Dục (làm vua 268-232 trước Dương lịch) người ta chưa viết kinh Phật bằng văn tự - Về chữ trên các Trụ Pháp của vua A-Dục (Edicts of Asoka) có hai điểm chúng ta cần biết: Thứ nhất, chữ Kharosthi hay chữ Brahmi trên Trụ Pháp dùng để viết ngôn ngữ Māgadhī chứ không phải viết ngôn ngữ Sanskrit. Thứ hai, các Trụ Pháp dù có dùng một hai danh từ Phật giáo như "ưu bà tắc" *upāsaka* và có nhắc đến tên đức Phật "Thích-ca Mâu-ni" nhưng chưa bao giờ nói đến giáo lý Phật giáo hay nhắc đến kinh Phật. Chỉ từ triều đại Quí Sương (*Kushan 50-300*) người ta mới thường dùng văn tự để viết Sanskrit và viết kinh Phật. Cho nên giáo sư Salomon, trong tuyên bố chương trình nghiên cứu về "văn liệu kinh Phật thời tối cổ" (EBMP) của Đại Học Washington kết luận *"Sự thật, văn bản đầu tiên kinh Phật được giao truyền ra ngoài Ấn Độ chính là những cuộn vỏ cây giống như những tài liệu mà EBMP đang nghiên cứu"*.[281]

Tóm lại, cho rằng Salomon hay các học giả cộng sự không chú ý nghiên cứu về tầm quan trọng của các thủ bản Kharosthi thì chỉ là các phê bình quá sớm của những người ao ước muốn được biết rõ về nguồn gốc kinh bản Phật điển Đại thừa mà tôi đã trình bầy trong sách này (*Kinh Phật: Nguồn Gốc và Phát Triển*).

---

281. *"In fact, the first Buddhist books to travel outside of India must have been Gandhāran birch bark scrolls very similar to the ones the EBMP is now studying"*. The University of Washington – Early Buddhist Manuscripts Project

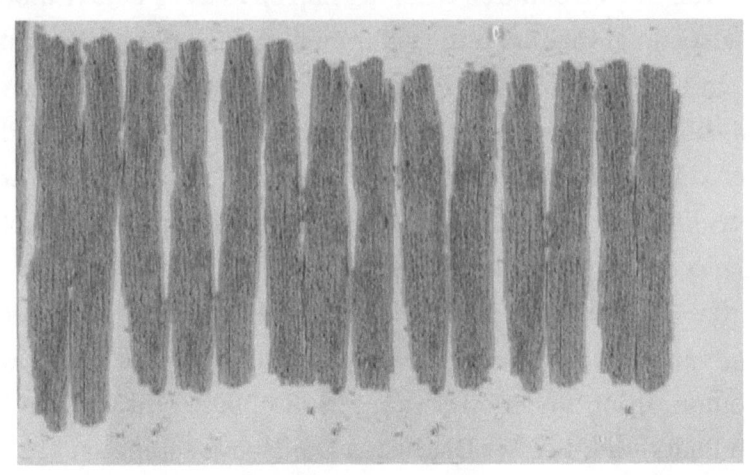

Những mảnh kinh Phật chữ Kharosthi trên vỏ cây bu-lô
(*The British Library*)

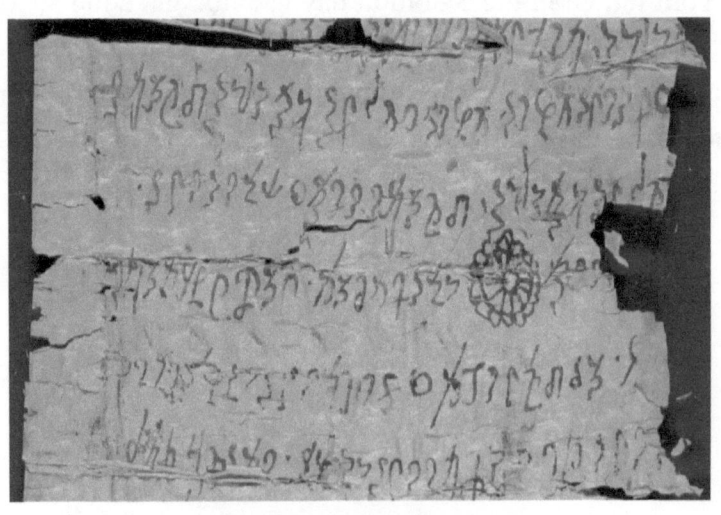

Một mảng kinh Phật chữ Kharosthi viết trên vỏ cây bu-lô
(Library of Congress)

Tượng Phật ở Gandhāra

Tượng Phật ở Gandhāra

Phụ Lục II

NHẬP MÔN SANSKRIT HỌC

NĂM BÀI HỌC ĐẦU TIÊN CỦA SÁCH

TỰ HỌC SANSKRIT

(1985)

Tôi cho in lại 5 bài học đầu tiên của sách *Tự Học Sanskrit* ở đây vì vừa muốn giới thiệu Sanskrit vừa muốn độc giả chỉ cần đọc kỹ 5 bài này cũng biết về văn phạm Sanksrit một cách sơ lược và rất cần thiết cho việc đọc sách Phật.

Lời Nói Đầu

1 – Sanskrit là một ngôn ngữ vừa linh thiêng huyền bí vừa quyến rũ, từ xưa vẫn là điểm tự hào của giai cấp lãnh đạo trí thức của truyền thống Ấn Độ. Ngày nay không phải người học Sanskrit đều trở nên một học giả về văn hóa thâm sâu của cả một đại lục mênh mông. Nhưng chỉ riêng về văn hóa Phật giáo, với một kiến thức chừng mực về Sanskrit người ta có thể đọc đúng hơn và hiểu sâu hơn các văn bản kinh luận của Phật học đã được dịch ra các ngôn ngữ khác từ Hoa ngữ cho đến các ngôn ngữ tây phương như hiện nay.

2 – Vì là quyển sách đầu tiên dạy chữ Sanskrit bằng Việt ngữ nên tự giới thiệu là sách dạy Sanskrit hay nhất và dễ học nhất là điều vô lý. Tuy nhiên thực tế cuốn sách mà độc giả đang cầm trên tay tuy đơn giản nhưng là một chọn lọc dựa trên 20 quyển sách dạy Sanskrit nổi tiếng đã xuất bản trước đây bằng Anh ngữ Đức ngữ và Pháp ngữ đã được nhiều thế hệ người học thẩm định.[282]

3 - Đây sách dạy Sanskrit bằng Việt ngữ đầu tiên cho nên

---

282. Bartholome (1801), Foster (1804) Carey (1806), Wilkens (1808), Hamilton (1814), Yates (1820), Wilson (1844), Ballantyne (1862), Muller (1866), Kielhorn (1870), Whiney (1879), Perry (1886), MacDonell (1911) Antoine (1954), Tyberg (1964), Gonda (1966) Hart (1972) Coulson (1976), Goldman (1980)

độc giả sẽ nhận thấy người viết phải dùng nhiều danh từ ngữ pháp bằng Anh ngữ trong suốt quyển sách (sau khi đã được chú giải bằng Việt ngữ) bởi vì sách dạy Sanskrit bằng Anh ngữ đã liên tục xuất bản từ lâu và hiện nay hầu như đã trở thành tiêu chuẩn trong việc nghiên cứu và dạy Sanskrit. Các đại học Ấn Độ cũng sử dụng các sách bằng Anh ngữ. Quen dùng các từ ngữ pháp bằng Anh ngữ độc giả sẽ có thể đọc các nghiên cứu về Sanskrit ở trình độ chuyên sâu về sau.

4 - Đây là sách tự học nên các bài học được viết tiếp tục từ đơn giản đến phức tạp. Thí dụ luật phối âm *sandhi* chưa được áp dụng hết trong các bài tập và thí dụ đầu mà sẽ được học dần dần trong nhiều bài học chứ không dồn hết vào một bài như nhiều sách khác. Các bài tập cũng được soạn tương tự, khi học sâu hơn người học mới thấy cái ơn ích của các bài tập đơn giản nhưng cần thiết của thủa ban đầu.

5 – Đây là sách tự học cho người người bắt đầu học Sanskrit. Cho nên các bài học được soạn rất dễ hiểu và trên nguyên tắc không cần thày học (Sanskrit sans Maitre). Sách dậy cả chữ Devanāgarī lẫn chữ Latin IAST gồm 50 bài học. Như vậy người quyết chí chuyên học mỗi ngày năm giờ có thể học trong ba tháng, nếu chậm trãi mỗi tuần hai bài thì cũng học trong sáu tháng là xong. Quyển II cũng sẽ được xuất bản nếu có nhu cầu người học. Vì kỹ thuật in phức tạp, phần bài tập được in riêng. Những bài dài như "Lịch Sử Sanskrit" hay "Vedic Sanskrit và Buddhist Sanskrit" được in trong phần phụ lục. Người học có thể không cần đọc đến các phụ lục trong thời gian đầu.

6 - Người soạn sách này chỉ là người "thuật nhi bất tác," mượn nhiều tư liệu của nhiều tác giả đi trước để giới thiệu cho người mới học một phương pháp dễ học nhất qua kinh nghiệm

chính bản thân. Là một thầy giáo nơi xa xôi, người soạn sách hy vọng người học sách này sẽ còn tự tiến xa hơn. Đây là một lời nói trong tinh thần tin tưởng chứ không phải là một cách nói khiêm nhượng.

Trân trọng

Vũ Thế Ngọc

GIỚI THIỆU

Sanskrit (saṃskṛta)

Tiếng Phạn (Sanskrit) – viết theo IAST *saṃskṛta* - là một ngôn ngữ Ấn Âu có chung gốc với các ngôn ngữ Âu châu hiện nay. Sanskrit là ngôn ngữ nói (spoken language), đã có mặt trên ba ngàn năm trước nhưng không có chữ viết riêng. Xưa kia người ta thường dùng văn tự *Kharosthī* hay *Brahmī* để viết Sanskrit, tuy nhiên ngày nay chúng ta học Phạn ngữ là học chữ *Devanāgarī* và Roman-Sanskrit là hai mẫu tự viết mới phát triển, cho nên viết *Sanskrit* xin hiểu là "Devanāgarī" và *Roman-Sanskrit* tức là IAST (International Alphabet of Sanskrit Transliteration).

Devanāgarī देवनागरी

Mẫu tự Devanāgarī khởi phát từ mẫu tự Nāgarī của chữ Gupa thành hình vào khoảng thế kỷ thứ tám dương lịch. Devanāgarī phát triển nhanh và thay thế tiền thân của nó là chữ *Siddhaṃ* (Tất Đàn) từ thế kỷ 12. Mẫu tự Devanāgarī có diện mạo ngày nay chỉ mới phát triển từ thế kỷ 18. Tuy nhiên từ khi chữ Devanāgarī xuất hiện có thể nói hầu hết việc ghi chép các văn bản cổ Sanskrit và Prākrit từ kinh điển Ấn độ giáo đến kinh luận Phật giáo đều dùng mẫu tự Devanāgarī. Cho đến thế kỷ 19 mẫu tự Devanāgarī bắt đầu được dùng cho kỹ nghệ in ấn mới. Nhờ cách mạng in ấn mới cùng với sự phát triển của khoa học và kinh tế thế giới, mẫu tự Devanāgarī đã giới thiệu rộng rãi Sanskrit đến với học giả khắp năm châu. Chính vì sự phổ biến này đã khiến nhiều người tưởng mẫu tự Devanāgarī là chữ viết duy nhất của Sankrit, hoặc nghĩ rằng mẫu tự này đã có từ thời xa xưa. Chúng ta nên hiểu mẫu tự Devanāgarī hiện đại thật ra không phải hoàn toàn giống như chữ viết Sanskrit cổ đại như Kharosthī hay Brahmī (tiền thân của Siddham). Ngày nay mẫu tự Devanāgarī ngoài việc dùng để viết Sanskrit còn đang được dùng để viết chữ Hindi và nhiều ngôn ngữ khác nằm trong khu vực văn hóa Ấn Độ như Nepali, Awadhi, Kashmir, Kankani, Maithili, Marathi, Sindhi v.v. thì giống như Việt ngữ và các ngôn ngữ hiện đại khác dùng mẫu tự la tinh để viết mà thôi. Vì vậy khi du lịch Ấn Độ hay Nepal chúng ta thấy mẫu tự Devanāgarī khắp nơi, thì đó thường là chữ Hindi và Nepali chứ không phải là Sanskrit. Chúng ta nên hiểu trong sách báo phổ thông "chữ Devanāgarī" được hiểu là "chữ Sanskrit" thì không sai nhưng không nói được toàn diện lịch sử lâu đời của Sanskrit.

Roman-Sanskrit IAST

Mẫu tự Roman-Sanskrit IAST (International Alphabet of Sanskrit Transliteration) lại còn mới hơn nữa. Đây là chữ Sanskrit dùng mẫu tự Latin để viết, nên người bình dân thường gọi là loại chữ *latin-sanskrit* hay *roman-sanskrit*. Nhưng chúng ta nên biết ngoài IAST còn có nhiều loại chữ khác cũng dùng mẫu tự la tinh để viết Sanskrit như ITRANS, ALA-LC và đặc biệt Harvard-Kyoto là loại mẫu tự không cần dùng thêm các dấu riêng (diacritic marks) như IAST. Tuy nhiên cho đến nay IAST được các học giả ưa chuộng hơn cả và được dùng trong các sách báo và nghiên cứu kinh viện nên IAST cũng còn được gọi là "scientic Sanskrit" (chữ Sanskrit khoa học). Trong sách này tôi chỉ dùng duy nhất loại chữ IAST nên khi nói "latin-sanskrit" hay "roman sanskrit" xin hiểu là IAST.

Sách này dạy cả Devanāgarī và IAST. Khi dạy Sanskrit tôi

thường ví Devanāgarī như chữ Nôm (được chế tác từ hơn ngàn năm trước) và IAST là chữ Quốc ngữ (được chế tác gần đây). Thí dụ như Nguyễn Du từ đầu thế kỷ 19 viết chữ Nôm là 㴜𢆥𥪝 𡎝𠊛些 thì chữ quốc ngữ viết là *"Trăm năm trong cõi người ta"* nhưng khi đọc lên thì nghĩa không có gì khác nhau. Tuy nhiên sự so sánh này không đúng lắm, vì người chỉ biết chữ Quốc ngữ thì mù về chữ Nôm. Trong khi đó, cả Devanāgarī và IAST đều là chữ biểu âm chỉ dùng mẫu tự khác nhau, cho nên người biết chữ IAST thì có khả năng học được Devanāgarī dù rất chậm. Tôi tin rằng đến khi độc giả đọc sách này computer sẽ giúp các bạn chuyển dịch nhanh chóng qua lại từ Devanāgarī và IAST.

HỌC SANSKRIT

Chúng ta cũng nên biết Sanskrit là *sinh ngữ* (living language) là *ngôn ngữ nói* (spoken language) có nghĩa Sanskrit không phải là *tử ngữ* chỉ dùng để đọc. Nhưng Sanskrit không có chữ viết của riêng nó. Ngày xưa người ta viết Sanskrit bằng văn tự *Kharosthī*, *Brāhmī* hay *Siddham*, ngày nay chúng ta viết Sanskrit bằng văn tự Devanāgarī hay IAST. Sanskrit hiện nay đúng hơn là ngôn ngữ học *(learned language)* chứ không còn là *ngôn ngữ mẹ đẻ* nữa. Mặc dù Sanskrit vẫn được liệt kê là một trong 22 ngôn ngữ chính thức của Ấn Độ, nhưng trong một thống kê gần đây cho biết trong một tỷ người Ấn chỉ có vài trăm ngàn người cho biết tiếng mẹ đẻ của họ là Sanskrit. Số học giả người Ấn Độ học Sanskrit thì cũng thường để đọc, ngay những học giả thật thông thạo Sanskrit cũng ít nói với nhau bằng tiếng Sanskrit. Mặc dù chữ Sanskrit và Hindi hiện đại đều dùng mẫu tự Devanāgarī và có chung nhiều từ gốc, nhưng thực tế là tuyệt đại đa số người Ấn Độ không biết Sanskrit.

Vì vậy sách này sẽ tập trung dạy Sanskrit để đọc hơn là dạy như là một sinh ngữ (để nói). Sách dạy cả chữ Devanāgarī lẫn Roman Sanskrit IAST, tuy nhiên theo kinh nghiệm thực tế thì người học hiện nay ưa chuộng chữ Roman Sanskrit hơn vì loại chữ này dễ nhớ dễ học. Các nghiên cứu hiện đại cũng thường chỉ viết loại chữ này (viết và in dễ dàng bằng kiểu chữ *unicode* trên bất cứ máy PC nào). Chúng ta nên biết người thông thạo Devanāgari cũng cần chuyển các mẫu tự "tiền-devanāgarī" ra mẫu tự Devanāgarī thì mới đọc được, thí dụ như bia đá của vua A Dục (Asoka 268-233 B.C.) viết bằng mẫu tự Brahmī (thành hình vào đầu thế kỷ thứ 3 trước Dương lịch) hay các thần chú Mật tông thường viết bằng mẫu tự Siddhaṃ (thành hình vào thế kỷ thứ 5 Dương lịch). Tương lai khi mẫu tự IAST phổ biến hơn cùng với sự phổ thông của điện thoại và máy điện toán cá nhân thì IAST sẽ thống nhất các mẫu tự viết Phạn ngữ thành một khối, và các loại chữ viết theo các mẫu tự Brahmī, Siddhaṃ, Lantsa hay Devanāgarī chỉ còn là các kiểu chữ (style) khác nhau mà thôi. Giống như ngày nay đa số người học *Pāli* chỉ học chữ roman-Pāli. Chỉ còn một số người Tích Lan, Thái Lan, Kampuchia và Miến Điện tiếp tục học Pāli bằng mẫu tự riêng của họ.

MẪU TỰ DEVANAGARI देवनागरी

1. Chữ Sanskrit gồm tới 46 mẫu tự (*aksharas*), gồm 13 nguyên âm (*svara*/ vowels) 33 phụ âm (*vyañjana*/ consonants) và 2 dấu hiệu khác. Vì có tới 13 nguyên âm cho nên bộ chữ cái Latin thông thường không đủ để biểu trưng, cho nên chúng ta sẽ thấy IAST phải dùng thêm các dấu chấm hay gạch ngang chế ra thêm mẫu tự khác (giống như chữ quốc ngữ cần có ơ, ô, ê, ư thêm vào **o, e, u**). Phụ âm cũng có tới 33 mẫu tự, nên trong ISAT phải dùng thêm nhiều chữ kép để viết, thí dụ bên cạnh **k, g** sẽ còn **kh, gh**... (như trong chữ Việt ngoài **d** ta còn **đ**.)

2. Khi viết bằng Latin thì ta luôn luôn viết đầy đủ các nguyên âm và phụ âm như tiếng Anh hay tiếng Việt, tuy nhiên khi viết bằng Devanāgarī thì cần chú ý 46 mẫu tự Devanāgarī sẽ biến đổi (chúng ta sẽ học chi tiết trong các bài học tiếp theo) như các thí

dụ sau:

2.1- Các phụ âm Devanāgarī đều có nguyên âm *a* đi kèm, thí dụ không có /t/ mà chỉ có **ta**. Khi muốn viết *ta* chúng ta chỉ viết त là đủ. Khi muốn viết riêng âm "*t*" ta phải viết cả chữ *ta* त và viết dưới chữ một dấu gạch (*virāgam*) cho biết là đã loại nguyên âm /a/ theo sau. Thí dụ:

ka क, *na* न, *ya* य nếu dùng với *virāgam* bây giờ mới thành /k/, /n/, /y/.

2.2 - Chỉ viết nguyên âm Devanāgarī khi chúng đứng riêng lẻ hoặc bắt đầu chữ. Khi nguyên âm đứng sau phụ âm thì không viết nguyên chữ mà viết bằng các ký hiệu thay cho chúng. Nhưng trong chữ IAST vẫn viết đủ các nguyên âm **a, e, u ...** như thường lệ. Thí dụ:

ā viết là आ – Vì ā đứng một mình, thì viết cả nguyên mẫu tự आ

āka viết là आक - Vì nguyên âm ā đứng đầu āka nên viết (आ + क)

*k*ā viết ā bằng ký hiệu vì đứng sau phụ âm *k* क

2.3- Hai hay nhiều phụ âm đi liền nhau thì cũng sẽ viết bằng dấu hiệu riêng, nhưng trong chữ Latin- Sanskrit thì không đổi. Thí dụ:

/k/ क và *ṣ* ष, nhưng sẽ không viết *kṣ* là (क+ ष) mà phải viết *kṣ* là क्ष

Vì vậy trong chữ Devanāgarī chúng ta sẽ thấy có đến 1296 "ký hiệu" như क्ष chứ không phải chỉ có 46 chữ. Tuy có 1296 "ký hiệu" cho các chùm phụ âm như thế, nhưng chúng đều do 36 phụ âm căn bản phối hợp mà tạo thành theo một phương pháp chung.

3. Sanskrit cũng đơn giản hơn Anh ngữ là *mỗi tự mẫu chỉ có một cách phát âm* (*varṇa*), khác Anh ngữ tỷ như cùng một chữ **a** mà có nhiều cách đọc như chữ **a** trong các chữ như *atom, nation, matter* ... đọc khác nhau.

4. Giống tiếng Việt, khi phát âm Sanskrit cũng phát đầy đủ từng âm tiết và ít khi nhấn mạnh vào một âm. Khi đọc Sanskrit thì đọc đủ không bỏ âm tiết nào. Trái lại từ vựng Anh ngữ thường có âm tiết phải nhấn mạnh (stress) nên thường có hiện tượng *nuốt giọng* (một số âm tiết không phát âm).

5. Chữ Sanskrit Devanāgarī viết như nhau, không có chữ hoa, chữ nghiêng v.v. Tuy nhiên hiện nay chữ IAST đã bị "Anh hóa" nên người ta viết hoa, viết nghiêng, thêm s ở số nhiều như chữ Anh.

6. Chữ Sanskrit viết như chữ quốc ngữ Việt nam ngày nay (từ trái qua phải, hết dòng trên xuống dòng dưới.) Chữ Devanāgarī xưa thì mỗi câu viết liền với nhau nhìn như một sợi dây xích. Sách in chữ Sanskrit ngày nay thì nếu cần có thể viết rời từng chữ như *prajñāpāramitā* viết là *prajñā pāramitā*, lại còn dùng cả các dấu thông thường như dấu hỏi ? dấu phẩy, dấu thán ! như chữ latinh.

7. Trong sách triết học tây phương, đặc biệt là sách viết về triết học Phật giáo và Ấn Độ, nhiều từ Sanskrit được chuyển qua thành chữ Roman-Sanskrit nhưng vì muốn đơn giản hóa chữ IAST hoặc dùng mẫu tự Harvard-Kyoto nên không còn mang các dấu riêng như ā, ī, ū, ṛ

VĂN PHẠM NGỮ PHÁP:

8. Văn phạm ngữ pháp Sanskrit rất phức tạp nhưng rõ ràng và chi tiết đã được nhà ngữ học Pāṇini (thế kỷ thứ tư trước tây dương lịch) giải thích đầy đủ từ xưa. Điểm khác biệt quan trọng

nhất giữa Việt ngữ (và Hoa ngữ) với Sanskrit là Sanskrit là ngôn ngữ inflected language còn Việt ngữ là ngôn ngữ non-iflected language. Ở bước đầu, chúng ta chỉ cần biết "ngôn ngữ biến thái" (inflected language) là loại từ sẽ biến đổi (đọc và viết) tùy theo chức vụ của nó trong câu, còn "ngôn ngữ không biến thái" (non-inflected language) là loại từ không thay đổi. Thí dụ:

8.1 Về *danh từ*: Danh từ Sanskrit có đủ *giống, tính, thì, cách*... Trong tiếng Việt thì ông *Nguyễn* hay con *voi* thì luôn luôn viết là *Nguyễn* hay *voi*. Nhưng ở Sanskrit thì **Rāma** (tên người) hay **gaja** (voi) biến đổi theo nhiệm vụ **Rāma** hay **gaja** ở trong câu. Thí dụ trong câu "Rāma ăn bánh" và "voi ăn mía" thì phải viết Rāma là **Rāmaḥ** và voi là **gajaḥ** (vì cả hai đều ở chủ cách). Nhưng trong câu "Rāma nuôi voi" thì phải viết *voi* là **gajam** (trực bổ cách) và trong câu "Rāma đi bằng voi" thì phải viết *voi* là **gajena** (dụng cụ cách) v.v.

8.2 Về động từ: Động từ trong Sanskrit hay Việt ngữ đều có đủ *ngôi, số, thì*... Nhưng Sanskrit có sẵn *ngôi* và *số* trong động từ. Thí dụ động từ "đi" có chữ Sanskrit tương đương là "*gaccha.*" Trong khi tiếng Việt phải viết "**tôi đi, anh đi, nó đi**..." thì Sanskrit chỉ cần viết **gacchāmi, gacchasi, gacchati** ... Thì chúng ta phải hiểu **gacchāmi** là "*tôi đi*", **gacchasi** là "*anh đi*", **gacchati** là "*nó đi.*"

9. Cho nên chúng ta cần bỏ thói quen học ngữ vựng (vocabulary) mà không chú trọng đến văn phạm của nó (như thí dụ 8.1 và 8.2 ở trên). Vì ở Sanskrit *vị trí của từ trong câu không quan trọng bằng nhiệm vụ của nó* và mang nghĩa khác nhau tùy theo *giống tính* của nó. Thí dụ sau đây cho thấy nghĩa của từ tùy theo ý nghĩa văn pháp mà có nghĩa khác nhau:

9.1 Thí dụ: Từ **padma** nghĩa là *hoa sen* nếu là danh từ trung tính (noun, neuter), nhưng sẽ có nghĩa là *con voi* hay *chùa* nếu là danh từ giống đực (noun, masculine).

9.2 Thí dụ: Cùng là từ *pāpa*, nếu là tính từ (adjective) thì nghĩa là *xấu* (bad), là danh từ trung tính (noun, neuter) thì nghĩa là *tội lỗi* (sin) và nếu là danh từ giống đực (noun, masculine) thì có nghĩa là *người có tội* (siner).

10. Tóm lại, ngữ pháp Sanskrit rất phức tạp so với tiếng Việt. Sanskrit và tiếng Việt không giống nhau về khái niệm và cấu trúc về ngữ pháp. Người Việt Nam mới học Sanskrit còn thấy một khó khăn khác là có nhiều từ không có trong văn phạm tiếng Việt. Cho nên ngoài các từ thông dụng như động từ, danh từ, thì, số, cách v.v. nhiều từ ngữ pháp trong sách này là do tôi *tự chế tự dùng*. Hy vọng khi có nhiều sách và tài liệu về Sanskrit bằng Việt ngữ, chúng ta sẽ có những từ hay hơn và chuẩn xác hơn. Cũng vì thế, trong sách này tôi thường phụ chú bằng Anh ngữ. Lý do vì Anh ngữ là một ngôn ngữ cùng gốc Ấn Âu với Sanskrit, hơn nữa là sách dạy Sanskrit bằng Anh ngữ đã có từ lâu và liên tục được xuất bản. Hiện nay Anh ngữ là ngôn ngữ quan trọng nhất trong lãnh vực giảng dạy Sanskrit ở Ấn Độ và trên toàn thế giới.

11. Đây là sách tự học, nên các bài học sẽ dạy từ dễ đến khó, thường được lập lại và học tiếp qua bài sau. Thí dụ như khi học về *sandhi* (luật phối âm) ta sẽ học dần dần qua nhiều bài, chứ không tập trung vào một bài như ở một số sách giáo khoa khác.

BÀI 1

NGUYÊN ÂM (SVARA)

BẢNG 1.1

Nguyên Âm Devanāgarī và IAST

अ	a		आ	ā
इ	i		ई	ī
उ	u		ऊ	ū
ऋ	ṛ		ॠ	ṝ
ऌ	ḷ		ॡ	ḹ
ए	e		ऐ	ai
ओ	o		औ	au

1. Chữ Sanskrit có 13 nguyên âm. Có nhiều định nghĩa nhưng đây là cách định nghĩa dễ hiểu nhất: Nguyên âm là chữ cái có thể tự phát âm được như a, o, e… Trong khi phụ âm là âm phụ phải cần kèm theo nguyên âm mới phát ra âm, thí dụ trong Việt ngữ "t, s, m, n" là phụ âm ta phải cần có nguyên âm đi kèm để đọc được chúng như ta đọc "tờ, sờ, mờ, nờ." Cũng giống như Việt ngữ, một nguyên âm Sanskrit là một âm tiết (***akṣara/*** syllable) còn phụ âm phải cần đi với nguyên âm để tạo thành một âm tiết.

2. Chú ý trong bảng trên ta thấy có 14 nguyên âm, nhưng

nguyên âm *ḹ* hiếm gặp, nên có thể nói Sanskrit chỉ có 13 nguyên âm. Trong khi Devanāgarī dùng để viết Pāli chỉ có 8 nguyên âm *a, i, u, e, o*, ā, ī, ū.

3. Các nguyên âm chia thành 2 nhóm theo hai cột như trong bảng trên. Cột đầu là nhóm nguyên âm ngắn (*hrasva*) *a, i, u, ṛ, ḷ, e, o* song song với cột thứ hai là nhóm nguyên âm dài (*dīrgha*) ā, ī, ū, *ṝ, ai, au*.

4. Âm ngắn kéo dài một khắc (*mātrā*), âm dài đọc như âm ngắn nhưng *kéo dài* gấp hai lần chứ *không phải là nhấn mạnh*. Các nguyên âm Sanskrit đọc gần giống tiếng Việt quốc ngữ, âm dài đọc dài hơn nên có cảm giác như có dấu huyền: *a* /a/ > ā /à/, *i* /i/ > ī /ì/, *u* /u/ > ū /ù/

5. Cũng trong BẢNG 1.1 ta lại chia làm hai nhóm: nhóm nguyên âm đơn (*śuddha*): *a*, ā, *i*, *ī*, *u*, *ū*, *ṛ*, *ḷ* và nhóm nguyên âm phức (*saṃyukta*) là 4 nguyên âm cuối cùng: *e, o, ai, au*.

6. Nhiều sách có viết thêm hai chữ *ṃ* (*anusvāra*) và *ḥ* (*visarga*). Đây là dấu hiệu viết sau nguyên âm, thí dụ: *a* अ > *aṃ* अं và *aḥ* अः một nhiệm vụ là chỉ cách đọc: *ṃ* (dấu chấm viết trên nguyên âm) thì nguyên âm đó phải đọc có âm mũi, *ḥ* (hai chấm sau nguyên âm) thì nguyên âm đó đọc như có tiếng vang nho nhỏ. Thí dụ *aḥ* अः đọc như "a-ha" hoặc *iḥ* इः đọc như "i-hi".

7. Các nguyên âm trong BẢNG 1.1 có cách đọc như sau theo tiếng Việt và tiếng Anh.

a đọc như *a* trong *ta* / *America, again, organ*

ā (a dài) như à trong *tà* / *father, car.*

i đọc như *i* trong *ti* / *fit, hit, chin*

ī (i dài) như ì trong *tì* / (ee trong *beet, week*)

u đọc như *u* trong *tu* / *bush* (*oo* trong *poot*

ū (u dài) như *ù* trong *tù* / *rule* (*oo* trong *pool, cool*)

ṛ đọc như *r* "rờ" trong *ri* / *river, rim*

ṝ (ṛ dài) như *r* (rờ) trong *rật* / *reed*

ḷ đọc như *l* "lờ" trong *lon* / *jewelry*

e đọc như *e* trong *te* / *gate, they*

ai (e dài) đọc như "ai" trong *tai* / *ais*le (hay *i* trong *ice*).

o đọc như *o* trong *to* / *pole, bone*

au (o dài) đọc như *ao* trong *tao* / (*ou* hay *ow* trong *aloud, how*)

VĂN PHẠM:

ĐỘNG TỪ (*tiñanta*): Căn > Từ gốc > Động từ

8. Chữ Sanskrit có nhiều từ nhưng chỉ có độ chừng 2200 *căn* (*dhātu*). Các chữ còn lại là do sự kết hợp từ 2200 *căn* (root) này với nhau hoặc với một số tiếp đầu ngữ (prefix) và tiếp vĩ ngữ (suffix) mà thành. Khi học Sanskrit cần nhớ kỹ *căn*, vì chúng ta có thể học nhanh hơn và đoán ra các từ chưa học nhờ vào số lượng *căn* không nhiều lắm.

9. Căn *dhātu* lại chia thành gốc (*añga*). Từ gốc (stem) được gắn thêm vào các *vĩ ngữ* (*tiñ*) để "chia động từ". Ta gọi *añga* là "từ gốc" vì đây là từ dùng để sắp chữ trong từ điển. Thí dụ: động từ "đi":

Căn: *gam*

Từ gốc: *gaccha*

Động từ: *gacchati* (nó đi)

10. Trong tự điển Sanskrit, về động từ người ta thường chỉ

sắp chữ theo từ căn (*gam*) và theo sau là động từ đã chia theo *thì* hiện tại, *ngôi* thứ ba, *số ít* và *chủ* cách (*gacchati*). Thí dụ tự điển thường chỉ liệt kê: **bhū**, *bhavati*. Người học phải suy từ gốc "***bhava***" từ chữ "*bhavati*." Dĩ nhiên tự điển thường không liệt kê các động từ đã chia theo các *thì, số, cách* khác. Thì cũng giống như tự điển Anh ngữ chỉ có từ **be** (*to be*) mà không liệt kê *am, was, were, have been, will be* ...

bhū, *bhavati*: to be (là) > tìm ra từ gốc là **bhava**

gam, *gacchati*: to go (đi) > tìm ra từ gốc là **gaccha**

prac, *pṛcchati*: to ask (hỏi) > tìm ra từ gốc là **pṛccha**

smṛ, *smarati*: to remember (nhớ) > tìm ra từ gốc là **smara**

sthā, *tiṣṭhati*: to stand (đứng) > tìm ra từ gốc là **tiṣṭha**

vad, *vadati*: to speak (nói) > tìm ra từ gốc là **vada**

vas, *vasati*: to live (sống) > tìm ra từ gốc là **vasa**

11. Động từ Sanskrit có *ngôi, số, cách, thể* và *thì* rất phức tạp. Trong bài học đầu tiên này chúng ta chỉ mới học về 3 *ngôi* (ngôi thứ nhất, thứ hai, thứ ba) và 3 *số* (số ít, số nhiều, số đôi).

Chú ý ngoài *số ít* và *số nhiều* trong Sanskrit lại có *số đôi* rất độc đáo (dịch là "hai ta, hai anh, hai chúng nó" / we two, you two, they two). Thí dụ chia (conjugation) động từ **gam**, *gacchati* theo *thì hiện tại* và *chủ cách* (**pratham**ā)

1 - Số đơn (***eka-vacana/*** singular):

gacchā***mi*** (tôi đi) = gaccha + ***a*** + ***mi***

gaccha***si*** (anh đi) = gaccha + ***si***

gaccha***ti*** (nó đi) = gaccha + ***ti***

Chú ý: **gaccha** + ***a*** + ***mi*** = **gacchāmi**

2 - Số nhiều (*bahu-vacana*/ plural):

gacchā***maḥ*** (chúng tôi đi) = gaccha + ***mas***

gaccha***tha*** (các anh đi) = gaccha + ***tha***

gaccha***nti*** (chúng nó đi) = gaccha – ***a*** + ***anti***

Chú ý: **mas** sẽ biến thành **maḥ** là theo **sandhi** (luật phối âm) học sau.

3 - Số đôi (*dvi-vacana*/ *dual*):

gacchā***vaḥ*** (hai tôi đi) = gaccha + a + ***vas***

gaccha***thaḥ*** (hai anh đi) = gaccha + ***thas***

gaccha***taḥ*** (hai đứa nó) = gaccha + ***tas***

Chú ý: **vas** và **thas** biến thành **vaḥ** và **thaḥ** là theo luật **sandhi**.

11. Khác Việt ngữ và Anh ngữ, trong Sanskrit thì khi chia động từ thì *chủ từ* (đại danh từ) đã ám chỉ trong đó. Thí dụ **gacchāmi, gacchasi, gacchati** là đã có nghĩa *tôi đi* (**gacchā*mi***), *anh* đi (**gacchasi**) và *nó* đi **(gacchati)**… (trường hợp nhấn mạnh phân biệt (*vadāmi* = tôi nói) và câu (aham *vadāmi* = "**Tôi** nói") sẽ học sau)

12. Tiếp tục như cách chia động từ trên chúng ta chia động từ **Bhū**: (to be, là) theo *thì* hiện tại, 3 *số* và 3 *ngôi* như sau:

Căn: ***Bhū,*** Từ Gốc: **bhava** (to be): là, sống, hiện hữu, hiện diện, có.

Singular – Dual - Plural:

bhavāmi (tôi là) - *bhavāvaḥ* (hai tôi là) - *bhavāmaḥ* (chúng tôi là) *bhavasi* (anh là) - bhava***thaḥ*** (hai anh là) - *bhavatha* (các anh là)

bhavati (nó là) - bhava***taḥ*** - (hai chúng nó là) - *bhavanti* (chúng là)

13. TỪ MỚI: Một số trợ từ:

kutra: đâu, chỗ nào (where) đặt đầu câu.

ka: ai (who)

kada: khi nào (when)

vā: hay (or)

ca: và (and). Nhớ rằng *ca* đặt cuối câu hay cuối mệnh đề.

14. BÀI HỌC: Một số câu đơn giản:

- ***kutra gacchanti:*** Chúng nó đi đâu?

- ***kutra gacchata***: Các anh đi đâu?

- ***gacch***ā***vaḥ***: Hai chúng tôi đi.

- ***bhav***ā***vaḥ bhavati ca***: Hai tôi hiện hữu **và** nó cũng hiện hữu.

- ***bhavasi v***ā ***bhav***ā***mi***: Anh sống **hay** tôi sống.

- ***gacchasi ca bhav***ā*mi ca*: Anh đi **và** tôi sống.

- ***tiṣṭhasi gacchama ca***: Anh đứng **và** tôi đi

- ***gacch***āmi ***gacchata gacch***ā***maḥ ca***: Tôi đi các anh đi và chúng ta đi.

- ***pṛcchāmi vadanti ca***: Tôi hỏi **và** chúng nó nói.

15. TÓM TẮT MỘT SỐ TỪ NGỮ HỌC:

Brahmī: Chữ cổ ("chữ của Phạm Thiên")

Devanāgarī: Chữ hiện đại (*deva*- thiên thần + *nāgarī* - đô thị)

saṃskṛta: *Sanskrit* viết theo IAST

IAST: International Alphabet of Sanskrit transliteration

saṃdhi: luật phối thanh, phối âm

aksharas: mẫu tự (alphabet)

svara: nguyên âm

vyañjana: phụ âm

akṣara: âm tiết (syllable)

varṇa: một âm

hrasva: (nguyên âm) ngắn (/ short vowel)

dīrgha: (nguyên âm) dài (/ long vowel)

śuddha: (nguyên âm) đơn (/ simple vowel)

saṃyukta: (nguyên âm) phức (/ complex vowel)

mātrā: một khắc, đơn vị thời gian (/ one count)

* Cần thuộc lòng các chữ Latin Sanskrit trong phần này, vì các chữ đã học rồi sau này sẽ có thể không viết đủ các dấu, thí dụ sẽ viết là **Devanagari** thay vì **Devanāgarī**.

BÀI 2

NGUYÊN ÂM A VÀ 4 NHÓM VIẾT GIỐNG NHAU

(cách viết cũ của mẫu tự *a*)

BÀI HỌC:

1. Nguyên âm *a* अ là chữ cái đầu tiên của mẫu tự Sanskrit nên có rất nhiều huyền thoại tôn thờ về chữ này của một ngôn ngữ mà người ta đã xưng tụng gọi là "Ngôn Ngữ của Phạn Thiên" Thực tế chữ *a* vẫn hết sức quan trọng, ngoài việc chính nó là tự mẫu đầu tiên trong 48 tự mẫu (*aksharas*) *a* còn là chính âm trong nhiều nhị trùng âm và *chuẩn âm* đi liền với tất cả các phụ âm. Có thể nói là chỉ có các chữ *ba, ka, ma, ta* … mà không có phụ âm **b, k, m, t** … vì khi ráp chữ thí dụ chữ *kak* thì phải viết là "kaka" và dùng một gạch nhỏ (gọi là *virāma*) viết dưới chữ "ka" thứ hai, để báo hiệu chữ này đã được bỏ loại âm /a/ (*ka* क, *kaka* कक, *kak* = कक्)

2. Trong bài trước giới thiệu về ngôn ngữ Sanskrit có tới 13 nguyên âm. Khi học cả 13 nguyên âm này bằng chữ Devanāgarī từ bài đầu tiên khiến nhiều người học rất sợ. Thực tế là trừ nguyên âm ít dùng "ṝ dài" số nguyên âm chỉ còn là 12 và để dễ nhớ tôi chia làm 4 nhóm theo hình tự, nên người đọc chỉ còn cần

nhớ 6 nguyên âm viết bằng Devanāgarī. Như thế ngoài nguyên âm ṛ ऋ và ḷ ऌ ta chỉ còn 4 dạng chữ cần nhớ như sau:

अ /a/ dùng viết cho 4 nguyên âm *a* अ , *ā* आ , *o* ओ và *au* औ

इ /i/ dùng viết cho 2 nguyên âm *i* इ và ī ई

उ /u/ dùng viết cho 2 nguyên âm môi *u* उ và ū ऊ

ए /e/ dùng viết cho 2 nguyên âm vòm *e* ए và *ai* ऐ

3. Chúng ta có bảng TẬP VIẾT dạy viết chữ Devanāgarī theo chỉ dẫn cách viết thuận bút. Các con số nhỏ trong hình chỉ các nét viết chữ Devanāgarī theo đúng nguyên tắc "thuận bút". Tuy nhiên chỉ có một thông lệ cần nhớ là **nét ngang** trên đầu sẽ viết cuối cùng.

4. Trong các bản văn cổ các chữ viết liền nhau, về sau mới có phân ra dấu | (chấm câu) và || (chấm xuống hàng). Giống như chữ Hán xưa viết liền nhau không có chấm câu, nhưng nhờ các "hư tự" *dã, phủ, hỉ*…để báo hiệu như dấu chấm câu. Sanskrit không có các hư tự đó nhưng các danh từ động từ tĩnh từ thì đều *chia* (conjugation) theo *ngôi, số, thì, cách, thể* của động từ (có nghĩa là viết khác nhau) cho nên nếu hiểu văn phạm thì việc chấm câu còn dễ hơn chấm câu trong căn Hán cổ.

DANH TỪ (*subanta*)

5. Danh từ cũng được cấu tạo như động từ. Nghĩa là từ căn (*dhātu*/ root) ta có từ gốc (*prātipadika*/ stem), thêm vào từ gốc các tiếp vĩ ngữ (*sup*/ endings) ta có danh từ (*subanta*/ noun). Trong tự điển thường người ta liệt theo từ gốc, đôi khi ta thấy trong các bảng liệt kê các danh từ thường gắn thêm đuôi - ḥ thì đó là *chủ cách* ((*prathama* / nominative case) của danh từ giống đực (masculine) hoặc –*m* là *chủ cách* của danh từ trung tính (neuter).

6. Tùy theo **nhiệm vụ** trong câu (trong ngữ pháp Sanskrit thì *nhiệm vụ* của từ là quan trọng chứ không ở *vị trí* của nó như trong tiếng Việt) danh từ sẽ có các tiếp vĩ ngữ khác nhau (nên Sanskrit gọi là ngôn ngữ inflectedted language). Trong khi tiếng Việt hay tiếng Hoa gọi là *non-infeclted language* / không đổi, thí dụ *Vũ* hay *voi* bất cứ ở nhiệm vụ nào trong câu thì vẫn viết là *Vũ* hay *voi*, nhưng trong Sanskrit thì cùng là một người tên **Rāma**, nếu ở *chủ cách* (chủ từ câu) thì viết là **Rāmaḥ**, ở *trực cách* (túc từ trực tiếp động từ) thì viết là **Rāmam**, ở *gián cách* thì phải là **Rāmasya**, rồi muốn gọi "Rama ơi" thì phải viết là **Rāme** (hô cách) v.v. Hãy thí dụ:

- **Rāmaḥ** "đi". (Rama là chủ từ của câu).

- "**Tôi nhìn**" **Rāmam**. (Rama là túc từ của động từ "nhìn")

- **Rāme** "ơi !". (Rama trong "hô cách" – "này Rama!")

7. Vì các danh tự, động tự, tĩnh tự đều được *chia* rõ ràng theo *ngôi, số, thì, cách* ... (Xem thí dụ trên về các chữ **Rāmaḥ, Rāmam, Rāme** đều có nghĩa là Rāma nhưng sẽ viết khác nhau tùy theo nhiệm vụ của Rāma trong câu) nên văn phạm sanskrit rất phức tạp. Nhưng cũng vì vậy mà thứ tự các chữ trong câu Sanskrit có thể viết một cách khá tự do. Thí dụ trong Việt ngữ khi viết 1- "*Hùng đánh Dũng*" thì không thể viết là 2- "*Dũng đánh Hùng*" hay 3- "*Hùng Dũng đánh*" vì ba chữ *Hùng, đánh, Dũng* đều giống nhau trong cả ba câu. Trái lại Sanskrit cho phép viết cả ba cách như vậy mà không sợ nhầm lẫn vì các động từ cũng như danh từ trong câu sẽ phải chia (conjugation) theo thời thì cách v.v. Thí dụ có động từ *nhìn* (**pasiati**) vị học giả (**bhuda**) và *người đàn ông* (**nara**) có thể viết theo vị trí khác nhau mà đều cùng một nghĩa "người đàn ông nhìn vị học giả" :

1. **bhudam naraḥ pasiati** (vị học giả + người đàn ông + nhìn)

2. **naraḥ bhudam pasiati** (người đàn ông + vị học giả + nhìn)

3. ***bhudam pasiati naraḥ*** (vị học giả + nhìn + người đàn ông)

Cả ba câu Sanskrit trên chỉ có một nghĩa duy nhất là "**người đàn ông nhìn vị học giả**" mà không thể lẫn lộn được vì *"người đàn ông"* ở *trực bổ cách* S. (*naraḥ*) và *"vị học giả"* ở *trực bổ cách* O. (*Bhudam*), và *"nhìn"* là động từ V. (*pasiati* : số ít, ngôi thứ ba, thời hiện tại) – Đó là cách lợi hại quan trọng của ngôn ngữ **inflected language**, trong khi ngôn ngữ **non-inflected language** như tiếng Việt chỉ có thể viết theo thứ tự SVO *"tôi ăn cơm"* là có nghĩa, còn *"cơm ăn tôi"* hay *"tôi cơm ăn"* v.v. thì chẳng có nghĩa nào hết, trái lại trong Sanskrit có thể viết theo bất cứ thứ tự nào SVO, SOV, OSV, OVS… đều có nghĩa là "tôi ăn cơm".

8. Trong thí dụ sau đây, ta chỉ học hai *cách* (cases) đầu tiên trong *8 cách* là: 1. Chủ cách (nominative case) và Trực bổ cách (accusative case)

8.1 Chủ cách (***prathama*** / nominative) chỉ từ đứng làm chủ từ trong câu: Rama cười; tôi khóc; chim hót; ngựa chạy .

8.2 Trực bổ cách (***dvitīyā***/ accusarive) chỉ từ đứng làm bổ túc trực tiếp cho động từ: Tôi đánh Rama, con ngựa nhìn tôi, Rama bắn chim.

9. Bảng chia cho danh từ **nara** (người đàn ông) giống đực và tận cùng bằng – *a* sau đây cũng có thể dùng cho các danh từ giống đực và tận cùng bằng – *a* khác như Rāma (tên riêng), putra (con trai), budha (học giả), pāntha (du khách), dutā (sứ giả) v.v. Bây giờ ta chỉ học tạm 2 cách đầu:

Thí dụ: **nara**, **naraḥ** (đàn ông)   Số ít   nhiều   đôi

1. Chủ Cách ***prathamā*** (*subject*): naraḥ   narāḥ   narau

2. Trực Cách ***dvitiya*** (*object*):   naraṃ narān narau

Luật *sandhy* thì *naram* phải viết là *raraṃ* (*m* > *ṃ*)

Chú ý hai thí dụ sau:

- *rāmaḥ gacchati*: *Rama đi* (*rāma* viết theo chủ cách là *rāmaḥ*)

- *rāmaḥ nṛpaḥ bhavati*: *Rama là vua* (Rama (*rāmaḥ*) và vua (*nṛpaḥ*) chỉ là một người nên CẢ HAI đều viết theo chủ cách.)

10. Bảng kê sau đây các danh từ giống đực tận cùng bằng *a* thường khi thêm đuôi - *ḥ* khi chỉ *chủ cách* như *naraḥ, nṛpaḥ* thay vì *nara, nṛpa*.

aja / ajaḥ: con dê

aśva / aśvaḥ: con ngựa

budha / budhaḥ: vị học giả, ông thầy.

gaja / gajaḥ: con voi

nṛpa / nṛpaḥ: vua

putra / putraḥ: con trai

harina / harina: con hươu

rāma / rāmaḥ: tên riêng

vānara / vānaraḥ: con khỉ

11. ÔN TẬP: Tóm lược cách chia Động Từ trong bài trước

	Số ít:	Số nhiều:	Số đôi
Ngôi thứ nhất:	+ *mi*	+ *mas*	+ *vas*
Ngôi thứ hai:	+ *si*	+ *tha*	+ *thas*
Ngôi thứ ba:	+ *ti*	+ *anti*	+ *tas*

Chú ý: **-as** sẽ biến thành **-aḥ** là theo luật **sandhi**.

12. TÓM TẮT MỘT SỐ TỪ NGỮ PHÁP:

virāma: vạch bỏ nguyên âm ở phụ âm.

tinanta/ verb (động từ)

dhātu/ root (từ căn)

anga/ steam (từ gốc).

tin/ ending (vĩ ngữ)

purusa/ person (ngôi)

eka-vacana/ singular (số ít):

bahu-vacana/ plural (số nhiều):

dvi-vacana/ dual (số kép)

13.1 TIẾP ĐẦU NGỮ (Prefix) Chỉ Phản Nghĩa *a-*

a- là tiếp đầu ngữ (prefix) quan trọng. Nghĩa đầu tiên của nó là phản nghĩa lại tiếng đi liền theo (un-, in-). Trong kinh Phật dùng rất nhiều mà Hán ngữ thường dịch là *phi -, bất-, vô –:*

nirodha (diệt, cessation) > *anirodha* (bất diệt, not destroyed)

sat (là, tồn tại, hữu) > *asat* (không là, không tồn tại, vô).

Một biến thể của *a-* là *an-* (và *na* có nghĩa là "không/ not")

ātman (ngã, cái ta) > *anātman* (vô ngã, phi ngã)

utpāda (sinh, birth) > *anutpāda* (bất sinh, vô sinh).

13.2 LIÊN TỰ *vā*: *hoặc* (or). Chú ý *vā* không đứng đầu câu:

gacchati vā gacchasi "Nó đi hoặc anh đi"

āgacchati vā gacchasi " Nó đến hay anh đi"

BÀI 3

DẤU HIỆU THAY THẾ NGUYÊN ÂM

1. Chúng ta đã biết nguyên âm Devanāgarī chỉ viết đầy đủ khi đứng một nình hay đứng đầu chữ. Thí dụ: **a** अ và **āpa** (आ + प) = आप

2. Nhưng khi nguyên âm đi liền sau phụ âm thì người ta chỉ viết một dấu hiệu đơn giản thay thế. Các dấu này thường viết ở trên phụ âm hay bên dưới phụ âm, có trường hợp thêm vào phụ âm ा. Thí dụ:

pā thay vì viết (प + आ) thì chỉ viết पा

pū thay vì viết (प + उ) thì chỉ viết पु

3. Các ký hiệu thay thế nguyên âm như sau: (trừ *a* sẵn trong phụ âm)

ā: आ > ा, *i:* इ > ि, *ī:* ई > ी, *u:* उ > ु, *ū:* ऊ > ू, *ṛ:* ऋ > ृ, *e:* ए > े, *ai:* ऐ > ै, *o:* ओ > ो, *au:* औ > ौ

BẢNG 3.1

Viết प (*pa*) Với 13 Nguyên Âm

Nguyên Âm	प +	viết là	Nguyên Âm	प +	Viết là
अ	pa	प	आ	Pā	पा
इ	pi	पि	ई	Pī	पी
उ	pu	पु	ऊ	Pū	पू
ऋ	pṛ	पृ	ॠ	pṝ	पॄ
ऌ	pḷ	पॢ	ॡ	pḹ	पॣ
ए	pe	पे	ऐ	Pai	पै
ओ	po	पो	औ	Pau	पौ

Chú ý: 1- /a/ có sẵn trong phụ âm प (*pa*). 2 - Chỉ riêng có /i/ lại viết trước phụ âm ("pi" viết thành "ip"), thí dụ: *pi* = पि. 3- Riêng chữ *r* र khi đi với *u* उ và *ū* ऊ viết hơi khác thường: *ru* रु và *rū* रू.

VĂN PHẠM:

4. DANH TỪ (**subana**) và CÁCH (***vibhakti***)

Danh từ giống như động từ bắt đầu từ *căn* (***dhātu***/ root). Từ căn (***dhāt***) ta có *từ gốc* (***prātipadika***). *Từ gốc* (stem) sẽ được gắn thêm các *tiếp vĩ từ* (***sup*** / endings/ sufix) tùy theo nhiệm vụ (*cách*) của danh từ trong câu. Có danh từ ta có thể nghĩ chúng chỉ có số ít mà không có số đôi hay số nhiều. Thí dụ ***nara*** (người đàn ông) thì có số ít, số nhiều hay có đủ 8 *cách* (Case) thì rất bình thường, nhưng thật khó cho ta nghĩ rằng ***vāri*** (nước) mà cũng có số đôi, số nhiều hay đủ 8 *cách*. Ta đã học 2 cách đầu, nay học đủ 8 cách:

BẢNG 3.2

Bảng chia 8 Cách (vibhakti)

*Dùng cho các danh từ tận cùng bằng **a** (giống đực, thì hiện tại): Số ít (eka) - Số đối (edi) – Số nhiều (mdvi):*

nara (đàn ông)   Số ít - Số đôi - Số nhiều

1. Chủ Cách *prathamā*: nara*ḥ* - nara*u* - nar*āḥ*

2. Trực Cách *dvitiy*: nara*m* -   nara*u* - nar*ā*n

3. Dụng Cách *tṛtīyā*: nar*eṇa* – nar*ābhyām* -   narai*ḥ*

4. Gián Cách *caturthī*: nar*āya* – nar*ābhyām* - nar*ebhyaḥ*

5. Nguyên Cách *pañcamī*: nar*ā*t – narābhyām - nar*ebhyaḥ*

6. Sở Hữu Cách *ṣaṣthi*: narasya - narayoḥ -   nar*āṇ*ām

7. Vị trí Cách *saptamī*: nar*e* - narayoḥ - nar*eṣu*

8. Hô Cách *sambodhana*: nara – nara*u* - nar*āḥ*

5. Ý NGHĨA CỦA 8 CÁCH (8 CASES)

1. **Chủ Cách** cc (***prathamā****/ nominative*): Danh từ dùng làm chủ từ (subject). "Người đàn ông" ở **chủ cách** viết là ***naraḥ*** (nara + *ḥ*)

- ***naraḥ*** **gacchati**: *Người đàn ông* đi - ("người đàn ông" là chủ cách)

- ***rāmaḥ naraḥ*** **bhavati**: *Rama là người đàn ông* - (cả hai chỉ là một người)

- ***gajaḥ*** **vanasya nṛpaḥ na bhavati**: *Voi* không là *vua* của rừng - (chú ý thứ tự "voi + rừng + vua + **na** + là").

2. **Trực Cách** tc (*dvitīyā* / accusative): Danh từ làm túc từ (object) cho động từ. "Người đàn ông" ở **trực cách** viết là *naram* (nara + *m*)

- **pṛcchati** *naram*: Nó hỏi *người đàn ông* ("người đàn ông" là trực cách)

- **nṛpaḥ** *naram* **namati**: Vua chào *người đàn ông*.

- **gajaḥ** *naram* **vahali**: Con voi chở *người đàn ông*.

3. **Dụng Cụ Cách** dcc (*tṛtīyā* /instrumental): Danh từ bây giờ chỉ dụng cụ: *với* – (*saha* /with). "Người đàn ông" ở **dcc** viết là *narameṇa*.

- *narameṇa* saha rāmaḥ gacchati: "*với người đàn ông, Rama đi*".

- *narameṇa* saha gajaḥ gacchati: Con voi đi *với người đàn ông*.

- vānaraḥ *narameṇa* dhāvati: Con khỉ chơi *với người đàn ông*.

4. **Gián Cách** gc (*caturthī* /dative): Danh từ làm từ chỉ định, là túc từ gián tiếp của động từ với nghĩa để (for), *cho* (to). "Người đàn ông" bây giờ ở gián cách nên viết là **narāya** (nara + *aya*)

- rāmaḥ *narāya* phalam yacchati: Rama cho người đàn ông trái cây.

- vānaraḥ *narāya* phalam yacchati: Con khỉ cho người đàn ông trái cây.

- vānaraḥ *phalāya* grāmam gacchati: Con khỉ vì trái cây đi vào làng.

- rāmaḥ *putrāya* pustakam paṭhati: Rama đọc sách cho con trai.

5. **Nguyên Ủy Cách** nuc (*pañcamī* / ablative): Danh từ làm túc từ cho giới từ chỉ lý do, xuất xứ (from). "Người đàn ông" giờ viết là **narāt**. (+ *at*)

- **phalaḥ** *narāt* **patati**: Trái cây *từ người đàn ông* rơi.

- **naraḥ** *asanāt* **uttisthati**: Người đàn ông *từ chỗ ngồi* đứng dậy.

- *grāmāt* **āgacchati**: Nó *từ làng* đến.

- **phalaḥ** *vānarāt* **patati**: Trái cây *từ con khỉ* rơi.

- *gajat* **āgacchati**: Nó *từ con voi* đến.

6. **Sở Hữu Cách** shc (*ṣaṣṭhi* /genitive): Biến cách do từ chỉ sở hữu *của* (of): "Người đàn ông" ở sở hữu cách nên viết là **narasya** (*nara* + *sya*)

- *narasya* **aśvaḥ** "của người đàn ông, ngựa": Con ngựa *của người đàn ông*

- *narasya* **putraḥ**: Con trai *của người đàn ông*.

- *narasya* **putraḥ gramam gacchati**: Con trai *người đàn ông* đi vào làng.

- *narasya* **aśvaḥ gajam paśyati**: Con ngựa *của người đàn ông* nhìn con voi.

7. **Vị Trí Cách** vtc (*saptamī* / locative): Biến cách do từ chỉ nơi chốn, hoàn cảnh, trạng thái. "Người đàn ông" ở vị trí cách viết là **nare**.

- *nare* **vasati**: *"Với người đàn ông* nó sống"

- **aśvaḥ** *nare* **vasati**: Con ngựa sống *với người đàn ông*.

- **aśvaḥ** *gaje* **vasati**: Con ngựa sống *với con voi*.

- *grāme* **vasati**: Nó sống *ở làng*. (ở làng + nó sống)

- *grāme* **naraḥ vasati**: Người đàn ông sống *ở trong làng*.

- *gaje* **tiṣṭhati**: Nó đứng *trên con voi*. (trên con voi + nó đứng)

8. Hô Cách hc (**sambodhana** / vocative): Biến cách do từ dùng để gọi, bây giờ có chấm than (!) đi kèm.

- *nara*! : Người đàn ông!

- *gaja!* : Con *voi!*

BẢNG 3.2

DANH TỪ TRUNG TÍNH (Neuter Nouns) THÌ HIỆN TẠI

(dùng cho các danh từ tận cùng bằng –a)

Thí dụ: **vana** (rừng): số ít – số đôi – số nhiều

1. Chủ Cách: *vana*m - *vane* - *van*āni

2. Trực Cách: *vana*m - *vane* - *van*āni

3. Dụng Cách: *vane*ṇa - *van*ābhyām - *vana*iḥ

4. Gián Cách: *van*āya - *van*ābhyām - *van*ebhyaḥ

5. Nguyên Cách: *nan*āt – *van*ābhyām - *van*ebhyaḥ

6. Sở Hữu Cách: *vana*sya - *vana*yoḥ - *vana*nm

7. Vị trí Cách: *vane* - *vana*yoḥ - *vane*ṣu

8. Hô Cách: *vana* - *vane* - *van*āni

BÀI 4

PHỤ ÂM (vyañjana)

1. Trong Sanskrit có tới 33 phụ âm *vyañjana* nên mẫu tự latin không đủ, ta phải dùng chữ ghép gồm hai mẫu tự để chỉ hết các phụ âm này. Cho nên ngoài *k, g* chúng ta còn có *kh, gh* ... Trong bảng sau sắp các phụ âm theo cách phát âm *ghoṣa* (voiced/ kêu), *aghoṣa* (unvoiced/ không kêu), *mahāprāṇa* (asprirated/ bật), *alpaprāṇa* (unaspirated/ không bật)

BẢNG 4.1

DANH SÁCH 33 PHỤ ÂM

Consonants

क *(ka)* ख *(kha)* ग *(ga)* घ *(gha)* ङ *(nga)*

च *(cha)* छ *(chha)* ज *(ja)* झ *(jha)* ञ *(nja)*

ट *(ta)* ठ *(tha)* ड *(da)* ढ *(dha)* ण *(na)*

त *(ta)* थ *(tha)* द *(da)* ध *(dha)* न *(na)*

प *(pa)* फ *(pha)* ब *(ba)* भ *(bha)* म *(ma)*

य*(ya)* र*(ra)* ल*(la)* व*(va)* श*(sha)* ष*(sha)* स*(sh)* ह*(ha)*

2. Nên nhớ phụ âm (consonants) là chữ cần đi kèm với một nguyên âm (vowel) để phát âm (như phụ âm tiếng Việt **t** đọc là /tờ/, **s** đọc là /sờ/ …). Cho nên tất cả các phụ âm của Sanskrit đều **tự động có sẵn nguyên âm *a* đi kèm**: क *pa*, त *ta*, च *ca*, स *sa* … như thấy trong Bảng 4.1 trên.

3. Khi viết *ta* thì chỉ viết त là đủ. Khi muốn viết riêng âm "*t*" ta phải viết cả chữ *ta* त và viết dưới một dấu *virāgam* cho biết là đã loại nguyên âm /a/ ra. Thí dụ: क là *ka* còn क् là âm /k/.

4. Thí dụ sau ta thấy rất dễ phiên Devanāgarī ra roman sanskrit hay ngược lại: कनय = *kanaya*, कन = *kana*, नय > *naya*.

5. Nhưng khi hai hay nhiều phụ âm đi liền nhau, chúng sẽ biến đổi thành một loại dấu hiệu khác (nhưng latin-sanskrit vẫn giữ nguyên). Thí dụ /k/ क् và ṣ ष, nhưng khi viết **kṣ** thì không viết hai chữ nhập lại như chữ latinh **kak** क् + ष mà phải viết thành một dấu mới là क्ष giống như *jñ* thay vì viết là (ज् + ञ) mà phải viết là ज्ञ

k (क्) + *ṣ* (ष) = *kṣ* = क्ष

j (ज्) + *ñ* (ञ) = *jñ* = ज्ञ

Trở lại so sánh thí dụ sau ta thấy không khó hiểu lắm:

कनय *kanaya*, क्नय *knaya*, क्न्य *knya*

Trong phần sau ta sẽ có bản liệt kê tất cả các chữ viết tắt cho hai hay nhiều phụ âm đi liền nhau. Số "dấu hiệu mới" như क्ष hay ज्ञ lên đến 1296. Tuy nhiên chúng đều được cấu tạo theo một nguyên tắc chung. Cho nên chỉ cần học kỹ 33 phụ âm chính là ta có thể đọc và viết tắt cả 1296 "chữ" này.

CÁCH ĐỌC CÁC PHỤ ÂM:

6. Để đọc ta có bảng sau của 25 âm tắc, xếp theo vị trí phát

âm từ trong ra ngoài (từ cổ họng tiến ra môi):

BẢNG 4.2

25 Phụ Âm Tắc (*sparśa*)

	(1)	(2)	(3)	(4)	(5)
Âm hầu *(kanthya)*:	ka	kha	ga	gha	ṅa
Âm cúa mềm *(talavya)*:	ca	cha	ja	jha	ña
Âm cúa cứng *(murdhanya)*:	ṭa	ṭha	ḍa	ḍha	ṇa
Âm răng *(dantya)*:	ta	tha	da	dha	na
Âm môi *(osthya)*:	pa	pha	ba	bha	ma

7. CÁCH ĐỌC:

Nói chung cách đọc các phụ âm Sanskrit giống cách đọc các phụ âm có cùng mẫu tự trong Anh ngữ nên tôi lấy thí dụ đọc bằng Anh ngữ cho dễ đọc:

Âm *hầu* hay *âm cổ (kanthya):*

क ka	như: s**k**ate, kic**k**
ख kha	như: bun**kh**ouse
ग ga	như: **g**o, **g**ive
घ gha	như: lo**gh**ouse
ङ ṅa	như: li**ng**uage

Âm cúa mềm hay vòm mềm *(talavya):*

च ca	như c Anh ngữ: **c**ello, **c**ell
छ cha	như: **ch**arm, **ch**urch

ज ja	như: **j**ust, **j**oy
झ jha	như: he**dg**ehog.
ञ ña	như: e**nj**oyable

Âm cúa cứng hay vòm cứng *(murdhanya)*:

ट ṭa	như: s**t**able, s**t**op,
ठ ṭha	như: **t**able, ligh**t-h**eart
ड ḍa	như: **d**ynamic, **d**oor
ढ ḍha	như: re**dh**ead, re**dh**ot
ण ṇa	như: ge**n**tle,

Âm răng *(dantya)*:

त ta	như: s**t**ick, **t**ub
थ tha	như: **t**ime, ligh**th**eart
द da	như: **d**ie, **d**ove
ध dha	như: re**dh**ead
न na	như: ge**n**eral

Âm môi *(osthya)*:

प pa	như: **p**in, **p**ipe
फ pha	như: she**ph**erd, u**ph**ill
ब ba	như: **b**eautiful, **b**one
भ bha	như: clu**bh**ouese
म ma	như: **m**other

CÁC PHỤ ÂM CÒN LẠI:

य र ल व   "bán nguyên âm" (*antaḥstha*)

य ya   âm vòm, như y: **y**es

र ra   âm lưỡi, như r: **r**ed, **r**un

ल la   âm răng, như l: **l**aw

व va   âm môi, như v: **v**ictor

Bốn phụ âm cuối श ष स ह là 'âm bật' (aspirate) chỉ có ह là 'âm vang':

श śa   như sh: **sh**ine

ष ṣa   như c: effi**c**ient

स sa   như s: **s**weet

ह ha   như h: **h**ero

BÀI 5

CÂU ĐƠN GIẢN

Qua 4 bài đầu chúng ta có một vốn nhỏ để có thể bắt đầu tập đọc và tập viết các câu đơn giản. Trong các bài học và bài tập ở các bài đầu chúng ta tạm thời chưa áp dụng chặt chẽ luật phối âm (**sandhi**), tuy nhiên nên nhớ luật **sandhi** chính là linh hồn của Sanskrit.

Bài này chúng ta học đọc và học viết các câu đơn giản, nhưng cũng nhằm ba mục đích: 1- Ôn lại các từ đã học. 2 – Ôn lại văn phạm đã học. 3- Học phân tích văn phạm của các câu.

1. ĐỘNG TỪ (Verb V)

Động từ trong câu thường là từ đứng cuối câu, như tiếng Nhật.

- **panthah** *gacchatii*:   Những du khách đi. (SV)

- **aśvaḥ gajaḥ va** *gacchanti*:   Ngựa voi và đi. (SV) (*ngựa và voi đi*)

- **aśvaḥ gajam** *smarati*:   Ngựa voi nhớ. (SOV) (*ngựa nhớ voi*)

2. DANH TỪ (Noun N)

Trong một câu, danh từ có thể làm *chủ từ* (Subject S):

- **rāmaḥ gacchanti**: (*Rama đi*). Rama ở câu này là *chủ cách* (prathama) nên viết là *rāmaḥ*. (SV)

Danh từ có thể làm túc từ (Object O):

- **nṛpaḥ rāmam namati:**(*Vua chào Rama*). Rama ở câu này là *trực cách* (dvitiya) nên phải viết là *rāmam*. (SOV)

Tóm lại Danh từ có thể làm 8 nhiệm vụ trong một câu nên ta có 8 *cách* (vibhakti) như đã học. Nhờ mỗi từ trong câu đều có *tiếp vĩ ngữ* chỉ rõ nhiệm vụ của nó là gì: danh từ làm chủ từ (chủ cách), danh từ đứng làm túc từ trực tiếp cho động từ (trực cách), danh từ đứng làm túc từ gián tiếp cho động từ (gián cách) … nên vị trí thứ tự của chúng không quan trọng như trong tiếng Việt.

3. MẪU CƠ BẢN: SOV

Chủ từ là danh từ (chủ cách), túc từ là danh từ ở các dạng khác trong 8-cách. Như đã nói ở bài trước nhờ các danh từ động từ và túc từ đều *chia* theo thì, số, cách, ngôi … một cách thống nhất nên trong Sanskrit câu không cần viết theo thứ tự (S O V) mà không thể nhầm lẫn. Thí dụ câu "**ngựa nhớ voi**" có thể viết:

- *aśvaḥ gajam smarati* (SOV): "ngựa + voi + nhớ"

- *gajam aśvaḥ smarati* (OSV): "voi + ngựa + nhớ"

Mặc dù có thể viết theo các thứ tự khác như VOS, VSO, OVS, SVO đều có nghĩa như nhau (*ngựa nhớ voi*) nhưng người ta thường quen đặt V (động từ) ở cuối câu:

- *phalaḥ gajāt palate*: Quả từ con voi rơi. (quả rơi từ voi)

- *rāmasya putraḥ aśvam gacchati*: Con Rama đến con ngựa đi (Rama đi đến ngựa)

- *kutra gacchasi iti rāmaḥ pṛcchati*: Rama "anh đi đâu?" hỏi (Rama hỏi anh đi đâu)

- *grāmāt* putrah āgacchati: Đứa bé từ làng đến (đứa bé đến từ làng)

- *rāmaḥ grāmāt gacchati*: Rama từ làng đi (Rama đi từ làng)

- *budhaḥ āsanāt uttiṣṭhati*: Ông thầy từ chỗ ngồi đứng lên (ông thầy đứng lên từ chỗ ngồi)

3.1 CHỦ CÁCH + DỤNG CÁCH + ĐỘNG TỪ

- Con ngựa + với con voi + đứng (Ngựa đứng với voi)

- Ông ta + với con voi + đi (Ông ta đi với voi)

- Rama + với con khỉ + đi (Rama đi với khỉ)

- Ông thầy + với Rama + nói (Ông thầy nói với Rama)

3.2 CHỦ TỪ + TÚC TỪ (gián tiếp) + TÚC TỪ (trực tiếp) + ĐỘNG TỪ

Trường hợp này có hai hay ba túc từ, nhưng các túc từ nhờ phân biệt chia theo các *cách* khác nhau mà ta cũng có thể không viết theo thứ tự này mà vẫn cùng nghĩa. Túc từ gián tiếp ở đây cũng là gián bổ cách (ablative case)

- *balaḥ phalāya* gramam gacchati: đứa bé + vì trái cây + vào làng + đi: (Đứa bé đi vào làng vì trái cây)

- *budhaḥ sevakāya phalam yacchati*: ông thầy + người hầu + trái cây + cho: (Ông thầy cho trái cây người hầu)

- *budhaḥ gajān rāmam vadati*: ông thầy + với Rama + về con voi + nói: (Ông thầy nói với Rama về con voi)

3.3 CHỦ CÁCH + DỤNG CÁCH + ĐỘNG TỪ

Chú Thích: Khi dịch cho người mới học dễ đối chiếu với

nguyên văn Sanskrit có khi tôi phải dịch kiểu "từ ra từ". Thí dụ *vānaraḥ phalāya varam gacchati* (con khỉ + trái cây + rừng + đi) nghĩa là "Con khỉ đi vào rừng vì trái cây." Tương tự như thế, khi dạy cho sinh viên Mỹ tôi đã dịch *kutra gacchati* là "Where he goes" (kutra: where, gacchati: he/she/it goes) mặc dù đúng ra phải dịch là "Where does he go?" hay "Where he is going?"

Phụ Lục III

HAI NHÀ DỊCH THUẬT QUAN TRỌNG

CƯU MA LA THẬP

(*Kumārajīva* 344-413)

HUYỀN TRANG

(玄奘 600-664)

CƯU MA LA THẬP

(*Kumārajīva* 344-413) [283]

Cưu Ma La Thập (*Kumārajīva*) không phải chỉ là một nhà phiên dịch kinh tạng từ Phạn ngữ qua Hán ngữ mà chúng ta nên biết là ngài còn là một nhà đại truyền giáo đã làm thay đổi cả diện mạo Phật giáo của các quốc gia sử dụng Tam Tạng Hán ngữ. Công việc thuần túy dịch thuật chỉ là một phần sự nghiệp của La Thập. Sự nghiệp lớn của ngài là việc đặt lại cả cơ cấu Hán ngữ trong Phật học

Phật giáo truyền qua Á Đông là công nghiệp chung của rất nhiều nhà dịch thuật và truyền giáo. Nhưng dưới ảnh hưởng các dịch phẩm của La Thập và ngôn ngữ Phật học Hán ngữ mà La Thập đã giúp công thiết lập, đã trở thành cơ bản chung của nội dung Phật học Á Đông, một nội dung mà sau này các nhà Phật học khác tiếp tục vun sới. Và đây mới là công nghiệp lớn của La Thập. Nói một cách khác dễ hiểu là phần lớn tu sĩ và Phật tử Á Đông trì tụng và hiểu kinh Phật không phải trực tiếp mà qua ngôn ngữ Hán văn. Một ngôn ngữ bị ảnh

---

283. Vũ Thế Ngọc *Trí Tuệ Giải Thoát*, nxb Thời Đại, 2013, tr. 359-389. Niên biểu La Thập ở đây viết theo J. Nobel, "*Kumārajiva*," *Sitzungsberichte der Preussischen Akademie der Wissenschaften*, Berlin 1927 (tr. 206-33). Theo nghiên cứu của Z. Tsukamoto, "The Dates of *Kumārajiva* and Seng-chao Reexamined," *Jinbun Kagaku Kenkyusyo*, Tokyo University 1954 (tr. 568-84) thì La Thập sinh năm 350 mất vào cuối năm 409.

hưởng trực tiếp từ các bản dịch của La Thập và các bản dịch sơ sao giải thích của người khác nữa, nhưng nhiều vị này cũng chịu ảnh hưởng của La Thập.

Về dịch thuật, La Thập là một trong bốn dịch giả lớn nhất của sự thành tựu Đại tạng Hán văn mà ai cũng biết. Nhưng ảnh hưởng của La Thập không chỉ qua các bản dịch mang tên La Thập mà quan trọng hơn là qua công tác dịch thuật của mình La Thập đã định lại toàn diện ngôn ngữ Hán Phật. Lẽ dĩ nhiên trước La Thập đã có rất nhiều dịch giả tài trí. Nhưng có thể nói chung, phần lớn các dịch phẩm thời trước La Thập đều là những cố gắng của cá nhân, nên không có cơ sở thống nhất, và chính bản thân các người dịch cũng khó có người thông hiểu cả hai ngôn ngữ một cách thật sâu sắc. Thêm vào đó, một khuyết điểm chung của các bản dịch trước thời La Thập là vay mượn quá nhiều vào ngôn ngữ Đạo học Lão Trang. Đó là phương pháp 'dùng Lão để giải Phật' hay lối dịch *cách nghĩa* tức là phương pháp so sánh loại suy (method of analogy) dùng những ngôn từ khái niệm văn hoá sẵn có của Trung Hoa để giải thích kinh điển Phật giáo[284] -- Cách dịch giải này có ưu điểm là làm cho người Trung Hoa dễ hiểu Phật giáo hơn, nhưng cũng từ đó đã nẩy sinh ra các cách hiểu Phật giáo một cách không qui phạm, không chính xác. Điển hình là các hoạt động rầm rộ của "Lục Gia Thất Tông" rất nổi tiếng của Phật học thời Nam Bắc Triều tàn lụi dần sau khi các tác phẩm dịch thuật của La Thập ra đời mà chúng ta sẽ nói đến ở phần cuối bài này. Cho nên có thể nói từ sau La Thập chúng ta mới có những danh từ Phật học Hán ngữ mới hơn và chính xác hơn làm cơ bản cho học thuật Phật giáo ở Trung Hoa cho đến tận ngày nay.

---

284. Vũ Thế Ngọc, *Nghiên Cứu Pháp Bảo Đàn Kinh*, nxb Phương Đông, 2010, tr. 46-48

Một trong những công nghiệp khác của La Thập cũng ít được biết đến, là việc ngài là mang được nhiều kinh đến Trường An và thường là các bản kinh cổ và quí [285]. Trước hết vì việc hoằng pháp đến Trung Hoa là do chính ý định của La Thập mà ngài đã có dự tính trước và bản thân La Thập là một hoàng tử có uy thế và được kính trọng ở quốc gia của ngài nên có khả năng tiếp cận những kinh điển quí hiếm. Thứ hai, là cuộc ra đi của La Thập là do chính hoàng đế của đế quốc lớn yêu cầu (trước đó là do lệnh của vua Phù Kiên, sau đó là lệnh của vua Diêu Hưng). Trong số kinh sách La Thập mang theo có nhiều kinh của Luật Tạng (*vinaya-pitaka*) của truyền thống Đại thừa, loại kinh này rất quí hiếm vào thời đó, đặc biệt là kinh *Brahmajāla* (*Phạm Võng Kinh*, La Thập dịch T 1484). Bản kinh Phạm Võng là cơ sở của giáo Luật Đại thừa, là cơ sở nền tảng cho giới luật tăng sĩ Đại thừa. Trước đó vì thiếu kinh Luật mà giáo luật của Phật giới Trung Hoa không thống nhất và gây rất nhiều khó khăn cho vấn đề sinh hoạt nội bộ tăng già như một tổ chức tôn giáo chính thống và toàn vẹn. Lý do nhóm ngài Pháp Hiển (340?-420?) đi thỉnh kinh cam khổ đến Ấn Độ gần 20 năm, cùng thời gian ngài La Thập bị giữ ở Lương Châu, cũng là chỉ vì ngài Pháp Hiển có tâm nguyện tìm cho được các kinh về luật tạng này.

KHÔNG GIAN HỌC TẬP CỦA MỘT THÁNH TĂNG

Kumārajīva (chữ Hán dịch âm là Cưu Ma La Thập, Cưu Ma La Đà, Cứu Ma La Thập, Cứu Ma La Thập Bà, Câu Ma La Đổ Bà, gọi tắt là La Thập, dịch nghĩa là Đồng Thọ) là nhà

---

285. Paul Demiéville trong *La Yogacarabhumi de Sangharaksa*, BEFEO, XLIV, n.2, Saigon 1954, tr. 351 dẫn chứng nghiên cứu so sánh của nhà nghiên cứu Nhật Bản K. Fuse chứng minh là bản kinh *Diệu Pháp Liên Hoa* (T 265) của La Thập dùng bản Sanskrit cổ hơn và chính xác hơn bản kinh *Chính Pháp Liên Hoa* (T 263) của Trúc Pháp Hộ, dù Trúc Pháp Hộ dịch trước cả trăm năm.

truyền giáo và học giả Đại thừa danh tiếng, nhưng vùng đất ngài sinh ra và trưởng thành lại là xứ sở của thế giới Tiểu thừa Phật giáo, nơi Nhất Thiết Hữu Bộ (*Sarvāstivāda*) [286] hầu như là một tông phái Phật giáo duy nhất có mặt và thịnh hành từ nhiều trăm năm trước khi La Thập ra đời. La Thập gốc người nước Kucha (Quy Tư) một vương quốc Phật giáo ở biên giới Trung Hoa với bắc Ấn Độ, thuộc khu vực có biết đến văn hóa Trung Hoa nhưng có ảnh hưởng của văn hóa Ấn Độ sâu sắc hơn. Kucha ngày nay thì đã bị lệ thuộc Trung Quốc và biến thành huyện Khố Xa thuộc tỉnh Tân Cương bây giờ. Quê hương của La Thập vào lúc đó, thế kỷ thứ tư dương lịch, là vùng đất có ảnh hưởng lâu đời của tông phái *Sarvastivāda* (Nhất thiết hữu bộ). Hơn hai trăm năm sau, trong quyển du ký nổi tiếng của Huyền Trang còn cho biết Kucha có tới 100 tự viện với khoảng 5000 tu sĩ. Hai thị trấn lớn của Kucha gần đó là Agni có 10 tự viện với 200 tu sĩ và Aksu có nhiều chục tu viện với khoảng 1000 tu sĩ, tất cả đều là giáo sĩ *Sarvastivadin*[287].

Thời La Thập, quốc gia Phật giáo lân cận Kucha là vương quốc Khotan (Vu Điền) mới thật là vùng sinh hoạt của Phật giáo Đại thừa. Tuy nhiên sử cho biết La Thập chưa bao giờ đi đến Vu Điền, mặc dù sau này ở Trường An ngài có cộng tác với nhiều học giả Phật giáo đến từ Khotan và sử dụng nhiều kinh điển Sanskrit mang đến từ đấy, như trường hợp ngài cộng tác với *Buddhayasas* để dịch *Daśabhūmika* (*Thập*

---

286. Nhất Thiết Hữu Bộ (*Sarvāstivāda*) còn gọi là Hữu Bộ, nhiều học giả coi là tông môn trung gian giữa Tiểu Thừa và Đại Thừa có Tam Tạng kinh luận hoàn toàn viết bằng Sanskrit và được dịch ra Hán văn rất nhiều, hiện còn tồn tại khá nhiều trong Tam Tạng Hán văn. Bộ *Abhidharma* (A tỳ đàm) và *Abhidharmakosa* (A tì đạt ma Câu xá luận) của Thế Thân có ảnh hưởng lớn trong Phật giáo Đại thừa.

287. Thomas Waters, *On Yuan-chwang's Travels in India*, London: Royal Asiatic Society, 1904, tr. 53-64.

Địa Kinh T.286)²⁸⁸. Trong lịch sử Phật giáo Trung Hoa, có nhiều đại sư Phật giáo Đại thừa nổi tiếng cũng đến từ Khotan. Nhiều kinh sách Đại thừa bằng Hán ngữ đầu tiên cũng được dịch từ Khotan. Còn khu vực La Thập sinh ra và sau đó theo mẹ du học ở Kashmir (Kế Tân) bắc Ấn Độ và vùng ngài tu học lâu nhất là Kashgar (Sa Lặc) đều là vùng hoạt động của *Sarvastivādin* (Nhất Thiết Hữu bộ). Khi Huyền Trang viếng thăm Kashgar hơn hai thế kỷ sau còn cho biết cả trăm tự viện ở đây đều thuộc về Phật giáo Hữu Bộ *Sarvastivāda*.

Thân phụ của La Thập là *Kumārayana* (Cưu ma La Viêm) là một nhà quí tộc Ấn Độ và cũng là một tu sĩ danh tiếng. Nhưng khi vân du đến Kucha, La Viêm bị vua nước này quá quí mến mời làm quan trưởng và gả em gái của ông là công chúa Jiva (Kỳ Bà) nổi tiếng xinh đẹp để giữ La Viêm ở lại. Công chúa Jiva trước vốn có đạo tâm, từ khi hoài thánh thai ngài La Thập lại càng thông minh và tinh tấn về đạo pháp hơn, nên quyết chí xuất gia. Dù vậy để giữ lời hứa với vua và La Viêm, bà đã ở với chồng cho đến khi có người con thứ hai mới được xuất gia cùng với La Thập lúc này đã 7 tuổi. Và quả thật sau khi xuất gia bà tu hành rất tiến bộ, đắc được đến quả vị rất cao và đã là một động cơ chính của việc xuất gia tu học và hành trình qua Đông Độ của La Thập sau này.

Như các vĩ nhân khác, La Thập rất thông minh và nổi tiếng là thần đồng từ nhỏ. Theo mẹ, La Thập bắt đầu học kinh A Hàm (*āgamas*) và A Tỳ Đàm (*Abhidharma*), mỗi ngày học thuộc đến cả ngàn câu. Năm lên 9 tuổi, La Thập theo mẹ đến Kashmir (Kế Tân) bắc Ấn Độ cũng là trung tâm của Phật giáo tiểu thừa ngày đó. Ở đây ngài theo học Trường A Hàm, Trung A Hàm và Tạp A hàm (*Dirghāgama, Madhyamāgama,*

---

288. Walter Liebenthal, *The Book of Chao*, Peking, Catholic Uiversitry Prss 1948, demie, tr.265

Samyuktakāgama) với *Bandhudatta* (Bàn đầu Đạt đa). Là học trò giỏi nhất của Bandhudatta một đại sư danh tiếng cả nước nên La Thập cũng bắt đầu nổi tiếng trong tăng giới nước này, dù lúc đó ngài mới chỉ là một thiếu niên. Sử còn ghi lại việc La Thập từng tranh luận thắng các luận sư ngoại đạo Tirthikas từ ngày còn rất trẻ. Cho đến năm 12 tuổi, La Thập lại theo mẹ trở về cố quốc Kucha. Trên đường về, La Thập dừng ở Kashgar (Sa Lặc). Ở đây La Thập học các kinh luận *Abhidharma-jñāna prasthāna-sāstra* (A tỳ đạt ma phát trí luận – sau này Huyền Trang dịch, T. 1543) là một kinh nổi tiếng của Nhất Thiết Hữu Bộ. Cũng trong thời gian này, La Thập còn học về kinh điển Vệ Đà và năm môn môn khoa học (vidya: ngữ pháp, logic, siêu hình học, y học, nghệ thuật) và cả khoa học và Thiên văn học, theo đúng truyền thống của các nhà trí thức Ấn độ thời đó.

Trong thời gian ở Kashgar, La Thập có dịp quen *Suryasoma* (Tu lợi da tô ma) một tu sĩ Phật giáo Đại thừa[289]. *Suryasoma* vốn là hoàng tử nước Yarkand (Toa Xa). Nước này theo Đại Thừa vì ở ngay cạnh Khotan được coi là trung tâm Phật giáo Đại thừa thời đó. Đến tận năm 644, Huyền Trang cũng ghé qua Yarkand cho biết Phật giáo Đại thừa vẫn tiếp tục phồn thịnh ở đây. Nhờ sự giới thiệu và hướng dẫn của Suryasoma về kinh *Anāvatapta nagarāja pariprccha sūtra*[290] mà lần đầu tiên La Thập biết đến kinh điển Đại Thừa. Sau đó La Thập tìm học thêm Trung Luận, Bách Luận và Thập Nhị Môn Luận. Khi đọc được kinh điển đại thừa, La Thập mới thật sự

---

289. Theo Truyền thống Hoa Nhật thì Suryasoma là thuộc Trung Quán Tông nên La Thập là người kế thừa truyền trống *Nāgārjuna* (Long thọ) - *Aryadeva* (Thánh thiên) - *Rahulabhadra* (La hầu la da) – *Suryyasoma* - *Kumārajiva*

290. *Phật Thuyết Hoằng Đạo Quảng Hiển Tam Muội Kinh,* Trúc Pháp Hộ dịch (T 635)

giác ngộ và quyết chí bỏ Tiểu Thừa từ đây. Cũng trong thời gian này La Thập quen với Buddhayasas một tu sĩ Phật giaó Đại thừa người Ấn Độ.

Rời Kashgar, La Thập và mẹ trở về Kucha. Năm 20 tuổi La Thập chính thức thọ giới ở ngay hoàng cung. Nhà vua rất yêu thích và hãnh diện vì có vị tu sĩ học giả và là cháu của mình này, nên để La Thập tu học ở ngay trong chùa Hoàng cung. Có lẽ nhờ ở chùa Hoàng gia là chùa của cả nước nên mới có kinh sách về Đại thừa như trường hợp ngài tìm được kinh *Pađcavimsati* ở đây (sau này La Thập dịch là *Ma Ha Bát Nhã Ba La Mật*, T 223) nên La Thập cũng có dịp tìm đọc thêm các kinh luận Đại thừa khác. Cũng trong thời gian ở đây La Thập cũng học luật *Thập Tụng Luât* (*Sarvastivadi- vinaya* T. 1435) với *Vimalsksa*, một danh sư người Bắc Ấn. *Vimalsksa* không bị Lữ Quang bắt trong năm 382, nên đến năm 406 mới đến Trường An giúp La Thập dịch kinh. Sau khi La Thập mất, ông mang quyển Thập Tụng Luật mà La Thập đang dịch dang dở về miền nam và dịch tiếp ở đây.

Danh tiếng học giả của La Thập lúc này nổi tiếng ra tận ngoài nước. Cho nên ngài Bandhudatta, thầy cũ của La Thập cũng tìm đến để xem lại người học trò cũ của mình. La Thập quyết định truyền giáo pháp Đại thừa cho thày cũ để trả ơn người. Sử nói rằng La Thập đã phải đến cả tháng trời mới tranh luận và thuyết phục được vị thầy danh tiếng và uyên bác này theo Đại thừa. Nhưng cũng lúc này là lúc bà mẹ ngài phải từ biệt ngài để trở về Thiên Trúc. Với tuệ nhãn của người tu đạo bà tiên đoán trước được khó khăn của La Thập nên nói với ngài: "Chánh pháp Đại thừa phải truyền qua Đông độ mà chỉ có sức con mới truyền được, nhưng sẽ có nhiều bất lợi khó khăn cho con, chẳng biết làm sao hơn." La Thập trả lời rằng "Đạo Bồ tát là quên mình mà làm lợi cho chúng sinh. Nếu chánh pháp được truyền qua Đông độ làm lợi cho sinh dân nơi đó thì thân mạng con nào có đáng tiếc gì?"

Đông Độ là Trung Hoa lúc đó sử gọi là thời Ngũ Hồ Thập Lục Quốc. Vua Phù Kiên của Tiền Tần (sử cũng gọi là Phù Tần, theo tục gọi tên nước chung với họ nhà vua) là quốc gia mạnh nhất đương thời và cũng rất ủng hộ Phật giáo. Năm 382, lúc này La Thập đã 38 tuổi, tên tuổi vang đến tận Đông Độ, nơi Đại sư Đạo An vị lãnh tụ Phật giáo lúc bấy giờ và cũng đang là quốc sư của Phù Tần. Ngài Đại An đã khuyên vua Phù Kiên cung thỉnh La Thập đến Trường An. Phù Kiên sai tướng Lữ Quang chinh phạt Hà Tây với mục đích chính là đón cho được La Thập. Đại quân của Lữ Quang thành công mang được La Thập về đến Lương Châu thì nghe Phù Kiên bị thua trận Phù Thủy[291] và sau đó bị thủ lĩnh của tộc Khương là Diêu Trường giết mất nên Trường An có loạn. Lữ Quang liền đình quân ở Hà Tây tự xưng vương, lấy tên nước là Hậu Lương. Lữ Quang cũng muốn giữ La Thập làm con tin nên nhiều lần từ chối vua mới là Diêu Trường nhà Hậu Tần đòi gửi La Thập về Trường An. Vì vậy La Thập bị Lữ Quang giam lỏng ở Lương Châu trong gần 20 năm.

MƯỜI NĂM HÀNH ĐẠO Ở ĐÔNG ĐỘ

Trong khi đó Diêu Trường ở Trường An lên làm vua cũng tiếp tục lấy tên nước là nhà Tần, sử gọi là Hậu Tần hay Diêu Tần. Cho đến khi Diêu Hưng (366-416) lên nối ngôi Diêu Trường và sai Diêu Thạc Đức chinh phục Hậu Lương năm 401 (Hậu Tần Hoằng Thỉ năm thứ ba) mới đón được La Thập về Trường An. Vua Diêu Hưng hết sức kính trọng La Thập, tôn ngài làm quốc sư và để ngài ở ngay Tây Minh Các trong

---

291. Trận chiến Phù Thủy là một trận chiến lớn "thay đổi hẳn vận mạng lịch sử Trung hoa" theo K. Chen, *Buddhism in China*, Princeton Press 1972. Việt Nam còn biết tới qua thơ *Chinh Phụ Ngâm Khúc* "Non Kỳ quạnh quẽ trăng treo, Bến Phì gió thổi đìu hiu mấy gò".

Tiêu Dao Viên của Hoàng gia. Trong lúc đó triều đình cũng cho tập trung ngay cả ngàn chư tăng bác học nhất trong nước tựu tập về Trường An giúp La Thập có thể bắt đầu công cuộc dịch thuật như ngài mong muốn. Danh tiếng của La Thập từ trước đã vang danh khắp nơi. Thực tế là khi nghe ngài sắp đến Trường An, nhiều đại sư danh tiếng nhất thời bấy giờ cũng đã tự động tụ tập về đây. Điển hình nhất là ngài Đạo An (312-385) vị được coi là vị lãnh đạo Phật giáo thời bấy giờ và chính là người trước đó đã hối thúc vua Phù Kiên mời La Thập về Trường An. Khi ngài Đạo An mất mà chưa gặp được La Thập, ngài đã di ngôn lại cho các đệ tử quan trọng nhất của mình là nhóm Tăng Duệ chờ đón La Thập ở Trường An. Và chính Tăng Duệ sau này là người chấp bút trong hội phiên dịch của La Thập. Trong khi đó nhiều vị khác trẻ hơn như Tăng Triệu thì đã âm thầm đến tận Cô Tang tìm gặp La Thập ngay từ ngày ngài còn bị Lữ Quang giam lỏng ở đây.

Đầu năm 402 La Thập mới bắt đầu công việc dịch kinh điển ở Vườn Tiêu Dao. Ngoài việc phiên dịch ngài còn phải thường xuyên thuyết pháp vì số tín đồ tăng chúng ái mộ ngài quá đông, đặc biệt là giới thượng lưu quan quyền, phần vì chính nhà vua cũng là một Phật tử rất thuần thành và rất kính trọng La Thập. Sự ái mộ dành cho La Thập và Phật giáo nói chung không phải chỉ có thói đời xu phụ khi thiên hạ thấy Phật giáo và bản thân La Thập được hoàng đế ủng hộ mà phong trào cả nước thật sự đều có lòng tin Phật. Như tôi đã có dịp nói trước đây[292] là nhìn lại toàn bộ tư tưởng Trung Hoa trước thời Phật giáo du nhập, việc Phật giáo đã dùng các tư tưởng ngôn ngữ của Đạo học để truyền bá vào Trung Hoa đúng là một lý do Phật giáo mau chóng được chấp nhận ở mảnh đất cổ kính này, nhưng tôi cũng nghĩ rằng sau đó Phật giáo vững mạnh

---

292. Vũ Thế Ngọc, *Nghiên Cứu Lục Tổ Đàn Kinh*, sđd, tr. 36-39

đến nỗi chuyển cả vùng đất mênh mông này thành một quốc gia Phật giáo cũng bởi vì văn hóa truyền thống cổ Trung Hoa dường như thiếu hẳn ý thức về tôn giáo. Nói theo ngôn từ triết học Trung Hoa thì tư tưởng Khổng Mạnh cuối cùng chỉ là triết lý về phần hình nhi hạ, lý luận về phương diện đạo đức xã hội, nói theo ngôn từ của Phùng Hữu Lan trong *Tân Nguyên Đạo* thì "Triết học của các học giả Khổng giáo sơ kỳ (chưa có ảnh hưởng Phật giáo) chưa 'đến được lãnh vực lý thuyết, chưa vượt thoát được đến bờ mé tận cùng' "[293]. Còn Đạo học hay Huyền học Trung Hoa thì lại chủ về tư tưởng triết lý hơn là những tư duy tôn giáo. Vì vậy Phật giáo đã mau chóng trở thành tôn giáo duy nhất của đất nước này và dồn các hình thức tôn giáo phiếm thần như Hoàng Lão phù thủy trở thành các sinh hoạt tín ngưỡng sơ khai vẫn còn tồn tại qua các lễ hội truyền thống rải rác cho đến tận ngày[294].

Công việc dịch thuật thì càng ngày càng bận bịu, vì La Thập không chỉ dịch những kinh luận chưa được dịch mà ngài cũng phải dịch lại các tác phẩm đã được dịch rồi nhưng cần phải san nhuận trở lại. Cũng vì vậy mà từ năm 406 ngài ra ở hẳn Trường An Đại Tự nơi có các kiến trúc xây riêng thuận tiện cho việc dịch thuật lúc đó số nhân viên đã có lúc lên đến tận 3000 người. Việc dịch lại các kinh đã có người trước dịch không phải chỉ là sự ưa thích tiêu chuẩn chính xác và cao nhã

---

293. *"The philosophy of the early Confucianists did not reach 'the sphere of the abstract, nor ferry over into the beyond.'"*

294. Sau khi Phật giáo vào Trung Hoa, do ảnh hưởng Phật giáo phong trào "Tân Nho giáo" khai sinh từ thế kỷ thứ tám và nở hoa kết trái vào thời nhà Tống (960-1279) với đỉnh cao là Lục Tượng Sơn (1139-1193), thời nhà Minh (1368-1643) với Vương Dương Minh (1472-1529). Đây là một đề tài quan trọng nên đã quyến rũ học giới hơn, nên trong thế kỷ vừa qua đã có rất nhiều sách và luận án khảo sát về đề tài "Phật hóa Nho Giáo" hay "Neo-Confucianism" nhưng đề tài "Thiền hóa Lão Trang" hay "Neo-Taoism" vẫn còn là mảnh đất trống của học giới.

của riêng La Thập mà thường do lời yêu cầu chung của mọi giới, đặc biệt là của chính nhà vua. Nhưng cũng vì thế mà La Thập đã tạo ra được một tiêu chuẩn chung, xây dựng được cả một hạ tầng ngôn ngữ Hán văn Phật giáo cho cả kiến trúc Tam Tạng kinh điển Phật giáo Hán tạng đồ sộ mà chúng ta có được ngày nay.

Trong vòng 10 năm rất ngắn ngủi nhưng với lối làm việc khoa học và số nhân sự cũng như phương tiện dồi dào La Thập đã dịch được tới 300 *quyển*[295]. Có nhiều sách báo cáo số kinh luận do ngài dịch khác nhau. Sách cổ nhất là *Xuất Tam Tạng Ký Tập* đầu thế kỷ thứ sáu cho biết có 35 bộ (293 quyển), *Khai Nguyên Thích Giáo Lục* cho là 74 bộ (384 quyển). Sở dĩ có sự khác biệt này là vì có những *bộ* (cuốn sách riêng rẽ) là các kinh hay luận rất ngắn, hoặc có những bộ đã do người khác dịch trước mà La Thập chỉ nhuận chính lại. Đặc biệt là theo học giả Nhật Bản Hatani, thì có tới 17 bộ kinh của *Dharmarakṣa*[296] (Trúc Pháp Hộ) dịch trước đã được La Thập dịch lại. Trong số naỳ có các kinh quan trọng như *Ma Ha Bát Nhã Ba La Mật Kinh* (T 223), *Diệu Pháp Liên Hoa* (T 262), *Ñaò Baûo Tích* (T 310), *Duy Ma Cật* (T 475), *Thủ Lăng Nghiêm* (T 642), *Trí Thế Kinh* (T 482)... Theo tôi nghĩ ngài *Dharmarakṣa* khi qua Đông Độ rất sớm, với tình hình không

---

295. **Quyển** giống chữ *Book* của Anh ngữ cổ không có nghĩa là quyển sách (chữ *book* trong Thánh Kinh Bible thì giống như chữ *Phẩm* trong kinh Phật) đừng hiểu *Quyển* là một tác phẩm riêng rẽ như chữ quyển ngày nay. Quyển ở đây chỉ là "một khổ giấy" với số trang nhất định – thí dụ "kinh Lăng Gì 4 quyển, kinh Lin Hoa 7 quyển v.v."

296. Paul Demiéville "La Pénétration du Boudhisme dans la tradition philosophique chinoise," trong *Cahiers d'histoire mondiale*, III (1956), Tr. 19-38. Trúc Pháp Hộ (Dharmaraksa, 239-316) còn có tên chữ Hán là Đàm Ma La Sát. Sinh trưởng ở Đôn Hoàng, ngài thông thạo cả Phạn ngữ lẫn Hán ngữ trước khi đến Lạc Dương và Trường An dịch kinh. Theo *Lịch Đại Tam Bảo Ký* ngài dịch đến 210 bộ kinh, hiện trong Đại Chánh Tân Tu Đại Tạng Kinh còn 94 bộ mang tên ngài.

có kinh sách ngày ấy, ngài đã phải cấp tốc dịch thật nhiều những kinh mà ngài thấy cần thiết phải có ngay. Với hoàn cảnh của người tiền phong đến một vùng đất hoàn toàn xa lạ với văn hoá và ngôn ngữ Phật giáo, chắc chắn ngài sẽ gặp những khó khăn mà 100 năm sau La Thập không còn thấy. La Thập là người đến sau, ngoài những kinh luận ngài thấy cần có ưu tiên dịch ngay, La Thập cũng thấy cần phải tuyển dịch lại danh sách những kinh luận quan trọng, nên ngài đã phải dịch lại những kinh này.

Theo những nghiên cứu mới, thì trong số 55 bộ kinh của La Thập còn giữ trong Đại Tạng Hán Ngữ (*Đại Chánh Tân Tu Đại Tạng Kinh*) số kinh có đề rõ ngày tháng phiên dịch chỉ có 23 bộ[297], còn những kinh luận khác không có đề ngày dịch. Về số lượng thì con số 55 bộ kinh của La Thập còn thua 94 bộ của Trúc Pháp Hộ (*Dharmarakṣa 239-316*) hay 75 bộ (1335 quyển) của ngài Huyền Trang (600-664). Tuy nhiên về mức độ còn được tiếp tục dùng như bản tiêu chuẩn thì có thể nói các bản dịch của La Thập vẫn tiếp tục đứng đầu. Rất nhiều kinh có trong Đại Tạng trùng dịch với bản dịch của La Thập chỉ còn được các nhà nghiên cứu dùng làm sách tham khảo khi cần thiết mà không được quần chúng biết đến. Thí dụ như kinh Kim Cương có đến 6 bản Hán dịch, nhưng quần chúng chỉ biết đến bản của La Thập. Tại viện Hán Nôm Việt Nam còn tàng giữ đến 16 bản kinh Kim Cương, kể cả các bản in lẫn chép tay, nhưng tất cả đều là dịch bản của La Thập. Trước đây Phật học giới Việt Nam dường như chưa hề biết đến các bản dịch khác, mặc dù triều đình Việt Nam đã từng nhiều lần xin được trọn bộ Tam Tạng Hán văn do triều đình Trung Hoa khắc in.

---

297. Theo Hatani Ryotai, do Richard Robinson dẫn lại trong *Early Madhyamika in India and China*, tr. 73.

NỘI DUNG KINH LUẬN CỦA LA THẬP DỊCH THUẬT

Kinh sách do La Thập dịch nhiều nhất là thuộc kinh luận Tánh Không của Đại thừa. Các kinh quan trọng nhất có thể kể ra là *Ma Ha Bát Nhã Ba La Mật* (T 223), *Bát Nhã Bát Thiên Tụng* (T 227), *Duy Ma Cật Sở Thuyết* (T 475), *Kim Cương Bát Nhã* (T 235), *Bát Nhã Tâm Kinh* (T 250), *Diệu Pháp Liên Hoa Kinh* (T 262), *Thập Địa Kinh* (T 286) dịch chung với Buddhayasas. Ngoài Tam Luận danh tiếng *Trung Luận* (T 1564), *Bách Luận* (T 1569) và *Thập Nhị Môn Luận* (T 1568) La Thập còn dịch thêm ba luận quan trọng khác của Long Thọ là Ñaïi Trí Ñoä Luaän (T 1509), *Thập Trụ Tỳ Bà Sa Luận* (T 1521) và của Thế Thân là *Phát Bồ Đề Tâm Kinh Luận* (T 1659). Tuy nhiên nhìn chung phạm vi kinh luận La Thập dịch rất rộng, hầu như rất đủ mọi khuynh hướng Phật học. Với Phật học Việt Nam thì gần giống như Trung Hoa, nghĩa là khi có nhiều bản dịch khác nhau thì người ta thường hay chọn bản dịch của La Thập. Trong 55 bộ kinh của La Thập hiện có trong Hán tạng (Ñaïi Chính Taân Tu Ñaïi Taïng) cá nhân tôi sưu tập có 15 bộ đã được dịch ra Việt ngữ có thể kể ra là [298]:

1- Kinh Diệu Pháp Liên Hoa (7 quyển).

2- Kinh Phạm Võng (2 quyển).

3- Kinh Di Giáo (1 quyển)

4- Kinh Duy Ma Cật (3 quyển).

5- Kinh Di Đà (1 quyển).

6- Kinh Thủ Lăng Nghiêm (2 quyển).

---

298. Đây chỉ là những kinh tôi hiện có (2009), có lẽ những năm vừa qua Việt Nam có dịch thêm nữa.

7- Kinh Kim Cương Bát Nhã (1 quyển).

8- Kinh Vô Lượng Thọ (1 quyển).

9- Luật Thập Tụng (61 quyển).

10- Tọa Thiền Tam Muội (3 quyển).

11- Đại Trí Độ Luận (100 quyển).

12- Thành Thật Luận (16 quyển).

13- Trung Luận (4 quyển).

14- Bách Luận (2 quyển).

15- Thập Nhị Môn Luận (1 quyển).

Theo học giới thì La Thập không câu nệ trường phái hay khuynh hướng khi chọn kinh để dịch, mà hoàn toàn theo thứ tự mà ngài nghĩ là cần thiết nhất. Việc La Thập cũng dịch lại nhiều kinh luận đã được người trước dịch, ngoài lý do chủ quan cho là người trước dịch chưa đạt, cũng còn vì có người khác yêu cầu. Trường hợp rõ ràng nhất là La Thập đã dịch lại kinh *Duy Ma Cật Sở Thuyết* là do Tăng Triệu yêu cầu, vì như ta biết Tăng Triệu rất ái mộ kinh này, *Tọa Thiền Tam Muội* là do Tăng Duệ yêu cầu, *Tư Ích Phạm Thiên Sở Vấn Kinh* (T 586) là do nhà vua yêu cầu. Đặc biệt là kinh Ma Ha Bát Nhã Ba La Mật do chính vua Diêu Hưng yêu cầu. Không những yêu cầu, sử còn cho biết chính nhà vua đôi khi cũng tham dự trong việc dịch thuật.

PHƯƠNG PHÁP DỊCH CỦA LA THẬP

Sử liệu cho ta biết trường hợp dịch thuật của La Thập được cả một triều đình hỗ trợ với các phương tiện mà từ trước chưa hề có được. Hãy tưởng tượng một khối 3000 tu sĩ và học giả tham dự trực tiếp trong trường dịch đó, với nhiều khi đích thân nhà vua cũng tham dự trực tiếp[299] thì chúng ta có thể cảm thấy qui mô của nó như thế nào. Phương tiện như thế, thiết tưởng với phương tiện tư bản của ngày nay cũng không thể nào tái hiện lại được khung cảnh uy nghiêm và đồ sộ như vậy.

Rất tiếc là La Thập không để lại tài liệu nào cho biết phương pháp và tiêu chí làm việc của ngài. Sử chỉ cho biết cách làm việc của ngài so với lề lối cổ điển rất khác biệt. Vì có thừa nhân số, nên trường dịch của ngài đã biến thành trường dịch tập thể. Trước hết La Thập giảng kinh cho toàn cử tọa, sau đó các nhóm sẽ phân công thảo luận và đúc kết ghi chép lại bản dịch sơ thảo. Sau đó La Thập đọc lại so sánh với chính bản và sửa chữa. Bản này sẽ còn do một vị tăng sĩ học giả làm nhiệm vụ *chấp bút*, so sánh và viết ra bản dịch giao lại cho La Thập đích thân tổng duyệt và đồng ý. Lẽ dĩ nhiên những khâu đoạn này là do chúng ta thâu lượm các tin tức để viết lại như thế. Không có văn kiện nào còn sót lại cho chúng ta biết nhiều hơn. Trái lại còn có những đoạn văn rời cho ta thấy các khâu đoạn này không phải luôn luôn được tuân thủ một cách chặt chẽ.

Tuy không có văn kiện nào hiện nay còn giữ được để cho ta biết đích xác phương pháp và tiêu chí cách dịch thuật của trường dịch này, nhưng may mắn chúng ta còn giữ được một số tài liệu của Tăng Duệ người chấp bút cho Cưu Ma La Thập cũng là đệ tử của Đạo An. Trong lời tựa cho bản dịch kinh *Ma Ha Bát Nhã Ba La Mật* (T 223) Tăng Duệ viết "Khi tôi cầm bút, tôi luôn nghĩ ba lần tới (nguyên tắc dịch kinh) tiên sư." [300] Tiên sư của Tăng Duệ là Đạo An (312-385). Như chúng ta đã

---

299. Paul Demiéville trong "Review of Lamotte's *Traité*"(tome II, *Journal Asiatique* 1950 pp 375-95) cho biết khi La Thập dịch kinh Duy Ma Cật mà Lamotté dịch ra Pháp ngữ viết: "La Thập và Hoàng Đế đích thân đọc từng chữ của hai bản Hán ngữ và Sanskrit và bàn định với nhau."

300. *Nghiên Cứu Lục Tổ Đàn Kinh*, sđd, tr.. 44, 45

biết Đạo An là nhân vật trung tâm của Phật giáo Trung Hoa thời sơ kỳ, là người đã đưa được tu sĩ Trung Hoa vào kỷ cương chung, từ việc chấp nhận giới luật chung (lúc đó Trung Hoa chưa biết đến kinh Luật của Đại Thừa) cho đến việc lấy chung chữ Thích làm họ[301]. Và "lời cuả tiên sư" mà Tăng Duệ nhắc ở đây chính là nguyên tắc dịch thuật *ngũ thất bản* [302](năm điều khiến bản dịch không thể nhất trí với nguyên tác) và *tam bất dị* [303](ba điều không dễ) của Đạo An đã viết. Năm 382, Đạo An là người đã đề ra các lý luận dịch thuật là Ngũ thất bản và Tam bất dị để dịch kinh từ chữ Phạn qua chữ Hán (trong bài Đạo An viết tựa cho *Bát nhã Ba la mật kinh sao*). Đây là các lý luận không những La Thập tôn trọng mà còn được coi là tiêu chuẩn chung cho đến ngày nay.

Trong lời nói đầu của bản dịch kinh Ma Ha bát Nhã Ba La Mật của La Thập do Tăng Duệ chấp bút, Tăng Duệ còn cho thí dụ 9 trường hợp các chữ La Thập đã dịch lại là vì hai lý do

---

301. Người Trung Hoa rất kính trọng dòng tộc. Trước thời Đạo An khi đi tu thì có người vẫn giữ tên họ, người thì lấy thêm tên của thầy mình như họ An là sư gốc An Tức (Partia), Vu là các sư gốc Vu Điền (Khotan), Trúc là sư gốc Ấn Độ (India), Khang là sư gốc Khang Cư (Soghdiana), Chi là người Nguyệt Chi (Indoscyth)...

302. *Ngũ thất bản*: 1) Thứ tự chữ (word order) trong văn Phạn văn khác hẳn Hán văn. 2) Người Hồ chú trọng đến nội dung, người Hán yêu chuộng ngô ngữ bóng bẩy. 3) Kinh điển Phạm văn thích lập đi lập lại, nhiêu khi lập lại một đoạn văn đến cả ba bốn lần, Hán văn thì không quen lối văn đó. 4) Khi người Hồ cần giải thích, ý nghĩa thì không gì sai lầm nhưng lại nằm ở giữa các câu không liên hệ, lúc người đọc không thấy có nối kết với câu cú nên khi dịch có khi bỏ mất cả ngàn chữ. 5) Khi chủ đề chính đã được trình bày xong, nhiều khi bản Phạn văn lại nói thêm ý phụ. Lại dùng trở lại các câu cú mệnh đề giống như phần chính, người dịch thường bỏ đi (cho là trùng lập, dư thừa)

303. *Tam bất dị*: Ba điều là về sự khác biệt giữa ngôn ngữ của bậc toàn trí và ngôn ngữ của phàm nhân, ngôn ngữ nghĩa tuyệt đối và ngôn ngữ thông tục, giữa ngôn ngữ cổ điển và ngôn ngữ thời hiện tại. Nhiều người còn gọi là *Tam Bất Dịch* (ba điều không được dịch: thí dụ Prajna chỉ dịch âm là bát nhã không được dịch nghĩa là trí tuệ, ngôn ngữ của các thần chú cũng vậy)

chính: Nếu là chữ biểu âm thì phải dùng chữ Hán đọc đúng âm chữ Phạn theo cách đọc đúng mà ông biết (nhiều vị dịch trước có thể biết nghĩa chữ nhưng chưa chắc đã đọc đúng). Nếu là chữ dịch nghĩa thì phải chọn chữ Hán đúng nghĩa nhất với chữ Phạn. Chín thí dụ này là:

1. *Ấm* (陰) trước dịch chữ *skandha* nay dịch là *Uẩn*[304] 薀

2. *Nhập* (入) trước dịch chữ *āyatana* nay dịch là *Xứ* 處

3. *Trì* (授) trước dịch chữ *dhatu* nay dịch là *Tính* 姓[305] (界)

4. *Giải Thoát* (解脫) trước dịch chữ *vimoksa* nay dịch là *Bối Xả* 背捨 [306]

5. *Trừ Nhập* (除入) trước dịch chữ *abhidhvayatana* nay dịch là *Thắng Xứ* 勝處

6. *Ý Chỉ* (意止) trước dịch chữ *smrtiupasthāna* nay dịch là *Niệm Xứ* 念處

7. *Ý Đoạn* (意斷) trước dịch chữ *samyak-prahan* nay dịch là *Chánh Cần* 正斷

8. *Giác Ý* (覺意) trước dịch chữ *bodhi* nay dịch là *Bồ Đề* 菩薩

9. *Trực Hành* (直行) trước dịch chữ *ārya-marga* nay dịch là *Thánh Đạo* 聖道

Chín thí dụ này quá ít không thể đại diện cho tất cả, nhưng qua chúng ta cũng thấy La Thập dường như trong các từ mới

---

304. Tăng Duệ viết lầm là "chúng".

305. Tăng Duệ lầm. Sự thật La Thập dùng cả hai chữ Tính và Giới (xem Ma Ha Bát Nhã T 223)

306. La Thập tiếp tục dùng cả hai chữ Bối Xả và Giải Thoát (xem Ma Ha Bát Nhã T 223)

thay cho từ cổ, ngài chuộng chữ dịch nghĩa hơn chữ dịch âm.

Điều chúng ta phải biết là dù có nhiều phương tiện và toàn quyền tự định đoạt chương trình làm việc, La Thập vẫn rất cẩn thận trong mọi hoạt động dịch thuật của ngài. Sử không nói nhiều về việc này nhưng qua nhiều sự kiện riêng lẻ như trường hợp La Thập đã trì hoãn không chịu dịch ngay kinh *Dasabhūmika* (Thập Trụ Kinh - T 286) để đợi cho đến khi *Budhayasas* (Phật Đà Da Xá) đến được Trường An, vì theo La Thập Buddhayasas là người rất hiểu kinh này. Một trường hợp khác là khi Punyatrata (Phất Nhã Đa La) người giúp La Thập dịch *sarvastivadi-vinaya* (Thập Tụng Luật - T 1435) mất sớm. La Thập không dịch tiếp nữa, mặc dù như ta biết La Thập đã học thuộc kinh này từ hồi 20 tuổi ở quê nhà (Sau Vimalsksa mang về miền nam dịch tiếp và trên tên kinh vẫn đề La Thập dịch). Nhìn chung như vậy cho ta thấy La Thập chưa bao giờ làm việc một cách thiếu trách nhiệm dù ngài được vua kính trọng và được tự do trong việc điều hành trường dịch thuật này.

MỨC ĐỘ KHẢ TÍN TRONG BẢN DỊCH CỦA LA THẬP

Chúng ta đã biết là các bản dịch của La Thập rất được kính trọng. Ở Trung Hoa cũng như ở nhiều quốc gia khác, khi có nhiều bản dịch thì người ta thường chọn bản của La Thập làm bản chuẩn. Nhiều bản dịch cũ đã không được dùng nữa từ khi có bản dịch mới của La Thập xuất hiện. Vì uy tín bản dịch của La Thập cao như vậy, từ trước hầu như không có ai lên tiếng phê bình hoặc để công sức phân tích so sánh các bản dịch, hay so sánh với chính bản Phạn văn để trả lời thắc mắc về mức độ khả tín của các bản dịch của La Thập.

Tuy nhiên dù không phê bình trực tiếp, nhưng lẽ dĩ nhiên

vẫn có những bản dịch khác dịch ngay lại bản đã được La Thập dịch trước. Điều này ít nhất cho chúng ta thấy vẫn có các vị cho là bản dịch của La Thập chưa phải là hoàn toàn. Thí dụ điển hình là dù đã có bản dịch Kim Cương Bát Nhã nổi tiếng của La Thập mà sau đó chúng ta còn thấy có thêm 5 bản dịch khác, mặc dù bản dịch của La Thập vẫn tiếp tục được coi là định bản. Và trường hợp kinh Kim Cương Bát Nhã này không phải là trường hợp duy nhất. Thí dụ khác là bản dịch *Bát Nhã Tâm Kinh* của Huyền Trang (600-664) đã trở nên quá nổi tiếng và phổ biến đến nỗi rất ít ai biết La Thập trước đó hai trăm năm cũng đã từng dịch kinh này dưới tên *Ma ha Bát Nhã Ba La Mật Đại Minh Chú Kinh* (T 250).

Từ thế kỷ 20 người ta bắt đầu nghiên cứu về Phật học một cách qui phạm trường ốc sâu rộng hơn, khác với truyền thống thường là nghiên cứu cho nhu cầu tôn giáo. Một vài học giả của thế kỷ vừa qua chịu ảnh hưởng phương pháp nghiên cứu phân tích giảo chứng của Tây phương cũng đã đặt vấn đề về giá trị của các bản dịch của La Thập. Tiên phong là các học giả Nhật Bản vì các vị này vừa thông thạo chữ Hán vừa có truyền thống học chữ Phạn rất sâu từ xa xưa, đặc biệt là từ ngày Kobo Daishi (Hoằng Pháp Đại Sư Không Hải 774-835) mang Mật Tông về truyền bá ở Nhật. Cũng nên nhớ Nhật Bản là nước duy nhất ở trong Á Châu có cả một chính sách cấp quốc gia trong nỗ lực học tập Tây phương về mọi mặt từ khoa học cho đến các nghành nhân văn xã hội từ rất sớm[307]. Richard Robinson dẫn trong Luận án Tiến sĩ của ông[308] về

---

307. Nên nhớ các danh từ khoa học tự nhiên cũng như xã hội dịch từ các ngôn ngữ Âu Châu mà Trung Hoa sử dụng (và sau đó Việt Nam dùng lại như "Danh từ Khoa học Hoàng Xuân Hãn") có rất nhiều chữ có nguồn gốc từ Nhật Bản

308. Richard Robinson *Early Madhyamika in India and China*, University of London, 1965

trường hợp học giả Nhật Bản Ocho Enichi trong "*Kumārajiva's Translation*" (1957) cho biết "La Thập đã bỏ nửa phần cuối của *Bách Luận*, viết lại *Trung Luận Sớ*, bỏ bớt các đoạn trong kinh Sarvastivadi-vinaya (*Thập Tụng Luật* T 1435)", nên từng lên tiếng là La Thập đã dám sửa lời của đức Từ phụ. Nhưng cũng theo Robinson thì *Bách Luận, Trung Luận* chỉ là luận chứ chưa phải là kinh, còn vài thí dụ bị bỏ trong kinh Thập Tụng cũng chỉ là lời bàn thêm, cho nên không thể nói là La Thập đã sửa chữa lời của Đức Phật. Cuối cùng Robinson kết luận "Tổng quát thì La Thập và nhóm của ông chưa bao giờ rút gọn Kinh điển, kể cả những đoạn kinh được lập đi lập lại. Họ đã không bỏ bất cứ lời kinh nào, nếu có bỏ La Thập chỉ bỏ đi những tên hiệu" [309] [như trong trường hợp kinh Kim Cương Bát Nhã, La Thập chỉ giữ danh xưng Thế Tôn, mà bỏ đi các tên hiệu thêm vào sau như "vị cao cả, bậc giác ngộ Vô thượng Chánh đẳng Chánh giác..."]

Cho đến gần đây, khi có các sách luận như sách *Trí Tuệ Giải Thoát* này có so sánh về các dịch bản thì cá nhân tôi cũng như các học giả khác cũng chưa có ai trực tiếp phê bình và định luận về mức độ khả tín của các bản dịch của La Thập. Sự kiện này nói lên uy tín các bản dịch của La Thập quả quá lớn. Nhưng về mặt kinh viện, sự kiện này cũng nói lên sự thiếu sót trầm trọng của học giới hiện nay vì vẫn chưa có ai có khả năng trực tiếp trả lời câu hỏi về mức độ khả tín của các bản dịch của La Thập. Ngay trong luận án của Richard H. Robinson mà chúng ta đã dẫn (*Early Madhyamika in India and China*, do Arthur Waley và David Fiedman bảo trợ và Edward Conze cố vấn) chỉ mới thử so sánh bản dịch 16 bài kệ đầu tiên trong Trung Luận do La Thập dịch với nguyên tác Sanskrit. Sau thí nghiệm nhỏ này, cuối cùng Robinson cũng chỉ đưa đến một

---

309. Ibid, trang 81

nhận xét chung chung như chúng ta đã thấy trong Trí Tuệ Giải Thoát và các sách tương tự. Nghĩa là nhận định cho rằng lối dịch của La Thập rất "trôi chảy và phóng khoáng vì ngài có thể bỏ bớt vài chi tiết nhỏ, đảo lộn thứ tự câu cú, nhưng có thể nói là không bỏ sót các chi tiết lớn, và điều quan trọng nhất là không trình bày sai nội dung nguyên tác hoặc có thể hướng người đọc đến việc có thể hiểu lầm nguyên tác"[310]. Như đã nói, thí nghiệm của Robinson quá nhỏ, và những trích dẫn so sánh tương tự của các sách đã xuất bản gần đây thường quá ngắn gọn để đưa đến kết luận nào. Thành ra câu hỏi là mức độ khả tín các dịch bản của La Thập cho đến nay vẫn còn là một câu hỏi chưa có trả lời thật sự rõ ràng. Trong khi chờ đợi, thì chúng ta đành chỉ còn biết tin tưởng vào sự đánh giá thống nhất của truyền thống xuyên suốt từ hơn 15 thế kỷ qua[311].

ẢNH HƯỞNG CỦA LA THẬP

Tóm lại chúng ta có thể thấy dưới ảnh hưởng các dịch phẩm của La Thập và ngôn ngữ Phật học Hán ngữ mà La Thập đã giúp công thiết lập, đã trở thành cơ bản chung của nội dung Phật học Á Đông, một nội dung mà sau này các nhà Phật học khác tiếp tục vun sới. Tuy nhiên có thể vì quá hâm mộ La Thập mà trong giới nghiên cứu Phật học Trung Hoa cho rằng ngài là tổ sư của các tông môn này nọ và có nhiều đệ tử lỗi lạc tiếp tục truyền bá tư tưởng của ngài thì đều là các ý kiến không có đủ chứng cớ thuyết phục.

Điều rõ ràng là La Thập không hề để lại tác phẩm nào và cũng không hề có tư tưởng khai sáng môn hộ. Sau khi La Thập

---

310. Ibid, trang 87

311. Truyền thuyết còn kể lại trước khi thị tịch, La Thập có di ngôn nói rằng 'nếu những kinh điển tôi dịch không có sai lầm, thì sau khi thiêu thân này cuốn lưỡi của tôi sẽ không cháy rã". Quả nhiên sau khi thiêu, cuốn lưỡi ngài còn nguyên.

mất thì tất cả 3000 tăng sĩ tập trung ở trường dịch và Trường An Đại Tự cũng phân tán đi khắp nơi và họ tiếp tục sinh hoạt hoạt như những tu sĩ độc lập khác. Hơn nữa chỉ vài năm sau, triều đại Diêu Tần - nguồn ủng hộ tài chánh và uy thế cho La Thập - cũng đi vào suy vong. Ngay từ thời La Thập còn tích cực và hoạt động sôi nổi nhất, thì ngoài việc dịch thuật La Thập không bao giờ chú ý và tỏ ra thích thú về việc trước tác lập ngôn. Ngay trong các bản dịch La Thập cũng chỉ viết vài lời vắn tắt, trừ trường hợp các lời luận chú dài hơn trong bản dịch kinh *Duy Ma Cật Sở Thuyết* (T 475). Nguồn tài liệu duy nhất người ta có thể biết về quan điểm và tư tưởng riêng của La Thập là qua 18 lá thư qua lại trả lời cho thư vấn đạo của nhóm ngài Huệ Viễn là những truyền nhân đệ tử của Đại sư Đạo An đang tu tập ở Lô Sơn[312]. Qua 18 lá thư này còn lại trong *Đại Thừa Đại Nghĩa Chương* tôi cũng không thấy được các tư tưởng riêng tư và cốt lõi của trí tuệ La Thập. Lý do chính là nội dung của các thư chỉ trả lời các câu hỏi nặng về giáo nghĩa. Thí dụ trong số mười tám thư đó thì đã có mười thư chỉ hỏi về vấn đề pháp thân (*dharmakāya*). Các câu hỏi khác là về khác biệt giữa La hán với Bồ tát, về tương lai Phật quả của hàng La Hán... Cho nên các thư trao đổi của Huệ Viễn với La Thập cũng không phải là nơi cho La Thập bầy tỏ tư tưởng của ngài.

Có lẽ La Thập nghĩ rằng, và tôi nghĩ ngài nghĩ đúng và đã làm đúng, là tất cả giáo Pháp của Đức Phật đã rõ ràng và đầy đủ trong kinh tạng. Điều La Thập đang làm và là việc ngài có thể làm tốt nhất, là dịch lại các lời dạy đó qua ngôn ngữ mới của một xã hội có một cơ sở văn hóa truyền thống khác

---

312. Nên biết giao tình của La Thập với các đệ tử của Đạo An rất thân thiết. Dù Đạo An chưa bao giờ gặp La Thập nhưng là người mở đường cho La Thập đến Trường An và cung cấp những nhân lực quan trọng trong nhóm làm việc với La Thập trong suốt 10 năm ở Trường An.

hẳn với môi trường xã hội và văn hóa Ấn Độ trước đó cả ngàn năm. Lập ngôn thì như vậy còn việc khai môn lập phái là duyên và phận của những người khác, khác hơn La Thập. Vì trong đời sống và sinh hoạt riêng tư[313], theo những gì chúng ta biết qua những gì còn lại trong sử sách, thì bản thân La Thập cũng là một học giả tăng hơn là một nhà chuyên tu hoặc mang những đặc tính *mystic* cần có của người khai sáng môn hộ.

Tuy nhiên, như chúng ta đã thấy ảnh hưởng của La Thập vẫn tiếp tục chi phối sinh hoạt tri thức của người Á Đông một cách bền bỉ không cần đến tổ chức môn hộ mà qua chính các dịch phẩm của ngài. Về môn hộ, như chúng ta đã biết La Thập không tự sáng lập môn phái nào nhưng ông vẫn được tôn xưng là sơ tổ hay long tượng của nhiều tông môn học phái như Tam Luận Tông, Thiên Thái Tông, Thành Thật Tông, Tịnh Độ Tông ... vì có lý do riêng của nó.

Về Tam Luận Tông mà cho La Thập là sơ tổ vì cả ba dịch phẩm của La Thập là Trung Luận (của Long Thọ), Nhị Môn Luận (của Long Thọ), và Bách Luận (của Thánh Thiên) đã trở thành cơ sở tư tưởng của Tam Luận Tông. Thêm vào là các sáng tác luận khảo của "Quan Trung Tứ Thánh" gồm bốn đại luận sư cũng là bốn vị trong "La Thập Thập Đại Đệ Tử" là Đạo Sinh, Tăng Triệu, Đạo Dung và Tăng Duệ cũng là sách căn bản lập cước của Tam Luận Tông. Chính những vị này mới thật là những người sáng lập ra Tam Luận Tông. Đây là một tông môn quan trọng không những tiếp nối truyền thống Trung Quán Ấn Độ mà còn mang nhiều tính chất đặc thù Á Đông. Tam Luận Tông truyền sâu qua Triều Tiên và Nhật Bản, nơi nó còn ảnh hưởng đến cả sinh hoạt văn hoá và chính

---

313. Sử nói rằng Vua Diêu Hưng rất kính trọng La Thập và muốn tiếp nối giòng giống thông minh cự phách của La Thập nên đã từng tặng cho La Thập mười cung nữ trẻ đẹp, với lý do coi La Thập như Bồ tát Duy Ma Cật. La Thập bất đắc dĩ phải nhận.

trị của xứ sở này (Đặc biệt là qua các hoạt động quan trọng của Thánh Đức Thái Tử (*Shotoku* 574-622), một vị thánh của Nhật Bản). Tam Luận Tông Trung Hoa hiện nay không còn sinh hoạt như một tông môn riêng biệt nhưng vẫn là một môn Phật học được tiếp tục nghiên cứu học tập.

Giáo pháp của tông Thiên Thai dựa trên kinh *Diệu Pháp Liên Hoa*, qua bản dịch của La Thập nên vẫn coi La Thập là một vị Long Tượng trong tông môn. Thiên Thai tôn xưng Long Thọ là sơ tổ vì lập cước trên ba tư tưởng Không Giả Trung danh tiếng của Long Thọ[314] cũng là qua các dịch bản của La Thập. Thiên Thai là một tông môn lớn vẫn tiếp tục được tu trì truyền bá ở Trung Hoa nở hoa ở Nhật Bản và tiếp tục còn sinh hoạt đến ngày nay. Thiên Thai Tông thật sự có thể nói do Đại sư Trí Khải (538-597) mở đạo. Tư tưởng Tứ Thời Bát Giáo và pháp tu Chỉ Quán của Trí Khải có ảnh hưởng thật lớn trên hầu hết các tông môn của Phật giáo Trung Hoa.

Vị trí của La Thập trong Tịnh Độ Tông cũng giống như trong Thiên Thai tông và Thành Thật Tông. Tịnh Độ Tông là một tông môn của đại đa số Phật giáo Đại thừa ở Đông Nam Á ngày nay có thể nói là do Huệ Viễn (334-416) là sơ tổ. Huệ Viễn lại là học trò của ngài Đạo An, cả hai đều có giao tình với La Thập rất hậu. Còn Thành Thật Tông là tông môn lấy *Satyasiddhi-śāstra* (*Thành Thật Luận* do La Thập dịch, T 1646) làm cơ sở luận. Thành Thật Tông lại cũng do hai học trò khác của La Thập là Tăng Đạo và Tăng Khải phổ biến. Thật ra thì có thể nói Thành Thật tông có xuất xứ tận giáo pháp của Kinh Lượng Bộ (*Sautrātika*) từ Ấn Độ xa xưa.

---

314. Thực tế Long Thọ chỉ nói đến Nhị Đế, nhưng Thiên Thai Tông lại căn cứ vào kinh Nhân Vương Bát Nhã và ý nghĩa trung đạo của Long Thọ giảng dạy mà lập ra 'Tam đế viên dung." Trái lại, Tam Luận Tông cho rằng thuyết Nhị Đế triệt để hơn Tam Đế.

Tuy nhiên thành tích của La Thập không chỉ có trong các sự nghiệp khai lập môn hộ, mà còn có cả thành tích "phá huỷ" trong việc làm tàn rụi nhiều tông môn khác. Đó là trường hợp suy tàn của *Lục Gia Thất Tông* là những môn hộ Phật giáo Trung Hoa nổi tiếng thời Nam Bắc triều là thời gian mà Phật giáo bắt đầu phát triển ở nước này. "Sáu nhà bẩy tông" là gồm Bản Vô tông, Bản Vô Dị tông, Tức Sắc tông, Tâm vô tông, Thức Hàm tông, Ảo Hoá tông, và Duyên Hội tông. Sáu nhà cũng là bẩy tông, vì sau một thời gian Bản Vô Tông sát nhập vào các tông khác nên còn có sáu tông, người ta gọi là lục gia.

Như danh xưng của các "Lục Gia Thất Tông" ám chỉ, các tông môn này chủ vào việc bàn thảo suy nghiệm về tư tưởng hữu vô, có không của Phật học và Lão Trang để sáng môn lập phái. Mà vào thời đó, phần vì tư tưởng Phật giáo quá mới mẻ, phần vì thiếu cả thầy lẫn kinh sách, phần lớn các tư tưởng về Phật học của Lục gia Thất tông đưa ra luận giải hoặc lập cước làm tông môn, thật ra chưa thật đúng với Phật lý chính truyền. Như chúng ta đã nói, trong thời Phật giáo mới du nhập, Phật giáo đã phải dùng các tư tưởng ngôn ngữ của Đạo học để truyền bá vào Trung Hoa (phép mượn từ của Lão Trang gọi là 'cách nghĩa' 格義). Lẽ dĩ nhiên các cách dịch này có ưu điểm là làm cho người Trung Hoa dễ hiểu Phật giáo hơn, nhưng cũng từ đó đã nẩy sinh ra các cách hiểu Phật giáo một cách không chính xác, như tôi đã có dịp trình bày như "*vô vi*" 無爲 của Phật học rất khác xa "*vô vi*" 無爲 của Lão học: "thuật ngữ Phật Học của chữ Hán (và HánViệt) có nguồn gốc từ kinh điển Đạo học Trung Hoa dùng trong kinh điển Phật giáo nhưng rất nhiều khi khác với ý nghĩa nội hàm nằm trong kinh điển Đạo học Trung Hoa. Có khi còn khác hẳn "nghĩa đen" của mặt chữ (nghĩa là người ta không thể tìm nghĩa đó trong loại tự điển tổng quát)". [315]

Cho nên theo Cát Tạng trong *Trung Quán Luận Sớ* (T 1824) khi các kinh luận về Tính Không của La Thập dịch và luận của Tăng Triệu ra đời, các lý giải của các nhà hầu như bị thu hút và sau đó các tông này cũng dần dần tàn rụi. Tất cả dâú vết giáo nghĩa và luận thuyết một thời huy hoàng và hoạt động của Lục Gia Thất Tông trong cả trăm năm ngày nay chỉ còn lại những đoạn văn rời trong *Trung Quán Luận Sớ* của Cát Tạng. Và đó cũng là một thành tích khác của La Thập mà ít người biết đến.

---

315. Vũ Thế Ngọc, *Nghiên Cứu Lục Tổ Đàn Kinh*, sđd, trang 44-46: "Thí dụ đơn giản nhất là chữ *ñaïo* 道 trong *Ñaïo Ñöùc Kinh* vốn là một ý niệm xuyên suốt cả tác phẩm với ý nghĩa là bản thể chân lý như một qui luật vũ trụ được định nghĩa tới 76 lần trong quyển sách ngắn gọn chỉ có 5 ngàn chữ này. Dùng trong kinh sách Phật giáo chữ *ñaïo* lại dùng để dịch chữ *Bodhi* (Bồ đề/ giác ngộ) như "Bồ đề tràng" thành Đạo tràng, "Bồ đề tâm" thành Đạo tâm, "Vô thượng Bồ đề" thành Vô thượng đạo, hay dịch tên riêng của Bồ-Đề Đạt-Ma (*Bodhidharma*) là "Đạo Pháp," tu sĩ Phật giáo cũng được gọi là Đạo sĩ (trước khi được gọi là tăng sĩ) v.v. (Chữ *ñaïo* ngoài ra cũng dùng để dịch chữ *marga* có nghĩa là "đường" như nghĩa gốc của chữ đạo trong các cụm từ "bát chánh đạo", "phương tiện đạo.") Ngoài ra những chữ tưởng là rất "thông thường" như chữ *vô* hay *không* trong thuật ngữ Phật học cũng không đồng nghĩa với chữ "vô" của Đạo Đức Kinh. Chữ *vô* hay *không* này của Phật học cũng không có nghĩa là "không có" hay "không hiện hữu" theo nghĩa tự điển (chữ *vô* trong Phật học có nghĩa là "không thường hằng" hay "không có tự tánh")."

HUYỀN TRANG

(玄奘 600-664) [316]

Theo bản tiểu sử đầy đủ về Huyền Trang là Đại Đường Đại Từ Ân Tự Tam Tạng Pháp Sư Truyện (大唐大慈恩寺三藏法師傳) [317] của 慧立 (Huệ Lập), người học trò từng biên tập nhiều dịch phẩm của Huyền Trang, thì Huyền Trang (玄奘) tên tục là Trần Y sinh năm 604 tại Lạc Châu, Hà Nam, trong một gia đình có truyền thống quan lại. Từ nhỏ ngài đã nổi tiếng thông minh đĩnh ngộ, năm 13 tuổi xuất gia và thọ giới cụ túc năm 21 tuổi. Ngài tu học với nhiều danh sư nhưng nhận thấy kinh sách khi đó vừa thiếu thốn vừa có nhiều chỗ giảng giải mâu thuẫn. Đó là lý do đã thúc đẩy ngài có chí nguyện lên đường đi Ấn Độ thỉnh kinh và học hỏi.

Thời Huyền Trang trưởng thành thì vẫn còn chiến tranh và nhiều hỗn loạn – triều đại nhà Tùy (581-618) vừa mở chiến tranh thống nhất cuộc nội chiến kéo dài nhiều thế kỷ thì lại có chiến tranh quyền bính do họ Lý nổi lên (thành lập nhà Đường 618-907). Lúc đó có lệnh triều đình mới thành lập triệt để cấm đi ra ngoại quốc, đặc biệt là đến các vùng ngoài biên ải phía Tây vẫn tiếp tục là khu vực tranh chấp, nhưng Huyền Trang vẫn trốn đi

---

316. Trích từ Vũ Thế Ngọc, *Bát Nhã Tâm Kinh: Tổ Long Thọ Giảng*, nxb Hồng Đức 2018, tr. 23-27

317. T. 2053

vào năm 628. Sau 17 năm du hành và học tập với các đại sư và học giả lớn của Ấn Độ như cư sĩ *Jayasena* (Thắng Quân) và đặc biệt với đại sư *Śīlābhadra* (Giới Hiền) viện trưởng học viện *Nālandā* danh tiếng khi đó đã 106 tuổi.[318] Giới Hiền là một đại sư lớn của Duy Thức Tông (*Yogācāra*) xuất thân từ một gia đình hoàng tộc và cũng là truyền thừa của ngài *Dharmapāla* (Hộ Pháp). Hộ Pháp lại là học trò của *Dignāga* (Trần Na 480-540) tổ của Duy Thức tông của thời đại ngài. Hộ Pháp, cũng từng là viện trưởng *Nālandā* và Đại Bồ Đề (*Mahābodhi*) nổi tiếng với các luận sớ về *Bách Luận* của Thánh Thiên (*āryadeva*) và *Duy Thức Tam Thập Tụng* của Thế Thân (*Vasubandhu*). Tư tưởng của Hộ Pháp chính là tư tưởng chủ đạo cho đại tác phẩm *Thành Duy Thức Luận* 成唯識論[319] nổi tiếng của Huyền Trang sau này dịch thuật.

Như thế Huyền Trang có thể được coi là người truyền thừa giáo pháp môn Duy Thức (*Yogacāra*) là một tông môn mạnh nhất của Phật học Ấn Độ đương thời. Trong nhiều năm Duy Thức đã có nhiều thế hệ cùng với các đại sư Trung Quán lãnh đạo Đại học *Nālandā*. Tuy nhiên nên nhớ, ở *Nālandā* và cũng như tại nhiều đại tùng lâm khác ở Ấn Độ ta vẫn có các đạo sư của các tông môn khác nhau sống chung trong một tự viện. Chính tại *Nālandā* Huyền Trang đã trình bầy một luận án viết về hòa hợp giáo pháp của Trung Quán và Duy Thức được Giới Hiền và các đại sư ở viện cực kỳ tán thán.

---

318. Nguyệt Xứng (*Chandrakirti*) là người kế thừa Hộ Pháp (*dharmapāla*) làm viện trưởng *Nālandā*.

319. *Thành Duy Thức Luận* 成唯識論 có tên chữ Phạn là *vijñāptimātratāsiddhi* là một bộ luận lớn của Huyền Trang. Trong luận này Huyền Trang giới thiệu, dịch và tổng hợp tư tưởng và luận của mười đại luận sư (Thập Đại Luận Sư) của Duy Thức Tông và lấy tư tưởng Hộ Pháp làm cơ sở. Đây là bộ luận bao gồm đầy đủ giáo lý Duy Thức, cho đến nay luận này vẫn tiếp tục là bộ luận căn bản của tất cả những người muốn tìm hiểu Duy Thức tông.

Cũng trong thời kỳ này Huyền Trang cũng viết nhiều luận quan trọng và tham dự nhiều luận chiến để xiển dương giáo pháp Đại Thừa. Trước khi sửa soạn trở về, Huyền Trang còn đại diện cho tu viện *Nālandā*, nơi có hằng ngàn tăng sĩ Phật giáo khắp Ấn Độ theo học, trong một đại tranh luận lớn nhất Ấn Độ đương thời do vua Harshavardhana tổ chức. Chiến thắng các đại luận gia Ấn Độ trong cuộc luận đạo lớn này càng làm danh tiếng Huyền Trang nổi tiếng hơn. Chính vua Harshavardhana đã cúng dường con voi quí nhất và toàn thể người tùy tùng cùng phương tiện di chuyển cho chuyến hành trình theo ngài trở về quê hương năm 642.

Sau những thành công với danh tiếng lẫy lừng ở Ấn Độ, Huyền Trang trở về Trung Hoa năm 645 với 657 bộ kinh luận Phạn ngữ chuyên trở trên 20 tuấn mã để bắt đầu sự nghiệp phiên dịch kinh sách. Đây là một cuộc hành trình khác, khác hơn Tây Du thỉnh kinh nhưng vô cùng quan trọng trong việc xây dựng cơ sở Phật học Á Đông ngày sau.

Tại Trung Hoa, khi Huyền Trang trở về cuộc chiến tranh dai dẳng nhiều thế kỷ đã qua và đã bước vào một thời gian thống nhất và thịnh trị. Lý Thế Dân (599-649) đã giúp cha là Lý Uyên diệt Tùy Dương Đế để thiết lập nhà Đường. Lúc này Lý Thế Dân đã lên ngôi, tức là Đường Thái Tông. Lúc Huyền Trang vào triều diện kiến Đường Thái Tông thì nhà vua đã 47 tuổi và Huyền Trang 42 tuổi. Hai người gần tuổi nhau nên dù ở hai hoạt động khác biệt chính trị quân sự và tư tưởng tôn giáo nhưng cả hai đều là người trí thức từng trải nhiều sóng gió nên rất tương đắc. Chính Lý Thế Dân từng cho con của mình, sau này là vua Đường Cao Tông, đến chùa theo học Huyền Trang.

Đường Thái Tông thường được xem như là hoàng đế vĩ đại nhất trong các đại đế của lịch sử Trung Hoa. Nhà Đường dưới thời Thái Tông phát triển lớn về kinh tế và quân sự, trở thành đế quốc rộng lớn nhất và hùng mạnh nhất thế giới thời bấy giờ. Nhà Đường lúc đó bao quát đất gồm hầu hết lãnh thổ Trung Quốc ngày nay, một phần Việt Nam và phần lớn Trung Á kéo dài đến tận đến tận phía đông Kazakhstan ngày nay. Sử Trung Hoa vẫn gọi triều đại này là "Khai Nguyên thịnh thế" tức là thời đại hoàng kim nhất trong lịch sử thời phong kiến của họ. Trung Hoa lúc bấy giờ không chỉ là một quốc gia rộng lớn giầu có, mà còn là một trung tâm văn minh thế giới với mọi sắc thái văn hóa quốc tế, từ âm nhạc nghệ thuật đến khoa học kỹ thuật.

Bằng sự trợ giúp lớn lao của triều đình, đây là lần thứ hai hơn hai trăm năm mươi năm sau Cưu Ma La Thập (*Kumārajiva* 344-413), Phật giáo Trung Hoa lại có một Quốc Lập Dịch Trường qui mô chuyên về dịch kinh luận Phật giáo. Ngoài Huyền Trang lãnh đạo, Quốc Lập Dịch Trường còn có nhiều nhà cự học Phật giáo của toàn đế quốc Đại Đường chung sức phiên dịch. Trong suốt 19 năm miệt mài Huyền Trang đã để lại một sự nghiệp phiên dịch Phật học vô cùng lớn lao gồm 75 bộ kinh luận của hầu hết các tông môn quan trọng nhất của Phật học.[320] Chỉ cần nhìn tổng quát về các bản dịch công phu và đầy đủ đến chi tiết, chúng ta thấy Huyền Trang có một tư tưởng rất mở về quan điểm tông môn, chứ không phải là quan điểm tông phái coi ngài chỉ là sơ tổ của Duy Thức hay Pháp Tướng Tông. Rõ ràng công trình dịch thuật của ngài bao gồm toàn bộ kinh điển đạo Phật của mọi tông môn, từ Trung Quán đến Duy Thức của Đại Thừa, lại còn các kinh luận Thắng Luận, Nhất Thiết Hữu Bộ của Phật

---

320. Cũng nên biết toàn bộ Đại Tạng Hán ngữ Đại Chính Tân Tu Đại Tạng Kinh hoặc Đại Tạng *Pāli* cùng nhiều kinh văn căn bản của nhiều ngôn ngữ khác nhau, ngày nay đều có thể hiển thị trên các máy điện toán cá nhân (hoặc điện thoại). Chúng ta có thể chép và lưu giữ vì hầu hết các kinh luận đã được mã hóa (digitalize) và mở cho công chúng sử dụng. Về các tài liệu chữ Hán (Hoa văn) hiện nay chúng ta còn có các nhu liệu giúp dịch Hoa văn ra cách đọc Hán Việt - Phần dịch từ Hán Việt ra chữ quốc ngữ chưa hoàn bị, nhưng là trợ thủ rất tốt cho người biết chút ít chữ Hán.

giáo Nguyên Thủy.[321] Ngài còn là người đầu tiên giới thiệu Nhân Minh Học, một nghành luận lý học Phật giáo mà trước đó Phật học Á Đông chưa biết đến, cũng như các kinh luận A tì Đạt ma, Đà La Ni về Mật Tông, các kinh luận về Luật tạng v.v.

Các kinh luận do Huyền Trang dịch thường nổi tiếng về cách dịch chính xác và trung thực, đã cùng với các dịch phẩm trước đó của Cưu Ma La Thập thành lập nên diện mạo cơ sở cho Phật học trên toàn cõi Á Đông. Có thể nói từ đây học vấn Phật Pháp của người Á Đông đã thành tựu được một nền tảng Phật học xuất sắc, có những lãnh vực không thua kém với Phật học Ấn Độ trong thời gian đó. Trưa ngày mồng 5 tháng 2 năm 664, Huyền Trang ra đi tại chùa Ngọc Hoa. Ngày 14 tháng 4 năm đó, nhục thân ngài được an táng tại Bạch Lộc Nguyên trong một tang lễ có hằng triệu người tham dự. Từ xưa đến nay chưa có một tu sĩ Phật giáo nào được ngưỡng mộ sâu sắc bằng vị thánh tăng vĩ đại này.

SỰ NGHIỆP PHIÊN DỊCH

Năm 645

1. *Đại Bồ Tát Tạng kinh* (大菩薩藏經; *bodhisattva-piṭaka-sūtra*), 20 quyển, dịch tại Hoằng Phúc tự (弘福寺); là một phần của *Bảo tích kinh* (*ratnakūta-sūtra*).

2. *Hiển dương thánh giáo luận tụng* (顯揚聖教論頌; *prakaraṇāryavākā*), 1 quyển, tháng 7, tại Hoằng Phúc tự. Tác giả được xem là Vô Trước (*asaṅga*).

3. *Phật địa kinh* (佛地經; *buddhabhūmisūtra*), 1 quyển, dịch

---

321. Nhiều khi vì hàm nghĩa lịch sử, tôi phải dùng danh từ Tiểu Thừa, Đại Thừa. Thực ra không có pháp môn nào tự gọi mình là Tiểu và gọi tông môn khác là tiểu thừa thì cũng mang một nhận định sai trái. Ngày nay các học giả chỉ dùng các chữ tiểu thừa/ đại thừa với tính cách gọi tên thế thôi.

xong ngày 12/08 tại Hoằng Phúc tự.

4. *Lục môn đà-la-ni kinh* (六門陀羅尼經; *saṇmukhi-dhāranī*), 1 quyển, dịch xong ngày 11/10 tại Hoằng Phúc tự.

5. *Hiển dương thánh giáo luận* (顯揚聖教論), 20 quyển, Vô Trước tạo. Dịch từ tháng 10 năm 645 đến tháng 2 năm 646 tại Hoằng Phúc tự.

Năm 646

6. *Đại thừa A-tì-đạt-ma tạp tập luận* (大乘阿毗達摩雜集論, *abhidharmasamuccaya-vyākhyā*), 16 quyển. Gọi tắt là *Tạp tập luận* (雜集論). Tác giả là An Huệ (*sthiramati*), dịch từ 7 tháng 3 đến 19 tháng 4 tại Hoằng Phúc tự.

7. *Đại Đường Tây Vực ký* (大唐西域記), 12 quyển, hoàn tất tại Hoằng Phúc tự.

Năm 647

8. *Đại thừa ngũ uẩn luận* (大乘五蘊論; *pañcaskandhaka-prakaraṇa*), 1 quyển. Hoàn tất tại Hoằng Phúc tự. Tác giả: Thế Thân (*vasubandhu*).

9. *Nhiếp Đại thừa luận Vô Tính thích* (攝大乘論無性釋; *mahāyānasaṅgrahopanibandhana*), 10 quyển, từ 10/04/647 đến 31/07/649 tại Đại Từ Ân tự (大慈恩寺), tác giả: Vô Tính (無性, *asvabhāva*).

10. *Du-già sư địa luận* (瑜伽師地論; *yogācārabhūmi-śāstra*), 100 quyển. Từ 03/07/646 đến 11/06/648 tại Hoằng Phúc và Đại Từ Ân tự. Tác giả: Di-lặc (*maitreya*).

11. *Giải thâm mật kinh* (解深密經, *sandhinirmocana-sūtra*), 5 quyển. 8/8 tại Hoằng Phúc tự.

12. *Nhân minh nhập chính lý luận* (因明入正理論,

nyāyapraveśa), 1 quyển. Dịch xong ngày 10/ 09 tại Hoằng Phúc tự. Tác giả: Thương-yết-la-chủ (商 羯羅主; *śaṅkarasvāmin*).

Năm 648

13. *Thiên thỉnh vấn kinh* (天請問經; *devatā-sūtra*), 1 quyển. 17/04/648 tại Hoằng Phúc tự.

14. *Thập cú nghĩa luận* (十句義論; *vaiśeṣika-daśapadārtha-śāstra*), 1 quyển. 11/06 tại Hoằng Phúc tự. Tác giả: Huệ Nguyệt (慧月; *maticandra*).

15. *Duy thức tam thập luận* (唯識三十論; *triṃśikā*), 1 quyển. 25/06 tại Hoằng Phúc tự. Tác giả: Thế Thân (*vasubandhu*).

16. *Kim cương bát-nhã kinh* (金剛般若經, *vajracchedikā-sūtra*), 1 quyển. Dịch tại Đại Từ Ân tự.

17. *Bách pháp minh môn luận* (百法明門論; *mahāyāna-śatadharmā-prakāśamukha-śāstra*), 1 quyển. 07/12 tại Hoằng Pháp viện (弘 法 院). Tác giả: Thế Thân.

18. *Nhiếp Đại thừa luận Thế Thân thích* (攝大乘論世親釋; *mahāyānasaṅgraha-bhāṣya*), 10 quyển. Dịch tại điện Bắc Quyết (北闕) và Đại Từ Ân tự. Tác giả: Thế Thân.

Năm 649

19. *Nhiếp Đại thừa luận bản* (攝大乘論本; *mahāyānasaṅgraha*), 3 quyển. Từ 14/01 đến 31/07 tại Đại Từ Ân tự. Tác giả: Vô Trước.

20. *Duyên khởi thánh đạo kinh* (緣起聖道經; *nidāna-sūtra*), 1 quyển. Ngày 17 tháng 3 tại Hoằng Pháp viện.

21. *Thức thân túc luận* (識身足論; *abhidharma-vijñāna-kāya-pāda-śāstra*), 16 quyển. Từ 03/03 đến 19/09 tại Hoằng Pháp viện và Đại Từ Ân tự. Tác giả: Đề-bà-thiết-ma (提婆設

摩; *devakṣema*).

22. *Như Lai thị giáo Thắng Quân vương kinh* (如來示教勝軍王經; *rājavavādaka-sūtra*), 1 quyển. 24/03 tại Đại Từ Ân tự.

23. *Thậm hi hữu kinh* (甚希有經; *adbhūta-dharma-paryāya sūtra*), 1 quyển. 02/07 tại Thuý Vi cung (翠微宮), Chung Nam sơn (終南山).

24. *Bát-nhã tâm kinh* (般若心經; *prajñā-pāramitā-hṛdaya-sūtra*), 1 quyển. 08/07 tại cung Thuý Vi.

25. *Bồ Tát giới yết-ma văn* (菩薩戒羯磨文), 1 quyển. 28/08 tại Đại Từ Ân tự. Tác giả: Di-lặc (彌勒). Bản này được trích từ bộ luận *Du-già sư địa*.

26. *Vương pháp chính lý kinh* (王法正理經), 1 quyển. 31/08 tại Đại Từ Ân tự. Tác giả: Di-lặc

27. *Tối vô tỉ kinh* (最無比經), 1 quyển. 01/09 tại Đại Từ Ân tự.

28. *Bồ Tát giới bản* (菩薩戒本; *bodhisattva-śīla-sūtra*), 1 quyển. 03/09 tại Đại Từ Ân tự (hoặc cung Thuý Vi). Tác giả: Di-lặc.

29. *Đại thừa chưởng trân luận* (大乘掌珍論; *karatala-ratna*), 2 quyển. 19/10 tại Đại từ Ân tự. Tác giả: Thanh Biện (*bhāvaviveka*).

30. *Phật địa kinh luận* (佛地經論; *buddhabhūmi-sūtra-śāstra*), 7 quyển. 12/11/649 đến 02/01/650. Tác giả: Thân Quang (*bandhuprabha*) và nhiều người khác.

Năm 650

31. *Nhân minh chính lý môn luận bản* (因明正理門論本; *nyāyamukha*), 1 quyển. 01/02 tại Đại Từ Ân tự. Tác giả: Trần-na

(*dignāga*).

32. *Xưng tán Tịnh độ Phật nhiếp thụ kinh* (稱讚淨土佛攝受經; *sukhāvatīvyūha*), 1 quyển. Đại Từ Ân tự.

33. *Du-già sư địa luận thích* (瑜伽師地論釋; *yogācārabhūmi-śāstra-kārikā*), 1 quyển. Tác giả Tối Thắng Tử (*jinaputra*).

34. *Phân biệt duyên khởi sơ thắng pháp môn kinh* (分別緣起初勝法門經; *vikalpa-pratītya-samutpāda-dharmottara-praveśa-sūtra*), 2 quyển. 10/03 tại Đại Từ Ân tự.

35. *Thuyết Vô Cấu Xứng kinh* (說無垢稱經; *vimalakīrti-nirdeśa-sūtra*), 6 quyển. Đại Từ Ân tự.

36. *Dược Sư (Lưu Li Quang Như Lai) bản nguyện công đức kinh* (藥師, 流璃光如來, 本願功德經; *bhaiṣajya-guru-vaiḍūrya-prabhāsa-pūrvapraṇidhāna-viśeṣa-vistara*), 1 quyển. 09/06. tại Đại Từ Ân tự.

37. *Đại thừa quảng bách luận bản* (大乘廣百論本; *catuḥśataka*), 1 quyển. Từ 13/07/650 đến 30/01/651 tại Đại Từ Ân tự. Tác giả: Thánh Thiên (*āryadeva*).

38. *Đại thừa quảng bách luận thích luận* (大乘廣百論釋論), 10 quyển. Từ 30/07/650 đến 30/01/651 tại Đại Từ Ân tự. Tác giả: Thánh Thiên, Hộ Pháp (*dharmapāla*) chú thích.

39. *Bản sự kinh* (本事經; *itivṛttaka-sūtra*), 7 quyển. Từ 10/10 đến 06/12. tại Đại Từ Ân tự.

40. *Chư Phật tâm đà-la-ni kinh* (諸佛心陀羅尼經; *buddha-hṛdaya-dhāraṇī*), 1 quyển. 26/10 tại Đại Từ Ân tự.

Năm 651

41. *Thụ trì thất Phật danh hiệu (sở sinh) công đức kinh* (受持七佛名號[所生]功德經), 1 quyển. 04/02 tại Đại Từ Ân tự.

42. *Đại thừa đại tập Địa Tạng thập luân kinh* (大乘大集地藏十輪經; *daśa-cakra-kṣitigarbha-sūtra*), 10 quyển. Từ 18/02/651 đến 09/08/652.

43. *A-tì-đạt-ma tạng hiển tông luận* (阿毘達磨藏顯宗論; *abhidharma-samayapradīpika* hoặc *abhidharmakośa-śāstra-kārikā-vibhāṣya*), 40 quyển. Từ 30/04/651 đến 26/11/652. Tác giả Tôn giả Chúng Hiền (尊者眾賢; *saṅghabhadra*).

44. *A-tì-đạt-ma câu-xá luận* (阿毘達磨俱舍論; *abhidharmakośa-bhāṣya*), 30 quyển. Từ 03/06/651 đến 13/09/654 tại Đại Từ Ân tự. Tác giả Thế Thân. Tác phẩm cũng được gọi ngắn là *Câu-xá luận* (俱舍論).

45. *A-tì-đạt-ma câu-xá luận bản tụng* (阿毘達磨俱舍論本頌; *abhidharmakośa*), 1 quyển. Được dịch tại Đại Từ Ân tự. Tác giả: Thế Thân.

46. *Đại thừa thành nghiệp luận* (大乘成業論; *karma-siddhi-prakaraṇa*), 1 quyển. 24/09 tại Đại Từ Ân tự. Tác giả: Thế Thân.

Năm 652

47. *Đại thừa a-tì-đạt-ma tập luận* (大乘阿毘達磨集論; *abhidharmasamuccaya*), 7 quyển. Tác giả: Vô Trước.

48. *Phật lâm niết-bàn ký pháp trú kinh* (佛臨涅槃記法住經), 1 quyển. 17/05 tại Đại Từ Ân tự.

Năm 653

49. *A-tì-đạt-ma thuận chính lý luận* (阿毘達磨順正理論; *abhidharmanyāyānusāraśāstra*), 80 quyển. Từ 03/02/653 đến 27/08/654. Tác giả: Tôn giả Chúng Hiền (尊者眾賢; *saṅghabhadra*).

Năm 654

50. *Đại A-la-hán Nan-đề Mật-đa-la sở thuyết pháp trú ký* (大阿羅漢難提蜜羅所說法住記; nandimitrāvadāna), 1 quyển. 08/06/654.

51. *Xưng tán Đại thừa công đức kinh* (稱讚大乘功德經), 1 quyển. 24/07 tại Đại Từ Ân tự.

52. *Bạt tế khổ nạn đà-la-ni kinh* (拔濟苦難陀羅尼經), 1 quyển. 15/10 tại Đại Từ Ân tự.

53. *Bát danh phổ mật đà-la-ni kinh* (陀羅尼經八名普密), 1 quyển. 11/11 tại Đại Từ Ân tự.

54. *Hiển vô biên Phật độ công đức kinh* (顯無邊佛土功德經; tathāgatāṇaṃ-buddhakṣetra-guṇokta-dharma-paryāya-sūtra), 1 quyển. 12/11 tại Đại Từ Ân tự.

55. *Thắng tràng tí ấn đà-la-ni kinh* (勝幢臂印陀羅尼經), 1 quyển. 13/11 tại Đại Từ Ân tự.

56. *Trì thế đà-la-ni kinh* (持世陀羅尼經; vasudhāra-dhāraṇī), 1 quyển. 24/11 tại Đại Từ Ân tự.

Năm 656

57. *Thập nhất diện thần chú tâm kinh* (十一面神咒心經; avalokiteśvaraikādaśamukha-dhāraṇī), 1 quyển. 17/04 tại Đại Từ Ân tự.

58. *A-tì-đạt-ma đại tì-bà-sa luận* (阿毘達磨大毘婆沙論; [abhidharma-]mahāvibhāṣa), 200 quyển. Từ 18/08/656 đến 27/07/659.

Năm 657

59. *A-tì-đạt-ma phát trí luận* (阿毘達磨發智論; [abhidharma-]jñānaprasthāna-śāstra), 20 quyển. Từ 14/02/657

đến 20/06/660 tại cung Ngọc Hoa. Tác giả: Già-đa-diễn-khả-tử (*katyāyanīputra*).

60. *Quán sở duyên duyên luận* (觀所緣緣論; *ālambana-parikṣā*), 1 quyển. Dịch tại Đại Nội Li Nhật điện (大內麗日殿). Tác giả: Trần-na (*dignāga*).

Năm 658

61. *Nhập a-tì-đạt-ma luận* (入阿毘達磨論; *abhidharmāvatāra-prakaraṇa*), 2 quyển. 13/11 tại Đại Từ Ân tự. Tác giả: Tắc-kiền-đà-la (塞建陀羅; *skandhila*).

Năm 659

62. *Bất không quyên sách thần chú tâm kinh* (不空胃索神咒心經; *amoghapāśahṛdaya-śāstra*), 1 quyển. 15/05 tại Đại Từ Ân tự.

63. *A-tì-đạt-ma pháp uẩn túc luận* (阿毘達磨法蘊足論; *abhidharma-dharmaskandha-pāda-śāstra*), 12 quyển. Từ 20/08 đến 05/10 tại Đại Từ Ân tự. Tác giả: Đại Mục-kiền-liên (大目乾連; *mahāmaudgalyāyana*).

64. *Thành duy thức luận* (唯識論成; *vijñaptimātrasiddhiśāstra*), 10 quyển. Tháng 10 tại cung Ngọc Hoa. Tác giả: Huyền Trang tuyển chọn và dịch

Năm 660

65. *Đại Bát-nhã ba-la-mật-đa kinh* (大般若波羅蜜多經; *mahā-prajñā-pāramitā-sūtra*), 600 quyển. Từ 16/02/660 đến 25/11/663, tại Ngọc Hoa cung.

66. *A-tì-đạt-ma phẩm loại túc luận* (阿毘達磨品類足論; *abhidharma-prakaraṇa-pāda*), 18 quyển. Từ 10/10 đến 30/11 tại Ngọc Hoa cung. Tác giả: Thế Hữu (*vasumitra*).

67. *A-tì-đạt-ma tập dị môn túc luận* (阿毘達磨集異門足論; *abhidharma-saṅgītī-paryāya-pāda-śāstra*), 20 quyển. Từ 02/01/660 đến 01/02/664 tại Ngọc Hoa cung. Tác giả: Xá-lợi tử (*śāriputra*).

Năm 661

68. *Biện trung biên luận tụng* (辯中邊論頌; *madhiānta-vibhāga-kārikā*), 1 quyển. 03/06 tại Ngọc Hoa cung. Tác giả: Di-lặc.

69. *Biện trung biên luận* (辯中邊論; *madhyānta-vibhāga-bhāṣya*), 1 quyển. Từ 12/06 đến 02/07 tại Ngọc Hoa cung. Tác giả: Thế Thân.

70. *Duy thức nhị thập luận* (唯識二十論; *viṃśatikā-vṛtti*), 1 quyển. 03/07 tại Ngọc Hoa cung. Tác giả: Thế Thân.

71. *Duyên khởi kinh* (緣起經; *pratītya-samutpāda divibhaṅga-nirdeśa-sūtra*), 1 quyển. 09/08.

Năm 662

72. *Dị bộ tông luân luận* (異部宗輪論; *samaya-bhedoparacana-cakra*), 1 quyển. 02/09 tại Ngọc Hoa cung. Tác giả: Thế Hữu.

Năm 663

73. *A-tì-đạt-ma giới thân túc luận* (阿毘達磨界身足論; *abhidharma-dhātu-kāya-pāda-śāstra*), 3 quyển. 14/04 tại Ngọc Hoa cung. Tác giả: Thế Hữu.

74. *Ngũ sự tì-bà-sa luận* (五事毘婆沙論; *pañca-vastuka-vibhāṣa*), 2 quyển. 18/11 tại Đại Từ Ân tự. Tác giả: Pháp Cứu (*dharmatrāta*).

75. *Tịch chiếu thần biến tam-ma-địa kinh* (寂照神變三摩

地經; *praśānta-viniścaya-prātihārya-samādhi-sūtra*), 1 quyển. 01/02/664 tại cung Ngọc Hoa.

Năm 664

76. *Chú ngũ thủ kinh* (咒五首經), 1 quyển. 02/02 tại Ngọc Hoa cung.

77. *Bát thức quy củ tụng* (八識規矩頌). Tác giả: Huyền Trang.

Sách Tham Khảo Căn Bản

Sách Tham Khảo Chính:

Đại Chính Tân Tu Đại Tạng Kinh 大正新修大藏經

Vũ Thế Ngọc. *Tùng Thư Long Thọ và Tính Không*

Vũ Thế Ngọc. *Tủ Sách Thiền Học*

Sách Tham Khảo Phụ:

Skilton, Andrew. *A Concise History of Buddhism*. Birmingham, Windhorse Publications, 1994.

Bechert & Gombrich, *World of Buddhism*, Thames & Hudson, London, 1984,

Mizuno, Kogen. *Buddhist Sutras: Origin, Development, Transmission,* Kosei Publishing, 1980

Müller, Max. *History of Ancient Sanskrit Literature*, [Williams and Norgate 1859] Oxford University Press, Franklin Classics, 2018

Müller, Max. *Studies in Buddhism*. Asian Educational Services. 1999

Nakamura, Hajime. *Indian Buddhism: A Survey with Bibliographical Notes*. 1st edition: Japan, 1980. 1st Indian Edition: Delhi, 1987.

Olivelle, Patrick. *Between the Empires: Society in India 300 BCE to 400 CE,* Oxford University Press, 2006

Salomon, Richard. *Ancient Buddhist Scrolls from Gandhāra: The British Library Kharosthī Fragments,* University of Washington Press, 1999

Salomon, Richard. *The Buddhist Literature of Ancient Gandhāra: An Introduction with Selected Translations,* Wisdom Publications, 2018

Salomon, Richard. "Brahmi and Kharoshthi". Có trong Daniels, Peter T.; Bright, William (eds.). *The World's Writing Systems.* Oxford University Press, 1996

Wu, Jiang & Chia, Lucille, eds. *Spreading Buddha's Word in East Asia: The Formation and Transformation of the Chinese Buddhist Canon.* Columbia University Press, 2016

SÁCH ĐÃ XUẤT BẢN CỦA VŨ THẾ NGỌC *

37. *Thiền Tông,* nxb Hồng Đức, 2024

36. *Triết Học Phật Giáo: Thập Đại Tông Môn*, nxb Hồng Đức. 2024

35. *Bát Nhã Tâm Kinh: Tổ Long Thọ Giảng*. nxb Hồng Đức, 2019

34. *Nguyệt Xứng Minh Cú Luận*. Tùng Thư Long Thọ và Tính Không

33. *Nguyệt Xứng Nhập Trung Quán Luận*, nxb Hồng Đức, 2018

32. *Long Thọ Hồi Tránh Luận*, nxb Hồng Đức 2017

31. *Long Thọ Thập Nhị Môn Luận*, nxb Hồng Đức 2017

30. *Triết Học Long Thọ: Trung Luận*. nxb Thế Giới, 2016

29. *Long Thọ Thất Thập Không Tính Luận*, nxb Hồng Đức 2015

28. *Trí Tuệ Giải Thoát, Nghiên Cứu Kinh Kim Cương Bát Nhã*. Nxb Thời Đại: 2013

27. *Kinh Viên Giác Giảng Luận* (Hán Việt Anh), nxb Hồng Đức, 2015

26. *Chinh Phụ Ngâm* (Hán Nôm Việt Anh), nxb Hồng Đức 2016

25. *Nghiên Cứu Lục Tổ Đàn Kinh / The Flatform Sutra* (Hán Anh Việt - Bản Đôn Hoàng). Phương Đông, 2010

24. *Phát Triển Kinh Tế Tại Trung Quốc: Ảnh hưởng ở Việt Nam*. Phương Đông: 2010

23. *Hương Thiền / Zen Fragrance* (Tuyển Tập Thơ Thiền Hán Việt Anh)

22. *Vu Lan – Văn Tế Thập Loại Chúng Sinh / Vu-lan Ullambana & A Requiem For All Ten Classes of Sentient Beings* (Anh Việt). Nxb Phương

Đông: 2008

21. *Tự Điển Tục Ngữ Anh Việt, Việt Anh Giảng Luận/ Dictionary of English- Vietnamese Proverbs and Vietnamese – English Proverbs with Explanation.* Nxb Đại Học Quốc Gia, Việt Nam, 2006

20. *Thế Giới Thi Ca Thiền Hàn Sơn / The Zen World of Cold Mountain* (Hán- Anh- Việt). Nxb Phương Đông, 2007

19. *Trà Kinh*, [1987]. Nxb Văn Nghệ 2006, 2014

18. *Lão Tử Đạo Đức Kinh / Tao Te Ching* (Hán Anh Việt - bản Mã Vương Đôi). Nxb Lao Động: 2006, 2012

17. *Vương Duy Chân Diện Mục* [1987]. Nxb Văn Nghệ, Việt Nam: 2006.

16. *Bồ Đề Đạt Ma: Tuyệt Quán Luận.* [1983]. Nxb Văn Nghệ, Việt Nam 2006

15. *Thiền Sư Vô Môn: Vô Môn Quan* [1983]. Nxb Văn Nghệ. Việt Nam 2006

14. *Đạt Ma: Huyết Mạch Luận.* Eastwest Institute, USA 1990

13. *Nghiên Cứu Chữ Hán và Tiếng Hán Việt,* Eastwest Institute, USA 1986

12. *Tự Học Chữ Hán.* Eastwest Institute, USA 1983

11. *Tự Học Chữ Nôm*, Eastwest Institute, USA 1985

10. *Tự Học Chữ Sanskrit*, Eastwest Institute, USA 1985

9. *Thập Ngưu Đồ / Ten Oxherding Pictures,* (English Vietnameae) Eastwest Institute, USA 1980

8. *Chinese Vietnamese in America: A study of Overseas Chinenese Networks*, University of California, SB, USA 1998

7. Gender-Role Conflict and Dissatisfaction, University of California, SB, USA 1993

6. Emperor Trần Thái Tông: Lessons on Emptiness, Eastwest Institute, USA 1993

5. Vietnamese Zen Buddhism, Eastwest Institute, USA 1992

4. Introduction to Nagarjuna's Philosophy, Monograph, USA 1991

3. Pulse Modulation in Satellite Communication Systems, Ford Aerospace, Sunnyvale USA 1987

2. Digital Electronics, Eastwest Institute, USA 1980

1. Làng Thôn Trung Quốc (Dịch *The Chinese Communist Society: The Family And The Village*, C.K. Yang (Cambridge: MIT Press, 1965) Vạn Hạnh, Saigon Việt Nam: 1974.

*Vũ Thế Ngọc

Trước dạy học ở Hoa Kỳ, Ấn Độ và Trung Hoa.

Nhân Ảnh
2025

Liên lạc tác giả:
vuthengoc4847@gmail.com

Liên lạc Nhà xuất bản
han.le3359@gmail. com
(408) 722-5626

www.ingramcontent.com/pod-product-compliance
Lightning Source LLC
LaVergne TN
LVHW041654060526
838201LV00043B/429